மதியின் மாதவன்!

இரு தேசங்களின் நாடு!

கபிலன் பாண்டியன்

கதைகள் மட்டும்தான் உலகை மாற்றும் என்று நம்பும்
உள்ளங்களுக்கு...

பொருளடக்கம்

பொருளடக்கம்

பொருளடக்கம்

அணிந்துரை

இதயம் கனிந்த நன்றிகளுடன் துவங்கும் முதல் முயற்சி இது. எங்களின் இந்த முயற்சிக்கு மேலும் வலு சேர்க்க உங்கள் வாசிப்பால் முடியும் என்ற நம்பிக்கையில் இந்தக் கதையை வெளியிடுகிறோம். கலாசாரப் பாணியில் அமை-யப்பெற்ற இந்தக் கதை மன்னராட்சிக் காலத்தில் நடைபெ-றுவதாக சித்தரிக்கப்பட்டுள்ளது. சில வர்ணனைகள் மிகை-யாகவும், சில வர்ணனைகள் ஆழமாகவும் இருக்ககூடும். முகம் சுளிக்கும் வண்ணமிருக்கும் வர்ணனைக்கு இந்தக் கதையில் தோன்றும் அணைத்து விதக் கதை மாந்தர்களும், அவர்களின் சிக்கல்களும் கற்பனியானவை. இருப்பினும், அவர்களோடு உறவாடி, பழகி, பேசி அவர்களின் இன்-னல்களுக்கு உதவ வாசகரால் முடியும் என்று நம்புகிறோம்! அந்த நம்பிக்கைதான் இந்த முயற்சிக்கு வவிதை! முடியும் என்ற எண்ணம் தான் கேள்விக்கு விடை! மேலும் உடன் நிற்க வேண்டும் என்று விரும்பும்...

- நாம்!

நன்றி

இந்தக் கதையை பொறுமைக் கொண்டுப் படிக்கும் அனைவருக்கும், அனைத்துத் தனிப்பட்ட நெஞ்சங்களுக்கும் நாங்கள் கடமைப் பட்டுள்ளோம்! மேலும், இந்தப் புத்தகம் இந்த வடிவம் பெற துணையாக இருந்த நண்பர் **சதாம்உசேன்,** நண்பர் **சஞ்சய்,** நண்பர் **விஸ்வநாதன்,** நண்பர் **விக்னேஷ்,** சகோதரர் **மனோ,** சகோதரி **நிலாமா,** தோழி **மகாலட்சுமி** ஆகியோருக்கு நன்றி சொல்ல வேண்டியது உள்ளது! இந்த முயற்சி முதல் முயற்சிதான். இதுவே இறுதியும் அல்ல! மேலும் மேலும் நிகழப் போகும் முயற்சிகளுக்கு வரவேற்புக் கிடைக்கும் என்ற நம்பிக்கையோடு இருக்கிறோம்! மேலும் கரம் குவித்து நெஞ்சார்ந்த நன்றிகளுடன்....

- நாம்!

1

நித்திரை சொப்பனம்!

அற்புதமான அந்திமாலைப் பொழுது. ஆதவன் அஸ்தமித்துக் கொண்டிருக்கிறான். கடற்கரை மணலில் இருந்த வெப்பம் மெல்ல மெல்ல தாளத் துவங்கியது, அந்த மணல் பரப்புக்கு வாட்டிடும் காதலுக்கு ஒப்பான அந்த வெப்பத்தில் இருந்து விடுதலைத் தந்ததுப் போல ஆனது. கடல் நீரில் தன் சாயத்தைக் கதிரவன் கரைத்துச் சென்றதால் அந்த ஆழி சிவப்பாகப் போகிறதும் அந்த குங்குமக் கரைசல் போலத் தரும் காட்சியும் அழகிய நிகழ்வு. நண்டுகள் நிகழ்த்திய நாட்டியமும் வண்டுகள் விடுத்த ரீங்காரமும் அடடா! பலவண்ணப் பட்சிகள் வானில் கானம்பாடி தாந்தம் கூடு நோக்கி சென்றுக் கொண்டிருக்கின்றன. வானத்தின் கருப்பு சாயம் ஏறத் துவங்கியது. வானவள் விரித்த சேலையோ அது! மேகத்தைக் காதல் செய்யும் தென்னை, மணலை மணம் புரிந்துக் கொண்டு படுக்கைக்குச் செல்லாமல் நெடிதோங்கி நிற்கிறது. உப்புக் காற்றுக்கு மத்தியிலும் அந்தியில் பூத்துக் குலுங்கும் தாழம்பூ நறுமணம் மூக்கைத் துளைக்கிறது. இப்படியாக அந்த நெய்தல் நிலம் பூலோகத்தில் ஒரு தேவலோகம் என்றுக் காட்சி அளித்தது. தேவலோகத்தை நாமாரும் நேரில் கண்டதில்லை என்பதால் இந்த வர்ணனை ஏற்புடையதா என்று நமக்கு ஒருக் குழப்பம்.

மேற்சொன்ன நிகழ்வுகள் நடந்துக் கொண்டிருக்கும் வேளையில் மேலும் அழகூட்டும் ஒருப் புடவை. இளஞ்சிவப்பு வண்ணச் சேலைக்கு மத்தியிலே மஞ்சள் வண்ண நூலிடை. தலையில் ஒருப் பானை நீரை சுமந்துக் கொண்டு வருகிறாள் அவள். நிச்சயம் அவள் ஒரு இந்-

திரலோகத்து மங்கைதான். இல்லை! இல்லை! வானத்து நிலவுதான் தரை இறங்கி வந்திருக்கோ? உண்மையில் அந்த தேகமும் முகமும் அப்படிப் பொலிவுடன் இருக்கிறது. அப்படிப்பட்ட அந்த அழகியின் பெயர் **மதியழகி.** நெடுந்தொலைவு சென்று வந்திருப்பாள் போல. புடவை மாராப்பு நனைந்துள்ளது. முத்து முத்தான வியர்வைத்துளிகள் தேகமெங்கும் ஓடையாய் ஓடியது. ஆபரணமாய் மின்னியது. சந்தனக் கரைசல் மேல், பன்னீர் துளிப் போலவும் தெரிந்தது.

இன்னும் கொஞ்சத் தொலைவு சென்றால்தான் அவளது ஊரானப் **புங்கைப்பட்டினம்** செல்ல முடியும் என்பதால் எதிர்வருந் தொலைவினை வேடிக்கைப் பார்த்த வண்ணம் நடந்தாள். அந்தக் கயல் பார்வைக்கு ஏங்கிய மரக்கிளைகள், அவளுக்காகப் பூப் பூத்துக் காத்துக் கிடக்கிறது. அப்போது அவளது இடதுப் பக்கத்தில் கிடந்த ஒரு பட்டுப்போன மரத்தின் தண்டையும், மண்டியப் புதரின் இலைகளையும் இணைத்து வலைப் பின்னிக் கொண்டிருந்த ஒரு சிலந்தியைக் கண்டாள்.அந்த சிலந்திக்கு அத்தனை வசீகரம் எங்கிருந்தோ வந்தது உண்மை. அவள் கண்ணில் விழுந்துவிட்டது. மறுமுனையில் மற்றுமோர் சிலந்தி ஆடிக் கொண்டிருப்பதையும் கண்டாள். இவை மதியழகியின் சிந்தனையை மாற்றியது. அதனை நெருங்கி சென்று மெல்ல அவற்றை நோக்கினாள். “காதல் சுயம்வரமா? காத்திரு! காத்திரு!” என்றாள். அவள் பின்னால் இருந்துக் கலீர் என்ற சிரிப்புச் சத்தம். மதியழகியின் துடிக்கும் இதயம் இருநொடி நின்றுத் துடித்ததை உணர்ந்தாள். திரும்பிப் பார்த்த வேளையில் இவளைப் போலவே தலையில் மண்பாண்டத்துடன் மூன்று மங்கையர் நின்றுக் கொண்டிருந்தனர். அந்த நங்கையர் கொண்ட வளைந்த இடைகள் ததும்பிக் கொட்டிய நீரில் குளித்திருந்தன. அவர்கள் மதியழகியின் ஊரில் வசிக்கும் அவளது உற்றத் தோழிமார்கள்தான்.

“ஏனடி எல்லோரும் சிரித்தீர்கள்?” என்றுத் தானே வினவினாள் மதி. மையத்தில் இருந்த மஞ்சள் வண்ணப் புடவைக் காரி, “பின்னென்ன மதி? சிலந்திக்கு சுயம்வரம் நிகழ்த்தும் பெண்ணைக் கண்டால் சிரிப்புதானே வரும்?” என்று சொல்ல, மற்ற இருவரும் நகைத்தனர். ‘நாம் சத்தமின்றி சொன்னது இவர்கள் காதுகளில் எப்படி விழுந்தது?’ என்று யோசனையில் இருந்தாள் மதி. பெண்களின் காதுகள் பாம்பினது என்று ஒருப் பழமொழி உண்டு. அது இவர்கள் விஷயத்தில் உண்மை-

யானது. "உன்னைத் தான் மதி! என்ன சிந்தனை?" என்றுக் கேள்வியை நீட்டினாள் அந்த மஞ்சள் சேலைக்காரி. அவளதுப் பெயர்தான் மணி-மேகலை. அவர்களது கேலிச் சிரிப்பு அவளை வேகமேடுக்கச் செய்தது. அந்த வேகத்திலும் நீர்த் ததும்பிக் கொட்டவில்லை. என்னதான் நளி-னமோ அந்த நடையில்! பிரம்மிக்க வைத்தது.

ஊர் வந்து சேந்தனர். பட்டிணம் வந்து சேர்ந்தனர் என்று சொல்வது-தான் சரி. அவரவர் வீட்டுத் திண்ணையில் தலையில் இருந்தப் பானை-கள் இறங்கின. மதியழகித் தன் முந்தானையால் முகத்தைத் துடைத்துக் கொண்டு உள்ளே நுழைந்தாள். மங்கயர்கென்று சில வேலைகள் அக்-காலத்தில் வரையறுக்கப் பட்டது. குடும்பக் கடமைகள் என்று அதனைக் குறிப்பிடுவது சிறப்பானதாக இருக்கும் என்று எண்ணுகிறோம். உணவுத் தயாரிப்பு, தூய்மைக் காத்தல், இறைவழிபாடு என வரையறுக்கப்பட்டி-ருந்தவை, இன்றளவும் நம் நாட்டில் புழக்கத்தில்தான் உள்ளது.

மெல்ல மெல்ல இருள் சூழ்ந்த வானில், தாமதமாய் வந்தது வெண்-ணிலவு. தேய்பிறை காலம் என்பதால்தான் வானத்தில் காலத்தாமதம் நடக்கிறது. நட்சத்திரங்கள் மின்னி மின்னி மறைந்து மறைந்து கண்-ணாமூச்சி ஆடிக் கொண்டிருக்கிறது. மொட்டவிழ்த்த தாழம்பூ வாசனை கமகமத்துக் கொண்டிருந்தது. அந்த வாசனைக்கு மயங்கிப் போய்விட்ட மரங்கள், தலையை ஆட்டிக் கொண்டிருக்க, அதனைத் தாலாட்டு என்-றெண்ணி பட்சிகள் உறக்கம் கொண்டுள்ளன. இதனைக் கண்டு ரசிக்க நேரம் வேண்டுமே! ரசிக்க எண்ணாத இதயம்தான் உண்டா? தோழிமா-றும் அதற்கு விதி விலக்கல்ல.

கோரைப்பாய் விரித்து மத்தியிலே ஒரு விளக்கு வைத்து, 'புங்கை மரக் காற்று வீசி அணைத்திடுமோ?' என்ற எண்ணத்தால் அதனை சூழ்ந்து அமர்ந்துக் கொண்டனர். பெண்கள் ஒன்று சேர்ந்தால் அங்கு அமைதிக்கு என்ன அர்த்தம்? சிரிப்புக்கென்னப் பஞ்சம்? ஒரே கேலியும், நகைச்சுவையும், சிரிப்பும், கும்மாளமும்தான் இருந்தது. அங்கிருந்த ஒரு முதியவள் குறுக்கிட்டு, "என்னப் பெண்பிள்ளைகள்? வேளையான வேளையில் இப்படி சிரிப்பாய் சிரித்துக் கொண்டு?" என்றாள். அது வேறாரும் அல்ல. மதியின் மற்றுமொறுத் தோழியான மல்லிகாவின் பாட்டிதான்.

"என்ன பாட்டி? நாம் மட்டும் தானே இருக்கிறோம்? ஆண்பிள்ளைகள் வரத்தான் விடிந்திடுமே?" என்றாள் மல்லிகா.

"அவளிடம் பேச்சுக் கொடுக்காதே மல்லி! அப்பறம் எங்க காலத்துல என்று ஆரம்பித்து விடுவாள்!" என்று அவளைத் தடுத்து விட்டாள் மற்றொருத் தோழி, கவியரசி. அதனை ஒப்புக் கொண்டு அமைதி ஆகினர் அனைவரும். சற்று பொறுங்கள்! 'ஆண்பிள்ளைகள் வரத்தான் விடிந்திடுமே?' என்று அவர்கள் சொல்லக் காரணம் என்ன?

முன்னொருக் காலத்தில் கடலும் கடல் சார்ந்த பகுதியிலும் வாழ்ந்த மக்களை நெய்தல் நிலத்தார் என்றுத் தமிழில் வரையறுக்கப் பட்டுள்ளது என்பதை நாமனைவரும் ஏதோ ஒரு வகையில் அறிந்ததே. அவர்கள் மீன் பிடிப்பதையும், உப்பு விளைவித்தலையும், பவளம் சேகரிப்பதையும், முத்துக் குளிப்பதையுமே முக்கியத் தொழிலாக வைத்திருந்தார்கள் என்பதும் அந்த வரையறையில் இடம்பெற்றுள்ளது. அவர்கள் சமயங்களில் கையாண்ட நுட்பம் தான் இந்த இரவுநேர மீன்பிடிப்பு. இரவில் படகைக் கடலுக்குள் செலுத்தி, ஒருத் தீப் பந்தம் கொளுத்தி வைத்து காத்திருப்பர். அந்த பந்த வெளிச்சத்தைத் தேடி சிறியப் பாசித் துகள்களும், அதனை இறையாக்க சிறிய மீன்களும், சிறிய மீன்களை வேட்டையாடும் உருமீன்களும் வந்து மனிதர் விரித்த இந்த வலையில் விழுந்து அவர்கட்கு விருந்தாகும். இந்த நுட்பத்தை அவர்கள் எப்போதாவதுக் கையாண்டதுண்டு.

மல்லிகாவும் கவியரசியும் மணிமேகலையில் காலை சுரண்டினர். "என்னடி?" என்று சினிங்கிக் கேட்டாள். மதியழகியை கவனிக்கும்படி செய்கைக் காட்டினர். மதியழகியோ எரியும் தீபத்தின் ஒளியைக் கண்டுக் கொண்டிருக்கிறாள். அது வரை இருந்த சத்தம் அவளுக்கு சுகம் அளித்தாலும், இப்போதிருக்கும் இந்த அமைதி அவளுக்குத் தொந்தரவாய்ப் போனது. விழித்துக் கொண்டதைப் போல முழித்தாள்.பெண்ணொருத்தி ஒரு பொருளை உற்று நோக்கினால் அவள் மனம் கலைந்துப் போயுள்ளது என்றே அர்த்தமாகும். பெண்ணின் மனம் பெண்ணறிவாள் என்பதை மெய்பித்தது அந்த சூழல்.

"என்ன ஆச்சு மதி? தீப ஒளி உனக்கு சொல்லும் ரகசியம்தான் என்ன?" என்றுக் கேட்டாள் மணிமேகலை. மதியழகியின் சிந்தை ஏதோ சிந்தனைக்கு சென்றது. "சொல்லடியம்மா! என்ன யோசனை?" என்று

அதற்கொரு முட்டுக் கட்டையிட்டாள் கவியரசி. அப்போது மதியழகியை நாணம் வந்துக் கவ்விக் கொண்டது.

"அடடா! இந்த வெட்கம் வரக் காரணம் என்னவோ?" என்றுச் செல்லமாய்க் கேட்டாள் மல்லிகா.'ரகசியமாகவே வைத்துக் கொள்!' என்றது ஒரு மனம். 'மறைப்பது சரியாகாது! சொல்லித் தொலைத்துவிடலாம்!' என்றது மறுமனம். ரெட்டை உள்ளத்துக்கும் ஒரு போட்டி நடத்தினாள். முடிவும் வந்தது. தன் வெட்கத்திற்கு விடுமுறைத் தந்தாள். "இந்த வேட்கத்துக்குக் காரணம் நான் நித்திரையில் கண்ட சொப்பனம்தான்!" என்றாள்.

"சொப்பனமா?" என அதிசயித்தனர் நட்புறவுகள்.

2

நீராடல் களம்!

"ஆம்! சொப்பனம் தான்!"

"அதற்கு ஏன் தீப ஜோதியை நோக்க வேணும்?" என்கையில், "காதல் கனவா என்ன? சீக்கிரம் சொல்லேன்!" என்று ஆர்வத்தால் பீரிட்டாள் கவியரசி. அது அனைவர் கவனத்தையும் தன்பால் ஈர்த்ததாய் உணர்ந்தாள். "காதல் கனவா? என்று யதார்த்தமாய்த் தான் கேட்டேன்!" என்று ஒரு வகையாய் மழுப்பினாள் கவியரசி.

"அப்படித் தெரியவில்லையே கவி!"

"சரி! சரி! ஒத்துக் கொள்கிறேன்! காதல் கனவாய் இருந்தால் சுவாரஸ்யம் அதிகம் இருக்கும் என்று நினைத்தேன்! "

"ஆகப் பொழுதுப் போக்கிக் கொள்ளப் பார்க்கிறாய்? அப்படித்தானே?"

"எனக்காக மட்டுமில்லைக் கலை! நம் அனைவர் மனதிற்காகவும்தான் அப்படிக் கேட்டேன்! தவறென்ன?"

"நம்பிவிட்டேனடி அம்மா!" என்று இவர்கள் இருவருக்கும் இடையேயான சம்பாஷனை நடக்கும்போது மல்லிகா குறுக்கிட்டாள்.

"போதும்! போதும்! உங்கள் உதவாக்கரை விவாதம் இவளைத் தூங்கவே செய்துவிட்டது!" என்றாள். உண்மையாகவே மதியழகி உறங்கித்தான் போனாள். அந்த உறக்கம் கணப்பொழுதில் அவளுக்கு எப்படி வந்தது என்று யாருக்கும் தெரியாது. அவளையும் சேர்த்துதான். "அவன் காத்திருப்பான் என்றுத் தூங்கப் போயிருப்பாளோ?" என்றத் தன் கேலிப்

பேச்சைத் தொடர்ந்தாள். “எவன்?” என்றாள் கலை.

“அவன்தான்! மதியின் கனவுக் காதலன்!” என்றதும், அவள் உச்சி-யில்

குட்டினாள். ‘ஆவ்!’ என்றுத் தலையைத் தேய்த்துக் கொண்டாள். திடீரென அவர்களுக்குப் பின்னால் புதர்மண்டியப் பகுதியில் இருந்து ஒரு சலசலப்புக் கேட்டது. பயந்துபோய் திரும்பிப் பார்த்தனர். “கடந்த சில நாளாய் அட்டூழியம் செய்யும் மலைச்சிங்கம் தான் வந்துவிட்டதுப் போல!” என்றுத் தன் மனதில் வந்ததை சொன்னாள் மல்லிகா. “அதெல்லாம் ஒன்றும் இல்லை! திரும்பிப் பார்! உன் பாட்டியைக் காணோம்!” என்றதும் மீண்டும் ஒரு சிரிப்பு. இப்போது எதை எண்ணிச் சிரித்தனரோ, அது அவர்களுக்குதான் வெளிச்சம்.

“ சரி! நேரமாகிறது! நான் படுக்கப் போறேன்!” என்று எழுந்தாள் மல்லிகா. அவள் கைகளைப் பிடித்து நிறுத்திய மணிமேகலை, “நாங்-களும்தான் வரப் போகிறோம்! இரு!” என்றாள். “சரி! வாருங்கள்! போவோம்!”

“போவோமென்றால்? எப்படி? மலைசிங்கம் வந்து இவள் மேல் பாய்ந்துக் கொன்றுவிடட்டும் என்று விட்டுவிடவா?” என்றுத் தூங்கிக் கொண்டிருக்கும் மதியைத் தட்டி எழுப்பினாள். “மதி... மதி... எழுந்து உள்ளேப் போம்மா!” என்றதும், விழித்துக் கொண்டவள், தான் உறங்கிப் போனதை உணர்ந்தாள். என்ன எண்ணினாளோ, பிறந்துக் கண் விழித்த மான்கன்றுப் போலத் துள்ளிக் குதித்து ஓடினாள். கல் விட்டெறிந்ததும் கலையும் தேன்கூடுப் போலக் களைந்து சென்றனர் அவர்கள். ஊரே நிசப்தமானது. அடை மழை அடித்து ஓய்ந்தது போல என்பார்களே... அந்த அளவுக்கு!

மதியழகிக்கு அந்த இரவு மிக நீண்டதாக இருக்கிறது. புடவை முந்தானையை மெத்தையாய் மாற்றிக்கொண்டு, அதில் தலை சாய்த்து படுத்துக் கொண்டாள். புரண்டுப் புரண்டுப் படுத்துப் பார்த்தாள், கண்-களை இறுக்கமாக மூடிப் பார்த்தாள், சுவரோடு சுவராய் சாய்ந்துப் பார்த்தாள், குப்பறவும் கவிழ்ந்துப் பார்த்தாள். எதுவும் பலன் தரவில்லை. இரவு உறக்கம் இல்லாமல் கரைந்துப் போனது. வானத்து மாமன்னன் கண்திறக்க இருப்பதை பெரிதும் எதிர்நோக்கிக் காத்திருந்தாள். கூவுஞ்-சேவல் தூது செல்ல வேண்டினாள். பொறுமைக்கு நெஞ்சம் இல்லை.

இரவின் கொடுமையும் கொஞ்சமில்லை. விடியலும் வந்தது.

வேக வேகமாக வேலைகள் நடக்கிறது. பாத்திரத்தில் இருந்த நீரை வாசலில் தெளித்து மண்ணின் புழுதி அடக்கி, வாசனையைக் கிளப்பி-னாள். ஒருத் தேங்காய் சிரட்டையில் இருந்த அரிசிமாவால் புள்ளிகள் வைத்து, அதனைக் கோடுகளால் இணைத்துக் கோலமாக்கினாள். அந்த அரிசிமாவை உண்டுவிட படை எடுத்து வந்தன எறும்புகள். அதனைக் கண்ட மதிக்கு, 'அந்த எறும்புகளிடம் சொல்லிவிட்டாலென்ன?' என்று எண்ணித் தன் குமுறலை நான்கு வரிக் கவிதையில் வினவினாள்.

"*எறும்புகளே! சிறு எறும்புகளே!*
சிவந்த என்விழிக் கண்டீரோ!
நித்திரைக் கொள்ளாது நான் போக
நித்திரை ஆனதோக் காரணமாய்?"

என்றாள். ஆனால், அந்த எறும்புகள் அவள் வார்த்தைக்கு செவி சாய்க்காமல், சேகரிப்பில் மட்டுமே நாட்டம் காட்டியதாய்தான் இருந்தது. 'பசியாற்றியவளின் சோகத்தை வாங்காத நன்றிக் கெட்ட உயிரினமோ அது?' என்று எண்ணத் தோன்றுகிறது. அதனை மதியழகிப் பொருட்ப-டுத்தியதாக தெரியவில்லை. சிந்தையில் பதிந்திருந்த மயக்கம் அவளை சிந்திக்க விடவில்லை.

அவளுக்குப் பின்னால் அவள் தோழியர் வருவதை உணர்ந்தாள். திரும்பிப் பார்த்தாள். அவர்கள் கைகளில் உள்ள மாற்றுடையும், முகத்-தில் இருந்த அசடும், கலைந்த சிகையும் அவர்கள் நீராடத்தான் போகி-றார்கள் என்று மிகத் தெளிவாய் உணர முடியும். உடனே மதித் தன் வீட்டுக்குள் ஓடிச் சென்று, அலமாரியில் இருந்த மெல்லிய, கட்டங்க-ளுடன் கூடிய பஞ்ச வண்ணப் புடவையை எடுத்துக் கொண்டுத் தானும் அவர்களோடு சேர்ந்துக் கொண்டாள்.

"என்ன சொன்னதடி உன் நேற்றைய சொப்பனம்?"

"சொப்பனமா? அவளது சிவந்தக் கண்ணையும் கலையாது வாரப்-பட்டக் கூந்தலையும் கண்டாலேத் தெரியுதே! அவள் தூக்கம் தொலைந்-துள்ளது என்று!" எனப் பட்டென உடைத்தாள் கலை.

“அது இருக்கட்டும்! இன்றொருநாள் மட்டும் நாம் சென்றுக் கடலில் நீராடலாமா?” என்று வினவ, அனைவரும் அதிர்ந்தே போயினர். “உனக்கு மதி என்றுப் பெயர் வைத்தது யாரோ?” என்றாள் மணிமே-கலை.

3

நுண் செவிகள்!

“ஏன்?”

“பின்னென்ன மதி? நம்மூர் ஆண்கள் கரைத் திரும்பிக் கொண்டிருப்பார்கள். இந்த வேளையில் குளிக்கக் கடலுக்கு சென்றால், அந்நேரம் பார்த்து அவர்கள் வந்துத் தொலைத்தால் என்ன செய்வது?” என்றால் மல்லிகா.

“அதுவும் சரிதான் மதி! அப்படி அவர்கள் வந்துவிட்டால் ஆடை மாற்றக் கூட அவகாசம் இருக்காது!” என்று மணிமேகலை அதைத் தடுக்க, மதியழகியின் விழிகள் கொஞ்சம் கொஞ்சலாகப் பார்க்கிறது. கல்லையும் கரைக்கும் அந்தக் கண்களால் இந்தப் பெண்களைக் கரைக்க முடியாதா என்ன? கரைந்துதான் போயினர். நீரிலிட்ட உப்பு போலவும் கரைந்தனர், காற்றிலிட்ட கற்பூரம் போலவும் கரைந்தனர். “சரி! போவோம்! அவர்கள் வராமல் இருந்தால் சந்தோஷம்!” என்றதும் மீண்டும் முகம் பௌர்ணமி நிலவுப் போலப் பொலிவுப் பெற்றது.

வேக வேகமாகக் கடற்கரையை அடைந்தனர். அடடா! என்னக் காட்சி அது. அருணன் மேலேறி வந்து ஒளியூட்டிய வண்ணம் இருக்க, கூடுவிட்டுத் தொழிலுக்கு சென்றனப் பறவைகள். முத்துக்கள் கடலுக்குள் உள்ளதா? மேற்பரப்பில் மிதக்குதா? என்றுக் குழப்பும் அளவுக்கு அந்தக் காட்சி பிரமிப்பூட்டியது. முத்தா வைரமா என்றும் புரிவதில்லை.

‘நாள்தோறும் அழகாகத் தெரியுதே அம்மம்மா!’ என்றும், ‘கடலென்றால் கல்லிலும் காதல் மலராதோ?’ என்றும் தங்களுக்குள் எண்ணி

மகிழ்ந்தனர். 'என்ன புண்ணியம் செய்தோமோ மீனவப் பெண்ணாய் பிறப்பதற்கு!' என்றும் உள்ளத்தில் எண்ணித் தங்களதுப் பிறப்பால் பேரின்பம் கொண்டனர். கண்ணுக்கெட்டியத் தொலைவு வரையில் நேர் கோடாக இருக்கும் ஆழியின் சமநிலையைக் கண்டுக் கண்விரித்தனர். தீண்ட வரும் தென்றலை அணைக்கக் கை விரித்தனர். தென்றல் கரைக்குக் கொண்டு வரும் நுரைப் புதைந்த அலைகளைக் கண்டு ஆர்பரித்தனர்.

"களித்ததுப் போதும்! குளிக்கலாமா?" என்றுக் கேட்டதும், ஒப்புக் கொண்டு அனைத்து எட்டு மடிப்புக் சேலையும் உரிந்தன. களைந்தசேலைகள் அம்மணல் பரப்பில் விழுந்துப் புதுவண்ணம் கொண்ட வானவில்லை உருவாக்கியது. குடுகுடுவென நீருக்குள் ஓடினர். நீராடும் பெண்கள், நீருக்குள் செல்லாதத் தலை.

"என்ன கனவு அது மதி?" என்று மல்லிகா வினவிவிட, இதுவரை விடுப்பில் கிடந்த நாணம் மீண்டும் அவளிடம் வந்து சேர்ந்தது. "வெட்கபடாதேயம்மா! சொல்!" என்றாள் கவியரசி. சொல்லிவிடும் முடிவுக்கு வந்தவள், சொல்லவும் செய்தாள்.

"இதுப் போல நாம்! இல்லை... இல்லை... நான்! இதுப் போல நான் மட்டும் தனித்து கடலில் நீராடிக் கொண்டிருக்கும் போது, வானத்தில் உலாவித் திரிகின்ற வெண்மேகக் கூட்டத்தைப் போல வண்ணம் கொண்ட ஒருக் குதிரையின் மீது, ஒரு மாந்தேக ஆண்மகன் ஒருத்தன், கையில் ஈட்டியோடும், ஈட்டி முனையில் ரத்ததொடும், ஒருத் துளி சொட்டித் தரையில் விழுவதற்குள் கண்ணைவிட்டு மறையும் அளவுக்கு வேகத்தோடும் சென்றான். சுத்த வீரன் ஒருத்தன், பரிமேல் அழகன் ஒருத்தன் என் கனாவில் வந்துக் கலங்கடித்து என் மறுநாள் உறக்கத்தை ஊசலாடச் செய்துவிட்டான்!" என்று ஏற்ற இரக்கத்தோடு சொன்னாள். அந்த மொழிநடை அவர்களுக்கு சலிப்பைத் தரவில்லை. சுவாரஸ்யமாகத் தான் கேட்டுக் கொண்டிருந்தனர் போலும்!

"மனம் சுகம்தானே? இல்லை... கவிதைப் புனைந்துக் கொலை செய்கிறதா?" என்றுக் கேட்டாள் மணிமேகலை.

"அப்படியெல்லாம் ஒன்றும் இல்லை கலை! கனவில் வரும் அத்தனையும் கவிதையாக வேணுமானால் இங்கு பலப் பலப் புலவர் வந்திருப்பார்!" என்று உள்ளதை சொன்னாள்.

“சரி! என் கேள்விகளுக்கு கொஞ்சம் நீ விடைத் தர வேணும்!” என்றுப் பணித்தாள் கவியரசி.

“ஆரம்பித்து விட்டாள்!” என்று மல்லிகா சொன்னதும், அங்கு ஒரு கலகலப்பு. அதனை ஓயத்தாள் மதி. “சரி! கேள் கவி!”

“அவன் முகத்தைக் கனவில் கண்டாயா?”

“இல்லை கவி... முழுதாய் இல்லை! ஏதோ அரைகுறையாகப் பார்த்தேன்!”

“எங்கேனும் பார்த்ததுப்போல உணர்வு வந்ததா?”

“கண்டால் பராவாயில்லை என்று எண்ணுகிறேன்!”

“ஏதேனும் யூகம்?”

“ம்ஹ்ம்”

“அவனை சந்திக்க நேர்ந்தால்...?”

“தெரியாது!” என்ற ஒரு சொல் விடை.

திடீரென அவர்கள் காதுகளுக்கும் மூளைக்கும் வேலை வந்தது. ‘டக்...டக்...டக்...’என்றுக் குதிரையின் குளம்புகள் தடம் பதிக்கும் சத்-தம். சத்தம் அதிகமாகிக் கொண்டே போகிறது. மறைந்துக் கொள்ள கறையில் மரங்கள் இருக்கிறது. ஆனால் அந்தப் பெண்களுக்கு கடல் நீர்தான் உள்ளது. உடனே நீரில் மூழ்கிக் கொண்டனர்.குதிரையைக் காட்டிலும் மதியழகியின் மனம் வேகமாக இருந்தது. வெட்கம் வந்து அவளைக்கவர்ந்து நின்றது.கண்கள் தூசி விழுந்ததுப் போலக் கலங்கின. கண்கள் மட்டும் நீருக்கு மேல் மிதக்கையில், உப்பானக் கடல் நீருக்கு மேலும் இருத் துளிகளைப் பரிசாய் அளித்தது அந்த மீன் விழிகள். காரணம் அங்கு நடைபெறும் காட்சி.

4

கனவு பலித்தது!

அவள் கண்டதாய் சொல்லியக் கனவு, அவள் கண்ணெதிரே நடக்கிறது. ஒரு வெள்ளைக் குதிரையோடு, கருநிற தேகத்தோடு பொன்னாலான ஆபரணங்கள் சில அணிந்த ஒரு வீரன், தன் கைகளில் உதிரம் சிந்தும் ஈட்டியுடன் வேகமாக சென்றான். அவனது அந்த வேகமும் பாவனையும் வீரத்தின் உருவமாய் சென்றான் என்றே சொல்லத் தூண்டுகிறது. மின்னலோடுப் போட்டியிட்டு வெல்லும் அளவுக்கு அவன் வேகம் இருந்ததாய் அவர்களுக்கு எண்ணம். அவர்களின் கண்களை விட்டு மறையும் வரை நீரில் இருந்தவர்கள், திமிங்கலம் மூச்சு வாங்க மேலெழும்புவதுப் போல மேலே வந்து இளைப்பாறினர். கடல் கன்னிகள் நீரிலிருந்து எழுந்து தரிசனம் தந்ததுப் போலவும் இருந்தது. "இப்போதுத் தெரியுதுன் மயக்கத்தின் காரணம்! இப்படி ஒருத்தனாய் இருந்தால்..." என்றுப் பாதியில் நிறுத்திவிட்டாள் மல்லிகா. தனது இந்த வாக்கியம் அவர்களுக்கு மத்தியில் ஒரு கேலிப் பொருள் ஆகி இருக்கும் என்பதை அவள் உணர்ந்தாள். மதியை கவனித்தாள். மதியழகியின் வில் ஒத்தப் புருவம் நெறிந்தும், கயல் ஒத்தக் கண்கள் சுருங்கியும் இருந்ததுக் கண்டாள். மல்லிகாத் தன் நாக்கைக் கடித்துக் கொண்டாள். இந்த நடத்தையால் மேலும் கலீர் சிரிப்பு எழுந்தது. மல்லிகா 'உஷ்' என்று அமைதியாக்க முயற்சித்தாள். அப்போது, அதேப் போல மீண்டும் குதிரைகளின் குளம்பு சத்தம் தோடணிந்த எட்டு செவிகளிலும் விழுந்தது. உடனே மீண்டும் நீருக்குள் மூழ்கிக் கொண்டனர். அந்தக் கடலின் மணல் கொண்டப் பரப்பில், வரிக்கு

இரண்டாக எட்டு வரியாக வந்தது பதினாறுக் குதிரைகள். ஒரு மலைச்சிங்கம் கொலையுண்டு, அதனைத் தொங்கவிட்டுக் கொண்டுவரப்பட்டது. அன்றிரவு அவர்கள் பேசிக்கொண்டிருந்த அந்த மலைச்சிங்கம் அதுவாகத்தான் இருக்க வேண்டும். அந்தப் பதினாறுப் பேர்க் கொண்டப் பட்டாளத்தை வழிநடத்தி வருபவன் **தளபதிவீரசேகரன்.** அவனது நிமிர்ந்த மார்பும், அகன்றத் தோள்களும் தேசத்தையும், நாட்டின் மானத்தையும் சுமக்கத் தயாராக இருக்கிறது. அந்த பராக்கிரமம் கொண்டத் தொனியில் யாரும் அவனைப் பகைத்து நிற்க முடியாது. நீரிலிருந்து இதனை எல்லாம் கண்டதும் அவர்கள் சீக்கிரம் கடந்துப் போகக் கூடாதா? என்று எண்ணிக் கொண்டிருந்தனர் கோதையர். சற்றுத் தொலைவுக் கடந்துப் போனதும் வேகமாக வந்து மூச்சு வாங்கினாள் கவியரசி. அவளால் மூச்சடக்க முடியவில்லை. அதனை சுட்டி,

“உன்னை முத்துக் குளிக்க அனுப்பினால் மூச்சடைத்துப் பொய் கரைவந்து விழுந்திடுவாய் போல!” என்றாள் மதி. கொஞ்சம் அவமானத்துக்கு உகந்த நிகழ்வென்றே கவியரசிக்கு அது இருந்தது.வெட்கித் தலைத் தாழ்த்திக் கொண்டாள்.

“சரி! சரி! வேறாரும் வரும் முன்னர் கரை ஏறிட வேண்டும்!” என்றாள் மல்லிகா. அதனை ஆமோதித்த தோழியர் எல்லோரும் கரையேறினர். அங்கிருந்த மாற்றுடைகளை எடுத்துக்கொண்டு அங்கிருந்த மறைவிடத்துக்கு சென்று, உடை அணிந்துக் கொள்ள வந்தவழியே சென்றனர். நடக்கும் வழியெங்கும் பூத்திருந்தப் பூக்களும், நெடிந்திருந்த மரங்களும் சூரியனின் கண்களில் இருந்து அவர்களை மறைத்துக் கொண்டிருந்தது. காடுகளின் காவலில் ஆடை மாற்றிக் கொண்டனர் அவர்கள். அந்த அழகு அங்கம் அத்தனையும் அந்த ஆடையால் மறைக்கப்பட்டது.

“ஒரு வேளை யாமக் கனவுக் கண்டிருப்பாளோ?” என்று சாடையாகக் கேட்டாள் மல்லிகா. ஜாடைப் பேசுவதுப் பெண்களைப் பொருத்தவரைக் கைவந்தக் கலையல்லவா? அதனால் ஆச்சர்யம் ஒன்றும் இல்லை.

“ஏன்? ஏன்?”

“கண்டக் கனவுதான் பலித்துவிட்டதே!” என்று சிரிக்க, மதியழகி அதனை ஒப்புக்கொண்டாள். அது அவளுக்கு யாமக் கனவுதான்.

“ஆனால்...அந்த இளம் வீரன் யாரென்றேத் தெரியாமல் எப்படி?” என்றும் சொன்னாள். மணிமேகலையும் அதனை ஆமோதித்தாள். கவியரசிக் குறுக்கிட்டாள். “நில்! நில்! உண்மையாகவே அவர் யாரென்றுத் தெரியவில்லையா?”

“அட! தெரியவில்லை என்றால் என்ன அர்த்தம்? அந்த வார்த்தைக்குத் தமிழில் வேறேதும் அர்த்தங்கள் உண்டா? அப்படி எதுவும் இருப்பதாக எனக்கு நினைவில் இல்லையே?” என்றுக் கொஞ்சமாய் வெடித்தாள் மதி.

“நல்லா இருக்குதே? அவர் வேறு யாரும் இல்லை! நம் நாட்டின் இளவரசன் **விஜயபிரபாகரன்!**” என்றாள். ஆச்சர்யம் கொண்டது விழிகள் ஆறும்.

அவனைப் பற்றியும் அந்நாட்டைப் பற்றியும் சிறியப் பத்தியில் சுறுங்கச்சொன்னால் போதாது. இருப்பினும் அது நம் கடமை. விவரமாக பின் வரும் பத்திகளில் அறிவோம். மதியும் அவள் தோழியரும் வசிக்கும் புங்கைபட்டினம் இந்திராபுரி என்னும் சாம்ராஜ்யத்தின் கீழ் வந்த ஊர்தான். அந்த சாம்ராஜ்யத்தை ஆட்சி செய்து வந்த மன்னன் சூரியவர்மன். அவனை மனம் உகந்து மணந்துக் கொண்டவள் பேரரசி சிந்தாமணி தேவி. இவர்களுக்கு மகனாகப் பிறந்தவன்தான் விஜயபிரபாகரன். அவன் வாழ்வில் நடந்ததையும் நடப்பதையும், நடக்கப் போவதையும் இனிவரும் மாந்தர் மூலம் அறிவது நம் பணியன்றோ?

காலத்தின் பிடியில் நாமனைவரும் வேசிகள்! அது வாழ்வில் நமக்கு விளைவிப்பது என்னவென்று அவனால் மட்டும் தான் கதைக்க முடியும்.

இது அனைவர் மனத்திலும் ஆச்சர்யத்தை மட்டுமே அளித்தன. ‘என்ன சொல்கிறாள் என்றுப் புரிந்துதான் சொல்கிறாளா? இல்லை ஏதோத் தடுமாறி உளருகிறளோ?’ என்றெல்லாம் எண்ணிக் கொண்டனர். எந்த ஒரு எண்ணத்தையும் வார்த்தையாக உருமாற்றினால்தான் நமக்கு அவசியம் எனப்படும் விடைகள் கிடைக்கும். அதனை அவர்கள் உணராமல் இருக்கவும் வாய்ப்பில்லை.

“நம் சக்ரவர்த்திக்கு மகனோ வாரிசோ இல்லை என்றுதான் அனைவருமே அறிவோமே?” என்றுத் தன் சந்தேகத்தை சொன்னாள் மதி.

கவியரசி சிரித்தாள். யாருக்கும் ஒன்றும் விளங்கவில்லை. அவர்களைத் தெளிவு செய்ய அவளது நாக்குதான் ஒரே வழி என்பது

கவியரசிக்கும் நன்றாகவே விளங்கியது. தானே சொல்லவும் செய்தாள். “ஊர் அறிந்தது அவ்வளவுதான்! இத்தனைக் காலம் நாம் இளவரசன் உயிரைக் காக்க இவ்வாறு ஏமாற்றப்பட்டுள்ளோம்!” என்றாள். அதன் அவசியம் என்னவென்றக் குழப்பம் அனைவர் மனதிலும் எழுந்தது. அதற்கான விடையையும் சொன்னாள் கவி.

“நான் சொல்வது உண்மைதான்! மகாராணிக் கேட்டுக் கொண்டதன் பேரில்தான் இதெல்லாம் கடந்த இருபத்தொரு வருஷத்துக்கு முன்னால் நடந்ததாம்! அப்போது நாம் பால் அருந்தும் வயதுக் கூட இருக்காது! ஏன்? நாமெல்லாம் இன்னும் கருவில்தான் இருந்திருப்போம்!” என்றாள். “அப்படி என்னத் தேவை?” என்று மதி வினவினாள்.

இவர்கள் இவ்விதம் பேசிக் கொண்டிருக்க, அங்கு மறைவில் ஒரு மங்கலான உருவம். வெள்ளை குதிரை, கரிய தேகம், கையில் ஈட்டி, அதன் முனையில் ரத்தம்! அச்சு அசலாய் அவன் விஜாயபிரபாகரன்தான். நமதுக் கண் முன்னால்தானே நம்மைக் கடந்துப் போனான்? எப்படி? எப்போது இங்கு வந்தான்? என்ற குழப்பம் எழலாம். அனைத்துக் குழப்பங்களுக்கும் காத்திருப்புதான் பதில் அளிக்கும் என்று புரிந்துக் கொள்வது இவ்விடம் அவசியம் ஆகிறது. அதனை ஒரு தாரக மந்திரமாய் ஏற்றுக் கொள்ளக் காலம் விழிக்கிறது.

“விஜயா...” என்றொருக் குரல். திரும்பிப் பார்த்தான். விஜயனின் நெஞ்சுக்குள் ஒரு படபடப்பு தொற்றிக் கொண்டிருந்தது. திடீரென சத்தம் கேட்டால் வருவது இயல்பான பயம்தான். மற்றொருக் கருப்பு வண்ணக் குதிரையின் மீது ஒரு அழகிய, தேவலோக ஆண்மகன் போல வாட்டசாட்டமாய் ஒருவன் அமர்ந்திருந்தான். அவனது அங்கத்தில் பூணூல் போல தெரிந்த வில்லின் நரம்பு, அம்புகளை வைத்திருந்த தொனி, இடுப்பில் ஒரு சூரி என நெருங்க நினைப்போரைக் கொலைப் புரியும் வண்ணம் அத்தனையும் கூரிய ஆயுதங்கள். அவன் வேறாரும் அல்ல! விஜயபிரபாகரனின் உயிர்நண்பன், கமலநெடுமாறன். “என்னாச்சு விஜயா? ஏன் இவ்வளவுப் பதற்றம்? நீ இந்நேரம் அரண்மனையில் இருப்பாய் என்றல்லவா நினைத்தேன்? இங்கு என்ன செய்கிறாய்? உன் சைன்யம் எங்கே?” என்று சரமாரியாய் கேள்விக் கணைத் தொடுத்தான். இத்தனைக் கேள்விக்கு பதில் ஒரு அம்பை எடுத்துத் தொடுத்திருக்கலாம் போல. சற்று யோசனையில் இருந்தான், விஜயன்.

ஒரு வேளை எந்தக் கேள்விக்கு முதலில் பதில் தரலாம் என்று எண்ணி இருப்பானோ என்னவோ!

“என்ன யோசனை விஜயா? சைன்யம் எங்கே? ஏன் இன்னும் அரண்மனைக்கு செல்லவில்லை?””

“உன் வரவுக்காகதான் காத்திருந்தேன் மாறா! சைன்யத்தை வீர-சேகரன் வழிநடத்துகிறார்!” என்று ஒருவாறு பதில் சொன்னான். அது பதிலா? மழுப்பலான உத்தியா? என்பது நமக்குத் தெரியாது. தெரிந்துக் கொள்ள வேண்டிய அவசியமும் நமக்கு எழப் போவதில்லை.

“அது சரி! நாந்தான் நீப் போ! வருகிறேன்! என்றேனே? பிறகென்-னக் காத்திருந்துக் காலவிரயம் செய்வது?”

“புரிந்துக் கொண்டிருப்பாயே? நீ என் உயிர் நண்பன் அல்லவா?” என்று ஒரு புன்னகைப் பூத்தான். பதில் புன்னகையும் மலரத்தானே செய்யும்? மனிதனிடம் ஆண்டவன் வஞ்சத்தையும் படைத்துள்ளான், நேசத்தையும் படைத்துள்ளான். அவனைப் புரிந்துக்கொள்ள அவனால் மட்டும்தானே முடியும்! இருவருமாக மெல்லக் குதிரையைக் கிளப்பிக் கொண்டு சென்றனர். அவர்கள் ஓசையின்றிதான் சென்றார்கள் என்றா-லும் அது மதியழகியின் தோடுகள் அழகேற்றியக் காதுகளில் விழுந்தது.

“இளவரசன் நம்மைக் காண மீண்டும் வந்திருப்பார் என்று என் உள்ளுணர்வு உறுத்துகிறது!” என்றாள். ஏதோ, இந்த வார்த்தைகள் மணிமேகலைக்கு சற்றுக் குரலுயர்த்தத் தூண்டியது. “ஐயோ! உன் உறுத்-தல் மனத்தைக் உருக்குழைத்து உப்புக்கண்டம் போட்டுவிடு மதி!” என்-றாள். மணிமேகலை அசூயைக் கொண்டோ, காழ்புணர்ச்சிக் கொண்டோ இவ்வாறுப் பேசவில்லை என்பது மதியழகிக்கு நன்றாகத் தெரியும் என்-றாலும், இந்த ‘உ’வரிசை வாக்கியம் அவளைக் கொஞ்சம் பாதிக்கத்தான் செய்தது. மணிமேகலை அவளை நெருங்கி, அவள் முகத்தைத் தூக்-கிப் பிடித்து, “மதி! நாமோ மீனவக் குடும்பங்கள் கொடுத்த மகள்கள்! அவனோ பஞ்சணையில் புரண்டு வளர்ந்த ராஜவம்சத்தான்! அவனுக்கு நம்முடலின் கருவாட்டு வாடையும் உப்புக் காற்றின் வெப்பமும் பிடிக்-குமா என்று யோசனை செய்! இல்லை உனக்குத்தான் ராஜமரியாதை-யும், படைக்களமும் பிடிக்குமா!?” என்றாள்.

“மூளைக்கு அதுத் தெரிகிறது! இந்தப் பாழாய்ப்போன இதயம் புரிந்-துக் கொள்ளமாட்டேன் என்று அடம்பிடிக்குதே?”

“இரண்டிற்கும் இடையே ஒன்றும் பெரியத் தொலைவில்லை அம்மா! புரியவை!” என்று சொல்லி நகர, மதியழகி அங்கேயே நின்றுக் கொண்டாள். மூன்று நிழல்கள் மட்டுமே வந்ததுக் கண்டு, திரும்பிப் பார்த்துக் கண்களால் கவி வினவ, “செல்லுங்கள்! செத்த நேரத்தில் வருவது என் பொறுப்பு!” என்று அவர்களை அனுப்பி வைத்தாள்.

“சரி! தனிமையில்தான் இதயம் தெளிவுபெறும்!” என்று சொல்லி அனைவரையும் வழிநடத்தி சென்றாள் மல்லிகா. காத்திருந்தாள். காத்திருந்தாள். தோழிமார் தன் கண்களை விட்டு மறையும் வரைக் காத்திருந்தாள். மறைந்தனர். ஓடினாள். கடற்கரைக்கு ஓடினாள். மூச்சிரைக்க ஓடினாள். அந்த கரையில் மூச்சு வாங்கினாள். நேராக சென்ற எண்ணிலடங்கா குளம்படிகள்.அங்கு மணலில் பதிந்திருந்தக் குளம்படிகளைக் கண்டாள். புதியவை அவை என்பதை அவளது புத்திக் கூர்மைக் கொண்ட மூளை அறிந்துக் கொண்டது.

‘தன் மனது... தன் உள்ளுணர்வு சொன்னது சரிதான்! தன் கனவை ஆளும் அரசன்... தன் மனதைக் கொலைப் புரிந்த புருஷன்... இவ்விடம் வந்து இந்த மறைவில் நின்று, கடல் காற்றை தன் நாசியில் அனுபவித்து சென்றுள்ளான்!’ என்று அவளுக்குப் புரிந்தது. சூரியனைக் காணக் கண்கள் சென்றது.சற்றுப் பொறுங்கள்! அவள் கண்கள் கலங்கி உள்ளதுப் போலலல்லவா இருக்கிறது? உண்மைதான். வரையறுக்க முடியாத ஏதோ உணர்வால் வந்தக் கண்ணீர்த் துளிகள் அவை. அப்போதுக் கடலில் இரண்டு நாவாய்கள் வரக் கண்டாள்.

5

ஒருதலைக் காதலன்...

அந்த நாவாயில் இருந்தாரெல்லாம் புங்கைப்பட்டினத்து ஆண்கள்தான். அந்த படகு ஒன்றன்பின் ஒன்றாக வந்துக் கொண்டிருந்தது. முன்னிருந்தப் படகில் இருந்துக் கரையை நோட்டமிட்டபடி அமர்ந்திருந்தான் ஒரு வாலிபன். அவன் பெயர் கடலரசன். இயல்பாகவே இருக்கும் அவனிடம் மாலுமிக்கு ஒப்பான சுபாவங்களை எளிதில் காண முடிந்தது. அவன் கண்களில் விழுந்தாள் மதி.

"ராஜேந்திரா... அங்குப் பார்! உன் அற்புதக் கடல்கன்னி கரை ஒதுங்கிக் காத்திருக்கிறாள்! வால் எதுவும் இல்லையே! எப்படி அவள் உன் கண்ணுக்கு மட்டும் கடல் கன்னியாக விழுகிறாள் என்று குழம்பிப் போறேன்!" என்றான். "கத்திதொலைக்காதேடா! தலைவர் காதில் விழுந்தால், எந்த சுறாவிடமிருந்து உன்னைப் போராடி மீட்டேனோ, அதே சுறாவிற்கு நம்மை இரையாக்கிவிடுவார்!" என்றான் ராஜேந்திரன். ராஜேந்திரன் கொஞ்சம் வீரமும், வீரத்தால் வந்தத் திமிரும் ஒருங்கேக் கொண்ட வாலிபன். புங்கைப் பட்டினத்தில் அவனுக்கென்று ஒருக் குறிப்பட்ட மரியாதையும் இருந்தது. அடுத்த மீனவக் குடித் தலைவன் ஆகும் வாய்ப்பும் மிகுந்துக் கிடந்தது அவனுக்கு. தோற்றத்தால் பெரிய வசீகரம் அவனுக்கு ஆண்டவன் கொடுக்கவில்லை. மெலிந்த உடல்வாகு, கறுத்தத் தோல், நீள முகம். இவ்வளவுதான் அவன். இருப்பினும்,

காட்டு வாழைப் போல நிறம் கொண்ட, தாமரை போன்ற முகம் கொண்ட, சுளை போன்ற இதழ்க் கொண்ட, அம்சமான அங்கம் கொண்ட, மோதிரம் போதுமான மெல்லிய இடைக் கொண்ட அந்த அழகு சிற்பமான மதியழகியின் மீது ஒருதலையாகக் காதல் கொண்டி-ருக்கிறான்.

"ஆமா! தலைவர் கோவக்காரர்தான்! ஆனால் முட்டாளா என்ன? நீதான் அந்த சுறாவைக் கொன்றுவிட்டாயே! செத்தப்புறம் சாப்பிடுமா என்ன?" என்று சொல்லிச் சிரித்தான். அவனது இந்த வார்த்தைகளில் ஏதோ நகைச்சுவை இருந்ததாக எண்ணி அவனும் சிரித்தான். அவர்கள் பேசும்போது சுறா ஒன்றைக் குறிப்பிட்டது எதற்கு? என்று நாம் அறிய வேணுமானால் முதலில் அவர்கள் சிந்தனைக்குள் நுழையும் சக்தி நமக்கு வேண்டும். ஆண்டவன் புண்ணியத்தில் நம்மால் இப்போது அது முடியும்.

ஒரு முறை இதேப்போல அவர்கள் இரவில் மீன்பிடிக்கச் சென்றனர். நல்லப் பௌர்ணமி இரவு அது. அதுவரை அங்குக் குடிக் கொண்டிருந்த அமைதி அவர்களுக்கு ஏதோ சமிக்ஞை செய்தது. சூறைக்காற்று வீசிக் கடல் கொந்தளிக்கப் போகிறது என்று அனைவரும் புரிந்துக் கொண்-டனர். 'படகுக் கவிழ்ந்து விடாமல் இருக்க வேண்டும் ஆண்டவா!' என்று மனதில் பிரார்த்தனை செய்தனர். எண்ணியதுப் போலவேக் கடல் கொந்தளித்தது.

அனைவரும் படகில் படுத்துக்கொண்டனர். நல்ல வேளையாக மையத்தில் மாட்டிக் கொள்ளவில்லை என்று சந்தோஷம் ஒருப்பக்கம். மையத்தில் மாட்டிக் கொண்டிருந்தால் திசை மாறி செல்லும் அபாயமும் இருக்கக்கூடும். இப்படிக் கடல் கொந்தளித்தபோது, படகில் வந்து ஏதோ ஒன்று முட்டி சென்றது கடலைரசனுக்கு உணர்வாய் வந்து தகவல் தந்-தது. எழுந்து எட்டிப் பார்த்தான். ஒரு சுறாவின் கூர்மையான முதுகுத் திமில் நிலவு வெளிச்சத்தில் அரைகுறையாய் தெரிந்தது. 'வழக்கமாக அமைதியான நேரத்தில் வெளியில் வரும் சுறா, இப்படிக் கொந்தளிக்கும் நேரத்தில் வருகுதே?' என்று ஆச்சர்யம் அடைந்தான். அதன் முதுகில் ஏதோக் காயம் ஏற்பட்டு ரத்தம் வடிவதைக் கண்டான். அதைக் கண்ட-தும் தன் மனதில் இருந்த ஈரம் அதனைப் பசியாற்ற வேண்டும் என்று எண்ணியது. தன் படகில் இருந்தக் கொஞ்சம் மீன்களில் சிலவற்றை

எடுத்துக் கடலில் வீசினான். உண்மையில் அந்த சுறாவும் பசியோடுதான் இருந்திருக்கும் போல. பாய்ந்து வந்து அவற்றை விழுங்கியது. அப்பொ-துக் காற்றின் வீரியம் சற்று அதிகமானதால் படகு ஊசலாடியது. கடல-ரசன் நிலைத் தடுமாறி நீருக்குள் விழுந்துவிட்டான்.

'ஏதோப் பெரிய இரையைத்தான் படகில் இருந்து வீசி விட்டார்கள்!' என்று எண்ணிய சுறாவோ அவனை நோக்கி வேகமாக வந்தது. இதனை எல்லாம் படகில் இருந்துப் பார்த்த ராஜேந்திரன் 'படால்' என்றுத் தண்ணீரில் குதித்தான். ஆண்டவன் புண்ணியமோ என்னமோ அவன் விழுந்தும் சுறாவின் எண்ணம் முழுக்க கடலரசன் மீதே இருந்தது. நீந்தி அதனைத் தொடர்ந்தேப் போனான். கப்பலில் இருந்த மேலும் சிலரும் அவனைக் கத்தி ஆரவாரம் செய்தனர். கடலரசனைக் காப்பாற்ற ஒரு ஈட்டியை வீசினர். அதனை லாவகமாகப் பிடித்துக் கொண்டு, சுறா-வைத் தொடர்ந்தான். காயம் அடைந்த சுறா என்பதால் சற்று ஜாக்-கிரதை உணர்வும் அவசியம்தான். சுறா ஒரு வகையாக கடலரசனின் காலைக் கவ்வ முயற்சிக்கும் போது, அதனை ஈட்டியை வைத்துக் குத்-திக் கொன்றான். ஏற்கனவே அரைகுறைப் பிணமான அதனைக் கொன்-றதால் ஒன்றும் இல்லை. அதுவும் இல்லாமல், 'கொன்னால் பாவம்! தின்னால் போச்சு!' என்னும் பழமொழி அக்காலம் தொட்டேப் புழக்கத்-தில் இருக்கத்தான் செய்தது. பல அறிஞர்களும், தமிழ் கவிஞர்களும் 'தமிழ் காலம் காலமாய் ஒரே மாதிரிதான் பேசப்பட்டுள்ளது' என்றுக் குறிப்பிடும் செய்திகள்தான்

இதற்கு சான்று. அந்த சுறாவை இழுத்து, ஒருக் கயிற்றில் கட்டி, எடுத்துக் கொண்டனர். இப்படி ஒரு நன்றிக் கடனாகத் துவங்கிய வாய்மொழிகளும், புன்னகைகளும் இருவர் இதயத்தையும் இணைத்து நெருங்கியத் தோழர்களாக்கியது. ரகசியங்கள் பகிரும் அளவுக்கு.

கரையை நெருங்க நெருங்க இவர்கள், மதியழகி அங்கிருந்துக் காட்டு வழி செல்லக் கண்டார்கள். "வெட்கப்பட்டு ஓடுகிறாளோ?" என்று வினவினான் கடலரசன். "மதியழகி நாணம் கொண்டால் எத்-தனை அழகாய் இருப்பாளோ? என் நெஞ்சமெல்லாம் ஏதேதோ எண்-ணிக் கொண்டிருக்கிறது நண்பா!" ஆனால் அவள் அப்படி நினைக்க-வில்லை. இங்கிருந்து சீக்கிரம் ஓடிவிட வேண்டும் என்று நினைத்தாள்.

“சரி! சரி! போதும்! கரை வந்தாகிவிட்டது! இதைப் பற்றிப் பிறகொரு சமயம் சொல்!” என்று அத்தோடு நிறுத்தினான். கீழிறங்கி, படகைக் கைகொண்டுத் தள்ளி வந்துக் கரை சேர்த்தனர். அங்கிருந்த ஒரு நீள-மானக் கயிற்றை எடுத்து நாவாயின் காம்புப் போன்றப் பகுதில் கட்-டிவிட்டு, அதிலிருந்த வலையை எடுத்தனர். வலையை விரிக்கையில் அதில் மத்தியும், நெத்திலியும், ஐரையும், சிப்பிகளும், நண்டுகளும், இறால்களும், ஏன் சுறாக்களும் கூட சிக்கி இருந்தன. அதனை எல்லாம் எடுத்துக் கொண்டு ஊருக்குப் பங்குபோட்டுக் கொடுக்க ஊருக்குள் சென்றனர். ராஜேந்திரன் மனதில் ஒருதலையாய் வளர்ந்தக் காதலை எண்ணித் திளைத்துக் கொண்டிருந்தான். ‘என்ன என்ன விசித்திரங்கள்-தான் இந்த மனதில்? ஆயிரம் அலைவந்து மோதி இந்த இதயத்தை சுக்குநூறாக்குதே?’ என்றெல்லாம் எண்ணிக் கொண்டே தன் பங்கையும் எடுத்துக் கொண்டு வந்தான்.

6

கோட்டைக் கூரைக்குள்ளே!

மற்றோருப்பக்கம் விஜயனும், மாறனும் குதிரையில் சென்றுக்கொன்டிருந்தனர். முற்றிலுமாகத் தங்கள் வேகத்தைக் குறைத்துக் கொண்டனர். ஏதோ சிந்தனையிலேயே வந்துக் கொண்டே இருக்கும் விஜயனை கவனித்தான் மாறன். அவன் மனதில் உள்ளதை கேட்பதா வேண்டாமா? என்றே அவனுக்கு விளங்கவில்லை. தன் மனதில் இருந்த உறுத்தலை வெளிப்படையாகக் கேட்க எண்ணினான்.

“நெடுநேரமாக கவனிக்கிறேன்! வழக்கத்தைவிட இன்று அமைதியாக இருக்கிறாயே? என்ன யோசனை?”

“உண்மைதான் மாறா! நேற்றையக் கனவை நினைத்துதான் யோசனையாக இருக்கிறது! என்றான் விஜயன்.

“கனவா? விவரித்தால் தெரியப்போகிறது!” என்றுக் கேட்க, அவனும் மெல்ல அமைதி ஆனான். ‘சொல்வது நல்லதுதான்!’ என்ற எண்ணத்தோடு சொல்ல ஆயத்தமானான். அவன் சொல்வதைக் கண்ணால் பார்க்க நாம் சற்றுப் பின்னோக்கி செல்லவேண்டியுள்ளது.

அடர்ந்தக் காட்டுபகுதி. அது குறிஞ்சிக்காடு என்பதால்தான் அத்தனை வீரர்களை அழைத்து வரவேண்டியதாய்ப் போனது. குறிஞ்சிக் காட்டில் பல்லாயிரக்கணக்கான ஜீவராசிகள் வசிக்கிறது. அதில் ஊரை அச்சுறுத்தி, அந்த அச்சத்தில் பெருமிதம் கொண்டு வாழ்ந்த மலைச்சிங்-

கமும் ஒன்று. ஒரு நெருப்பு மூட்டி அதனைச்சுற்றி அமர்ந்துக் கொண்டனர். குளிர் காய்ந்தபடி உணவருந்திக் கொண்டிருந்தனர். விஜயனும், மாறனும் அவன் தளபதி வீரசேகரனும் அமர்ந்துள்ளனர். சில சில சுவையான உரையாடல்களும் நடக்காமலில்லை. சிரித்தும் கேலிபேசியும் விளையாடினர். தாங்கள் வேட்டையாட வந்த மலைச்சிங்கம் வந்துத் தங்களை வேட்டையாடிவிடக் கூடாது என்பதில் தெளிவாய் இருந்தனர். இரண்டு வீரர்கள் இரவு முழுதும் கண்விழிக்க வைக்கப்பட்டனர். விஜயனுக்குத் தன் வீரர்களை வருத்துவதில் விருப்பம் இல்லை என்றாலும் இன்றைக்கு வேறு வழி இல்லை என்பதுதான் நிதர்சனம்.

வேட்டை முடித்து விடியும் வேளைக்கேல்லாம் விஜயன், குதிரை ஏறிப் புறப்பட்டான். வழியில் இருக்கும் கடற்கரையோரமாக அவனதுக் குதிரையில் விரைந்து செல்கையில், ஒரு அழகிய மங்கைக் கடலில் நீராடுவதைக் கண்டான். அவளது மயக்கும் விழிகளாலும், அந்த ஈர தேகத்தாலும், சீரானக் கூந்தலாலும் அவளால் ஈர்க்கப்பட்டான். வழிநெடுக அவள் செய்த செயல்களும் அவள் கொண்டிருந்த சுபாவங்களும் அவள் மீதுக் காதல் கொள்ள வைத்தது. இருவரும் காதல் வாழ்க்கையில் ஈடுப்பட்டு, புணர்ச்சியின் காரணமாய் மணம் புரிந்துக் கொள்கின்றனர். அவர்களது இந்த செயலால் மாமன்னன் சூரியவர்மன், தன் மகன் ஒருத் தாழ்குடிப் பெண்ணை மணந்ததால் அரியணை ஏறும் உரிமையை மீண்டும் எடுத்துக் கொள்வதாக அறிவித்தான். இளவரசுப் பட்டம் பறிக்கப்பட்டது.

கண்விழித்துக் கொண்டான். அவையெல்லாம் கனவுதான் என்று அறிவதற்கே அவனுக்கு சில மணித்துளிகள் அவசியப்பட்டது. இதே மனநிலையுடந்தான் தான் வேட்டை ஆடினேன் என்றால் யாரும் நம்ப மாட்டார்கள். காரணம் அந்த வேட்டை நிகழ்ந்தேறிய விதம்.

வனாந்திரத்தில் அங்கும் இங்குமாக அலையாது, நூல் பிடித்ததுப் போல சீராக நேர்க்கோட்டில் பயணித்தார்கள். அந்த மலைச்சிங்கத்தின் உறுமல் வரும் திசையில் அவர்களதுக் கால்கள் பயணித்தன. ஒரு சலசலப்பு சத்தம் கேட்டு, அந்தப் பக்கமாகத் திரும்பிப் பார்த்தனர். பின்னாலிருந்து வந்த சத்தம் என்பதால்தான் இத்தனை பீதி. அதுப் பேயோ, பிசாசோ, காட்டேறியோ, மோகினியோ அல்லவே! காட்டுயிரி! கொலை செய்யத் தெரியும். பழி வாங்கத் தெரியாது. அதனால் யார் வேண்டுமானாலும் சாகடிக்கப் படலாம் என்று மனதில் பதிய வைத்துக்

கொண்டனர். மன்னனுக்கு மக்களும், மக்களுக்கு மன்னனும் பாதுகாப்பு நல்க வேண்டும். திடீரென அந்தப் புதர் மண்டியப் புகுதியில் இருந்து சீறிப் பாய்ந்தது அந்த மலைச்சிங்கம். அந்தப் பாய்ச்சலால் கொஞ்சம் ஸ்தம்பித்துப் போன மாறன், விஜயனைக் காக்க முயற்சித்துக் கொண்டிருந்தான். அப்போது கொஞ்சமும் எதிர்ப் பார்க்காத வண்ணமாக மலைச்சிங்கம் வீர சேகரனை நோக்கிப் பாய்ந்தது. அதனைத் தடுக்க முயற்சித்தக் காவலாளி ஒருவன் மார்பில் அந்த மலைச்சிங்கம் தன் விரல் நகத்தினைப் பதித்தது. வலியில் துடித்துக் கத்தினான் அவன். வீரசேகரன் அதனை காணப் பொறுக்காதுத் தன் உடைவாளை உருவினான். அதற்குள்ளாகவே மாறனின் தோளில் கிடந்த வில்லையும், முதுகில் இருந்த அம்பையும் எடுத்துக் குறி வைத்துக் கழுத்தில் பாய்ச்சினான். மலைச்சிங்கம் மண்ணில் விழுந்தது. அந்த நிகழ்வு அத்தனையும் நிமிடத்துக்கும் குறைவான நேரத்தில் நடந்து முடிந்திருந்தது.

இந்தக் கனவு வரைக்கும் சொல்லி முடித்ததும், "இதில் சிந்தனைக்கு என்ன உள்ளது?" என்று வினவினான். "பலித்துவிடுமோ என்று பயமாக உள்ளது!" என்றுத் தன் மன இறுக்கத்தை சற்றுத் தளர்த்திக் கொண்டான்.

"யாமக் கனவா என்ன? சாமத்தில் கனவுக் கண்டால் சகலமும் பலித்து விடும் என்று சிலர் சொல்லி நான் கேட்டதுண்டு! உன் கனவு எப்படி?"

"என் கனவு... அது... யாமக் கனவுதான்! மூன்றாம் நாழிகை இருக்கும்!"

"எதற்கும்... இந்த ஊர் எல்லையில் இருக்கும் அரசமரத்தடியில் ஒரு ஜோதிடர் குடில் உள்ளது! அதனை ஆளும் அரசமரத்து ஜோசியர் சிவபட்டரை கிளறினால் என்ன?" என்றதும், விஜயன் எந்த பதிலும் சொல்லாமல் சென்றான். 'சரி! இதற்கும் மேல் தொந்தரவு செய்வது சரிவராது!' என்றுத் தீர்மானித்துக் கொண்டு, ஒன்றும் பேசாமல் வந்தான்,மாறன்.

விரைவாகவேக் கோட்டை வாசலை அடைந்தனர். வாயிற்காவலன் முன்வந்து வணங்கி வரவேற்றான். 'எங்கு விஜயனைக் கண்டாலும் மரியாதை செய்ய வேண்டும்!' என்பது வீரசேகரன் கட்டளை. அவனது மரியாதையை ஏற்றுக் கொண்டான் . "காவலா! தளபதியும் வீர சைன்-

யமும்?"

"வந்தாகிவிட்டார்கள் ஐயா! உங்களைக் காணோம் என்றுதான் பதறிப்போய் உள்ளனர்!"

"நல்லது! வேறேதும்...?"

"இல்லை ஐயா!" என்று சொன்னதும் அங்கு ஒரு நொடிக் கூட இல்லாமல் உடனே சென்றான். அவனைத் தொடர்ந்து வந்தான் மாறன். இருவரும் மக்கள் நெரிசல் இருக்கும் சந்தைப் பகுதியையும், குறுக்கும் நெடுக்குமாய் சென்றக் குறுகியப் பாதையும் தாண்டி ஒரு வழியாக அகன்று விரிந்த விசாலமான ராஜபாட்டையை அடைந்தனர். அந்த ராஜப் பாட்டையில் இருந்துக் கண்டால், ஒரு பிரம்மாண்டமான கலை-நயமிக்க அரண்மனையும், அதன் அருகே சிறு சிறு மாளிகைகளும் இருந்தன.காலை வேளையில் இவற்றைக் காண்பதை விட, தீவர்த்தி ஒளியில் நல்ல நல்லிரவில் கண்டால் மதி மயங்கிப் போகும் அளவுக்கு அழகியதாய் இருக்கும். அரண்மனை வாசலில் வந்து நின்றுக் குதி-ரையை விட்டு இறங்கியதும், உடனே ஓடிவந்தக் காவலர்கள் குதிரை-களைத் தொழுவம் அழைத்துக் கொண்டு செல்ல, மாறனும் விஜயனும் கோட்டைக்குள் சென்றனர்.

கோட்டையின் உள்ளே நுழைந்தது முதலே நம்மால் பல விதமானக் கலைனயமிக்க சிலைகளையும், அழகிய சிற்பங்களையும் காண முடிந்-தது.

அரண்மனை கஜானாவில் இருக்கும் தங்கம் எல்லாம் இப்படிதான் கரைந்திருக்குமோ? என்றுக் கூட எண்ணம் எழக் கூடும். அங்கு ஒரு இளம் மங்கை நடனம் ஆடும் சிலையும் காணப்பட்டது, முதியவர் ஒரு-வர் தவம் செய்யும் சிலையும் தென்பட்டது. இதனை எல்லாம் காண ஆண்டவன் கொடுத்ததோ இரண்டு விழிகள். செய்வதற்கு என்ன உள்-ளது? வேகமாக உள்நுழைந்தப் போது, அங்கு ஆலோசனைக் கூடத்தில் தனிமையில் இருந்தாள் மகாராணி சிந்தமணிதேவி.

இளமை மாறா அழகுடனும், முகப் பொலிவுடனும், அரியணைக்கு உகந்த சுபாவங்களுடனும் காணப்பட்டவள் உருவம்தான் என்ன நேசமிக்-கது? அன்பிற்கும் உண்டோ அடைக்கும் தாழ்? தன் மகனைக் காணவும், அந்தத் தாய்மை உணர்வு மடைத் திறந்து ஓடியது. மகனுக்கும் அப்ப-டியே! அவளை நெருங்கி வந்துக் காலைத் தொட்டு வணங்கி ஆசிப்

பெற்றுக் கொண்டான். "மகாராசனாய் இருப்பாய்!" என்று வாழ்த்தொலிக் கூறிவிட்டி அவன் கன்னத்தை வருடினாள், "தந்தை எங்கேயம்மா?"

"அவர் இனிவரும் நாட்களை சமாலிப்பதுக் குறித்து அமைச்சர் மற்றும் ஜோதிடரின் ஆலோசனைகளைக் கேட்டு வருகிறார்! இன்னும் கொஞ்ச நேரத்துக்கெல்லாம் வந்து விடுவார்!" என்று சொன்னதும், விஜயன் முகங்கோனிச் சென்றான். அவனது இந்த நடவடிக்கையால் அவள் மனம் மேலும் கலக்கம் கொண்டது. நெடுமாறன் மனத்திலும் அதே சிந்தனை வந்தது. 'பூப்போல ஒளி பொருந்தி இருந்த முகம், நெருப்பில் வாட்டியக் கொடிப் போலானது ஏனோ? இதன் பின்னால் இருப்பது ஏதோ? இது ஏதோ மர்மம் போல அல்லவா உள்ளது?' என்றெல்லாம் அவன் இதயம் கேட்டுக் கொண்டிருந்தது. நாக்கு ராணியிடமே கேட்க செய்தது.

"மகாராணி! இன்பம் கொண்டிருந்த என் நண்பனின் முகம் திடீரென வாடக் காரணம் என்ன?" என்றுக் கேட்டான். "மாறா! கோட்டையின் கூரைக்குக் கீழே இருப்பதால் துன்பம் என்ற ஒன்றே இல்லை என்று மக்கள் நினைக்கிறார்கள்! நான் அவர்களாகப் பிறந்திருந்தால், இந்நேரம் துன்பம் கொள்ளாது வாழ்ந்திருப்பேன்! ஒற்றை அரியணைக்கும், அதை நம்பியுள்ள ஆயிரம் ஆயிரம் மக்களுக்கும் பயந்து இப்படிக் கொடுமையான வாழ்கையை வாழ வேண்டி வந்திருக்காது! எண்ணெயில் ஊறிய புழுவினை உஷ்ணக் குழம்பில் பொரிப்பதுப் போல வாழ்கிறேன்!" என்று ஒருப் புதிர் போட்டாள்.

"மகாராணி! ஒன்றும் விளங்கவில்லையே? அப்படி இந்த அரண்மனைக் கூரைக்குள்ளே நடந்ததுதான் என்ன?" என்றுக் கேட்க, சிந்தாமணி யோசித்துக் கொண்டிருந்தாள். "சொல்லக் கூடாதது என்றால் பரவாயில்லை மகாராணி! ரகசியம் ரகசியமாய் இருப்பதுதான் சரி!" என்று வார்த்தைகளால் மந்திரப் பொடித் தூவினான். உறவுகளில் நாம் இந்த மாந்த்ரீக வார்த்தையை இன்றளவும் கேட்க முடியும். அவன் தூவிய மந்திரப்பொடி வேலையும் செய்தது.

"அப்படி இல்லை மாறா! பத்து மாதம் சுமக்காது, வலியை உணராது, மடியிலிட்டுப் பாலூட்டாது போனது மட்டும்தான் குறை! மற்றபடி நீயும் என் மகனல்லவா?" என்றாள். அந்த வார்த்தைகள் அவள் நாபிக்

கமலத்தினின்று எழுந்தது என்பதால் அதன் உண்மைத் தன்மையை ஆராய வேண்டிய

அவிசியம் மாறனுக்கு ஏற்படவில்லை. விஜயனிடம் இருக்கும் நற்கு-ணங்கள் எல்லாம் அவன் ரத்தத்தில் ஊறியுள்ளது என்று இதன் மூலம் வெளிச்சமாகிறது. சிந்தாமணியின் கரங்கள் ஓசை எழுப்பின. இரண்டு சேவகர்கள் ஒரு நாற்காலியோடு வந்து நின்றனர். மாறன் அமரத் தோதாய் அதனைக் கம்பளத்தின் மீது வைத்து விட்டு, மகாராணிக்கு மரியாதை செழுத்திவிட்டு சென்றனர்.

"நிற்காதே மாறா! அமரத்தானே ஆசனம்?" என்றுப் பணிக்க, மாறனும் அமர்ந்தான். அந்த சிவப்பு விரிப்பின் மீதிருந்த ஆசனத்தில் அவன் அமர்ந்திருந்த விதம், புதியதாய் வரும் எவரும், இவன்தான் இளவரசன் என்று எண்ணக் கூடும். அந்த அளவுக்கு அவன் வீற்றிப்பது கம்பீரமாகவும் இருந்தது. "அமர்ந்தாகிவிட்டேன் அம்மா! காரணம்தான் என்ன?" என்றான். சிந்தாமணி சொல்ல நினைப்பதைக் கண்டால், அநேகம் சில பத்து ஆண்டுகள் பழைமை வாய்ந்ததுப் போல.

7

பிறந்தான் சூரியன்!

சிந்தாமணி ரத்தினாபுரி சாம்ராஜ்யத்தினை ஆட்சி செய்து வந்த சீவலப்பேரிகன் என்பாரின் மகள். சீவலப்பேரிகனை மணம் புரிந்தவள் தமயந்தி. சிந்தாமணியைப் பிரசிவித்து ஆறு ஆண்டுகள் வரை வளர்த்த அவளால் மேல் வரும் காலத்தில் அவளை சீராட்டி வளர்க்க முடியவில்லை. கடுமையானக் குளிர்க் காய்ச்சலால் அவதிப் பட்டு, நாளுக்கு நாள் உடல் இளைத்து, மூச்சு விடுவதில் அவதிப் பட்டு, வலியோடு மண்ணை விட்டு சென்றாள். அது அவனுக்கு மிகப்பெரிய சோகத்தை அளித்தது. சிறு வயதிலேயே அன்னையை இழந்தவள்,முழுக்க முழுக்க அரண்மனைப் பெண்கள் மற்றும் தந்தையின் நேரடி அன்பிற்குள் வந்து விழுந்தாள். சீவலப்பேரிகனிடம் இளமை இருந்தது. ஆனாலும் அவர் மறுமணம் புரிந்துக் கொள்ள விரும்பவில்லை. 'பெண் பிள்ளையை கையில் வைத்துக் கொண்டு இப்போது நாட்டை ஆள வாரிசு இல்லையே? கலியாணம் செய்துக் கொண்டு ஒரு வாரிசை அடைவோம்!' என்றெல்லாம் அவர் மனம் சிந்திக்கவில்லை. பூப்பெய்து மணம்கொள்ளும் வயதை அடைந்திருந்தத் தன் மகளை நல்ல ஒரு ஆணிடம் கைப்பிடித்துக் கொடுத்துவிடலாம் என்று யோசனையில் ஆழ்ந்தார்.

அப்படி அவர் ஊரெங்கும், நாடெங்கும் தேடியப் போது அவனுக்கு சஞ்சயவர்மன் என்னும் இளம் வீரன் குறித்து அறியவந்தது. சூரியவர்மன் என்னும் அவன்தான் இந்த சஞ்சயவர்மனும். அவனது நாட்டின் மக்கள் அவனை செல்லமாய் அழைக்கும் பெயர் அது.அவனது வீரத்தையும், வேகத்தையும், உத்தியையும் பற்றி எல்லாம் பக்கத்துக்கு நாட்டார் எண்-

ணிக் கலங்கியதை அவன் கேள்விப்பட்டான். சீவலப்பேரிகனின் இதயம் இவன் தான் நமது மருமகனாகவும், தன் மகளுக்கு உற்றக் கணவனாக-வும், அவள் கருவில் சுமக்கப் போகும் குழந்தைக்கு உற்றத் தகப்பனா-கவும் இருக்கத் தகுந்தவன் என்றுத் தீர்மானித்தது. நிச்சயம் செய்துக் கோலாகலமாய் ஏற்பாடுகள் செய்யப்பட்டன. இந்திராபுரியும், ரத்தினாபு-ரியும் விழாக்கோலம் அடைந்துக் காணப்பட்டது. தேரோட்டமா? மஞ்சள் நீராட்டமா? நாடகமா?நாட்டியமா?என்று யோசிக்கும் அளவுக்கு அத்-தனைக் கூட்டம் ஜேஜே என்றுக் கூடி இருந்தது. மக்களெல்லாம் தங்கள் இல்லத் திருமணம் போல வீடுகளை அலங்கரித்து, வாசிலில் தோர-ணங்கள் கொண்டு அழகாக்கி, வாசலில் பூக்கோலம் இட்டு, கண்-ணைக் கொள்ளைக்கொள்ளும் அளவுக்கு அழகியதாய் மாற்றியிருந்-தனர். பகல் வேளையில் கண்கவர் கோலமும், இரவு நேரத்தில் மின்னும் தீபமும் மாற்றி மாற்றி தேசத்தை அலங்கரித்தன. சிவாலய மந்திரங்களும், விஷ்ணு ஆலயப் பூஜைகளும் மாறி மாறி ஒலித்துக் கொண்டிருந்தன. பிராமணக் குளத்தை சேர்ந்தவர் சரளமாக வாழ்த்துரைகளை சொல்லிக் கொண்டிருக்கிறார் ஒரு பக்கம். வெட்கத்தோடு வந்துக் கொண்டிருக்கி-றாள் சிந்தாமணி. அந்த வெட்கத்தைக் கண்டு கிறங்கிக் கொண்டிருக்கி-றான் சூரியவர்மன். ஆரவாரமாய் கல்யாணம் நடந்தது. பாட்டும் கூத்து-மென மூன்று நாள் வேடிக்கை நடந்தது. திருமணம் முடிந்து ஊர் ஓயும் வேளையில் மாமன்னன் சீவலப்பேரிகன் மக்களை நோக்கி பேசினான்.

“ரத்தினாபுரி மக்களே! அமைதிக் கொள்க!” என்று மாடத்தில் நின்-றுக் கத்தினார். மக்கள் பேரமைதிக் கொண்டனர். மயான அமைதி என்-றும் சொல்லலாம். தங்கள் மூச்சுக் காற்றின் சத்தத்தைக் கூட அந்த அமைதியில் அவர்களால் உணர முடிந்தது. “என் மக்களே! முப்பது வயசை நெருங்கும் போதே தாய் தந்தையை இழந்த நான் மனை-வியையும் இழந்து வாழ்ந்தேன் என்பதை அறிவீர்கள்! என்னை இத்-தனைக் காலமும் மரியாதையோடும் அன்போடும் நடத்திய என் மக்க-ளுக்கு நான் எப்போதும் கடமைப் பட்டவந்தான்!” என்று சொன்னதும், மக்கள் கரகோஷங்களுடன் ஆரவாரம் செய்தனர்.

“அது மட்டும் இல்லை! என்னை அன்போடு அரசனாய் ஏற்ற மக்-களுக்கு எனக்கு அடுத்து நல்லாட்சி செய்யும் வாரிசாய் மகள் இருப்-பதால் அவளை மணம் கொண்ட அரசனிடம் நான் உங்கள் நாட்-

டின் ஆட்சியையும் அளிக்க முடிவு எடுத்துள்ளேன்!'' என்றான். மக்கள் மனதில் ஏகோபத்த மகிழ்ச்சி.ரத்தினாபுரியும் இந்திராபுரியின் சாம்ராஜத்தின் கீழ் இணையும் என்றுக் கொஞ்சமும் எதிர்ப்பார்க்கவில்லை சூரியவர்மன். சிந்தாமணிக்கும் இந்த வார்த்தைக் கொஞ்சம் அதிர்ச்சியாகத்தான் இருக்கிறது. ''நான் மற்றொரு முடிவை எடுத்துள்ளேன்! அந்த முடிவில் குறிக்கிடும் உரிமை இங்கிருக்கும் யாருக்கும்... என் மகளையும், மருமகனையும் சேர்த்துத்தான்! யாருக்கும் இல்லை! நான் சந்நியாசம் செல்வதாய் தீர்மானித்து விட்டேன்!'' என்றான்.

சிந்தாமணிக்கு சொல்ல இயலாத சோகம். சூரியவர்மன் அவளை ஆறுதல் படுத்தும் நோக்கில் தோள்களைப் பற்றிக் கொண்டான். மக்கள் ஓவென்று அழுதனர். மன்னனின் முடிவை மாற்றும் சக்தி அங்கிருந்த ஆயிரம் பேரில் ஒருவருக்கும் இல்லை. காவி உடைப் பூண்டு நாட்டை விட்டு செல்லத் தீர்மானித்திருந்த அவர், மகளையும் மறுமகனையும் நெருங்கி வந்து, ''கவலைக் கொள்ள வேண்டியதில்லை அம்மா! இந்த முடிவை இத்தனைக் காலம் என் உள்ளத்திலே வைத்திருந்தேன்! உனக்காகதான் நான் இத்தனைக் காலமும் பொறுத்திருந்தேன்! அன்பு மனைவி மாண்டு விட்டாள் என்றெண்ணி உயிரோடு இருக்கும் அவளது பிம்பம் - உன்னைக் கவலைக் கொள்ள வைத்து அதனால் நான் மகிழ்வது எப்படி சாத்தியம்? மாப்பிள்ளை... மாமன்னா... என் மகள்... உங்கள் மகராணி... எந்த

விதத்திலும் நாட்டுக்கும் உங்களுக்கும் கலங்கம் தரமாட்டாள்!'' என்றதும், அதனை ஏற்றுத் தலை வணங்கிக் கொண்டு அவரிடம் ஆசி வாங்கினான். கோட்டையை விட்டு வெளியேறினார். மக்களின் கண்ணீர் ஓலத்துக்கு மத்தியில் அவரது நெஞ்சம் கொஞ்சம் நிம்மதி அடைந்தது.

நாட்கள் உருண்டோடியது. இருளடர்ந்த சிந்தாமணியின் வாழ்க்கையில் அற்புதமான ஒரு உறவாக வந்து சேர்ந்தான் ஒரு இளவரசன். சூரியவர்மனுக்கு சந்திரவர்மன் என்ற இளைய சகோதரன் இருந்தான். அவன் வந்து தன் அண்ணன் மகனைக் கண்டு மகிழ்ச்சி அடைந்தான். அவனைத் தூக்கிக் கொஞ்சும்போது தன் நாட்டை தன் அண்ணனுக்கு பிறகு ஆள ஒரு ஆண் வாரிசு வந்துவிட்டான் என்று சந்தோஷமாய் சொன்னான். ''அண்ணா! இளவரசன் பிறந்தது இரண்டு மூன்று நாட்களுக்கு நாட்டு மக்களுக்குத் தெரிய வேணாம்! ரகசியமாய் வைத்-

திருப்போம்!" என்றான். தன் தம்பி எதையும் யோசிக்காமல் சொல்ல மாட்டான் என்ற நம்பிக்கை அவன் சகோதரனுக்கு இருந்தது. இது வரை சந்தித்தப் போர்க்களம் பலவற்றை வென்றது சந்திரவர்மன் செய்-துக் கொடுத்த உத்திதான். அவன் ஒரு வார்த்தை சொன்னால் அதனை யோசிக்காமல் செய்ய மாட்டான் என்பதே அதற்கு காரணம். "நீ சொன்-னால் சரிதான் தம்பி! அப்படியே ஆகட்டும்!" என்றுத் தன் தலைமை அமைச்சரிடம் சொன்னார். தலைமை அமைச்சராக இருந்தவர் இப்போ-தும் தலைமை மந்திரியாய் இருக்கும் அருணகிரினாதன் தான்.

அப்போது மகாராணி சிந்தாமணி ஒரு வேண்டல் விடுத்தாள்.

"என் கண்ணாளர் எனக்கு ஒரு உபாயம் செய்ய வேண்டும்!" என்-றுக் கேட்டாள். 'என்ன செய்ய வேண்டும்?' என்று அவரதுக் கண்க-ளேக் கேட்டது. "நாம் நம் மகனுக்கு ஜாதகம் எழுத வேணும்! அதற்கு ஜோசியரை அழைத்தால் என்ன?" என்றாள். "அதெல்லாம் எதற்கு சிந்-தாமணி? அதனால் என்ன பலன்? ஆண்டவன் கணித்ததை எல்லாம் தேவை இல்லாமல் முன்கூட்டியே அறிந்துக் கொண்டால் அவன் தொழி-லுக்கு என்ன அர்த்தம்?" என்று சொல்லி சிரித்தான். அது அனைவ-ருக்கும் நகைச்சுவைப் போலதான் தெரிந்தது. தங்கள் சார்பாய் சிரித்து வைத்தனர். சிந்தாமணி ஒன்றும் சொல்வதைக் காணோம். சந்திரன் குறுக்கிட்டான். "அண்ணா! அண்ணி சொன்னாலும் அதில் ஆயிரம் இருக்கும்! அவரது சிறிய ஆசை இது! நீங்கள் வேண்டாம்... நானே போய் ஜோசியரை அழைத்து வருகிறேன்!" என்று சொல்லி அங்கிருந்து சென்றான். 'அண்ணி ஒன்று சொன்னால் போதும்! உன் கொழுந்தன் ஓடி ஓடி வேலை செய்கிறான்!" என்றார் சூரியவர்மன்.

அரசனும் அரசியும் இளவரசனை மறந்து "என்னக் கண்ணே? உன் கண்களில் இருந்து வழியும் கண்ணீரில் என் முகம் தெரிகிறது? அத்-தனைப் பிரியமா என் மீது?" என்றான். அது அவளுக்குக் கொஞ்சம் வெட்கம் வர வைத்தது. "ம்ஹ்ம்... ஆசைதான்! உங்கள் மீது இருந்தப் பாசமெல்லாம் காணாமல் போய்விட்டது!" என்றுக் கள்ளக்கோவம் கொண்டாள். "என்ன ஆனது? அன்புக் கானாதுப் போக என்னதான் காரணம்?" "எனக்கு ஒரு ஆசையை நிறைவேற்ற முடியாதா உங்க-ளுக்கு? போங்கள்!".

"எனக்கும் தான் உன் மீதுக் கோவம்!"

“உங்களுக்கு ஏன் கோவம் வர வேணும்?”

“பின்னென்ன? கொலுசுகள் அணிந்துக் கொண்டு அரண்மனைக்குள் ஓடி ஓடி கலகலப்பு சத்தம் கொடுத்து, கொஞ்சம் கொஞ்சம் அன்புத் தொல்லைகள் செய்து, வெண்கலச் செம்பை உருட்டிவிட்டால் வரும் சத்தம் போல சிரிக்கும் அழகுப் பெண்பிள்ளையைப் பெற்றுத் தருவாய் என்று நினைத்தால், போருக்கு உத்தி செய்யும், கொலைகளை செய்யும் வாடிக்கையாக இருக்கப் போகும் ஆண் பிள்ளையை பெற்றுக் கொடுத்துவிட்டாயே?” என்றார் தன் உள்ளத்தின் சார்பாய். “இதுதானா உங்கள் வறுத்தம்? பெற்றுக் கொண்டால் போகிறது!” என்று அவர்கள் பேசிக் கொண்டிருந்த வேளையில்,அழுதுவிட்டான் அந்தக் குழந்தை.

“ஒரு வார்த்தை உரையாட விடமாட்டான் போல!” என்று மெல்ல சொல்லிவிட்டு, எழுந்து அவனைத் தூக்கிக் கொண்டான். “பசிக்கிறதுப் போல! நீ இவனுக்குப் பசியாற்று! நான் வெளியில் காத்திருக்கிறேன்!” என்றான். சிந்தாமணிக்கு புரியவில்லை. “அதற்கு நீங்களேன் வெளியேப் போக வேண்டும்?” என்றுக் கேலியாகக் கேட்டாள். “அதெல்லாம் சொல்வதற்கில்லை!” என்று சொல்லி வேகமாக வெளியேறிவிட்டார். ‘தன் கணவர் நாடேகம் சிம்மசொப்பனமாய் விளங்கும் வீரர்!’ என்று எண்ணும்போது அவளுக்கு மிகப் பெரிய சிரிப்பு எழுந்தது.

8

ஜாதகம் சாதகமா?

சற்று நேரத்துக்கெல்லாம் சந்திரவர்மன் ஜோசியரை அழைத்துக் கொண்டு வந்தான். வாசலில் நின்றிருந்த அரசர், ஜோசிரைக் கண்டதும் வரவேற்று வணங்கினார். “மங்களம் கொண்டு நீடூழி வாழ்க!” என்று வாழ்த்துரை சொன்னார். “அரசே! உமக்கும் இந்நாட்டுக்கும் ஒரு இளவ-ரசன் கிடைத்ததில் மிகப் பெரிய மகிழ்ச்சி அடைந்தேன்! சிவனின் அரு-ளால் காலம் மறக்காத மகனாக இவன் நிலைக்க வேணும்!” என்று ஆசி வழங்கினார்.

மனம் மகிழ்ந்து அவரை உள்ளே அழைத்து சென்றார். ஜோசியரைக் கண்டதும் எழுந்து மரியாதை செய்தாள் சிந்தாமணி. “மகளே! அமர்ந்-துக்கொண்டு மரியாதை செய்தாலேப் போதுமம்மா! ஆண்டவனைத் தவிற இந்த உலகில் எல்லோரும் சமமே!” என்றார்.அவரதுக் கையில் உள்ளக் கமண்டலம், கண்ணில் உள்ள பக்தி, முகத்தில் உள்ள தேஜஸ், கருப்பு வெள்ளையில் நீண்டு வளர்ந்த தாடி என எல்லாமே அவருக்கு மிகக் கச்சிதமாய் இருந்தது. அவர் அணிந்திருந்தக் காவி உடையும், ருத்ராக்ஷ மாலையும், விபூதிப் பட்டையும் அவர் சிவனால் ஆட்கொள்-ளப் பட்டு இம்மண்ணுலகில் வாழ்கிறார் என்றுத் தெளிவாக சொல்லியது. தங்கத் தொட்டிலில் ஆடும் இளவரசனைக் காணச் சென்றார்.

தொட்டிலில் தூங்காமால் கொட்டக் கொட்ட விழித்தது அவன் கண்-கள். அதனைக் கண்டதும் தன்னை அறியாமல் விரிந்தது அவர் இதழ்-கள். அந்த முதிய சிரிப்பின் அடையாளம் என்ன என்பதே அவனுக்குத்

தெரியாது என்றாலும், மறுப் புன்னகைப் பூத்தான். “என்ன அழகாய் சிரிக்கிறான்!” என்றுத் தானும் அவன் கன்னத்தைத் தடவினார். பின்னர், “சுவாமி! இவனுக்கு...”

“தெரியுமம்மா! சந்திரன் சொல்லிதான் அழைத்து வந்தான்! ஜாதகம் எழுதுவோம்!” என்று ஒரு அமர் பலகையில் கிழக்கு மேற்காக அமர்ந்தார். அந்த ஜோசியர் வேறாரும் இல்லை. நாம் முன்னொரு குறிப்பில் கண்ட அதே அரசமரத்து ஜோசியர் சிவபட்டர் தான். இறைவனை வணங்கிவிட்டு எழுதினார். அவர் எழுதி முடிக்கும் முன்னர் செய்தப் பலவித சுபாவங்கள் அவளை சற்று யோசிக்கவும் செய்தது. முடித்தார். சிந்தாமணிக்கு ஆர்வம் தாளவில்லை.

“எப்படி இருக்கிறது சுவாமி? கட்டங்கள் எல்லாம் அனுகூலம்தானே?”

“அமைப்பெலலாம் நலம்தான்...” என்று இழுத்தார். அதுவரை அங்கு மகாராஜா இல்லாததை அவர்கள் யாரும் கவனிக்கவில்லை. “என்ன ஆனது சுவாமி? தயங்க வேணாம்! சொல்லுங்கள்!” என்றாள். அந்த அழுத்தம் அவரைத் தடுத்தது. சந்திரவர்மனைக் கண்டான். அவனோ, ஒரு புன்னகை செய்துத் தலை அசைத்தான். அந்த அசைவுதான் இசைவு போல இருக்கிறது. சொல்லத் துவங்கினார்.

“மகாராணி! நீங்களோ மேஷராசி, அஸ்வினி நட்சத்திரத்தில் பிறந்து, சிம்மராசியில் மகம் நட்சத்திரத்தில் பிறந்த மாமன்னனை மணந்துக் கொண்டுள்ளீர்கள். உங்கள் இருவர் இணைப்பில் உதித்த உங்கள் மகனோ கும்பராசி, பூரட்டாதி நட்சத்திரத்தில் பூமிக்கு வந்திருக்கிறான். ராசியும் நட்சத்திரமும் சொல்வது அனுகூலம்தான் என்றாலும் கிரக நிலைகள் சீராக இல்லை!” என்றார். அந்த வார்த்தைகள் அவளுக்கு பகீர் என்றானது. “என்னத் தடை சுவாமி? விளைவுகள் என்னவாக இருக்கும்?”

“அம்மா! தங்கள் புதல்வனின் இருபத்தோராம் வயது வரை இந்த தேசத்துக்கும் தேசத்து மக்களுக்கும் அவன் உயிருக்கும் உங்கள் தாலிக்கும் பெரும் அபாயம் எழக் கூடும்! உண்மையில் நாட்டில் போர் மூளக்கூடும்! நெருப்பாலும் காற்றாலும் பஞ்சம் வரக் கூடும்! போரைத் தலைமை ஏற்கும் மாமன்னன் உயிர் விடக் கூடும்! அதுவும் வீர மரணமாய் இராது! போர்க் களத்தில் புறமுதுகுக் காட்டிய சூரியவர்மன் என்-

னும் அவப் பெயர் வரக் கூடும்! மக்கள் எல்லாம் பல வித நோய்ப்பட்டு சாவார்கள்! போர்க்களத்தில் காயம்ப்பட்டு சாவார்கள். காலம் காலமாய் கட்டிக் காப்பாற்றி வந்த நல்ல பெயரெல்லாம் மண்ணோடு மண்ணாய் மறைந்துப் போகும்! அவையாவும் நடக்காமல் போனால்கூட இளவரசன் கொலையுறுவான்!" என்றார் ஜோசியர். இந்த வார்த்தைகள் ஒவ்வொன்றும் கூர்மையான முனைக் கொண்ட ஈட்டிப் போன்றது என உணர்ந்தாள் சிந்தாமணி. அவளை அறியாமல் எதிர்காலம் மீதான பயம் அவளை வந்துக் கவ்விக் கொண்டது.

"கொழுந்தனாரே! உங்கள் அண்ணன் எங்கே?"

"அவர் அமைச்சருடன் சில ராஜாங்கக் காரியங்கள் பற்றிப் பேசிக் கொண்டிருக்கிறார் அண்ணி!"

"அப்படியென்றால் எனக்கொரு உதவி செய்யுங்கள்! சற்று வெளியில் காத்திருங்கள்!" என்றாள். உடனே அவ்விதமே வெளியேறினான் சந்திரவர்மன். அவன் வெளியேறிவிட்டான் என்பதை ஊர்ஜிதம் செய்து உணர்ந்தப் பிறகே அடுத்த வார்த்தைகளைப் பேசினாள்.

"சொல்லுங்கள் சுவாமி! பரிகாரம் என்ன?" என்றாள். ஜோசியர் ஏதேதோ எண்ணங்களில் இருந்தார். அவர்ப் பார்த்தப் பார்வையில் தயக்கம்தான் இருந்தது. "தயங்க வேண்டாம்! சொல்லுங்கள்!" என்றாள்.

"பரிகாரம் உண்டு! அதை செய்தால் வாழ்நாள் நிம்மதிக் கிடைக்கும்! ஆனால் அது சற்றுக் கடினமானது!"

"என்னவானாலும் செய்வேன்! சொல்லுங்கள்!"

"உங்கள் மகனின் இருபதாம் வயது வரை அவனை இடுகாட்டில் பிணம் எரிக்கும் வெட்டியானாக வளர்க்க வேண்டும்! சவத்திற்கு சடங்கு செய்து அதில் வரும் வருமானத்தில் எளிமையாக வாழ்ந்து வந்தால் போதும்! எல்லாம் சுபமாய் இருக்கும்! ஆனால் ஒரு அரச வம்சத்தில் உதித்த இளவரசனை வெட்டியானாக வாழ சொல்வதில் எனக்கு சங்கடமாக இருக்கிறது" என்றார். இதனைக் கேட்ட சிந்தாமணி மேலும் அதிர்ந்துப் போனாள்.

அதற்கும் மேல் அங்கிருக்கும் சக்தி அவருக்கு இல்லை. மகாராணியின் முகத்தைப்பார்க்கவும் அவருக்கு இதயம் இடம் தரவில்லை. சிந்தாமணி, தொட்டிலில் ஆடும் குழந்தையைக் கண்டு ஏதேதோ சிந்தனையில் ஆழ்ந்தாள். 'என்ன விபரீதம் நடக்குமோ? மகனை இழப்பதா? மாங்-

கல்யத்தை இழப்பதா? தேசத்தை கொல்வதா? பெற்ற மகனைக் காவுக் கொடுப்பதா?' என்றெல்லாம் எண்ணிக் குழம்பினாள். இந்த நிலைமை எந்த ஒரு பூச்சூடியப் பெண்ணுக்கும் வரக் கூடாது என்று எண்ணி-னாள். 'இப்போது என்ன செய்வது? தன் கணவரிடம் என்ன சொல்-வது? என்ன சொன்னாலும் இப்படி ஒரு சிக்கலானப் பரிகாரத்தை அவர் அனுமதிப்பாரா? ஏற்கனவே ஜோசியத்தில் நம்பிக்கை இல்லாத அவர் நிச்சயம் இதற்கு அனுமதி அளிக்கப் போவதில்லை! இருப்பினும் பரி-காரத்தை நாம் நிறைவேற்றி ஆகதான் வேண்டும்! ' இப்படியெல்லாம் அவள் மனதில் எண்ணங்கள் வந்தது. யோசித்து யோசித்து வேதனை அடைந்தாள்.

மன்னரோ அவள் முகத்தில் இறுக்கும் குழப்பத்தைப் பற்றி விசாரிக்க முயற்சி செய்தும் அவருக்குப் பலன் அளிக்கவில்லை.

9

ஆற்றங்கரையிலே...

இரவு வந்தது. மன்னனும் மகாராணியும் பஞ்சணையும் உறங்கிக் கொண்டிருந்தனர். இல்லை! இல்லை! சிந்தாமணி விழித்துதான் இருக்கிறாள். எழுந்தாள். மன்னன் ஆழ்ந்து உறங்குவதைக் கண்டு சற்று ஆறுதல் அடைந்தாள். அந்த நிம்மதிப் பெருமூச்சின் ஆழம் நமக்கு நன்குப் புரியும். சத்தமில்லாது எழுந்து அந்தத் தொட்டிலில் இருந்தக் குழந்தையைப் பார்த்தாள். அந்தக் குழந்தை அழகாய் உறங்கிக் கொண்டிருக்கிறது. தூக்கிக்கொண்டு ஒரு பட்டுத்துணியால் போர்த்தி, தன் மார்போடு அணைத்துக் கொண்டாள். அப்போது அவன் நெளிந்த விதம் அவளுக்கு சுகத்தோடுக் கூடிய கஷ்டம் தந்தது. யாருக்கும் தெரியாமல் சத்தமின்றி கோட்டையை விட்டு வெளியேறினாள்.

நடு இரவில் அந்தப் பாதை சற்று இருளாகவே இருந்தது. தேய்பிறை நிலவு சற்றுத் தாமதமாக உதயம் ஆகி ஒளியை மங்கலாகப் பரப்பிக்கொண்டிருந்தது. நட்சத்திரங்களும் அவ்வளவுத் தெளிவாக இல்லை. வானமும்கூட சுயம் புரியாமல் இருந்ததோ என்னவோ! வேக வேகமாக சென்றாள். தான் தேரில் பவனிவந்த ராஜப்பாட்டையிலும், பல்லக்கில் பயணித்த வீதிகளிலும் கால்பட நடந்தாள். நாய்களெல்லாம் நரிகளைப் போல ஊளையிட்டது சொல்ல முடியாத பயங்கரத்தை அளித்தது. கடலை உயர்த்தும் அளவுக்கு அவள் உடம்பு வியர்த்து வழிந்தது. இந்த இரவிலும் யாரேனும் தன்னைக் கண்டுவிட்டால் பேரபாயம் எழக் கூடும் என்று உணர்ந்தாள். ஓடினாள். ஊரின் எல்லையில் இருக்கும் ஆற்றங்கரையை அடைந்தாள். அந்த ஆற்றங்கரையில் அவளுக்குக் காத்தி-

ருந்தது ஒரு அதிர்ஷ்டம்.

அந்த நள்ளிரவு வேளையிலும் ஒரு பரிசலோட்டுபவன் அங்கிருந்தான். அவனைக் கண்டதும் ஆண்டவனாய் பார்த்து நல்ல வாய்ப்பைத் தருகிறான். ஆண்டவனின் இந்த செயலில் ஆயிரம் அர்த்தம் இருக்கலாம் என்று மனதில் எண்ணிக் கொண்டு அவனை நெருங்கிவந்தாள். நெருங்கி வந்தப் போது அவனைக் காண்டாள். ஒரு நாற்பது வயதை நெருங்கும் ஒருவன் அவன். தன்னைக் காட்டிலும் மூத்தவன்தான் என்பது அவன் முகத்தில் இருந்த மீசையே சொல்லியது. “ஐயா! எனக்கு ஒரு உதவி செய்ய வேணும்! நான் ஆற்றங்கரைக்கு அந்தண்டை செல்ல வேணும்! உதவியை மறுக்காது செய்ய வேணும்!” என்றாள்.

“என்னம்மா நீ! அதுதானே என் தொழில்! நான் ஏன் மறுக்கப் போகிறேன்? ஆமாம்... நீ மட்டும் தனியாக வந்துள்ளாயே? என்ன ஆனது? துணைக்கு யாரும் வரவில்லையா?”

“இல்லை ஐயா! இப்போது எனக்கு விளக்கம் சொல்ல முடியாது! என்னைக் கொண்டுப் போய் சேர்த்திடுங்கள்! கோடி புண்ணியமாய்ப் போகும்!” என்றாள். “சரியம்மா! ஏறிக்கொள்!”என்று பரிசலை நோக்கிக் கைக் காட்டினான். அவள் ஏறுவதற்கு வாட்டமாகக் குழந்தையை அந்தப் படகோட்டி வாங்கிக் கொண்டான். அந்த துணியை விலக்கிப் பார்த்தான். அவள் படகில் ஏறிக் கொண்டதும், மீண்டும் குழந்தையை ஒப்புவித்தான். அப்போதுப் புதர்மண்டியப் பகுதியிலிருந்து வெளியே வந்தான் ஒருவன்.

சிந்தாமணிக்குத் தூக்கிவாரிப் போட்டது. ‘ஒரு வேளைக் கதைகளில் வருவதுப் போல மன்னன்தான் வந்துவிட்டரோ?’ என்று அவள் இதயம் படபடத்தது. ஒரு பெருமூச்சு. அந்தப் பெருமூச்சில் வெளிப்பட்ட நிம்மதியை நம்மால் உணரமுடியும். அங்கு வந்தவனைக் கண்டால் மன்னன் என்று சொல்ல முடியாது. காற்றில் கைகளை வீசியும், எங்கோக் கண்ட வண்ணமும் பேசிக் கொண்டும் முன்னால் வந்தான். அவனது சுபாவங்களை வைத்துப் பார்த்தால் அவன் குருடன் போல இருக்கிறது. “யாரைய்யா நீர்?” என்றுக் கேட்டார் அந்தப் படகோட்டி.

“ஐயா! நானொரு பிறவிக் குருடன்! பகலுக்கும் இரவுக்கும் வித்தியாசம் தெரியாத சபிக்கப் பட்ட ஜீவன்! என்னை இந்த ஆற்றின் மறுப்-

பக்கம் கொண்டு சேர்க்க வேணும்! மிகவும் அவசரமாக சென்றாகவேண்டும்!" என்றான் அந்தக் குருடன்.

"என்னய்யா நீ? படகில் ஒரு பெண்பிள்ளை ஒருத்தியாய் வேறு இருக்கிறாள்.. இப்போது நான் என்ன செய்யட்டும்?" என்று சங்கடப்பட்டார். குருடனால் தனக்கு எந்த வகையிலும் சிக்கல் நேராது என்றெண்ணிய சிந்தாமணி, "பரவாயில்லை ஐயா! நேரமாகிறது! நான் செல்ல வேண்டும்! அவரும் ஏறிக்கொள்ளட்டும்! போகும் திசை மட்டும்தான் இப்போது அவசியம்!" என்றாள். "சரியப்பா! அந்தப் பெண்ணே அனுமதி அளித்துவிட்டாள். நீ ஏறிக்கொள்!" என்று சொல்ல, மெல்லத் தடுமாறி ஏறி அமர்ந்தான். அந்த சுவையான நீர் பாயும் ஆற்றை அவர்கள் மெல்லக் கடந்துக் கொண்டிருந்தனர். விடியலை நோக்கி ஏங்கிய சில மீன்கள் எட்டிப் பார்த்தன. இளவரசனையும், அழகு ராணியையும் கண்டுத் துள்ளிக் குதித்தும் இருக்கலாம்.

நடு ஆற்றை நெருங்கியபோது ஏறத்தாழ நிலவுத் தன் பிரதிபலிப்பைத் தானேக் காணும் அளவுக்கு வந்துவிட்டது. "ஐயா நேரம் என்னவிருக்கும்?" என்றுக் கேட்டான் அந்தக் குருடன். "வைகறையை நெருங்கப் போகுதுப்பா!" என்றார். அவர் அப்படி சொன்னதும், 'ஐயோ! அவ்வளவு நேரம் ஆகிவிட்டதா? சீக்கிரம் நான் அரண்மனைக்கு போகவேணுமே! தன் கணவர் விழித்துக் கொள்ளும் போது நான் அங்கிருக்காமல் போனால் பிரச்சனை ஆகுமே!' என்றெல்லாம் எண்ணிக்கொண்டாள் சிந்தாமணி.

"இந்நேரத்திலும் பரிசல் ஓட்டுகிறீரே? ஆச்சர்யம்தான்!"

"என்ன செய்வதைய்யா? வயிற்றுப் பிழைப்புக்காகத்தான்! " என்றார். இரண்டாம் நாழிகை - அதாவது இரண்டாம் இருபத்துநான்கு வினாடிக்கும் முன்னரே அவர்கள் அக்கறையை அடைந்தனர். பரிசலில் இருந்து இறங்கிக் கொண்டனர். "ஐயா! எனக்காகக் கொஞ்சம் காத்திருங்கள்! செத்த நேரத்தில் வந்துவிடுவேன்! மீண்டும் என்னை அக்கறை சேர்க்கவும் வேணும்!" என்றாள்.

"சத்தியமாய் காத்திருப்பேன் அம்மா! நீப் போய் வா! சூதானம்! வழி நெடுக இருள்!"என்று சொல்லி அனுப்பி வைத்தார். அவர் சொன்னதுப் போலவே வழிநெடுக இருள். நான்கு ஆறு அடிகள் உடையப் பாதையின் இருபுறமும் வரவேற்பாளர்கள் போல நெடிதுயர்ந்த, முட்களைக்

கொண்ட வேலமரங்கள். அவற்றின் முட்கள் ஆண்டவன் புண்ணியத்தில் ஓரமாக விழுந்துக் கிடந்தன.

ஒரு பெண்ணாக, ஒரு மகாராணியாக, ஒருத் திருமகளாக செல்லக் கூடாத இடத்துக்கு சென்றாள்.

10

சுடுகாட்டுத் தம்பதி!

'முன்னப் பின்ன செத்தால்தான் சுடுகாடுத் தெரியும்!' என்றப் பழமொழித் தவறென்று அவளுக்குத் தோன்றியது. தவறு என்பதைக் காட்டிலும் பொய் என்றேத் தோன்றியது. அப்பாதை அவளை சுடுக்காட்டுக்கே அழைத்து சென்றது. அப்போது அவள் அங்குக் கண்டக் காட்சியை எம்மால் விவரிக்காமல் இருக்க முடியாது. ஐம்பதுக்கும் மேற்பட்ட மண் மேடுகளும், நடுகைக் கல்லும் இருந்தது. அந்த நடுகைக் கற்களில் சில வார்த்தைகள் வெட்டப் பட்டும் இருந்தன. மற்றொருப் பக்கம் சாம்பல் மேடுகளும், விறகுக் கட்டைகளும் கிடந்தன. அங்கிருந்த மண்பரப்பில் சாணம் எல்லாம் வரட்டியாய்க் காய்ந்துக் கொண்டிருந்தது. மற்றொரு முனையில், ஒருத் தீ ஜுவாலை அவள் கண்ணில் பட்டது. அந்த நெருப்பில் இருந்து வந்தக் கரும்புகை ஏதோ ஒரு நாற்றத்தை சுமந்து வந்தது. அதுப் பிணமெரியும் நாற்றம்தான் என்பதை விளங்கிக்கொள்ள நேரம் அதிகம் எடுக்கவில்லை. அந்தப் பிண வாடை அவளைக் குமட்டவும் செய்தது. 'நரகம்' என்றால் இப்படித்தான் இருக்கும் போல என்றும் எண்ணிக் கொண்டாள். இந்த நரகத்தை ஆட்சி செய்யும் அசுரன் எங்கிருப்பான்? தான் சுமந்துப் பெற்ற குழந்தையை அந்த அசுரனிடம் கொடுத்து, கொஞ்ச நாளுக்கு அவனையும் அசுரனைப் போல வளர்க்க சொல்லவேண்டும் என்றெல்லாம் தவறாக சிந்தனை செய்துக் கொண்டிருந்தாள். அப்போது சற்றுத் தொலைவில் கொஞ்சம் மெல்லிய, மங்கிய ஒளியைக் கண்டாள். 'ஒரு வேளை, அதுவும் பிணமாய் இருக்குமோ?' என்றே நினைத்தாள். பின்னர்த் தான் எண்ணிய-

துப் பிசகு என்று அவளுக்கு விளங்கியது. அது ஒரு விளக்கின் ஒளி. இன்னும் கொஞ்சம் நெருங்கிய வேளையில் அது ஒரு வீடு என்பதை உணர்ந்தாள். கால்கள் வெலவெலத்து நடுங்கியது. அந்த வீட்டின் வாசலில் இருந்த இரட்டை முனைக் கொண்டக் கவட்டைக் கம்பும், அந்த முனைகளில் இருந்தக் கரியும் அது ஒரு வெட்டியான் வீடுதான் என்பதை வெளிச்சமிட்டுக் காட்டின. கதவைத் தட்டிவிடத் தயக்கமாய் இருந்தது. இதுப் போல யார் வீட்டுக் கதவையும், அதுவும் இதுபோன்ற நல்லிரவில் தட்டி அவளுக்குப் பழக்கம் இல்லை. இருப்பினும் தயக்கம் உடைத்து கதவைத் தட்டினாள். அந்த இரவில் கதவைத் தட்டியவுடன் ஒருவன் கதவைத் திறப்பான் என்று எதிர்ப்பார்ப்பது ஞாயம் இல்லைதான். சற்று நேரம் காத்திருந்தாள். அவளதுக் காத்திருப்புக்கு நல்லப் பலன். கதவைத் திறந்தான் ஒரு வாலிபன். அவனுக்கு ஏறத்தாழ முப்பதை நெருங்கி இருக்கும் வயது. அவன்தான் அந்த சுடுகாட்டு சாம்ராஜ்யத்தின் அரசன் **வேலன்.**

அரைத்தூக்கத்தில் இருந்ததால் வாசலில் நிற்பவர் யார் என்பதை விளங்கிக் கொள்ள அவனுக்கு சற்று நேரம் எடுத்தது. அவள் ஒரு பெண் என்பதைக் காட்டிலும் அவள் மகாராணிதான் என்பதைப் புரிந்துக் கொண்டான். “மகாராணி! நீங்களா? அதுவும் இந்த இடத்தில்? இந்நேரத்தில்?” என்று அதிர்ந்து உறைந்துப் போனான். “மகாராணியா?” என்று உள்ளே இருந்து ஒரு மெல்லியப் பெண் குரல். “ஆமடி அம்மா!” என்று அவன் சொல்ல, வேக வேகமாக ஓடி வந்தாள் ஒரு களையான முகமுடைய மங்கை. அவள் நெற்றியில் இருக்கும் குங்குமமும், கழுத்தில் இருந்தக் கருகமணியும் அதனிலிருந்த தங்கத்தாலான மாங்கல்யமும் இருந்தது. இத்தனையும் அவர்கள் இருவரும் ஒருவரை ஒருவர் விரும்பி, ஆண்டவன் முன்னால் நின்று, சத்தியம் செய்து, விவாகம்பண்ணி, தாம்பத்தியம் செய்து வாழும் காதலர்கள் என்று வெளிச்சமாய்த் தெரியும். “நான் சிந்தாமணி என்று உங்களுக்கு எப்படித் தெரியும்?” என்றுக் கேட்டாள்.

“மகாராணி! நீங்கள் பல்லக்கில் பவனிவரும்போது நாங்கள் உங்களைக் கண்டதுண்டு! அப்படி இருக்கையில் மகாராணியின் முகத்தை மறப்பது நடக்குமா என்ன?” என்றான் வேலன். “உண்மைதான் அம்மா!” என்றுத் தன் சார்பாயும் சொன்னாள் வேலனின் மனைவி கல்-

யாணி.

இது சிந்தாமணிக்கு ஆச்சர்யம் அளித்தது. இருப்பினும் அதுக் குறித்துப் பேசவெல்லாம் அவளுக்கு நேரமில்லை. "மரியாதைக்கேல்லாம் இப்போது நேரமில்லை! உங்களால் எனக்கொரு உதவி ஆகவேணும்! செய்வீர்களா?" என்றுக் கேட்டாள். அவர்களுக்கோ ஒன்றும் விளங்கவில்லை. வேலனும் கல்யாணியும் முகத்தை முகத்தைப் பார்த்துக் கொண்டனர். என்ன நடக்கிறது? என்ற மயக்கம் ஒருப்பக்கம், என்ன சொல்கிறாள்? என்றக் குழப்பம் ஒருப்பக்கம்.

"ஆனால் மகாராணி..."

"புரிகிறது அம்மா! செல்வம் கொழிக்கும் நாட்டில், கலைநயமான ஆலயம் போல அமைந்திருக்கும் அரண்மனைக்குள் வசிக்கும் இவளுக்கு நம்மால் என்ன உதவி நேரும்? என்றுதானே உங்கள் குழப்பம்?" என்றுக் கண்ணாடிப் போலப் பளிச்சென்று உடைத்தாள். திறுதிறுவென்று முழித்தனர். உடனேத் தன் மார்போடு அணைத்து வைத்திருந்த இளவரசனைக் காட்டினாள். அந்த அழகியக் குழந்தையைக் கண்டதும், "மகாராணி... யாரிந்தக் குழந்தை?" என்று ஆச்சர்யமாய்க் கேட்டாள் கல்யாணி.

"இவன் நான் பெற்றெடுத்த மகன்! இந்த நாட்டை ஆளப்பிறந்த ஆதவன் இவன்! குந்தியைப் போல வரம் வாங்கிப் பெற்று, யாருக்கும் தெரியாமல் இங்கு விட வராவில்லை! ஆசையோடும், பாசத்தோடும், வலியோடும் சுமந்துப் பெற்றவன்தான்! ஆனால், இவனைக் கர்ணனைப் போல வளர்த்துத் தர வேணும்! இவனது இருபதாம் வயது வரை உங்கள் மகனாகவே இந்த சுடுகாட்டில் வளர்த்து, இருபத்தோராம் வயதில் என்னிடம் கொடுக்க வேணும்!" என்றாள். அது நீருக்குள் அமர்ந்துக்கொண்டு, பழுக்கக் காய்ச்சிய கம்பியால் சுடுவதுப் போல இருந்தது. சொல்ல முடியாத உணர்வால் ஆட்கொள்ளப்பட்ட நிலையில் நின்றனர் வேலனும் கல்யாணியும்..

"ஆனால் எப்படி மகாராணி?"

"இதை நீங்கள் செய்துதான் ஆகவேண்டும்! நாட்டின் நலனுக்காகவும், நாட்டு மன்னனின் நலனுக்காகவும்!" என்று அழுத்தத் திருத்தமாய் சொன்னாள். "சரி! மகாராணி! அப்படியே செய்கிறோம்! இருபதாண்டுகள் வளர்த்தப் பிறகு அவனிடம் ஒருநாள் இந்த உண்மைகளை எல்-

லாம் எப்படி சொல்வதுத் தாயே?''

“பிள்ளை வரமில்லா எங்களிடம் அழகுப் பிள்ளையைக் கொடுத்து-விட்டு, பிள்ளைபோல வளர்க்கச் சொல்லி, எங்கள் அன்பை எல்லாம் அவன்மீதுப் பொழிந்துவிட்டால், உண்மையை சொல்ல மனமெப்படி வரும் தாயே?'' என்றால் கல்யாணி. வேலனும் அதே வாக்கியத்துக்குத் தலையசைத்தான்.

“அதைப்பற்றி யோசிக்கவேணாம் ஐயா! அதனை நாங்கள் பார்த்துக் கொள்கிறோம்! எந்த விதமானக் கலக்கமும் இல்லாமல் வாங்கிக் கொள்-ளுங்கள்!'' என்றுக் குழந்தையை நீட்டினாள். கல்யாணிக் கண்ணீரோடு வாங்கிக் கொண்டாள். வாங்கிக் கொண்டவள் கண்ணீரே ஆர்ப்பரிக்கும்-போது, கொடுப்பவள் மனதை எண்ணிப் பார்க்க வேணுமே! அருவி-யாய் வழிந்தது கண்ணீர். அதனைத் துடைத்துக் கொள்ளவும் அவளதுக் கைகள் மறுத்தது. கைக்கூப்பி வணங்கி நின்றுத் தன் நன்றியை சொன்-னாள். “ஐயோ மகாராணி! ஏழாண்டுகளாய் பிள்ளைப்பேறு இல்லாத எங்களுக்கு அம்மா - அப்பா என்றழைக்க ஒருப் புதல்வனை வரமாகத் தந்தவர் நீங்கள்! நியாயமாய் நாங்களல்லவா நன்றி சொல்லி மண்டி-யிட்டு வணங்கவேண்டும்!'' என்றாள் கல்யாணி. இதற்கும் மேல் அவள் அங்கிருக்க விரும்பவில்லை.

“போய் வருகிறேன் என்று சொல்லலாமா?'' என்றுக் கேட்டாள் சிந்-தாமணி. “சுடுகாட்டில் அப்படிச் சொல்வது ஆகாதம்மா!'' என்றான் வேலன். “அம்மா! ஒரு நிமிஷம்!'' என்று சொல்லி, வேலனின் கைக-ளில் குழந்தையைக் கொடுத்துவிட்டு வேகமாக உள்ளே ஓடினாள்.

11

விஜயரபாகரன்!

அவள் ஏன் அப்படி ஓடினாள் என்பதும் விளங்கவில்லை. சிலநொடிக்குள்ளாகவே வெளியே வந்தாள் கல்யாணி. அவள் கைகளில் மஞ்சளும் குங்குமமும் இருந்தது. ‘‘மகாராணி! நீங்கள் இந்த மஞ்சளையும், குங்குமத்தையும் குழந்தையின் நெற்றியில் சூட்டி, நல்லதொருப் பெயர் வைக்க வேணும்!’’ என்றாள். சிந்தாமணி மனம் உருகிப்போனாள். கல்யாணியின் இந்த நல்லவிதமான நடவடிக்கைகளும், வேலனிடம் இருந்த அளப்பறியா மரியாதையும் அவளுக்குத் தன் மகன் மீதான ஐயத்தை முற்றிலுமாகத் தகர்த்தது. குழந்தையின் அந்த சிறிய நெற்றியில் மஞ்சள் சூட்டி, மேலால் குங்குமம் வைத்து, மென்மையாய் அவன் செவிகளில், ‘‘வெற்றியைக் குவிக்கும் உதய சூரியானாய் இருக்கும் இவனுக்கு ஆண்டவனை வேண்டி வைக்கும் பெயர் - விஜயபிரபாகரன்.’’ என்றாள். வீரமானப் பெயர் அது. வெற்றிக்கானவன் என்று அவள் இன்று சொல்வது எதற்கானது என்று அவளுக்கேத் தெரியவில்லை. இருப்பினும் வைத்தாள்.

பெயர் சூட்டியதும், அங்கு ஒரு நொடிக் கூட நிற்காமல் வேகமாக ஓடினாள். இருளில் வந்த வழியைக் கண்டறிவது அவளுக்கு சற்று சிரமமாக இருந்தது. ‘சூரியன் உதிக்கக் கொஞ்சம் தாமதம் ஆனால் பரவாயில்லை!’ என்றும் எண்ணம் வந்தது. வந்த வழியைக் கண்டுப் படித்தாள். போகும்போது சீராய் இருந்தப் பாதையில் முட்கள் விழுந்துக் கிடந்தது. அந்த முட்கள் காலைப் பதம் பார்க்குமே என்றெல்லாம் அவள்

அஞ்சவில்லை. அவளது இதயத்தில் எண்ணற்ற கள்ளி முட்கள் வந்-துப் பாய்ந்து, அதனால் எழுந்த ஆற்ற முடியாத வலியை எண்ணி வருந்தினாள். அந்த வலியோடு ஒப்புகையில் இது ஒன்றும் அத்தனைக் கொடியதாக அவளுக்கு இல்லை. தன் கருவில் உதித்த விஜயனுக்கு முழுதாய் ஒரு நாள் கூடப் பசியாற்றவில்லையே என்று வேதனைக் கொண்டாள். இதயம் ரத்தத்தை இழுக்காமலும், தள்ளாமலும் இருக்கி-றது. ஏதேதோ எண்ணத்தோடு ஆற்றங்கரையை அடைந்தாள். அவள் சொன்னதை மதித்து அந்தப் படகோட்டியும் அவ்விடத்திலேயேக் காத்-திருந்தார்.

“எனக்காகக் காத்திருந்தமைக்கு நன்றி! ஆமா... அந்தக் குருடர் எங்கேப் போனார்?” என்றுக் கேட்டாள். “அம்மா! நீர் சென்ற உடனே, அவரும் இவ்வழியே சென்றார்!” என்று வலதுக் கையை ஒரு இருள-டர்ந்தப் பாதையை நோக்கிக் காட்டினான். “இந்த வழியிலா சென்றார்? இந்தப் பாதையில் சென்றால் கண்ணுள்ளவர்கூடக் குருடர்ப்போலத்-தானே உணர்வார்! அவரெப்படி இவ்வழி சென்றார்?” என்றுக் கேட்க, அதற்கு எதுவும் சொல்வதாய் இல்லை அந்தப் படகோட்டி. உண்மை-யாகவே அந்தப் பகுதி அத்தனை இருட்டாக இருக்கிறது. மீண்டும் பரி-சலில் ஏறிக் கொண்டனர். மெல்ல மெல்ல இருள் குறைந்து வந்தது. வானத்தில் ஒரு வெளுப்பு சாயம் ஏறத் துவங்கிவிட்டது. தன் உள்ளத்தில் ஓடிக்கொண்டிருக்கும் தனது சிந்தனை ஓடத்தை மகாராணியின் பக்கம் செலுத்தினான் படகோட்டி.

“எங்கேயம்மா குழந்தை? போகும்போது ரெட்டையாய்போய்விட்டு, இப்போது ஒத்தையாய் வந்தால் என்ன அர்த்தம்?” என்று வினவினான். அவனது அந்தக் கேள்விக்கு அவளால் பதில் சொல்ல முடியவில்லை. “ஐயாப் படகோட்டி! அதைப் பற்றி எல்லாம் நான் பிறிதொரு சமயத்தில் சொல்கிறேன்! இப்போது நாம் கரைக்கு செல்ல வேணும்! என் கைவசம் நாழிகை இல்லை!” என்றாள். அங்கு ஒரு சொல்ல முடியாத அமைதி நிலவியது. இருவரும் எவ்வித சம்பாஷனைகளும் இல்லாது அமைதி-யாய் இருந்தனர். துடுப்பு வலிக்கும் சத்தம் மட்டுமே வந்தது. நீரைக் கிளரும் அந்தக் கரண்டியுடைய ஓசை இனிமையாகத்தான் இருந்தது என்றாலும் அதனை ரசிக்கும் மனநிலையில் ராணி இப்போது இல்லை.எங்கிருந்தோ வந்த அத்தி மரக் காற்றும் உடலுக்கு சுகத்தை

அளிக்காமல் வலியைத் தான் கொடுத்தது. பரிசல் கரைவந்து சேர்கையில், "ஐயா! உங்கள் உதவியை நான் எந்நாளும் மறக்க மாட்டேன்! நீங்கள் தயவுப் பண்ணி நான் என்னக் கைம்மாறுப் பண்ண வேணும்? என்பதை சொன்னால் மகிழ்வேன்!" என்றாள். இதனை சந்தர்பமாகக் கருதியப் படகோட்டி, "அம்மா! பிறிதொரு முறையில் குழந்தைக் குறித்து சொல்வதாய் சொன்னாயே? அப்படி சந்திக்கும் போது எனக்கு உன் கூலியைக் கொடு! அது வரை இந்த நன்றியை உன் மனதோடு வைத்துக்கொள்!" என்று சொல்லி, அவள் நன்றியை ஏற்கவும் இல்லாமல், மறுக்கவும் இல்லாமல் விடுத்தான் விடுப்பில்.

"ஆகட்டும் ஐயா! நான் விடைபெறும் பாக்கியதை வேண்டும்!" என்று உத்தரவுக் கேட்க, "ஜாக்கிரதையாய் செல்! எல்லாவற்றையும் இந்திரன் பார்த்துக் கொள்வான்!" என்று சொல்லி அனுப்பினான். அந்த வார்த்தைகள்தான் இப்போது அவளுக்கு சற்று ஆறுதலாக இருந்தது. இது வரையில் உள்ளத்தை வாட்டிய அச்சம் கொஞ்சம் தனிந்ததுப் போன்றதிறு உணர்வு வந்தது அவளுக்கு. வந்த வழியே சென்றாள். மக்கள் நடமாட்டம் வீதியில் தென்படத் துவங்கும் முன்னர் சென்றாக வேண்டும் என்ற எண்ணத்தோடு வேகமாக ஓடினாள். கால்கள் இரண்டும் பின்னிக் கொண்டு அவளை விழவும் தூண்டியது. எப்படியோ அவள் அதனை எல்லாம் சமாளித்துக் கொண்டு, அரண்மனைக்கு வந்து சேர்ந்தாள். வீரர்களும், காவலாளிகளும் நடமாடிக் கொண்டிருக்கிறார்கள். பதறாமல் தன் மனதை சீர்ப்படுத்தப் பட்ட நிலையோடு, மிகுந்த அமைதியோடு மெல்ல மெல்ல நகர்ந்து தன் பள்ளியறைக்குள் நுழைந்தாள். நல்ல வேளையாக இன்னும் அரசன் விழித்துக் கொள்ளவில்லை. பக்கத்தில் படுத்துக் கொண்டாள்.

விடியும் போது என்ன சொல்லி சமாலிக்கலாம் என்று ஆழ்ந்து சிந்தித்துக் கொண்டிருந்தாள். பலவகையான யோசனைகளை சேகரித்தாள். அப்போது அவளுக்கு ஒரு யோசை வந்தது.

'காலையில் எப்போதும் போல யதார்த்தமாக நடந்துக் கொள்வோம்! தொட்டிலில் தூங்கிக் கொண்டிருக்கும் குழந்தையைக் காண அவர் எழுவார்! அப்பொதுக் குழந்தையைக் காணோம் என்றுப் பதறுவார்! நாமும் பதறி எழுவோம்! குழந்தையை யாரோக் கடத்திவிட்டனர் என்று நாடகம் ஆடிவிடலாம்!' என்று ஒருக் கோர சிந்தனை அவள் மனதில் வந்தது.

பின்னர் அதே மனது, 'இந்தக் கோட்டைக்குள்ளே ஆயிரம் வீரர்களையும், காவலர்களையும் தாண்டி, அரசனும் அரசியும் உறங்கிக் கொண்டிருக்கும் இந்தப் பள்ளியறைக்குள்ளே நுழைய இம்மண்ணில் யார்தான் உள்ளார்? அப்படியே ஏதேனும் ஒரு ஏமாளி சிக்கிகொண்டாலும் அவனை தேசதுரோகி என்று முத்திரையிட்டு அவனைக் கொண்டு விட மாட்டாரா? தான் செய்தத் தவறுக்கு அஞ்சி நடுங்கி இன்னோர் உயிரைக் காவுக் கொடுப்பதில் என்ன ஞாயம்?' என்றுத் தான் எண்ணத்தை உடனே மாற்றிக்கொண்டாள்.

விடிந்து சேவல் கூவியது. இது வரை என்னப் பொய் சொல்லலாம் என்றிருந்த இதயம் முதல் தடவையாய் உண்மையை சொல்வதே உசிதம் என்ற மனநிலைக்கு வந்தது. ஆனால், அந்த முடிவும் யோசித்து எடுத்ததுப் போல இல்லை! கண்விழித்த அரசர் நேராகத் தொட்டிலை நோக்கி சென்றார். சிந்தாமணிக்கு ரத்தம் உறைந்துப் போனது. தொட்டிலைப் பார்த்ததும் அவர் முகத்தில் அதிர்ச்சிக் காணப்பட்டது. சக்கரவர்த்திக்கு ஒன்றும் விளங்கவில்லை.

"எங்கே சிந்தாமணி நம் மகனைக் காணோம்?" என்றுக் கேட்டார்.

"அது...அது வந்து... ஜாதகப்பலன் விஜயனுக்கு... இல்லை! நம் மகனுக்கு நலமாக இல்லை என்று ஜோசியர் சொன்னார்!"

"அதற்கு?"

"அதற்கு பரிகாரமாக அவனை இருபதாண்டுகள் வெட்டியானாக வளர வேண்டுமாம்! அதுதான் ஒரு வெட்டியான் வீட்டில்..." என்று நிறுத்திக் கொண்டாள். "என்ன சொல்கிறாய் சிந்தாமணி... ஏனிந்த பழையப் பஞ்சாங்கத்தையும் சகுனத்தையும் கட்டிக் கொண்டு அழுகிறாய்? என்னப் புண்ணியம் அதனால்?" எனக் கோபமாகக் கத்தினார். அவள் விழிகளோக் கலங்கியது. அவரை சமாதானம் செய்ய முழு முயற்சி செய்தாள். அழுதாள், அரற்றினாள், கெஞ்சினாள், கத்தினாள். ஆனால் எதுவும் பலன் தரவில்லை. அவள் கோவம் தாளவில்லை. அவளுக்குக் கிடைத்ததோர் பிரம்மாஸ்திரம். "இருபது ஆண்டுகள் அவனும் நாமும் சேர்ந்திருந்தால், நாட்டுக்குள் போர் மூளும்! உங்கள் இரண்டு உயிர்களில் ஒன்றை இழக்க நேரும்! நாட்டு மக்கள் பஞ்சத்தால் சாவார்கள்! போரால் சாவார்கள்! மழையும் பொய்க்கும், நெருப்பும் காற்றும் எமனாய் மாறுவர் என்றெல்லாம் சொன்னார், அந்த ஜோசியர்.

அவர் சொன்னது யாவும் நடக்காது! நடக்காது! என்ற எண்ணமெல்லாம் தவறாகிப் போனால் என்ன செய்வது? நடந்துத் தொலைத்தப் பிறகு நான் கண்ணீர் வைத்து என்ன ஆகப்போகிறது?'' என்றாள். ஆனால் இதற்கு என்ன சொல்வதென்றுத் தெரியவில்லை சூரியவர்மனுக்கு.

“ரெண்டில் ஒன்றைக் கொடுப்பதற்கு பதிலாக ஆண்டவன், என்னை ஏற்கட்டும்!'' என்று அவள் சொன்னதும் , தன்னை அறியாமல் கண்ணீர் விட்டு, “ஐயோ! அப்படி சொல்லாதேக் கண்ணே!'' என்று ஆறுதல் சொன்னார். இந்த வார்த்தையில் இருந்தேத் தன் கணவர்த் தன் மீது எவ்வளவு அன்பு வைத்திருந்தார் என்று அவள் புரிந்துக் கொண்டாள். “நல்ல வேளையாக நம் தம்பி சொன்னதுப் போல செய்தோம்! இந்நேரம் மக்களுக்கு அறிவித்திருந்தால் என்ன நடந்திருக்கும்? அவன் எங்கிருக்கிறான்?'' என்றுப் புலம்பியும் ஆறுதல் தேடினார். கேள்வியை கேட்டதும், “அது உங்களுக்கு தெரிய வேண்டாம் என்று நினைக்கிறேன்! தெரிந்தால் அவ்வப்போது அவனை சந்தித்து அவனுக்கு அரசவம்சத்து சுகங்களை ஒருத் தகப்பனாக நீங்கள் தந்து விடக் கூடும்! அதனால் எந்தப் பலனும் இருக்காது!'' என்றாள். அதன் பிறகு செய்வதற்கு என்ன உள்ளது.

12

நாட்டின் மோகத்தில் விஜயன்!

"இப்படித்தான் விஜயனின் வாழ்க்கைத் தறிகெட்டு ஓட நானும் என் மூடநம்பிக்கையும் துணையாகிப் போனோம்!". அவள் கண்களில் இருந்-துத் தாரைத் தாரையாகக் கண்ணீர் வழிந்தது. அந்த மெல்லியத் தாம-ரைக் கன்னங்கள் உப்புக் கண்ணீரில் நனைவதைக் காணக் கொஞ்-சம் கொடுமையானதாகவே இருக்கிறது. மூக்கும் அழத் துவங்கியது. மாறனுக்கோ என்ன ஆறுதல் சொல்வதென்று விளங்கவில்லை. தன் புடவை முந்தானையை எடுத்துக் கண்களைத் துடைக்கச் செல்கையில் அவள் கைகளைத் தடுத்தது இன்னுமோர் அழகியப் பெண் கைகள். நிமிர்ந்துப் பார்த்தாள். அது மகாராணியின் செல்லத் தோழி திலகா. செல்லத் தோழி என்பதை விட, செல்ல மகள் என்று சொல்வதுதான் பொறுத்தம்.இளமையிலேயே அன்னையையும் அப்பனையும் இழந்த அவளைத் தன் மகள் போல எண்ணி வளர்த்தவள் சிந்தாமணி.இளமை-யில் தாயை இழந்து வாடும் கொடுமையை சிந்தாமணி உணர்ந்தக்

காரணத்தால் தான் அவளுக்கு அந்தப் பிஞ்சு முகத்தின் வேதனை புரிந்து, அவளை வளர்க்கத் துவங்கினாள். திலகாத் தன் புடவை முந்-தானையால் முகம் துடைத்துவிட, அவள் வயிற்றோடு சாய்ந்து ஆறு-தல் தேடிக்கொண்டாள் சிந்தாமணி. ஆறுதல் கூற வேண்டிய முக்கியப் பொறுப்பு மடியில் இருப்பதால், அரவணைப்புக் கொடுத்தாள் திலகா.

“மகாராணி! எனக்குத் தாய்ப்பாசம் தெரியாது! கன்னியான எனக்குத் தாய்மையின் இன்பமும் வலியும் சொன்னாலும் புரியாது! ஆனாலும் உங்கள் வேதனையை உணர்கிறேன்! அரைகுறையாய் வேதனையை என்னுள்ளும் வாங்கிக் கொள்கிறேன்” என்று ஆறுதல் சொன்னாள். “எனக்கு நீங்களிருவரும் சேர்ந்து ஒரு வாக்குத் தர வேணும்! இப்படி ஒருக் கதை நடந்ததை வெளியில் யாருக்கும் சொல்லிவிடக் கூடாது! மீறித் தெரிந்தால் அது ஆற்ற முடியாத அவப்பெயரை நமக்கு அளிக்கும்! யாரிடமும் இதுக் குறித்து சொல்ல மாட்டேனென்று வாக்குக் கொடுங்கள்!” என்றாள், கரங்களை நீட்டி. வள்ளல் கரங்கள் ரெண்டும் யாசகம் கேட்பதுபோல இருந்ததைக் கண்டு வெதும்பினார்கள் திலகாவும், மாறனும்.

“ஆனால் மகாராணி! இப்பொதுத் தெரிவதால் என்ன ஆய்விடும்? அதுதான் இளவரசன் வந்துவிட்டானே?” என்றுக் கேட்டான் மாறன். திலகாவின் இதயத்திலும் இதே எண்ணம்தான் இருந்தது. “உங்கள் எண்ணம் உண்மைதான்! ஆனால் இப்போது கூட விஜயன்தான் இளவரசுப் பட்டம் கட்டிக் கொள்ளப் போகிறான் என்று யாருக்கும் தெரியாது! மக்களைப் பொறுத்தவரை இவன் ஒரு விருந்தாளிதான்! பட்டமளிக்கும் நாளில்தான் உண்மையை சொல்ல வேணும்! அது மட்டுமில்லாது இந்த உண்மை அறியவந்தால் மக்கள் உண்மையின் உருவமென்று யாரை நம்பினார்களோ அவரேப் பொய்சொல்லி விட்டாரென்று மக்கள் ஏசுவர்! இது என்னக் கேவலம் என்று அவப்பெயர் சூட்டுவர்! இதெல்லாம் என் பிடிவாதத்தில் அல்லவா நடந்தது? அதற்கு அவரென்ன செய்வார்! பாவம்!” என்று வேதனைக் கொண்டாள்.

கமலநெடுமாறன் எழுந்து சென்றான். அவனுக்கு இதற்கு மேலும் அங்கிருக்க மனம் உவந்து வரவில்லை. அவன் நடந்து செல்வதைக் கடைக்கண்ணில் பார்த்தாள் திலகா. அந்தப் பார்வையில் தான் எத்தனை எத்தனை உணர்வுகள். அந்தக் கண்களில் நாணம் ஒருப்பக்கம் வழிந்தது. தன் கண்களில் மோகம் கலந்துள்ளதோ என்ற சலனம் ஒருபுறம் இருந்தது. தன் விழிகளின் அர்த்தத்தை எங்கு மகாராணி புரிந்துக் கொண்டு விடுவாரோ? என்ற அச்சம் ஒருபுறம் வந்தது. அவளது இந்த நடவடிக்கைகளை எல்லாம் சிந்தாமணி கவனித்துவிட்டாள்.

“என்னடி அம்மா ஆச்சு உனக்கு?” என்றுக் கேட்க, சொல்வதறியாமால் அங்கிருந்து ஓடினாள். அவள் ஓட்டம் மகாராணிக்கு சற்றே சிறியக் கலகலப்பைக் கொடுத்தது.

கமலநெடுமாறன் மெதுவாக நடந்து வந்துக் கொண்டிருந்தான். அவன் மனதில் இருந்தது மிகப்பெரியக் குழப்பமானது அவனை வறுத்து வாட்டியது. ‘மகாராணி விஜயனை இளவரசன் போல வளர்க்க சொல்லவில்லையே! வெட்டியான் என்றல்லவா வளர்க்கச் சொல்லியுள்ளார்? அப்படி இருக்கையில் விஜயன் ராஜக் கலைகளையும், வீர வித்தைகளையும் கற்றுக் கைத் தேர்ந்தது எப்படி? ஏகலைவனாய் இருந்தாலும் ஒரு குரு வேண்டுமே? அப்படி இருக்கும் போது எப்படி இது சாத்தியம்? குரு இருப்பதாய் இருந்தாலும் அவர் யாராக இருக்கக் கூடும்?’என்றுத் தன்னைத் தானேக் கேட்டுக் கொண்டான். ‘ஒரு வேளைத் தன் மகன் வித்தைகள் தெரியாதக் கோழையாக இருக்கக் கூடாது என்ற எண்ணத்தால் மன்னரே இந்த ஏற்பாடுகளை செய்திருப்பாரோ?” என்றும் எண்ணிக் கொண்டான். அப்படி அவன் நினைக்கவில்லை. அவன் மனம்தான் நினைத்தது. மனதிற்கும் அவனுக்கும் இடையில் கொஞ்சம் இடைவேளை இம்முறை இருக்கதான் செய்தது. உடனே அதனை மறுத்தும் சொன்னான். ‘இல்லை! இருக்கவே இருக்காது! மன்னர் அப்படி செய்பவர் இல்லை! சும்மாவா மக்கள் அவரை உண்மைக்குப் பிறந்தவர் என்று சொல்கிறார்கள்? இதன் பின்னால் வேறு யாரோ இருக்கிறார்கள்! கண்டுப் பிடிக்க வேண்டும்!’ என்றுத் தனக்கு முன்னால் காத்திருக்கும் வேலையை எண்ணிக்கொண்டான்.

‘விஜயனிடம் சொல்லிவிட்டு செல்வோம்!’ என்று நினைத்து நேராய் விஜயனின் அறைக்கு சென்றான். வாசலை நெருங்கும்போது அவன் செவிகளில் இரண்டு ஆண்களின் உரையாடல் நடந்துக் கொண்டிருப்பது விழுந்தது.’யார் பேசுகிறார்கள்? என்னப் பேசுகிறார்கள்?’ என்று அறிந்துக்கொள்ள வேண்டும் என்ற எண்ணம் அவனை முழுதாக ஆட்கொண்டது எனலாம். வாசல் அருகே நின்றுக் கொண்டான். அவன் காதில் அந்த வார்த்தைகள் எல்லாம் விழும்படி நின்றுக் கொண்டான்.

“ஏன்? நாட்டு மக்களுக்கு இளவரசன் யாரென்று இன்னும் சொல்லவில்லையா?”

“ஆமா! இப்போது வரை நீங்களெல்லாம் இந்நாட்டின் விருந்தாளிகள்தான்! இளவரசன் என்று அறிவித்தால் போதும்! ஊரேகம் கொண்டாடித் தீர்த்து விடும்!” என்றது ஒருக் கணீர் குரல். அந்தக் குரல் ஒரு வகையில் மாறனுக்கு பழகியக் குரல்தான். ஆனால் அந்தக் குரலோடு உரையாடியது இல்லை. மேலும் என்ன உரையாடல் நடக்கிறது? என்பதைக் காதுக் கொடுத்துக் கேட்டான். தனக்கு அவசியமான பதில் கிடைத்தாலும் கிடைக்கும் என்றே எண்ணினான்.

“எனக்கும் இருபத்தொரு வயது நிறைவுப் பெறுகிறது! எப்போதுப் பட்டாபிஷேகம் நடக்கும்? பட்டமளிப்பு நடப்பது எப்போது?”

“உங்களுக்குத் தெரியாதா என்ன? மகாராணி ஜோசியத்தில் வைத்துள்ள நம்பிக்கை என்னவென்றுத் தெரிந்த நீங்களே இப்படிக் கேட்டால் என்ன அர்த்தம்?”

“நான் வித்தைகளில் தேர்ந்தவந்தானே?”

“இல்லையா? வித்தைகளில் தேர்ந்தவர் நீரல்லவா? காற்றுக் கொடுத்த...” என்று அந்தக் குரல் சொல்லும் முன்னரே, சற்று முன்னோக்கி வந்தான் மாறன். அப்போதுத் தவறுதலாக அவனருகில் இருந்த வெண்கல ஜாடியைத் தட்டிவிட்டு, கீழே விழுந்து சத்தம் ஏற்படுத்தியது. ‘மடார்! மடார்!’ என்று விழுந்த அந்த சத்தம் அவர்களுக்கு அதிர்ச்சித் தந்தது. “யாரங்கே?” என்று சத்தமிட்டார் அவர். இதற்குமேலும் மறைந்து நிற்பது சரியாய் இருக்காது என்றுப் புரிந்துக் கொண்டான். கதவைத் திறந்துக் கொண்டு உள்ளே நுழைந்தான் மாறன். அங்கு இருந்தவர் வேறு யாரும் இல்லை. தலைமை மந்திரி **அருணகிரிநாதர்தான்.** அவரதுக் குரல் கம்பீரம் போலவே உடலும் கம்பீரமாகாவே இருந்தது. அறுபது வயதைக் கடந்தும் உடல்வாகு வற்றவில்லை, தேகம் திடகாத்திரமாக இருக்கிறது. அவரைக் கண்டதும் பதற்றத்தில் மாறன் நடுங்கினான்.

“ஓ! நீதானா? நீ விஜயனின் சிநேகிதன் அல்லவா?”

“ஆமாய்யா! நான் விஜயனின் சிநேகிதன் தான்!” என்றான் நடுக்கத்தோடு, “உண்மைதான்! என் உயிரை ஒரு பாதி அவனுக்காக எழுதி வைத்துவிட்டேன்!” என்றான் விஜயன். இந்த வாக்கியம் கொஞ்சம் கூச்சத்தைக் கொடுக்கக் கூடியது என்றாலும், பெருமிதம் கொள்ள வேண்டியது.

“பயப்படாதேத் தம்பி! நான் உன்னை என்ன செய்துவிடப் போகி-றேன்!” என்று சொல்லித் தோளைத் தட்டிவிட்டு சிரித்தார்.. அந்த வார்த்தை அவனுக்கு அச்சத்தை உடைக்கும் அருமருந்தாக விளங்கி-யது. “சரி! சிறார்கள் உரையாடும் இடத்தில் இந்தக் கிழமுதியவனுக்கு என்ன வேலை? நான் சென்று வருகிறேன்!” என்று சொல்லி அவ்விடம் விட்டு நகர்ந்தார்.

தன் நண்பன் மனதில் அரசாளும் வெறி வந்துவிட்டதோ என்றுக் குழம்பினான் மாறன். எப்போது இருந்து இவனுக்கு இம்மாதிரி எண்ணம் வந்திருக்கும் என்றும் விளங்கவில்லை. ‘ஒரு வேலை அந்தக் கனவால் வந்த விளைவாக இருக்குமோ?’ என்றும் யோசித்தான். ‘அவனது இந்த ஆட்சி மோகத்தால் இந்த ஆட்சி சரியாக அமையாமல் போய்விடுமோ?’ என்ற பயமும் வந்தது. பல வகையில் எதிர் வரும் காலத்தை எண்ணி சலனம் அடைந்தான் மாறன். ‘சரி! இவனுக்கு வித்தைக் கற்றுத் தந்த-வர் யாரென்று நேரேக் கேட்டுவிடலாம்’ என்று எண்ணினான். மீண்டும், ‘இல்லை! அப்படிக் கேட்டால் நாம் சந்தேகம் கொண்டுக் கேட்பதாக ஆகிவிடாதா?’ என்றும் எண்ணினான்.தானே தெரிந்துக் கொள்ள ஏதே-னும் வழி இருக்கும் என்பதை உணர்ந்தான். தன்னை நிதானப் படுத்திக் கொண்டான்.

13

குறும்புக்கார மதியழகி!

அப்படி ஒரு புறம் இருக்க, மறுப்பக்கம் வேறு சில சிந்தனையில் ஆழ்ந்திருந்தான் விஜயன். “மாறா...”என்று விஜயன் அழைத்தது, மாறனை அவனது சிந்தனை உலகில் இருந்து மீட்டு வந்து, விஜயனின் மாயம் நிறைந்த உலகத்துக்கு அழைத்து வருவதை உணர்ந்தான். பூமிக்கு அவனை மீட்டு வந்து சேர்த்தது என்பதுதான் உண்மை. “சொல் விஜயா!”

“அவள் யாராக இருப்பாள்?”. நெடுமாறனுக்கு ஒன்றும் விளங்கவில்லை. ‘யார்? யாராக?’ என்று மனதால் குழம்பி, ‘ஒரு வேளைக் கனவில் கண்டப் பெண் குறித்து சொல்கிறானோ?’ என்றும் எண்ணினான்.

“நித்திரை மங்கையை நேரில் கண்டாயா என்ன? இப்படிக் கலைந்துப் போன மனதோடு இருக்கிறாயே!” என்றதும், சொல்லாமல் வைத்திருந்த ஆன்றைய நாள் நிகழ்வை குறித்து சொல்லலானான். “உண்மைதான்! கண்டேன்!” என்றான் விஜயன். மாறனுக்கு அந்த வாக்கியம் ஆச்சர்யம் கலந்த அதிர்ச்சியை அளித்தது. புருவம் நெறித்தான். “கண்டாயா? எப்போது? எங்கு? மறைப்பதற்கு உண்டா என்ன?”

“மறைப்பதற்கு ஒன்றும் இல்லை மாறா! உனக்காகக் காத்திருந்ததாக சொன்ன அவ்விடம் - அதே இடத்தில் தான் காண்டேன்! உனக்காகக்

காத்திருந்ததாய் பொய் சொல்லிவிட்டேன்! மன்னித்துக் கொள்!'' என்றான். மாறனின் கண்களில் புன்னகை வந்தது. அதனை இதழ்கள் ஊர்ஜிதம் செய்தது. ''பரவாயில்லையே! பொய்யெல்லாம் சொல்லக் கற்றுக் கொண்டாயே?''. விஜயன் முகத்திலும் அதே அசட்டுப் புன்னகை.

''சரி! உனக்குத் தெரிந்ததை சொல்! என்னால் முடிந்ததை செய்கிறேன்!''. விஜயப்பிரபாகரன் தயங்கினான். ''தலை வரைத் தண்ணீர் வந்து விட்டது! இனித் தயங்கி என்ன லாபம்?'' என்று ஜாடையாய்க் கேட்க, அதனை உண்மையெனக் கருதித் தானும் சொல்லலானான். அகன்ற ஜன்னலில் தொங்கிக் கொண்டிருந்தத் திரையைக் கொஞ்சம் விலக்கிவிட்டு, வடக்கு திசை நோக்கி நின்றான். கொஞ்சத் தொலைவில் நெடிது வளர்ந்திருந்தத் தென்னை மரங்களைப் பார்த்தவண்ணம்,

''கடலின் மணற்பரப்பில் குதிரையில் வந்துக் கொண்டிருந்தபோது மணல் நிலத்தில் பலவண்ணப் புடவைகள் கிடப்பதைப் பார்த்தேன்! அப்போது என் உள்ளத்தில் நான் கண்டக் கனவின் முதல் பகுதி நடந்துவிட்டதோ என்ற எண்ணம் வரத் துவங்கியது. அந்த எண்ணம் உண்மைதானா என்று ஊர்ஜிதம் செய்ய எண்ணினேன்! சற்றுத் தொலைவு வரை சென்றுக் கொஞ்சம் மறைந்தேக் காண நினைத்தேன்! அவர்கள் உடை மாற்றும் அவகாசம் தேவைப்படும் என்று எனக்குத் தெரியும்! மறைவிலிருந்துக் காத்திருந்தேன்! தளபதியும் சைன்யமும் வந்தது. அவர்கள் என்னைப் பார்த்துவிடாது இருக்க வேணும் என்று நின்றிருந்தேன்! நல்ல வேளையாக அவர்கள் என்னைக் காணாது சென்றுவிட்டனர். சில நிமிஷங்களுக்குப் பிறகு, நான் மெல்ல மெல்ல வந்த வழியே சென்றேன்! மணலில் கிடந்த வானவில் போன்ற சேலைகளைக் காணோம்! அன்றெனப் பார்த்து என் குதிரையும் கொஞ்சம் முரண்டுப் பிடித்துக் கொண்டிருந்தது. அவர்கள் உடை மாற்றிக் கொண்டுக் காட்டுக்குள் சென்றிருப்பார்கள் போல! அந்தக் காடுப் போல் மண்டியிருந்த இடத்திலிருந்து சிரிப்பு சத்தம் கேட்டது!''

''பின்னே நடந்ததை நான் சொல்கிறேன்! கலகலப்பாய் சிரித்த அந்தப் பெண்களுக்கு மத்தியிலே உன் அழகு மங்கையைக் கண்டிருப்பாய்! அவளது சிரிப்பு உனக்குக் கவிதைப் பாடுவதுப் போலவோ, கானம் போலவோ இருந்திருக்கும்!''

''உண்மைதான்! இதெல்லாம் உனக்கெப்படி?''

“தெரியும்! இதெல்லாம் ஆயிரம் காலத்து வர்ணனைகள் விஜயா! பூபதியப்பர் பாடத்தில் கூட நமக்கு இதுப் போன்ற வாக்கியங்கள் சகஜ-மாக வருமே?”

“அதுவும் சரிதான்! என் மூளைக்கும் இப்போது எந்த நினைவுகளும் ஓடவில்லை அப்பா!”

“அவள் பெயரேனும் தெரிந்து வந்தாயா?”

“அறிந்தேன்! அதற்கு அவள் தொழியருக்குதான் நன்றி சொல்ல வேணும்!”

“நன்றிதானே? பூப் பழம் புடவைப் பொன் எனத் தாம்பூலத்தில் வைத்து வீட்டின் கதவைத் தட்டி, சொல்லிவிடலாம்! அவள் பெயர்?” என்றதும் விஜயனை வெக்கம் வந்துக் கடித்துக் கொண்டது. ஆணுக்கு வெட்கம் அழகா? இல்லையா? என்பதுக் குறித்து விவாதம் செய்து முடி-வெடுக்க அது தகுந்த நேரமில்லை என்பது மாறன் சொல்லிதான் விஜ-யனுக்குத் தெரியவேண்டும் என்று இல்லை. சற்று நேரத் தாமதத்துக்கு அடுத்து சொல்லத் துணிந்தான்.

“மதியழகி... என்ன அழகானப் பெயர்!” என்று சொன்னபடியே சன்னல் வழியே ஓடும் மேகத்திரளைக் கண்டான். அந்தப் பெயர் மாறனுக்கு சற்றுத் திகைப்பைத் தந்தது. அந்தப் பெயரைத்தான் காதுகள் கேட்டதா என்பதை உறுதி செய்துக் கொள்ள எண்ணினான். “என்னப் பெயர் சொன்னாய்?” என்று வியப்புடன் கேட்டான்.

“மதியழகி என்றேன்! தவறாய் ஒலித்ததோ என்னமோ?”

“இல்லை! இல்லை விஜயா! சரியாய்தான் கேட்டது! அவள் குறித்-துக் கொஞ்சம் கேள்விப்பட்டுள்ளேன்!” என்றான். விஜயனின் ஆவல் அவனைக் கடைந்தெடுத்தது. உரலில் இடப்பட்ட அரிசி போல நைந்-தான். சுழலில் மாட்டிக்கொண்ட எறும்பு போல நொந்தான். “அப்படியா? சொல்! யாரவள்?” என்று வியந்தான்.

“சொல்கிறேன்! சொல்கிறேன்! அவள் வேறாரும் அல்ல! புங்கைப்-பட்டினத்து மீனவாக் குடித் தலைவன் **பவித்ரன்** என்பாரின் மகள்தான்! குறும்புக்காரி! ஊரில் உள்ளவர்களை சகட்டு மேனிக்கு கேலி செய்வா-ளாம்! ஆனால், அவளுக்குக் காதல் செய்யத் தெரியுமா என்றுத் தெரிந்-துக் கொள்வது அவசியம்! ஓடிச் சென்று மரத்தில் மோதி மூக்குடைத்த-துப் போல ஆகிவிடக் கூடாதல்லவா?”

“அப்படியென்றால் இப்போதேக் கிளம்புவோம்! மூக்கைக் காப்பிற்றிக் கொள்ளலாம்! அது நம் ராஜியத்தின் ஆட்சிக்குக் கீழ்தானே வரும்?”

“நன்றாய்க் கேட்டாய் போ! சுற்று வட்டத்தில் பலக்காத தூரம் நம் ராஜ்ஜியம்தான்!” என்றதும் அவன் கைகளைப் பிடித்து இழுத்துக் கொண்டு வெளியேறினான். அரண்மனை வாசலில் குதிரைகள் தயார் நிலையில்

இருந்தன. விஜயன் அதன்மீதுத் தாவி ஏறிக் கொண்டான். கட்டாயத்தின் பேரில் கமலநெடுமாறனும் ஏறிக் கொண்டான். குதிரை வேகமெடுத்தது.

வந்த வழியே சென்றனர். ஓடும் போதெல்லாம் அவன் கண்ணெதிரே அழகு சிலைப் போல அவளே நிற்பதாய் பலவித எண்ணங்கள் வந்தது. அவளது முத்துப் புன்னகையும், காற்றில் படர்ந்தக் கூந்தலும், சுளை ஒத்த இதழ்களும், மான் ஒத்த விழிகளும் அவனை ஏதேதோ செய்தன. பாதை நீண்டுக் கொண்டேப் போவதாய் எண்ணம் வந்தது. குதிரை நின்ற இடத்தில் ஓடிக் கொண்டிருப்பதாக ஒரு பிம்பம் வந்தது அவனுக்கு. கடலை யாரோ வந்து நெடுந்தொலைவில் கொண்டுப் போய் வைத்துவிட்டதாயும் உணரத் தூண்டியது. மனதில் எழுந்த எண்ணங்களோ, மலையை மோதும் நீரலைகள் போல உக்கிரமாய் இருந்தது. கொஞ்ச நேரத்துக்குள் புங்கைப்பட்டினத்துக் கடற்கரைக்கு வந்தனர். கடல் வரை வழிநடத்தி வந்தவனுக்கு அதன் பிறகு அழைத்துச் செல்லத் தெரியவில்லை. ‘இங்கிருந்து அவள் வீட்டைக் கண்டறிவது எப்படி?’ என்றக் குழப்பம் அவனை வாட்டியது. “எப்போதும் மேர்பார்வையே பலன் தருமா என்ன?” என்றுக் கேட்டான் மாறன்.

“என்ன குழப்புகிறாய் மாறா!”

“குழப்பவில்லை விஜயா! உன் விஸ்வாசக் குதிரையுடையக் குளம்பருகே கவனிக்கக் கூடாதா?” என்று சொல்லி சிரித்தான். விஜயனின் குதிரையுடையக் காலடி அருகே சில அழகிய கால் தடங்கள் இருந்தன. அதனைப் பின் தொடர்ந்து செல்வது சரியான முடிவு என்று எண்ணிக் கொண்டு, அவ்வாறே சென்றனர். மனதுதான் முன்னால் சென்றது. அதன் பிறகுதான் அவர்களின் குதிரை எல்லாம்.

ஒரு சமயத்தில் காட்டுப்பகுதியில் நுழைந்ததும் கால்தடம் நின்றது. பாதையும் ரெண்டானது. வலதிலா? இடதிலா? என்று சொல்ல முடி-

யாமல் முழித்தனர். குதிரையும் களைத்துப் போனதாய் தெரியவில்லை. சுற்றியும் முற்றியும் கண்கள் அலைந்தன. ஆனால் எந்த சமிக்ஞையும் கிடைப்பதுப் போல இல்லையே! என்று தோன்றியது. அப்போதுதான் அவன் கண்ணில் விழுந்தது ஒருத் தென்னை மரம், அதனை நெருங்கி சென்றான். ஒரு நிலவும், ஒரு அம்பும் வரையப்பட்டு இருந்ததைக் கண்டான். 'என்ன செய்வது? எவ்வழி செல்வது?' என்றக் குழப்பத்துக்கு ஒரு விடைக் கிடைத்ததுப் போல! குதிரையின் மீதிருந்துக் குதித்து இறங்கினான். அந்த முத்திரைகள் உணர்த்துவது என்னவாய் இருக்கும் என்றுக் குறுகுறுக்கப் பார்த்தான். திடீரென ஒரு எண்ணம்.

"மாறா! நிலவினைக் குறிக்கும் பெயர்களை வரிசையாக சொல்!"

மாறனுக்கு அது விளங்கவில்லை என்றாலும், யோசனையின்றி சொல்லவும் செய்தான். "நிலவு, நிலா, பிறை, சந்திரன், பொளிர்நிலவு, வானவள், வெண்ணிலா, மதி..."

"போதும்!"

"ஆனால் என்ன இதில்?"

"புரியுதா மாறா? இது மதி... இந்த அம்பு உணர்த்துவதோ பாதை! அப்படியென்றால்..."

"அப்படியென்றால் என்ன?"

14

பவித்ரன் அறிமுகம்!

“என் நெஞ்சம் கவர்ந்த மங்கைத் தன் இல்லம் வரும் வழியை சித்திரமாய் செய்து வைத்து சென்றுள்ளாள்! சற்றே விசித்திரமானவள் அல்லவே அவள்?”என்று சந்தோஷத்துடன் சொல்லிவிட்டு, கலகலப்பாய் குதிரை மீதேறிக் கொண்டான். அவன் சற்று வேகமாகத்தான் பாய்ந்தான். குதிரைப் புழுதியைக் கிளப்பிக் கொண்டு ஓடியது. அந்தப் புழுதித் துகள்கள் சில, அவன் நாசிகளில் புகுந்ததை மாறனின் இருமலால் அறிய முடிந்தது. புழுதி அடங்கியப் பின்னர் கண்டால், அங்கு அவன் இல்லை! அந்த வேகத்தில் கண்ணை விட்டு மறைந்தேப் போனான் விஜயன். எங்கிருந்துதான் இத்தனை வேகம் வந்ததோ? இரும்புத் துகலொன்று காந்தத்தைத் தேடி செல்வதுப் போலல்லவா இருக்கிறது!. அந்த வழியில் தொடர்ந்து மெதுவாய் சென்றான் கமலநெடுமாறன்.

விஜயபிரபாகரன் ஊரின் நடுவில் வந்து நின்றான்.வலது இடது என இருப்பக்கமும் சீரான இடைவெளியில் கூரைவேயப்பட்டக் குடில்கள் இருந்தது. இருபதுக்கும் மேற்பட்ட அவற்றின் நடுவே விசாலாமான வீதியும் இருந்தது. அந்தக் கூரைகளில் மீன்கள் உலர்த்தி வைக்கப் பட்டுக் கொண்டிருந்தது. அந்த வாசனை அவனுக்கு ஏனோப் பிடித்தும் போனது. கருவாட்டு நாற்றம் எனப் பலர் சொல்வதுப் பொய் என்றும், கருவாட்டு நறுமணம் என்றே சொல்வது ஆகச் சிறந்தது என்றும் எண்ணிக் கொண்டான். தன் காதலிக்காக அப்படி நினைத்தானோ ஏதோ? அது அவனுக்குதான் தெரியும்! ‘இத்தனை வீடுகளில் மதியழகியின் வீட்-

டைக் கண்டறிவது எப்படி?' என்று மட்டும் குழம்பினான். அப்போது யாரையேனும் கேட்டுத் தெரிந்துக் கொள்ளலாம் என்று எண்ணினாலும் ஆள் நடமாட்டமே இல்லை.

பின்னால் இருந்து ஒருக் குரல். 'தம்பி!'' என்ற வார்த்தையைக் கேட்டதும், திடுக்கிட்டுத் திரும்பிப் பார்த்தான். ஒருப் பெரியவர். சற்றே மெலிந்த தேகம். கருத்தத் தோல், வெள்ளை முடி ஆனால் இளைய முகம், அந்த தீர்க்கத்தைக் கண்டதும், அவர் வயதை மதித்துக் கீழே இறங்கினான். மரியாதை அறிந்தவன்தான் மனிதனாய் இருக்க முடியும் என்பதை எல்லாரும் உணர்ந்தால் இந்த உலகம் அமைதியின் வடிவாக இருக்குமல்லவா?

“வணக்கம் ஐயா!” என்றுக் கைக்கூப்பி வணங்கினான். அந்த முதி-யவர் அதிர்ந்துப்போனார். “இளவரசே! நீங்களா?” என்றார் அவர். அவரது அந்த அதிர்ச்சி குரல் கமலநெடுமாறன் செவிகளில் விழுந்தது. குதிரையின் கடிவாளத்தையும் மெல்ல இழுக்க, அவன் சொல்படிக் கேட்டுக் குதிரை அமைதியாக நின்றது. அந்த உரையாடலை கவனிக்க எண்ணினான். அங்கிருந்தப் புதர் மறைவில் நின்று மறைந்துக் கொண்-டுக் கண்டான். கண்டான் என்பதை விடக் கேட்டான் என்று சொல்வ-தேப் பொருத்தம்.

“இளவரசே! நீங்கள் என் வணக்கத்தை ஏற்க வேணும்!” என்றுத் தானும் வணங்கி நின்றார். தன்னை விடப் பன்மடங்கு வயதில் மூத்தவர் தன் முன்னில், கைகூப்பி நிற்பதை அவனால் ஜீரணிக்க முடியவில்லை. “ஐயா! நானல்லவா உங்களை வணங்க வேணும்? மாற்றி செய்வது எப்-படி அடுக்கும்?”

“இளவரசே! உங்கள் பெருந்தன்மை உங்கள் ரத்தத்தில் வந்தது என்-பதும் எனக்குத் தெரியும்! சிந்தாமணி-சூரியவர்மன் ரத்தமல்லவா இது?” என்றதும், விஜயனுக்கு நிறைவாய் இருந்தது. “நீங்கள் யாரையோத் தேடிக் கொண்டுதான் வந்திருக்கிறீர்கள் என்று எனக்கு நன்றாகத் தெரி-கிறது! யாரை என்று அறிந்துக் கொள்ள நான் விரும்பவில்லை! நீங்கள் குதிரையில் ஊரேகம் செல்வதைத் தவிர்க்க வேணும்!” என்று சொன்-னார்.

“ஏன் ஐயா?”

“இளவரசே! இருபதாண்டுகள் கழித்து உங்களை மீண்டும் நேசிக்கும் தாய்! உங்கள் உயிருக்கு பட்டம் சூட்டும் வரைக் கூட உத்திரவாதம் இல்லை! நீங்கள் கொஞ்சம் ஜாக்கிரதையாய் இருக்க வேணும்! உங்க-ளுக்கு ஒன்று என்றால் அது சிந்தாமணிக்கு மட்டும் கவலை இல்லை! நாட்டுக்கும் அபாயம் தானல்லவா? இருபதாண்டுத் தவத்தை ஒரு சிறிய அலட்சியத்தால் வீணடித்துவிட வேண்டாமே ஐயா!”

“அப்படி என்ன அபாயம்?”

“அதனை எல்லாம் புரிந்துக் கொள்ளக் கொஞ்சம் அவகாசம் அவசியம் இளவரசே! தயவுசெய்து சென்று விடுங்கள்! சீக்கிரம் அரண்-மனைக்கு செல்லுங்கள்! குதிரையில் நடமாடுவதைக் குறைத்துக் கொள்-ளுங்கள்!” என்று கும்பிட்டுக் கேட்டார். அந்தக் குவிந்தக் கைகளைத் தாண்டி அவனால் ஒன்றும் செய்ய முடியவில்லை. தலையை அசைத்-துவிட்டுக் குதிரையில் ஏறிக் கொண்டான். “தங்கள் பெயர்?”

“பவித்ரன்! இந்த மீனவக் குடியுடையத் தலைவன்!” என்று சொல்-லியதும், வஜயனுடைய மனம், ‘உங்கள் மகளைத் தேடிக் கொண்டுதான் வந்தேன்!’ என்று சொல்லிவிடலாமா? என்று யோசனை செய்தது. ஆனால் எப்படி சொல்வது? தலையைக் குனிந்துக் கொண்டு அங்கி-ருந்து சென்று விட்டான். அவன் தன் கண்ணில் இருந்து மறையும் வரையில் அவ்விடத்திலேயே காத்திருந்தார். மறைந்தான். வனாந்திரத்-தில் சூரியனும் இலைமறைவில் மறைந்துக் கொண்டது.

15

உதவி செய்யுங்கள்!

இதனை எல்லாம் அந்தப் புதர் மறைவில் நின்றுப் பார்த்துக் கொண்டிருந்தவன் மனதில் ஒரு எண்ணம்.'இளவரசன் இவன்தான் என்பது ஊரில் இருக்கும் பலருக்கும் தெரியாதப் போது, அவனை விருந்தாளி என்று ஊரே நம்பும் போது, பவித்ரனுக்கு மட்டும் எப்படித் தெரியும்?' என்றதுதான். அந்த கேள்விக்கான விடையையும், தன் மனதில் உள்ள உறுத்தலுக்கான பதிலும் அவருக்குதான் தெரியும் என்று நம்பினான். கேட்டறிந்துக் கொள்வது என்ற மன நிலைக்கும் வந்தான். குதிரையில் இருந்து இறங்கிய மாறன், தன் குதிரையின் கழுத்தருகேத் தடவிவிட்டு அங்கிருந்து நகர்ந்தான். அந்தத் தடவலில் இருந்த அர்த்தத்தைப் புரிந்துக் கொண்டதுப் போலக் குதிரைத் தலையை ஆட்டியது.

அவரைத் தொடர்ந்து சென்றான்.பவித்ரன் தன் வீட்டுத் திண்ணையில் அமரும் தருவாயில், அவன் முன் வந்து நின்றான் மாறன். "யாரப்பா நீ?" என்றுக் கேட்டார். "ஐயா வணக்கம்! என் பெயர் கமலநெடுமாறன்! விஜயபிரபாகரனின் சகதோரனுக்கு ஒப்பான நண்பன்! எனக்கு உங்களிடம் சிலக் கேள்விகள் உண்டு!"

"கேளப்பா!"

"விஜயன் இளவரசன் ஆகப் போவது இந்த ஊரில் பலருக்கும் தெரியாதப் போது அதனை நீங்கள் அறிந்தது எப்படி?"

"உனக்கு அதிலென்ன ஆதாயம்?"

“ஆதாயம் ஒன்றும் இல்லை ஐயா! மகாராணி சொன்னதில் எனக்கு சிலவைப் புரியவில்லை! உங்களுக்குத் தெரிந்திருக்கும் வாய்ப்பு மிகுதியாய் உள்ளதுப்போல எனக்குத் தோன்றியது!” என்றான். அதன் பிறகு, பவித்ரன் சுற்றியும் முற்றியும் பார்த்தார். ஆள் நடமாட்டம் எதுவும் கண்படவில்லை என்றாலும், ‘எந்த சுவருக்கும் கேட்கின்றக் காதிருக்கும்!’ என்று உணர்ந்து, “சரி தம்பி! உள்ளே சென்று சல்லாபிக்கலாமே!” அன்று உள்ளே அழைத்தார். ரகசியம் பேசுவதற்கு மட்டுமில்லை. வாசலுக்கு வந்த விருந்தாளியை, வாசலோடு நிறுத்தி வைத்து பேசுவதுப் பண்பாடு இல்லை என்பதைத் தமிழர்கள் கடைப்பிடித்து வந்தனர் என்பதை நாம் மறக்கக் கூடாது. பண்பாடுகள் மறக்கப் படும் போதுதான் சமூகம் சீரழியத் துவங்கும் என்பதும் கசப்பான உண்மை.

குட்டையானத் தாழ்வாரம் என்பதால் குனிந்து செல்ல வேண்டி இருந்தது. வீட்டினுள்ளே சாணம் கொண்டு மொழுகிய மண் தரை. செம்மண்ணால் பூச்சுக் கொடுக்கப் பட்டக் கற்சுவர்கள். அந்திரத்தில் தொங்கிக் கொண்டிருந்த ஒரு கம்பியில் மாட்டி வைக்கப்பட்ட வலைகள். சமையலறையில் இருந்து வந்த மீன் குழம்பு வாடை, உரியில் தொங்கிய சோற்றுப்பானை என எல்லா நுணுக்கங்களையும் கவனித்தான். அந்த சமயத்தில் மாறன் அமரப் பாயும் பலகையும் தயார் நிலையில் இருந்தன. கமலநெடுமாறன் அதனில் அமர்ந்தான். அவன் அமரும் தருவாயில் உபசரிப்புக்காக மதியழகி முதலில் மண்பாண்டம் ஒன்றில் தண்ணீரைக் கொடுத்தாள். அவன் முன் வைத்துவிட்டு இரண்டடிப் பின்னோக்கி நடந்து உள்ளே சென்றாள். அவள் ஒருக் குறும்புக்காரி என்று சொன்னால் யாரும் நம்ப மாட்டார்கள். அவ்வளவு அடக்கமாகவும், பொருமையாகவும் அந்த

இடத்தில் கையாண்டாள். அந்த இடத்திலேயே அவளுக்கும் விஜயனுக்கும் திருமணம் நிகழ்த்துவதாய் கற்பனையும் செய்துக் கொண்டான் மாறன். கனவுகளையும், கற்பனைகளையும் நனவாக்கும் காலம் இருக்கிறது. இப்போதுத் தனக்கு தேவையானதைக் கேட்டுத் தெரிந்துக் கொள்ள வேணுமே?. மரியாதை நிமித்தமாக அந்த மண்பாண்ட நீரை எடுத்து ஒரு வாய் பருகினான். குளுகுளுவென இருந்தது அவன் உடலை உற்சாகமூட்டியது. “நீர் இனிக்குதே?” என்று அதன் தூய்மை மாறாத் தன்மையைக் குறித்து சொல்ல, “புங்கைப்பட்டினத்து ஓடை நீர் என்றால்

சும்மாவா?" என்று சொல்லி ஊர்ப் பெருமை சொல்ல முற்பட்டாள் மதி. "உண்மைதான்!" என்றான் புன்னகையோடு.

"சரி தம்பி! என்ன விஷயம் வேணும்?"

"ஐயா! ஊரேகம் விஜயனை விருந்தாளி என்று நம்பும் போது எப்படி இவன்தான் இளவரசன் என்பது உங்களுக்குத் தெரியும்?" என்றதும் அவர் முகத்தில் இருந்து ஒரு அசட்டுப் புன்னகை பூத்தது. "தம்பி! அவனுக்கு கழுத்துத் தொங்கிக் கொண்டிருக்கும் போதே அவனை எனக்குத் தெரியும்! இருபத்தொரு வருஷத்துக் கதை அது! அதைப் பற்றி அறிந்துக்கொள்ள நினைத்தால் அவன் மார்ப்பால் அருந்தும் நாழி வரை நாம் செல்ல வேண்டும்!" என்றார். மாறனுக்கு ஒரே ஆச்சர்யம். அதே சமயம் ஒரு ஆனந்தம்.

"அப்படியென்றால் அவனை உங்களுக்கு நன்றாகவே தெரியும் என்று அர்த்தம்! அப்படித்தானே?"

"நிஜம்தாம் அப்பா! ஆற்றங்கரையில் இருந்தே அவனை எனக்குத் தெரியும்!" என்றது அவனுக்கு யாருக்கும் தெரியாத நுணுக்கத்தை உணர்த்தியது. உண்மையில் பவித்ரன் உள்ளத்தில் 'இவன் நம்பிக்கையான ஆளா?' என்பதை அறிந்துக் கொள்ள வேண்டும் என்ற எண்ணம்தான் இப்படி சொல்ல செய்தது.

"அப்படியென்றால் ஆற்றங்கரையில் மகாராணிக்கு படகோட்டியவர் நீங்கள்தானா?" என்றுக் கேட்டதும், அவன் மீது அவருக்குப் பரிபூரண நம்பிக்கை வந்தது. 'விஷயம் அறிந்தவனிடம் மறைப்பதால் பலன் இல்லை' என்பது அவருக்குத் தெரிந்தது. அவனிடம் சொல்லவும் துணிந்தார். அதற்கு முன்னர் தன் மகளை ஒரு பார்வைப் பார்த்தார். அப்போது அதனைப் புரிந்துக் கொண்டவள் போல, "சரி அப்பா! நான் மணிமேகலையின் வீடு வரை சென்று வருகிறேன்!" என்று சொல்லி அங்கிருந்து சென்றாள். நண்பனின் காதலியைக் கண்கொட்டாதுக் காண முடியாதே! அவன் அவளை அதிகம் நோக்கவில்லை.

"இருபத்தொரு வருஷத்துக்கு முன்னால், எனக்கு ஒரு நாற்பது வயதைக் கூட நெருங்கியக் காலம்! அந்தக் காலகட்டத்தில் என்னிடம் ஒரு அழகியப் பரிசல் ஒன்று இருந்தது! ஆற்றங்கரையில் படகை வைத்துக் கொண்டு ஆற்றைக் கடக்க வேணும் என்று வருவோருக்கு உதவி செய்து அதிலிருந்து வரும் ஊதியம் கொண்டு வாழ்க்கை நடத்தி வந்-

தேன்!" என்றுக் கதையை சொல்லத் துவங்கினார்.

16

வரம் கொடுப் பவித்ரா!

ஆற்றங்கரையில் தன் பரிசலைக் கயிறால் கட்டிவிட்டு, அந்தி சாய்ந்ததால் கிளம்பி வீட்டுக்குப் போக ஆயத்தம் ஆகிக் கொண்டிருந்தார் பவித்ரன். தேய்பிறைக் காலம் என்பதால் நிலவு வெளிச்சம் வரக் கொஞ்சம் தாமதம் ஆகும். அப்படி இருக்கையில் வெளிச்சத்துக்குப் பஞ்சம். அவரது அப்போதைய வாழ்வில் மீன் பிடிக்கும் தொழிலை அவர் கற்றுக் கொள்ளவும் இல்லை. அதற்கு அவருக்கு ஆர்வமும் இல்லை. தன் குடும்பத்தைக் காப்பாற்றும் நோக்கில்தான் படகோட்டும் தொழிலை செய்து வந்தார். தனக்கிருக்கும் அழகிய மனைவி இந்திராவையும், பிறந்துக் கொஞ்ச வருஷம் ஆகியிருந்த ஆண் பிள்ளையையும் அவன் நினைக்கும் போது உள்ளம் நிறைவாய் இருக்கும். அன்றுத் தொழிலை முடித்துக் கொண்டு வீட்டுக்கு செல்ல நினைக்கையில், அவர் முன் வந்து நின்றார் ஜோசியர் சிவபட்டர். அவரைக் கண்டதும் பவித்ரனுக்கு தலை கால் புரியவில்லை. ஜோசியரே இவ்வளவு தூரம் வந்திருந்தார் என்றால் விஷயம் இல்லாமல் இல்லை என்பதும் அவருக்கு நன்குப் புரிந்தது.

“சுவாமி! நீங்களென்ன இத்தனை தூரம்? சொல்லி அனுப்பி இருக்கக் கூடாதா?” என்றுப் பணிவுடன் கேட்டார்.

“சொல்லி அனுப்பியா உதவிக் கேட்பது பவித்ரா? நேராய்க் கேட்-டால்தானே நலம்? எனக்கு நீ ஒரு வரம் தர வேணும்!” என்றார் அந்த சிவபட்டர். பவித்ரனுக்கோ ஒன்றும் விளங்கவில்லை. “என்ன ஐயா! வரம் கிரம் என்றுப் பெரிய பெரிய வார்த்தைகளை சொல்லிக்கொண்டு? நான் தருவது வரம் என்றால் அந்த ஈஸ்வரன் என்னை சபிக்க மாட்-டானா? என்னாலென்ன முடியும்? நானேப் படகோட்டிப் பிழைப்பு நடத்தி வருகிறேன்! என்னால் என்ன முடியும் என்று வேண்டாமா?”

“எனக்கு வேண்டியதும் அதுதான்! அந்த உதவியைதான் எனக்கும் நீ வரமாய்த் தர வேணும்! இன்று நள்ளிரவில் மகாராணி, குழந்தை-யோடு இங்கு வருவார். ‘ஆற்றைக் கடக்க உதவி செய்ய வேணும்!’ என்றுப் பணிப்பார்! நீ அதனை எனக்காக செய்ய வேணும்! எனக்காக இல்லையென்றாலும் நம் இளவரசர் மற்றும் நாட்டின் நமைக்காகவேனும் செய்யதான் வேணும்!” என்றுக் கைக்கூப்பி நின்றார். சடாமுடியில் பிறை நிலவைச் சூடிய சிவனைத் தவிற யாரையும் வணங்கி நின்றிருக்காத அந்தப் பெரிய மனிதர் தன்னை வணங்கி நிற்பதை அவனால் சகித்-துக் கொள்ள முடியவில்லை. உடனடியாக அந்த வேண்டுதலை ஏற்-றுக்கொண்டார் பவித்ரன். “ஐயோ சுவாமி! அது எனதுப் பொறுப்பு! என்னக் காரணம் என்று இந்தப் பேதை அறிந்துக் கொள்ளலாமா?” என்று வ்னவினார். “இல்லை பவித்ரா! கொஞ்சக் காலம் நீயும் காலத்-தோடு பயணிக்க வேணும்! மாற்றவைத் தானாய் நடக்கும்!” என்று பதில் கொடுக்க மறுத்துவிட்டார். அவர் சொல்வதுக்கு பின்னால் எண்-ணற்ற அர்த்தங்கள் உண்டென்றுத் தன்னைத் தானே ஆறுதல் செய்துக் கொண்டார் பவித்ரன். “அப்படியென்றால் சரி பவித்ரா! உத்தரவுத் தரவேண்டும்!” என்று சொல்ல, “நிம்மதியாக!” என்று வணங்கினார்.

“ஆனால் ஒன்று! அவள் சிந்தாமணி என்று உனக்குத் தெரியும் என்பதை அவளிடம் காட்டிக் கொள்ளாதே! சாதாரணப் பெண் போல நினைத்துக் கொள்ள வேணும்! தவறியும் ராஜ மரியாதை செய்ய வேணாம்!” என்றார். அது நிச்சயம் கடினம்தான். இருந்தாலும் ஒப்புக் கொண்டார் பவித்ரன்.

அன்றிரவு அவன் வீட்டுக்குக் கூட செல்லவில்லை. மகாராணி எந்-நேரமும் வரக் கூடும் என்ற எண்ணத்தால் அவன் அங்கேயேக் காத்தி-ருந்தான். பசித்த வயிறோடுக் கரையில் அமர்ந்திருந்தான். அங்கு வீசி-

யக் காற்றும், நிலவிய இருட்டும் அவனை சற்று ஆறுதல் செய்தது. தேய்பிறை இரவு என்பதால் இருள் சற்று அதிக நேரம் நிலைத்தது. நேரம் ஆக ஆக நிலவு உதித்தது. பாதி நிலவு வானத்தில் கண்ணன் உண்டு மிச்சம் வைத்த வெண்ணெய் போல இருந்தது. பக்கத்தில் சிறு சிறு விண்மீன்கள் சில்லறைகளாக சிதறிக் கிடந்தது. மன்னனின் கிரீடத்தில் மின்னும் வைரங்கள் போல காட்சி அளித்தன. காத்துக் கொண்டே இருந்தார்.

கொஞ்ச நேரத்துக்கெல்லாம் மகாராணி அவ்விடம் வந்தாள். மூச்சிரைக்க வந்து நின்றாள். இருள் என்பதால் அவள் தரிசனம் முழுதாகக் கிடைக்கவில்லை. பூரணப் பௌர்ணமியாய் இருக்கக் கூடாதா? என்ற யோசனை வந்தது. மார்போடு ஒருக் குழந்தையும் அணைத்து வைத்திருந்தாள். மகாராணிதான் வந்துள்ளார் என்றுத் தனக்குத் தெரிந்தாலும் அதனை வெளிக்காட்ட அவனுக்கு அனுமதி இல்லை.. 'மகாராணி என்றுத், தெரிந்ததைக் காட்டிக்கொண்டால் தெரிய வர வேண்டியதும் கூட வாயடைத்துப் போகுமே?' என்றெண்ணி மிக எதார்த்தமாக நடந்துக்கொண்டார். "ஐயா! எனக்கு ஒரு உதவி செய்ய வேணும்! நான் ஆற்றங்கரைக்கு அந்தண்டை செல்ல வேணும்! உதவியை மறுக்காது செய்ய வேணும்!" என்றாள். சிவபட்டர் சொல்லிய அதே வார்த்தைகள்.

"என்னம்மா நீ! அதுதானே என் தொழில்! நான் ஏன் மறுக்கப் போகிறேன்? ஆமாம்... நீ மட்டும் தனியாக வந்துள்ளாயே? என்ன ஆனது? துணைக்கு யாரும் வரவில்லையா?" என்று முன்னும் பின்னும் பார்த்தார். யாரையும் காணவில்லை. ஆக, அவள் தனிமையில் வந்ததும் ஊர்ஜிதம் ஆனது.

"இல்லை ஐயா! இப்போது எனக்கு விளக்கம் சொல்ல முடியாது! என்னைக் கொண்டுப் போய் சேர்த்திடுங்கள்! கோடி புண்ணியமாய்ப் போகும்!" என்றாள். அவரும் அதனை ஏற்றுப் படகில் ஏறிக்கொள்ள சொன்னார். அப்போது அங்கு வந்தக் குருடனை அவள் படகில் ஏற அனுமதித்ததை அடுத்து மூவருமாய்க் கடந்து ஆற்றங்கரையின் அக்கறையை அடைந்தனர். மகாராணி சென்ற திசையை நோக்கிக் கொண்டிருந்தார். அந்தக் குருடனும் வேறு வழியாக சென்றான். அங்கேயே காத்திருக்கும்படி மகாராணி சொன்னதால் அவர் அங்கேயே நின்றுக் கொண்டார். காத்திருந்தார். மகாராணி திரும்பி வர எவ்வளவு நேரம்

ஆனாலும் பரவாயில்லை என்று அங்கேயே நின்றிருந்தார்.

கொஞ்ச நேரத்துக்கு அடுத்து மகாராணி வெறுங்கையைக் காற்றில் வீசியபடி வந்தாள். “என்கேயடியம்மா பிள்ளை?” அவளைக் கண்டதும் குழந்தையைக் குறித்து விசாரித்தான். மகாராணியை அடிப் போட்டுப் பேசுவது என்பது அவ்வளவு எளிதா என்ன?. ஆனால் அவளோப் பின்னர் சொல்வதாய் சொல்லி கலங்கினாள். அதனால் அவனும், அவளை வற்புறுத்தாமல் விட்டுவிட்டான்.இரவைக் கண் நீரில் கழிக்கும் சிந்தாமணியைக் காண அவன் கண்கள் பொறுக்கவில்லை.

அக்கறையை அடைந்ததும் சிந்தாமணி நன்றி சொல்லிவிட்டு அங்கிருந்து சென்றுவிட்டாள். தன் கண்ணிலிருந்து மறையும் முன்னர், “ஐயா! இந்த நிகழ்வை முடிந்த வரை ரகசியமாய் வைக்க எனக்கு சத்தியம் செய்து வரம் தர வேணும்!” என்று அவள் கேட்டதனை , ஜோசியர் சொன்னதை ஒப்பிட்டான். இருவருமே ‘வரம் கொடுப் பவித்ரா!’ என்றே சொல்ல வந்தனர். தன்னால் நாட்டின் மகாராணிக்கு கொடுக்க இயலும் ஒரே வரம் இது என்பதால் அவரும் அதற்கு ஒப்புக் கொண்டார். நீட்டியக் கைகைத் தொட்டு சத்தியம் செய்த அந்தத் தரும் உள்ளத்தில் கருக்கென்று இருந்தது. பெரிய பொருப்பொன்று முதுகின் மீது ஆமையின் ஊடு போல நின்றது. மலையோன்றை எறும்பின் மீது அவைத்ததுப் போலவும் இருந்தது.

சிந்தாமணி தன் கண்ணிலிருந்து மறையும் வரைக் காத்திருந்தார் பவித்ரன்.. அவள் அந்த இருளில் மறைந்தத் தருவாய் வரைப் பார்த்துக் கொண்டிருந்தார். பின்னர் படகை மீண்டும் வலித்துக் கொண்டு ஆற்றில் சென்றார். வேகமாக சென்று, அக்கறையை அடைந்து, மகாராணி சென்ற அதே வழியில் சென்றார். அப்போது அங்கிருந்த இருளில் தட்டுத் தடுமாறி ஒரு இடத்தை அடைந்தார். அப்போது அந்த சுடுகாட்டின் பிண வாடை அவனை இழுத்தது. எத்தனையோ வாடைகளை முகர்ந்திருந்த நாசி, இந்த வாடையை ஏற்கவில்லை. ‘என்ன வாசனையை முகர்ந்தாலும், இந்த நாற்றமும் ஒரு நாள் அனுபவித்துதான் ஆகவேண்டும்!’ என்றுத் தன்னை திடம் செய்துக் கொண்டார் பவித்ரன். அப்போது அவர் அங்கிருக்கும் வீட்டின் வாசலில் ஒரு ஆணும் பெண்ணும் கையில் குழந்தையுடன் நிலவொளியில் நிற்பதைக் கண்டான். அந்தக் குழந்தையை சுற்றி, மகாராணி கொண்டு வந்திருந்தப் பட்டுத்துணி

இருப்பதைக் கண்டதும் அவன் இளவரசன்தான் என்பதும் விளங்கியது.

அதுநாள் முதல், தினந்தோறும் அவனைத் தொடர்ந்து சென்று அவன் வாழ்கையை அவனோடு சேர்ந்து அவனுக்குத் தெரியாமல் கவனித்து வந்தார், படகோட்டி. அத்தனைக் காலம் அவனுக்குத் தெரியாமலே அவனைத் தொடர்ந்து வந்துள்ளார் அந்த உத்தமர்.. அப்போதுதான் அவன் பாதுகாப்பு எவ்வளவு அவசியமானது என்பதே கமலநெடுமாறனுக்கு விளங்கியது.

17

இதயம் தொலைகிறதோ!?

"இளவரசர் வளரும் வரை நான் பார்த்தும் கவனித்தும் வந்தேன்!" என்று அவர் சொன்னதும் , மாறன் மனதில் நமக்குத் தேவையான பதில் கிடைத்துவிடும் என்றே எண்ணினான். ஒரே வாக்கியத்தில் நம்பிக்கையின் அளவு யானை அளவு சென்றது. "ஐயா! அப்படி என்றால் விஜயனுக்கு வித்தைகளைக் கற்றுத் தந்தவர் யாரென்பது உங்களுக்குத் தெரியும்தானே? அந்த குரு யார்? " என்று அவன் வினவியபோது, பவித்ரனும் முழித்தார். "அதேக் குழப்பம்தான் எனக்கும்! எப்படியோ அவன் வித்தைகளைக் கற்றுக் கொண்டான்! ஆனால் யாரால்? என்பதில்தான் எனக்கும் குழப்பமாக இருக்கிறது! மன்னரின் மீது எனக்கு கொஞ்சம் சந்தேகம் இருக்கிறது! ஆனால் நான் சந்தேகப் படுவதில் ஞாயம் இல்லை என்றும் தெரியும்!" என்றார். அந்த பதில் அவனுக்கு ஆச்சர்யத்தை அளித்தது. யானை அளவு வந்த நம்பிக்கை, மீண்டும் முட்டையின் அளவுக்குக் குன்றிப் போனது. முகம் வாடியும் போனது.

"ஐயா! அவனை அதிகம் கண்காணித்த உங்களுக்கேத் தெரியாமல் எப்படி? கொஞ்சம் கூட இதனை நம்ப முடியவில்லையே! என்னாலே நம்ப முடியாதப் பொழுது, யார்தான் நம்புவார்?"

"நம்பும் எண்ணம் இருப்போர் நம்பட்டும்!" மேலும், "அதேக் குழப்பம்தான் எனக்கும் உள்ளது! எப்படியேனும் கண்டுப் பிடிக்க வேணும்!

நீயும் உதவியாய் இருக்க வேணும்!'' என்று சொன்னதும், இசைவுத் தந்துவிட்டு எழுந்தான். "உங்கள் தகவல் அனைத்துக்கும் நன்றி ஐயா!'' என்று வணங்கிவிட்டு வெளியேறினான். அவன் வெளி வரும் போதுதான் மதியழகியிடம் தூது சொல்லிவிட்டு, அவள் மனதில் இருப்பவற்றைக் கேட்போம் என்ற எண்ணம் வந்தது. அது மட்டும் இல்லாது, 'மணிமேகலை என்றப் பெயர் சொன்னாளே? அவள் கருத்திருப்பாளா? சிவத்திருப்பாளா? மயிலன்னம் போல நடப்பாளா? இனிக்கும் தேன் போலப் பேசுவாளா? உடுக்குப் போல சிறுத்த இடையிருக்குமா? அம்சமான அங்கங்கள் அங்கங்கே அழகியதாய் இருக்குமா?' என்றெல்லாம் எண்ணிக் கொண்டே சென்றான். அப்போது ஒரு வழியாய் யார் கண்ணிலும் படாமல் குதிரையை நிறுத்தி வைத்திருந்தப் புதர் மறைவுக்கு சென்றான்.

புதர் மறைவிலே நின்றிருந்த அவனதுக் கருப்பு வண்ணக் குதிரைக்கு மத்தியிலே, வெள்ளையான வாழைத் தண்டுப் போலானக் கால்கள், கொலுசுகளோடிருப்பதைக் கண்டான். அது யாராக இருக்கக் கூடும்? என்று வலதும் இடதுமாகக் காண முயற்சி செய்தான். ஆனால் எந்த முயற்சியும் பலன் அளிக்கவில்லை. குதிரையும் அவனுக்கு சதி செய்வதுப் போல அவனுக்குத் தோன்றியது. முன்னால் சென்றால் முன்னால் வந்தது, பின்னால் சென்றால் பின்னால் வந்தது. 'அடச்சை!' என்று ஆனது. ஒரு நொடி நின்றான். "கிர்ர்'' என்று சத்தமிட்டான். அந்த சத்தத்தால் அந்தக் கருப்புவண்ணக் குதிரை மிரண்டு அவனருகே வந்தது. அது ஓடிவிட்டக் காரணத்தால், அந்த மறைவில் இருந்தது யாரென்று அவனுக்கு தெரிந்தது. அழகிய முகம், பளிச்சிடும் கண்கள், சிவந்த உதடு, என்ன நீளம் அந்தக் கூந்தல்! காய்ந்துக் கருகியக் மல்லிக் கோடியில், சரமாய்ப் பூத்ததுப் போல் அடுக்குமல்லி முழம். இவற்றை எல்லாம் கண்டவன் ஒரு நொடி பிரம்மித்துப் போனான். அந்தக் கன்னத்தில் படர்ந்து வந்தக் காதோர கூந்தல் அவனைக் கொஞ்சம் வதைத்தது.

"யாரம்மா நீ? குதிரையை என்ன செய்யப் பார்க்கிறாய்?'' என்று அதட்டல் பாணியில் கேட்டான் மாறன். அந்த அழகு முகத்தில் ஒரு சிறிய மாற்றம். இருந்தப் புன்னகை இருளில் மறைந்தது. "ஆமா... ஒரு முழுப்பொன் பெறாத இந்த உதவாக்கரை குதிரையை வைத்துக்

கொண்டு

நான் என்னத்தை செய்யப் போகிறேன்? கடித்துத் தின்னவா முடி-யும்?'' என்று வெளீரெனக் கேட்டாள் அவள். "கோபித்துக் கொள்ள வேணாமம்மா! எல்லாம் ஒரு கேலிக்காகதான் சொன்னேன்!" என்று ஆறுதல் சொல்ல, அதனை வேண்டா வெறுப்பாக ஏற்றுக் கொண்டாள் அந்த மங்கை. "என்னடி அங்குப் போய் ஓரமாய் நிற்கிறாய்? உனக்கு அவசியம் என்றால் நீயே அந்த முரடனிடம் பேசிக்கொள்!'' என்றாள். அவள் குரல் கொடுத்த திசையை நோக்கிப் பார்த்தான். அந்த திசையில் இருந்த மரத்தின் பின்னால் மறைந்து நின்றிருந்தாள் மதியழகி. அவளைக் கண்டதும், "என்ன மதி? இப்படி மறைந்து நிற்க வேண்டிய அவசியம் என்னவோ? நான் கேள்விப் பட்டதுக்கு உனக்கும் ஏகப்பட்ட வித்தியாசங்களை என்னால் பார்க்க முடியுதே? குறும்புக்காரி என்று யாரோ தவறாய் சொல்லிவிட்டார்கள்!'' என்றதும், நாணம் உடைத்து வெளியே வந்தாள்.

"மன்னிக்க வேணும்! இவள் என் தோழி மணிமேகலை! இப்படிதான் எப்போதும் சற்றுப் படபடவெனப் பேசிவிடுவாள்!'' என்றாள் மதியழகி. அந்தப் பெண் தான் மணிமேகலை என்றதும் மாறனின் மனதில் ஏகோ-பத்த சந்தோஷம். தேவதை போல இருக்கும் அவளை, தனக்கு உரியவ-ளாக்க அவனது உள்ளம் அவனைத் தூண்டியது.'தன் நெஞ்சை ஏனோக் கவர்கிறாள்!' என்றும் எண்ணினான். மதியழகிக்கு இவ்வளவு மென்மை-யாய் பேசத் தெரியும் என்பதே மணிமேகலைக்கு இப்போதுதான் தெரியும். ஊரில் உள்ளோரை சகட்டுமேனிக்கு பேசித் திரிந்தவள் இப்படி அமை-தியாகப் பேசினால் ஆச்சர்யம் இருக்கத்தானே செய்யும்? மறுமுனையில் நம் காதல் மன்னனின் மனதில், 'எங்குக் காணாதுப் போய்விடுவோமோ?' என்று பயந்ததுப் போல இல்லாமல் மணிமேகலையை சந்திக்க முடிந்தது எண்ணி சந்தோஷம் அடைந்தான். தான் எண்ணி வைத்தக் கற்பனை-கள் எல்லாம் உண்மைதான் என்றாலும் கற்பனைக்கு கொஞ்சம் பஞ்-சம் வந்ததாய் உணர்ந்தான். இவையெல்லாம் நடந்து முடிய அவனுக்கு நொடிக்கும் குறைவான நேரமே அவசியப்பட்டது.அதற்கும் மேல் நேர-மெடுத்துக் கொண்டால் அவளை ரசிக்க எங்கு இருக்கும் நேரம்?

"ஓ! நீங்கள்தான் கோவலன் புதல்வியா?"

"ஆமா! பௌத்த மதத் துறவியாய்ப் போகப் போகிறேன்!"

“ஐயோ! பாவமல்லவா நான்?”

“எது?”

“இல்லை! இல்லை! பாவமெல்லாம் கரைந்திடுமே என்றுதான் சொன்னேன்!” என்றான். மணிமேகலை அவனைக் கோவத்தோடுப் பார்த்தாள். அதுக் கோவமா? கள்ளக்கோவமா? என்பதை அறிந்தவள் மணிமேகலை மட்டுமே. அவளின் ஆழமான இதயத்தில் இருப்பது என்னவென்று எட்டிப் பார்க்க முயற்சித்தால் மூழ்கி விடுவார்கள்.

“சரி! என் தோழிக்கு உங்களால் ஒரு உதவி ஆக வேணும்! அது என்னவென்று அவளேக் கேட்பாள்!” என்று அவள் முதுகில் மெல்லத் தட்டினாள் மணி. மதியழகித் தன் சிந்தைக்கு விடுதலை அளித்து, பேச வந்தாள்.

“காற்றுக்கு வேலியும், நெருப்புக்கு நிழலும் இல்லையென்று சொல்வார்களே! அதுப் போல மதிக்கென்னத் தயக்கம்?” என்று மெல்லத் தூண்டினான் அவன்.

“எனக்கு நீங்கள் ஒரு விதத்தில் இல்லை! இரண்டு வகையில் உதவ வேணும்!” என்றுக் கேட்டதும், “எதுவாய் இருந்தாலும் என்னால் முடியுமானால் செய்வேன்! வெறுமனே வார்த்தை வீசி ஏமாற்றுபவன் நானில்லை அம்மா!” என்றுத் தன் வாக்கை அளித்தான். “அது என்ன நிபந்தனையோடு வருகிறதே அந்த வார்த்தை?” என்று அவனிடம் வினவினாள் கலை. “என்னால் இயலாத ஒன்றை செய்வேன் என்று வாக்குத் தர முடியுமா? அதுதான் முடிந்தால் என்றேன் அம்மா! உயிரைக் கொடுப்பேன் என்று சொல்வதற்கு முன்னர், கொடுப்பதால் யாருக்கு எண்ணப் பலன் என்று சிந்திக்க வேணுமில்லையா? வீணாய் போது உயிர் என்றாகக் கூடாதே!” என்றான்.

“வாய்ச்சொல் வீரர்தான் குதிரைக்காரன்!”

“குதிரைக்காரன் என்பதற்கு பதிலாக தூதுவன் என்று வைத்துக்கொண்டால் என்ன?”

“அதுக் கூட ஏற்புடையதுதான்! சரி... செய்தியை சொல் மதி!”

“நான் உங்கள் நண்பனை விரும்புகிறேன்! இந்த விருப்பம் அவர் ஆளப் போகும் நாட்டின் மீதோ? அவர் ஏறப்போகும் அரியணை மீதோ வந்தது அல்ல! இந்த அன்பு நான் அவரை நேரில் காணும் முன்னர் வந்தது! அவர்தான் சக்கரவர்த்தியின் மகன் என்றுத் தெரியும் முன்னர்

வந்தது! இப்போது நான் அவரை விரும்புவதும் சரியா? தவறா? என விளங்கவில்லை. அவர் என்னை ஏற்பாரா இல்லையா? என்றும் விளங்கவில்லை!''

“மதி அவன் உன்னை விரும்புவான் போலத்தான் இருக்கிறது! ஆனால் ஒரு சிக்கல்...''

“அவர் என்னை விரும்பினால் அரண்மனையை விட்டுக் கூட வரட்டும்! வருமானம் குறித்தெல்லாம் கவலைக் கொள்ள வேணாம் என்று சொல்லுங்கள்! நான் வலை வீசி மீன் பிடிக்கக் கற்றுத் தருவேன்! ஆழ மூழ்கி முத்துக் குளிக்க சொல்லித் தருவேன்! மீன் உலர்த்தவும், ஏன் உப்பு விளைவிக்க கூட சொல்லித் தருவேன்! இதற்கும் மேல் என்ன வேணும்?'' என்று அவள் கேட்டதும், மணிமேகலை சிரிப்பை அடக்க முடியாமல் சிரித்தாள். அவள் மட்டும் சிரிக்கவில்லை. கமலநெடுமாறனும் சிரிக்கத்தான் செய்தான்.

“என்ன ஆச்சு மதி உனக்கு? புத்திகீதுப் பேதலிச்சு விட்டதா என்ன?'' என்றாள் சிரித்தவாறே.

“அதானே! என்னம்மா நீ? நியாயமாய் அவனல்லவா உனக்கு ஆட்சி செய்வதையும், அரசுப் புரிவதையும் குறித்துக் கற்றுத் தர வேணும்?

தலைகீழாய் சொல்கிறாயே?'' என்று சொல்லித் தானும் சிரித்தான். மதியின் வெளிறிய முகத்தில், நாணம் வந்து சிவப்புச் சாயம் பூசியது.

“கவலை வேணாமம்மா! காதலுக்காக தமிழும், தென்றலும், மேகமும், மழையும் கூடத் தூது சென்றிருக்கிறது! கேவலம் மானுடன்! நான் போகமாட்டேனா என்ன? கவனித்துக் கொள்கிறேன்! எனக்கும் சிலவைத் தெரிய வேண்டியுள்ளது! நான் கிளம்ப வேணும்!'' என்றான் மாறன்.

“ஒரு நிமிடம்!'' என்றுத் தடுத்தாள். அது அவனுக்குத் தடங்கலாக இல்லை. நின்று அவளைப் பார்த்தான். “ஐயா! நீங்கள் என் அப்பாவிடம் பேசியதை நான் சற்று நேரம் கவனித்தேன்! உங்களுக்குத் தேவையான சிலத் தகவல்களை தளபதி வீரசேகரனால் சொல்ல முடியும்!'' என்றாள் மதி. 'வீரசேகரனின் இதயத்தில் இடம் பிடித்தால், கேட்பதுக் கிடைக்கும், நினைப்பது நடக்கும்!' என்றக் காவலாளிகள் சமயங்களில் அவன் காதுப் படவே சொல்லிக் கேட்டதுண்டு. தன்னுடன் வேட்டைக்கு வந்த வேளையில் கூட அவன் ஏதும் பேசவில்லை என்பதையும் அவன்

எண்ணிப் பார்த்தான். வேட்டையின் இரவில் தூங்கிக் கொண்டிருந்தப் போதுக் கூட அவன் எந்த விதமான உரையாடலையும் செய்யவில்லை.

அப்போது அவனது சிந்தனையில் குறுக்கிட்ட மணிமேகலை, "தளபதியிடம் இந்த முரட்டு வாலிபர் சிக்கிக் கொண்டு உயிர்த் தியாகம் செய்யத் துணிவாரா என்ன? அதெல்லாம் இவரால் முடியாதே!" என்று சொல்லிக் கடைக்கண்ணால் பார்த்தாள்.

"நானும் சாமர்த்தியசாலிதான் அம்மா! பார்க்கத் தானேப் போகிறாய்? எப்படி அவனோடு நட்பு கொண்டு, அவனோடு சேர்ந்தே ரகசியங்களைக் கண்டிறிவேன் என்று! அதிருக்கட்டும்! வீரசேகரனைப் பற்றி இவ்வளவுத் தெரிந்து வைத்துள்ளாயே? எப்படி?"

"அதெல்லாம் உனக்கெதுக்கைய்யா! முதலில் ஆக வேண்டிய வேலையைப் பார்! உன் குதிரை வேறு காஇந்தப் புல்லுக்கு அலைகிறது போல!" என்றதும், குதிரையின் மீது ஏறிக் கொண்டு, "அதுவும் சரி தான்! ஆக வேண்டிய வேலைகள் உன்னிடத்திலும் உள்ளது!" என்றான். "இந்தப் பொடி வைத்துப் பேசுவதெல்லாம் என்னிடத்தில் பலிக்காது! ஜாக்கிரதை! குதிரையும், நீரும் வீடுப் போய் சேரும்!" என்று அதட்டினாள் மணிமேகலை.

"சரி இளவரசி! நான் வருகிறேன்! நல்ல சேதியுடன்!" என்று சொல்லி மனமின்றி நகர்ந்தான். குதிரை அவனை வழுக்கட்டாயமாக அரண்மனைக்கு அழைத்து செல்வதைப் போல இருந்தது.

'அவளிடத்திலே இதயம் தொலைகிறதோ?' என்ற எண்ணத்தோடே சென்றான், நெடுமாறன்.

18

பதில் மனு அனுப்புவோம்!

மணிமேகலை சொன்னதும் உண்மைதான். வீரசேகரனை நெருங்கி, அவன் மனதில் நீங்கா இடம் பெறுவதென்பது சற்றேக் கடினமானக் காரியம்தான். அதற்கு காரணம், அவன் முகத்தில் இருக்கும் விறைப்பும், நடையில் இருக்கும் முறைப்பும்தான். அவனை சந்திக்க நேர்ந்த ஒவ்வொரு முறையும் அவனது அந்த சுபாவங்களால் பயந்துப் போய்தான் இருந்தான். 'எப்படியேனும் அவன் மனதில் நமக்கு இடம் வேணும்! அவன் உதவி இல்லாமல், நம்மால் சில மர்மங்களை உடைக்க முடியாது!' என்றுத் தனக்குத் தானேப் பேசினான் அதுப் புரிந்ததுப் போல, குதிரைக் கனைத்தது.

அரண்மனைக் கோட்டைக்குள்ளே சென்றதும், குதிரையைத் தானேக் கொண்டுத் தொழுவத்தில் நிறுத்திவிட்டு, விஜயனின் அறை நோக்கி சென்றான். விஜயபிரபாகரன் தன் அறையின் அகன்ற சன்னல் வழியே வானை வேடிக்கைப் பார்த்தபடி உள்ளான். அவன் ஏதோ சிந்தனையில் இருப்பதாகவே அவன் உணர்ந்தான். “என்ன யோசனை நண்பா?” என்றுப் பின்னிருந்துக் குரல் கொடுத்தான். அதுவரையில் அவன் வந்ததை விஜயன் உணரவில்லை. திரும்பிப் பார்த்தான். “வா மாறா!” என்று வரவேற்றான்.

"என்ன யோசனை? ஓடும் மேகங்களை உற்று நோக்கி என்ன செய்கிறாய்?"

"நான் இன்றுப் பவித்ரனை யதார்த்தமாய் சந்திக்கும் வாய்ப்பு நேர்ந்தது! அவர் என்னிடம் குதிரையில் ஊரேகம் வளம் வருவதை தவிர்க்க சொன்னார்! மேலும் பல வகையில் ஆபத்து என்றெல்லாம் சொன்னார்! எனக்கு பயமாய் இருந்தது, வியப்பாய் இருந்தது, ஆச்சர்யமாய் இருந்தது!"

"எல்லாம் கொஞ்ச நாளுக்குதானே? பட்டாபிஷேகம் வரைதான் இதெல்லாம்! அதன் பிறகு இஷ்டத்துக்கு போகலாம், வரலாம்! இதிலென்ன உள்ளது?"

"அதுவரை நான் பெண்களைப் போலப் பல்லக்கில் போகவா? எப்போதுதான் பட்டாபிஷேகம் நடக்குமோ? தெரியவில்லை! அந்த நாள் வரையில் நான் கொடுமையை அனுபவித்துக் கொண்டுதான் ஆகவேண்டுமா? சபிக்கப்பட்டவன் போல?" என்றுப் புலம்பினான் விஜயன். அவன் புலம்பலுக்கு செவிக் கொடுத்தால், அவன் மேலும் கலங்கிப் போகக் கூடும் என்றெண்ணி, கமலநெடுமாறனுக்கு மதியைக் குறித்து சொல்ல மனம் எழுந்தது. "நான் பவித்ரனின் மகளைக் கண்டேன்!" என்றதும் அவன் கண்கள் விரிந்ததுக் கண்டான். இத்தனை நேரம் அவனிடத்தில் இல்லாத அளவுக்கு அவன் முகம் மலர்ந்தது. இதழும் விரிந்தது. அந்த ஓய்ந்த முகத்தில் மீண்டும் களை வந்தேறியது.

"அப்படியா? எங்குப் பார்த்தாய்? என்ன சொன்னாள்?"

"காட்டுப் புதர் அருகே வெட்கத்தோடுப் பெண்ணொருத்தி நிற்கக் கண்டேன்! அவள் பெயர் மதியழகி என்று சொல்லக் கேட்டேன்! அவள் என்னிடம் உதவி வேண்ட நோக்கினேன்! வானத்தில் நீப் பார்த்த மேகக் கூட்டங்கள் அவள் அனுப்பியத் தூதுதான் போல!"

"அப்படியென்றால் அவளுக்கும் என்மீதுக் காதலா?" என்று ஆனந்தமாய் ஆச்சர்யம் கொண்டுக் கேட்டான். அந்த முகத்தில் எத்தனை எத்தனை உணர்வுகள் வந்ததென்று அவனால் சொல்ல முடியவில்லை. உணரவும் முடியவில்லை.

"அதை என்னால் கண்டறிய முடியவில்லை! நீதான் கண்டுப் பிடிக்க வேணும்! ஆனால் ஒன்று! உனக்கு அவள் மீன் பிடிக்கவும், முத்துக் குளிக்கவும், உப்பு விளைவிக்கவும் சொல்லித் தருவாளாம்! நீ அரண்-

மனையை விட்டு வந்தாலும் அவளுக்குக் கவலையல்லையாம்! வருமானம் செய்ய வழி வைத்துள்ளாளாம்!" என்று சொல்லி சிரித்தான். அதனைக் கேட்டதும் விஜயனால் சிரிப்பை அடக்க முடியவில்லை. விழுந்து விழுந்து சிரித்தான். மாறனும் அவனோடு சேர்ந்து சிரித்தான். "குறும்புக்காரப் பெண் என்று நீ சொன்னது சரியாய்ப் போய்விட்டது!"

"சரி! என்ன உத்தேசம்?"

"அவளை சந்திக்க வேணும்! தனிமையில் சந்திக்க வேணும்! இன்றிரவே சந்திக்க வேணும்! யாரையேனும் ஏவி செய்தி அனுப்பலாம் என்று எண்ணுகிறேன்!"

"அது ஏன் யாரையேனும்? நானேப் போகிறேனே?" என்றான்.

"நீயா? வேண்டாம் நண்பா! காவலாளி ஒருவனை ஏவலாம்! நீ செல்வதில்..."

"உனக்கு உடன்பாடு இருக்காது! தெரியும்! நம்பிக்கையான ஆள்தானே முக்கியம்? என் மீது நம்பிக்கை இல்லையா என்ன?". விஜயனுக்கு அவன் மீதிருந்த நம்பிக்கை சொல்லித் தெரிய வேண்டியதில்லை. நிஜத்தில் நெடுமாறன், மணிமேகலையின் விழிகளை தரிசிக்கவே எண்ணினான். இளவரசன் இசைவுத் தந்தான், பதில் மனு அனுப்ப!

19

சொல்லிவிட ம்!

மறுமுனையில் சிந்தாமணியும் திலகாவும் முற்றத்தில் உலாவிக் கொண்டிருந்தனர். அப்போது, அவர்கள் சில சில உரையாடல்களையும் செய்து வந்தனர். சிந்தாமணியும், திலகாவும் இப்படி உரையாடுவதுப் புதிதல்ல என்றாலும், இன்றைய உரையாடல் சற்றே வித்தியாசமானது. இளமையில் ஆதரவை இழந்த சிந்தாமணிக்கு, வளர்ப்பு மகள் போல வந்தவள் திலகா. தன் உள்ளத்துக்கு ஆறுதலாக இருக்கும் ஒரே உயிர் அவள் என்பதை சிந்தாமணி மறக்க மாட்டாள்.

தான் மகாராணியின் செல்லப் பெண் என்று எண்ணும்போது திலகாளுக்கு ஆர்பரிக்க முடியாத ஆனந்தம் எழும், சொல்ல இயலாத சோகமெல்லாம் காணாமல் போகும். என்னதான் தான் ஒரு அனாதை என்று அவள் எண்ணினாலும், சிந்தாமணியை நினைக்கும் நேரமெல்லாம் அந்த எண்ணம் மிகவும் பொய்யானது என்று தெரிந்துக் கொள்வாள்.

இப்படி இன்றுப் பேசிக் கொண்டிருக்கையில், மகாராணி ஒருக் கேள்விக் கேட்டாள். “ஏன் திலகா? உன் மனதில் யாரோ இருக்கிறார் போலும்?” இந்தக் கேள்வியால் சற்று அதிர்ந்துப் போன திலகா, “அப்படிஎல்லாம் ஒன்றும் இல்லையே அம்மா! ஏன்?” என்றுக் கேட்டாள். என்னதான் நம்பும் பாவனையுடன் அவள் சொன்னாலும், அவை நம்பும் படியாக இல்லை. சமயங்களில் அன்பு அதிகம் உள்ள இடத்தில் சிறுப் பொய்யும் வெளிச்சமாய்த் தெரிந்துவிடும். அதுதான் இங்கும் நடந்தது.

“உண்மையை சொல்! நெடுமாறனின் மேலல்லவா உள்ளது உன் கண்கள்?” என்று கனக்கச்சிதமாய் கேட்டாள், சிந்தாமணி. இதற்கு மேலும் ஆவதை மறைக்க ஒன்றும் இல்லையே! தன் உள்ளத்தை மகாராணிப் பளிச்சென்றுப் புரிந்துக் கொண்டது அவளுக்கு வியப்பாகவே இருந்தது. “அம்மா... மகாராணி...” என்றுத் தயங்கினாள். “என்னம்மா? என்னிடம் சொல்வதற்கென்ன? அதைதான் நானேக் கண்டேனே? பலாச்சுளையை ஈ மொய்ப்பதுப் போலல்லவா உன் எண்ணங்கள் அவனை மொய்த்தது! அது என் கண்களில் புலப்படாமல் இருக்குமா என்ன?” என்றாள். அப்போது, அன்றைய தினம், எதை எண்ணி அவள் சலனம் கொண்டாளோ அது நடந்தேறிவிட்டது என்று நன்றாகவே விளங்கியது.

“உண்மைதான் மகாராணி! அவரது இறக்ககுணமும், பணிவான சுபாவமும், மரியாதை செய்யும் விதமும், வித்தைகளில் உள்ள வீரமும் என்னை ஏதேதோ செய்தன! எப்படியோ அந்த மாய வலையில் சிக்கிக் கொண்டேன்! மீளவும் முடியாமல், நிற்கவும் முடியாமல் அல்லாடிக் கொண்டிருக்கிறேன்! சிலந்திகள் பெண்கள்... ஆண்கள் பூச்சிகள் என்பார்களே? அது இந்த இடம் கொஞ்சம் மாறிப் போனதுப் போல! அவர்தான் சிலந்தி... நானல்லவா சிறுப் பூச்சி ஆனேன்?” என்றாள். இப்படியெல்லாம்தான் சொல்லப் போகிறாள் என்பதை முன்கூட்டியேக் கணித்து வைத்திருந்தாள் சிந்தாமணி.

“ஆண்டவன் கொடுத்த உணர்வுகளில் கோரமானதுக் கோவம் இல்லை திலகா! காதல் தான்! கொலை செய்து விடும்! ஆனால் நடமாட செய்யலாம்! உடம்பை உறுக்கிவிடும்! ஆனால், உள்ளம் இனிக்கும்! கண்கள் அழுகும்! நெஞ்சம் சிரிக்கும்! எப்படிப் பட்ட உணர்வுப் பாரேன்?”

“உண்மைதான் மகாராணி! சமயங்களில் நான் அவரைக் காணும்போதெல்லாம் நடைப்பிணம் போலத்தான் உணர்வேன்! சில நேரங்களில், உடம்பெல்லாம் பூப்போல இருக்கும்! நெஞ்சம் மட்டும் தான்

உடம்பில் பாரமான உறுப்பாக இருக்கும்!” என்று அவளது சிந்தனையை ஆமோதித்தாள். நாமும் சில சமயங்களில் நம் காதலின் போதும் அவ்வாறு உணர்வதும் இயல்புதானல்லவா? காதலியோ, காதலனோ கண்களைக் காண்கையில் வரும் வலியும் சுகமும் சில சமயம்

மட்டுமேக் கிடைக்கும் மோட்சம்.

“அது இருக்கட்டும்! அவனிடம் சொல்லிவிட்டாயா என்ன?”

“அது எப்படி முடியும் அம்மா?”

“ஏன்? சொல்லத் தாமதிக்காதே திலகா! அவஸ்த்தை அதிகமாகும்! சொல்லி விட வேணும்!” என்று அவளைக் கொஞ்சம் முறுக்கிவிட்டாள் சிந்தாமணி.. “அவரிடம் சொல்வது அவ்வளவு சுலபம் இல்லையே ராணி! தொலைவில் நின்றுப் பார்க்கும் போதே உள்ளம் ப்தறுகிறது! அப்படி இருக்கும் பொது...”

“சரி! நான் சொல்வதுப் போல செய்!”

“சொல்லுங்கள் மகாராணி! காலால் இட்டப் பணியைத் தலையால் செய்ய மாட்டேனா என்ன?”

“அதெல்லாம் ஒன்றும் வேணாம்! ஒரு நல்லப் பௌர்ணமி இரவில், பசுமையான நம் அரண்மனைப் பூங்காவனத்துக்கு சென்று, அவனைத் தனிமையில் சந்திக்க வேணும் என்று சொல்! அவன் வந்தால், அந்த பூரண நிலவின் புண்ணிய ஒளி உன் முகத்தில் விழும் வண்ணம் நில். நிலவின் ஒளி எந்த முகத்தில் விழுந்தாலும் அழகுப் பொங்கி வழியும்! இந்திரலோகத்தின் ரதிப் போல இருக்கும் உன் முகத்தில் விழுந்தாள் எப்படி இருக்கும்? அந்த சௌந்தரியத்தில் நிலைக் குலைந்து, மயங்கிப் போவான் மாறன்!”

“பிறகு?”

“பிறகென்ன? நீப் பேச நினைப்பதை எல்லாம் அவனேப் பேசிவிடுவான்! இருவரும் மனம் கலந்துப் பேசிப் பழகுங்கள்! இளவரசன் பட்டம் சூட்டும் அன்றே ஊரறிய நான் உங்களுக்கு மணம் செய்து வைக்கிறேன்!” என்றதும், வெட்கம் வந்தது அவளுக்கு. “மறந்துவிட்டேன் மகாராணி! கொஞ்சம் வேலை இருக்கிறது!” என்று சொல்லி அங்கிருந்து ஓடினாள்.

அவள் ஓட்டத்தை கண்ட ராணிக்கு சிரிப்புதான் வந்தது. “எனக்குத் தெரியாமல் என்ன வேலை உனக்கு?” என்றுக் கத்திக் கேட்டார். “சொல்கிறேன்!” என்றுக் கத்திக் கொண்டே ஓடினாள் திலகா.

20

முகமூடிக் கொள்ளையர்!

கமலநெடுமாறன் புங்கைப்பட்டினத்து நீரோடைக்கு வந்து சேந்தான். அந்தி வேளை என்பதால் கண்டிப்பாக நீரெடுக்க மங்கையர் வருவர் என்றுக் காத்திருந்தான். ஆனால் அவன் எதிர் நோக்கியதுப் போல அங்கு நடக்கவில்லை. சற்று வேகமாக இருள் சூழ்கிறது. கொஞ்ச நேரத்துக்குப் பிறகு, ஒரே ஒருத்தி மட்டும் வருவதை அவன் கண்டான். அந்தப் பெண்ணை நாம் அறிமுகம் கொண்டுள்ளோம்தாம். ஆனால், அவள் கவியரசி என்பது அவனுக்குத் தெரிய வாய்ப்பில்லை. அவளைக் கண்டதும் அவனுக்கு ஒரு யோசனை வந்தது. தன் இடுப்பில் இருந்தத் துணியை எடுத்து முகத்தை மூடி அதனை முகமூடியாய் மாற்றிக் கொண்டான். குரலையும் கனைத்துக் கொண்டு கட்டையாக மாற்றிக்-கொண்டான். ஆழமாக மூச்சை இழுத்துவிட்டு, மடாரென அவள் முன்-னால் குதித்தான். கவியரசி மிரண்டுபோனாள். “ஐயோ!” என்று அலறி, பானையைப் போட்டு உடைத்தாள்.

“என்ன வேணும் உனக்கு? என்னிடம் பொருளோ, குண்டுமணிப் பொன்னோ எதுவும் இல்லை!” என்றுக் கலக்கமாய் சொன்னாள். அவள் பதறியதைப் பார்த்ததும் மாறனுக்கு, ‘தனக்கு இந்த வேடம் கச்சிதமாகப் பொருந்துகிறதோ?’ என்று நினைக்கத்தான் தோன்றியது. அந்தப் பதற்-றத்தையும், பயத்தையும் தனக்கு சாதகமாய்ப் பயன்படுத்திவிட முடிவெ-

டுத்தான். “அப்படியென்றால் ஒன்று செய்! யாரோ இந்த ஊர்த் தலைவன் மகளென்று ஒருத்தி இந்த ஊருக்குள் திரிகிறாளாமே?”

“ஆமா! மதி!”

“ஆமா! அவளேதான்! அவள் இந்த நாட்டின் இளவரசனாகப் போபவனைக் காதலிக்கிறாளாமே?”

“ஆமா! அதுக்கென்ன?”

“அதுப் பற்றி நான் அவளிடம் ஒரு ஒப்பந்தம் போட வேணும்! அவளை இன்று இரவில் இந்தப் புங்கைமரத்தடிக்கு வரச் சொல்! வேண்டுமானால் துணைக்கு யாரையேனும் அனுப்பி வை ஆண்மகன் யாரையேனும் அனுப்பி வைப்போம் என்று எண்ணாதே!” என்று சொன்னதும் மேலும் அரண்டுப் போனாள். “சரி! ஓடிப்போ!” என்றதும், திரும்பிக் கூடப் பார்க்காமல் ஓடினாள். மாறன் மனதில், ‘எப்படியும் இந்தப் பயங்கொள்ளி மங்கைத் துணையாக வரமாட்டாள்!’ என்றுத் தெளிவாய் விளங்கியது.

வேக வேகமாக ஓடியக் கவியரசி, வெகு சீக்கிரமாகவே ஊர் வந்தும் சேர்ந்தாள். “மதி! மதி!” என்று மூச்சிரைக்க நின்று சொன்னாள். அவளது அந்தப் பதற்றத்தைக் கண்டதும் மதியழகிக்கோ ஒன்றும் விளங்கவில்லை.

“என்ன ஆச்சு? பானையோடுதானேப் போனாய்? இப்போது என்ன இப்படிப் பதறி வந்து நிற்கிறாய்?”

“அந்த நீரோடைக்குப் பக்கத்திலே ஒரு முகமூடிக் கொள்ளையன் இருந்தான்! அஹ்... அஹ்... அவன் உன்னிடத்தில் ஏதோ ஒப்பந்தம் போட வேணுமாம்! அஹ்... அஹ்... புன்னை மரத்தடிக்கு வர சொன்னான்!”

“பார்க்க எப்படி இருந்தான்?”

“நல்ல வாட்டசாட்டாம்தான்! பிறவித் திருடன் போல இருந்தான்! வேண்டுமானால் உன் துணைக்கு யாரையேனும் அழைத்து வர சொன்னான்! அதுவும் யாரையேனும் பெண்ணைதான் அழைத்துப் போக வேணுமாம்! நான் வரவில்லை... நீ வேறு யாரையேனும் அழைத்துக் கொண்டுப் போ!” என்றாள். அப்போதுக் கூட மேல் மூச்சு கீழ் மூச்சு வாங்கியது.

“சரி! நான் கூட வருகிறேன்! அப்படி நம்மூரில் எவன் இருக்கிறான் என்றுப் பார்த்து விடலாம்!” என்றாள் மணிமேகலை. இருவருமாக சேர்ந்து இரவில் அவன் சொன்னதுப் போலப் புங்கை மரத்துக்கு செல்ல தீர்மானித்தனர். ஒருவகையில் மணிமேகலையின் தரிசனம் அவனுக்குக் கிடைக்கப் போவதை ஒருவாறு மாறனும் கணித்திருந்தான்.

மறுமுனையில் இரவு நெருங்கி வந்த வேளையில்,’எப்படியேனும் இன்று இரவில் புங்கைப்பட்டினத்து நீரோடைக்கு வந்துவிடு! நான் பார்த்துக் கொள்கிறேன்!’ என்று சொல்லிவிட்டுத் தன் நண்பன் சென்-றதுத் தன் மண்டைக்குள் ஓடிக் கொண்டிருந்ததை விஜயனால் உணர முடிந்தது. இந்நேரத்தில் அரண்மனையை விட்டு வெளியே சென்றால் வீணாய் ஆயிரம் ஆயிரம் சிக்கல்களை சந்திக்க நேரும். அது மட்டு-மில்லாமல் யாரிடமேனும் மாட்டிக் கொண்டால் பதில் சொல்வதும் சாத்-தியம் இல்லை. அப்படி இருக்கும்போது எப்படி அரண்மனையை விட்டு வெளியேறுவது என்று யோசித்தான். சிந்தனையில் ஆழ்ந்தவன் கண்-களில் விழுந்தது அந்த சன்னல். சற்றே அகன்ற சன்னலைக் கண்ட-தும் அவனுக்கு நம்பிக்கை வந்தது. தன் முகத்தை ஒருத் துணியால் மூடிக் கொண்டு, அங்கிருந்த இருளையும் விசாலமானப் பரப்பையும் தனக்கு சாதகமாய்ப் பயன் படுத்திக் கொண்டான். அந்த அரண்மனை-யில் இருந்த அடுக்கடுக்கான அமைப்புக் கயிற்றின் தேவையைக் கணி-சமாய் குறைந்தது. ஒருக் குறிப்பிட்ட உயரம் வந்ததும் அங்கிருந்து மண்-ணில் குதித்தான். மாடாறேனக் குதித்தால் சத்தம் வராதிருக்குமா என்ன? சத்தம் வந்த திசையை நோக்கித் திரும்பிப் பார்த்தான் ஒரு வாயிற்கா-வலன். உடனே விஜயன் மறைந்துக் கொண்டு, அவன் கண்ணில் பட்டு விடுவதைத் தவிர்த்தான். காவலாளிக்கு எவ்வித சந்தேகமும் வந்ததுப் போல இல்லை. தன்னை கவனிப்பார் யாரும் இல்லை என்பதால் வேக-மாக ஓடினான். கோட்டையை விட்டும் வெளியேறிவிட்டான்.

வீதியல் செல்லும் போதுக் கூட அவன் முகமூடியை அணிந்தே செல்ல வேண்டி இருந்தது. மக்கள் நெரிசலோ அப்போதைக்கு அவ்-வளவாக இல்லை. நல்லவேளையாகப் போனது. பவித்ரன் சொன்னதை ஏற்று இம்முறை அவன் குதிரையில் பயணிக்கவில்லை. ‘குதிரையில் வந்தால் அந்தக் குளம்பொலியே சிக்க வைத்துவிடும்!’ என்ற எண்-ணம்தான் குதிரையில் வராதுப் போனதற்குக் காரணம். அவனும் மூச்-

சிரைக்க ஓடிவந்து எப்படியோ கடற்கரையை அடைந்தான். இடுகாட்டில் அவன் வசித்தபோது கால் வலிக்க ஓடி விளையாடியதால், அந்த ஓட்டம் அவனுக்கு கால் வலியைக் கொடுக்கவில்லை.

கடற்கரையின் இருளில் அவன் கண்ணில் பட்டதோ ஒரு மஞ்சள் ஒளி. அந்த ஒளி ஒரு லாந்தரின் ஒளிப்போல இல்லை. பிரம்மாண்டமாக ஜுவாலைகள் தெறிக்கும் பந்தத்தின் ஒளி அது. அதற்கு முன்னால் புங்கை மரத்தை நோக்கி ஓடினான். அந்தப் பதட்டத்திலேயே எதன் மீதோ மோதிக் கீழே விழுந்தான். தலையைத் தேய்த்துக் கொண்டான். பந்தம் மிக மிக அருகில் வந்தது. அந்த ஒளியில் தான் மோதியது எதனில் என்று கவனித்தான். தன் உருவம் ஒத்த ஒரு உருவம். கண்ணாடியைப் பார்ப்பதுப் போல நொடியில் உணர்ந்தான். அந்த உருவமும் முகத்தில் முகத்திரை அணிந்து இருந்ததுதான் அவன் அப்படி நினைக்கக் காரணம் ஆனது. அவர்கள் பின்னாலிருந்து ஒருக் குரல்.

“ஓஹோ! புங்கைப்பட்டினம் வரை நுழைந்த முகமூடிக் கொள்ளையர்கள் நீங்கள்தானா? உங்களில் யாரடா மதியழகியிடம் ஒப்பந்தம் பேச வேணும் என்றவன்? போதாக் குறைக்கு அந்தப் பிள்ளைப்பூச்சியான அவளை அலறவும் விட்டாயாமே?” என்றாள். அவள் கையில் இருந்த பந்தம் அவள் மணிமேகலை என்பதை உணர்த்தியது. அருகில் நின்றவள் மதியழகிதான். அவள் கையில் இருந்த அரிவாள் போன்ற ஆயுதத்தைக் கண்டதும் இருவரும் பயந்துப் போனார்கள். மணிமேகலையுடைய வார்த்தைகளுக்கு அவர்கள் அஞ்சவில்லை. அந்தக் கொள்ளும் ஆயுதத்துக்குதான் பயந்தனர். எச்சிலை அவர்கள் விழுங்கும் சத்தம் கேட்டது. நிலைக்கொண்டிருந்தது நிசப்தம்.

“கழட்டுங்களடா முகமூடியை!” என்று உத்தரவிட்டாள். படபடத்த மாறன், தன் முகத்திரையை விளக்கினான். மணிமேகலைக்கும் மதியழகிக்கும் அவன் முகத்திரையைக் கழட்டியது வியப்பைக் கொடுத்தது.

21

நீங்களா?

முகமூடியை களைந்த கமலநெடுமாறன் தலையை நிமிராமல் இருந்தான். அவன் மாறன் என்பதை அறிந்ததும் தூக்கி நின்ற அரிவாள், மண்ணை நோக்கி இறங்கியது. அவன் மாறன் என்பதை அறிந்ததும் விஜயனுக்கு சிரிப்பு வந்தது. அவனும் முகமூடியை அகற்றினான். மாறனைக் கண்டதுமே மதியழகியின் மனது ஒருவாறாக வந்துள்ளது யாரென கணித்து விட்டது. அதன் பொருட்டு அவளுக்கு எந்த விதமான ஆச்சர்யமோ வியப்போ எழவில்லை.

"இளவரசே நீங்களா?" என்று மரியாதையோடு கேட்டவள், "மன்னிக்க வேணும்! யாரேன்றுத் தெரியாமல் கத்தி தூக்கி விட்டேன்!" என்றாள் மணிமேகலை.

மணிமேகலையின் இந்தப் பணிவானப் பேச்சு, அவனுக்கு இன்பமாய் இருந்தது. விஜயனுக்கு மதியழகியின் மௌனமும், வெட்கமும் ஏகப்பட்ட எண்ணங்களைக் கண் முன் வந்து நிறுத்தியது.

"நல்ல வேளை! கழுத்தில் கத்திப் போடாமல் இருந்தாயே! அதுவேப் போதும்!" என்றுத் தன் கேலிப் பேச்சை துவங்கி வைத்தான் மாறன். அந்த வார்த்தையால் அங்கு சிரிப்பலை அதிர்ந்தது. கொஞ்ச நேரம் இங்கு நடந்தக் கோமாளித் தனமான நாடகம் குறித்து சொல்லியும் சிரித்தனர். அந்தப் பேதைப் பெண் கவியரசி மாறனைப் பார்த்து அஞ்சியதை சொல்லியும் சிரித்தனர். அந்த சிரிப்பொலி கடலையும் அதன் கோர அலையோசையையும் விஞ்சியது. பந்தம் அணைந்தது. அணைக்-

கப் பட்டது என்பதுதான் உண்மை.

மணிமேகலையின் செவியருகே இருந்தக் கூந்தல், தென்றலின் துணையோடு இதழில் வந்து விழுந்தது. அந்த உதட்டில் படர்ந்தக் கூந்-தல்கொடியினைக் காண அவனதுக் கண்கள் கிறங்கிப் போனது. அந்த நிலவொளி அவள் முகத்தில் பட்டு பிரதிபலித்தது. அவள் முக வடிவை, அவன் பார்த்தப் பின்னே அந்த பௌர்ணமியை அவன் ரசிக்கவில்லை. அப்போதுதான் அங்கு ஒரு உரையாடல் நிகழத் துவங்கியது. "மதிய-ழகி...என்னை நீயம் விரும்புவாயோ?" என்றான். மதியழகித் தயங்கித் தயங்கிப் பார்த்தாள். நெடுமாறன் இதயத்தில், 'மதியழகிக்குத் தனிமை அவசியம்!' என்பது விளங்கியது. மணிமேகலையில் மென்மையானத் தோள்களை பிடித்தான். அப்போது மணிமேகலையோத் திமிரவில்லை. அவளுக்கும் அவன் மீது ஏதோ மயக்கம் அந்தக் கணப் பொழுதில் பிறந்திருக்க வேணும். ஆனால் எப்படியோ? அதுத் தெரியாது. அவளை அழைத்துக் கொண்டு நீரோடைப் பக்கம் சென்றான். இருவருமாக நீரோ-டைக்கு அருகே உள்ள ஒரு பாசிப் படர்ந்தப் பாறையின் மீது அமரலாம் என்று சென்றனர்.

அந்தப் பாசியோ வழுக்கி விட செய்தது. கீழே விழும்படி இருந்த மணிமேகலையைத் தாங்கிப் பிடித்துக் கொண்டான். அவளது இடை-யைப் பற்றிப் பிடித்த அடுத்த நொடிக்குள்ளாக அவனும் வழுக்கி, நிலைத் தடுமாறி விழுந்தான். அந்த நூலிடை கொண்டிருந்த மேன்மை - பூவை விடவும் பன்மடங்கு அதிகம். கீழே அவனும், மேல அவளும் என விழுந்தனர். உடனே சொல்ல இயலாத ஏதோ ஒரு உணர்வு வந்து இருவரும் ஒருவரை ஒருவர் காண சங்கடம் கொண்டு அமர்ந்திருந்-தனர்.

இந்தண்டை, "கண்ணே! உனக்கு என் மீது விருப்பமா என்றுக் கேட்டேனே? ஏதேனும் சொல்ல கூடாதா? காத்துக் கிடந்ததுப் போதும்!" என்றான்.

"முதலில் நீங்கள் சொல்லுங்கள்! இந்தப் பேதைப் பெண் மீதுக் காதலா?'

"உண்மையில் இந்தப் பேதைப் பெண்ணை என் கனாவில் கண்ட நிமிடம் முதல் காதலிக்கிறேன்!" என்றான். அவன் சொன்னதோ அவளுக்கு இன்ப அதிர்ச்சி அளித்தது. "நிஜமாகவா? நான் உங்கள்

கனவில் வந்தேனா?'' என்றுக் கேட்டாள்.''நிஜமாகத்தான்!''

“சத்தியமாகத்தானா?'' என்றாள். “சத்தியமாகத்தான்!''

“உண்மையாகத்தான் அம்மா! இதே அழகிய முகம்! இதே சுபாவம்! இதே இதழ்கள்! இதே விழிகள்! ஆனால் ஒரு வித்தியாசம்!''

“என்ன வித்தியாசம்?''

“கடலில் நீராடும் போதல்லவாக் கண்டேன்! அப்படிக் கண்டிருந்தால் சாலப்பொருந்தும்!'' என்றான். மதியழகி வெட்கத்தால் வறண்டாள். கண்களும், இதழ்களும் அதனை ஈடுக் கொடுக்க ஏதேதோ செய்தன. இளவரசன் சொல்லிய வார்த்தையை அவள் மீண்டும் மீண்டும் மனதோடு சொல்லிப் பார்க்கையில் அவளை அறியாமல் அவள் கண்ணில் அருவியாய் கண்ணீர்.

“என்னாச்சு மானே? நான் பொய்யொன்றும் சொல்லவில்லையே?''

“தெரியும் ஐயா! பொய்யாய் இருந்திருந்தால் இந்தக் கண்ணீர் வந்திருக்காது! உண்மை என்பதால் அல்லவோ ஊறி வந்தது இந்த விழி நீர்? நானும் உங்களைக் கனவில் கண்டேன்! கனவில் கண்ட நிகழ்வினை நேரிலும் கண்டேன்! அந்த நொடி முதல் என் இதயம் உங்களிடம் வந்து விட்டது! ஆனால் ‘நீங்களும் என்னைக் காதலிப்பீரோ?' என்றுதான் நாள்தோறும் எண்ணி வந்தேன்! ஆனால்...''

“ஆனாலென்ன! ஆனால்?''

“ஆனால்...''

“மதி! மாறன் அடிக்கடி உபயோகிக்கும் வாக்கியம் ஒன்று இருக்கிறது! தலைக்குமேல் தண்ணீர்ப் போய்விட்டது! இனியும் கைக் கொடுக்க என்ன சலனம்? உனைக் குறித்து சொல்லும் போது மூக்குடைத்துக் கொள்ளாதே நண்பா! அவளின் மனம் என்னவென்று தெரிந்து நேசி என்றும் சொன்னான்!'' என்றதும், தன் இதயம் என்னும் இரும்புக் கதவுகளைத் திறந்தாள். “நீங்களோ இந்நாட்டை ஆளப்போகும் ராஜா! ராஜாவீட்டுக் கண்ணுக்குட்டியான உங்களைக் கருவாடு உலர்த்தி விற்பனை செய்து வாழ்க்கை நடத்தும் கவிச்சி வாடை வீசும் பெண்ணை மணப்பது எப்படி சாத்தியம்? சாஸ்த்திரம் இடம் கொடுப்பது சாத்தியம் இல்லையே!''

“எப்படி சாத்தியம் இல்லாதுப் போகும்? சாத்திரங்கள் நமதுத் தேவைக்குதானே மதி? வளர்த்த நாயே நம்மைக் கடித்தால் அடிப்பதுத்

தீங்கல்லவே?"

"நான் பேராசைப் பிடித்தவள் என்று ஊரார் ஏசமாட்டார்களா? இல்லை, நாடாளப் போகிறவனை எதை எதையோக் காட்டி, ஏதேதோ செய்து மயக்கிவிட்டாள் என்று தூற்ற மாட்டார்களா? இல்லை, புடித்தாலும் புடித்தாள் - நல்லப் புளியங்கொம்பாய்ப் பிடித்தாள் என்றுக் கேலிப் பேச மாட்டார்களா?"

"பேச மாட்டார்கள்! யாரும் அப்படியெல்லாம் பேச மாட்டார்கள்!"

"எப்படி? நான்குபேர் நான்கு விதமாகப் பேசும் காலம்தான் அல்லவா இது?"

"பட்டாபிஷேகம் வரைப் பொறுத்து இருக்கக் கூடாதா?"

"அப்படியென்றால் நானும் அதன் பிறகே என் முடிவை சொல்கிறேன்! அது வரையில் நீர் யாரோ! நான் யாரோ!"என்று அவ்விடம் விட்டு எழ முயன்றாள். அவளதுக் கைகளைப் பற்றிக் கொண்டான். உடம்பில் ஏதேதோ உணர்வுகள். தொலைவில் இருந்து வந்த கொன்றை மலர் வாசனையும், தாழம்பூ நறுமணமும், புன்னை மரக் காற்றும் வந்துக் கன்னத்தை வருடும்போது அவளுக்கு சுகமாய் இருந்தது. படக்கெனத் திரும்பிப் பார்த்தாள். விஜயன் அவளை மெல்ல மெல்ல நெருங்கினான். இந்த நெருக்கத்தை அடிக்கடி அனுபவிக்க அவன் உள்ளம் எண்ணியது. "அது வரையில் இந்தக் காளையின் மனம் பொறுக்குமா?"

"பசுப் பொறுமையாய் இருக்கும்போது காளையும் இருந்துதானே ஆகவேணும் பசுபதியே?" என்று அவள் சொல்லும் போது குரல் மெல்ல மெல்ல குறைந்தது.

"இல்லைதான்!"

"பின்னென்ன? பட்டாபிஷேகம் நடந்தப் பிறகு அதிசயம் நடந்து நான் அரசி ஆவேனா? துரதிர்ஷ்டம் வந்து நீர் மீனவர் ஆவீரா?" என்றாள். அதனைக் கேட்டதும் இதற்கும் மேல் அமைதிக் காக்க வேணாம் என்று எண்ணினான் போல. "சரி சொல்கிறேன்! ஆனால் மிக மிக ரகசியமாய் வைத்திருக்க வேணும்!" என்று சத்தியம் வாங்கிக் கொண்டான். ரகசியம் காப்பது என்பது அவர்களுக்கு (பெண்களுக்கு) விருப்பமான விஷயம் அல்லவா? உடனே சத்தியமும் செய்துக் கொடுத்தாள்.

22

வைகறை வரை!

அந்தப் பூவினும் மெல்லிய செவிகளிலே தன் நெஞ்சில் உள்ள ரகசி-யத்தை சொல்ல, அவளுக்கு அதிர்ச்சி ஆர்பரித்து ஓடியது. அது என்ன என்று அங்கிருந்த இருட்டுக்கும், அங்கு வீசும் காற்றுக்கும், நிழல் தந்த மரத்துக்கும் கூடத் தெரியாது. ஆனால் அது ஏதோ அதிர்ச்சிக்-குள்ளாக்கிய விஷயம் என்று மட்டும் நன்குப் புலப்படும். "நீர்... நீர் சொல்வது... நீர் சொல்வதெல்லாம்..." என்றுத் தடுமாறியது அவள் வாயிலிருந்து வந்த வார்த்தைகள். என்ன ஆனது அவளுக்கு என்று அவளுக்கேத் தெரியவில்லை.

"சற்று அதிர்ச்சியாய்தான் இருக்கும்! ஆனால் இதுதான் உண்மை-யும் கூட! இனி வரும் இரவுகளில் நாம் அவற்றை சற்றேத் தெளிவாகப் பேசுவோம்! ஆனால் முழு ரகசியத்தையும் சொல்ல மாட்டேன்! சரி-தானே?"

"சரிதான்! கட்டிக்கொள்ள இருப்பவளிடம் மறைக்க வேணுமா?"

"கட்டிக் கொள்ளப் போவது என்னமோ உன்னைதான்! ஆனால், காப்பாற்ற வேண்டியது நாட்டையல்லவா?" என்றதும், மௌனம்.

பின்னர் அவன் மனதில் ஏதோ ஓடியதுப் போல. இன்னும் ஏதோ சொல்ல மறந்ததைப் போல இருந்தது அவன் பாவனைகள். "அட உன்-னிடத்தில் இன்னுமொரு ரகசியம் சொல்ல வேணும்! அருகில் வந்-துக் காதைக் காட்டு!" என்றான். அவளும் அதற்கேற்றார் போல, மிகத் தோதாய் அமர்ந்துக் கொண்டாள். அவள் கூந்தலில் இருந்து வந்த

வாசனை அவனைக் கிறங்கடித்தது. அவன் மனதில் எழுந்தப் படபடப்பு அவனது மூச்சுக் காற்றில் வெளிப்பட்டது. அவன் நாசியில் இருந்து வந்த அந்த மூச்சு அவளதுக் காதில் விழும்போது கூச்சமாய் இருந்தது. அதனை அவள் பாவனைகளில் இருந்து வெளிப்பட்டது. தன்னையும் மீறி முத்தமிட்டான். அவனது அந்த செயலை அடுத்து, மார்பில் இடித்-துத் தள்ளிவிட்டு அங்கிருந்து ஓடினாள். கோபத்தால்தான் ஓடுகிறாள் போல என்ற எண்ணத்தோடு அவளை விரட்டி சென்றான் விஜயன்.

உண்மையில் அவள் கோவப்பட்டு ஓடவில்லை. நாணம் கொண்-டுதான் ஓடினாள். ஓடி ஓடிக் களைத்தனர். ஒரு மரத்தடியில் நின்று இளைப்பாறினர். இப்படி இவர்களது இரவுக் கழிந்தது. முதல் நாளின் அந்த இரவு, கொஞ்சலோடும் கெஞ்சலோடும் நகர்ந்தது.

மறுப்பக்கம் மணிமேகலையும், மாறனும் என்ன செய்கிறார்கள் என்று கவனிக்க வேணும். கொஞ்ச நேரத்துக்கு முன்னால் வரை முகத்தைக் கூடப் பார்த்துக் கொள்ளாது அமர்ந்திருந்தவர்கள், ஒருவர் அருகே ஒருவர்ப் படுத்துக் கொண்டு வானத்தின் நட்சத்திரங்களைப் பார்த்துக் கொண்டிருந்தனர். அப்படி அங்கு என்ன நடந்ததோ தெரியவில்லை. வானத்தில் மின்னி மின்னி ஜொலிக்கும் வைரக்கற்கள் போல உள்ள நட்சத்திரங்களை ரசித்துக் கொண்டிருந்தனர். “அந்த நட்சத்திரத்தைப் பார்த்தாயா கலை? ஆண்டவன், உருவத்தில் சிறிய அந்த நட்சத்திரங்-களை எவ்வளவு சிரத்தை எடுத்துப் படைத்துள்ளான்?”

“உண்மைதான்! அந்த ஆண்டவன் நட்சத்திரத்தை உருவாக்க எடுத்த சிரத்தையை, என் மூளையைப் படைக்க எடுத்திருக்கலாம்!” என்றாள். அது அவனுக்கு விளங்கவில்லை.

“ஏன்? ஏன்?”

“உன்னைப்போய் விரும்பினேனே! அடச் ச்சை!” என்று சொன்-னாள். அந்த வார்த்தைகள் எல்லாம் விளையாட்டாய் வருகிறது என்பது அவனுக்கு நன்றாகவேப் புரிந்தது. தன் சார்பாயும் சில கேலிகள் பேசினான். “எனக்கென்னக் குறை? பார்! உனக்குத் தலையணையாய் இருக்கும் என் இருக் கைகள், கதகதக்க வைக்கும் என் பத்து விரல்கள், என்றும் தாங்கிக் கொள்ளும் மார்பு, தூக்கி சுமக்கத் தோள்கள், இதற்கும் மேல் என்ன வேணும்?”

“அது சரி! சாமர்த்தியசாலிதானப்பா நீ!

"அதெல்லாம் இருக்கட்டும்! என்னை உனக்கு எப்படிப் பிடிச்சுப் போனது?"

"என்னக் கேள்வி இது? பிடிப்பதற்கு காரணம் வேணுமா என்ன?"

"வேணும்! சொல்!"

சொல்வதா? மறைப்பதா? சொன்னால் அவன் உள்ளம் ஆறிவிடும். சொல்லவும் இவளுக்குக் கூச்சமாக இருந்தது. பல்லைக் கடித்துக்-கொண்டு, "நண்பனின் காதலுக்காக சாரதியாகவும் இருந்துள்ளாய், கள்-வனாகவும் மாறி உள்ளாய்! நண்பனுக்காகவே இப்படி என்றால், உன் காதலுக்கும், காதலிக்கும் என்ன செய்ய மாட்டாய் என்று யோசித்தேன்! பிடித்தது! போதுமா?" என்றாள்.

"அப்படியென்றால்... நமக்கு எப்போதுத் திருமணம்?" என்று மெல்ல அவள் கைகளைப் பிடித்தான். கைகளைத் தட்டிவிட்டு, முறைத்-துப் பார்த்தாள் "என்னடியம்மா?"

"கேள்வி பட்டிருக்கிறீரா? ஆசை அறுபது நாள், மோகம் முப்பது நாள்! என்று சொல்வதுண்டு! நாம் சந்திக்கும் முதல் நாளே இதுதான்! ஒருத் தொண்ணூறு நாள் போகட்டும்! பிறகுப் பார்ப்போம்!"

"தொண்ணூறு நாளுக்கு அப்பறம்...?" என்று ஏக்கப்பெருமூச்சு வீச, "ச்சீ" என்று எழுந்து ஓடினாள் மணிமேகலை. அவள் ஓடும் அழகைக் கண்டே மயங்கிப் போனான். 'என்ன விசித்திரமான பெண் இவள்!' என்றுத் தனக்குள்ளாக சொல்லிக்கொண்டு படுத்தான். ஏதோ மனநிலையில் அப்படியே, அவ்விடமே உறங்கியும் போனான். காதல் வசப்பட்டால் உறக்கம் வராது என்பதெல்லாம் வெறும் புனைசுருட்டு தான் என்பதும் இவ்விடம் விளங்கும்.

படிப்படியாக வைகறைப் பொழுதும் வந்தது. விஜயன் வந்து உறங்கிக் கொண்டிருக்கும் மாறனைத் தட்டி எழுப்பினான். எழுந்து அமர்ந்ததும், "மதியும், கலையும்?" என்று அவர்களையேக் கேட்டான்.

"இருவரும் வீட்டுக்குப்போய் விட்டனர்! நமக்கும் நாழிகை ஆகிறது! கோட்டைக்கு செல்ல வேணும்! விடியும் போது நாம் கோட்டையில் இல்லையென்றால் ஆயிரம் களேபரம் நடக்கக்கூடும்! வா!" என்றுக் கையை நீட்டினான். அதனைத் தூணாய் எண்ணிப் பிடித்து எழுந்தான். "குதிரை?"

"குதிரை இங்கேயே இருக்கட்டும்! காலையில் வெளிச்சத்தோடு வந்து எடுத்துக் கொள்வோம்! இப்போது நிலவும் நிசப்தம் குதிரையால் களையக்கூடும்!"

இருவருமாக கோட்டையை நோக்கி சென்றனர். விஜயன், மாறனைத் தன் அறையில் தங்கவைக்க நினைத்தான். அரண்மனையின் காவலில் இருந்த சிலர், தூக்கம் முழிக்க முடியாமல் தூங்கிப் போயினர். அது அவர்களுக்கு நிம்மதி அளித்தது. அவர்களை எழுப்பி விடாமல் இருக்க வேணுமே என்று சத்தமின்றி நடந்தனர். ஆனால் அவர்கள் மிதியடிகளுக்கு அந்த அறிவு இல்லை. கீழே அமர்ந்த விஜயன், மாறனின் மிதியடிகளைத் தன் கையால் கழற்றினான். "என்ன செய்கிறாய்? யாரேனும் விழித்துக் கொண்டு, இதனைப் பார்த்தால் என் மேலேப் பாய்ந்துக் கொலை செய்துவிடுவார்கள்!" என்றுப் பதறினான். 'உஷ்' என்று அமைதியாகும் படி சொல்லிவிட்டு அவனை தன் அறைக்குள் அழைத்து சென்றான்.

"என்ன காரியம் செய்தாய் விஜயா? என்னதான் நண்பன் என்றாலும் இளவரசனை காலைத் தொட அனுமதிக்க முடியுமா? அப்படி செய்தால்தான் இவ்வுலகம் ஏற்குமா?" என்றான் நுழைந்தும், நுழையாதுமாய்.

"இதிலென்ன உள்ளது நண்பா? இந்த இரவு எவ்வளவு சௌந்தர்யமானதாக அமைந்தது என்று அறிந்தாயே? அதற்கு திருஷ்டி கழித்ததாய் எண்ணிக்கொள்! மனம் ஏற்கும்!" என்றான். இருவரும், பட்டுத் துணி விரிக்கப்பட்ட பஞ்சணையில் அமர்ந்துக் கொண்டு, ஏதேதோப் பேசிக் கொண்டு மீதமிருந்தக் கொஞ்ச இரவையும் கழித்தனர்.

23

கருங்குதிரை சிக்கல்!

விடிந்தது. மீன்பிடித் தொழிலுக்கு சென்ற ஆடவர் கரைத் திரும்பினர். பூமியின் கடல்மாதா இம்முறை அவர்களுக்கு வாரிக் கொடுக்கவில்லை. வள்ளல் என்றாலும் சமயத்தில் வஞ்சம் செய்வதென்பது வரலாற்றில் நாமறிந்த ஒன்றுதானே! கிடைத்ததை ஊருக்குப் பகிர்ந்துக் கொடுத்து மகிழவும் செய்தனர். என்றும் இல்லாத இன்பக்களை மதியழகியின் முகத்தில் இருந்தது. ஒருத் தகப்பனாக பவித்ரனுக்கு வேணுமானால் அது சந்தோஷமாய் இருக்கலாம். ஆனால், ராஜேந்திரனுக்கு அப்படி இருக்காது. இருப்பதில் நியாயமும் இல்லை. 'ஏன் இத்தனை மகிழ்ச்சியாய் காணப்படுகிறாள்?' என்றுத் தனக்குள் கேட்டுக் கொண்டே இருந்தான்.சற்றுக் காற்றாட நடந்து வரலாம் என்றெண்ணி கடல்ராசனை அழைத்துக் கொண்டுப்போனான். காற்றாட நடக்க வேண்டிய நிர்பந்தம் என்ன என்று கடலரசனுக்கு விளங்கவில்லை என்றாலும் நண்பனுக்குத் துணையாக செல்ல எத்தனித்தான்.

வழிநெடுக மணலும், காற்றும், அமைதியும் மட்டுமே இருந்தது. "என்ன ராஜேந்திரா? அமைதியாக வருகிறாய்? போதாக் குறைக்கு உலா வேறு வருகிறோம்! விந்தையாய் உள்ளதே?" என்றான் கடல்ராசன்.

"ஒன்றுமில்லை நண்பா! இன்று மதியழகியின் முகத்தைப் பார்த்தாயா?" என்றுக் கேட்டான். உண்மையில் அவன் அவளைக் காணவில்லை. அதனை காதைச் சுற்றி மூக்கைத் தொடும் கதையாக, "நண்-

பனை மணம் செய்யப்போகும் மங்கையை நான் பார்ப்பது அடுக்குமா?". இந்த வார்த்தைகள் ராஜேந்திரனுக்கு சுகம் தரும் வார்த்தையாக இம்முறைத் தோன்றவில்லை. மாறாக வலிக் கொடுத்தது.

"அதில்லை நண்பா! அவள் முகத்தில் என்றுமில்லாத ஒரு சந்தோஷத்தை இன்று நான் பார்த்தேன்! பொருளை இந்தக் கடல் வாரிக் கொடுத்தபோதுக் கூட அவள் முகத்தில் அத்தனை சந்தோஷத்தை நான் பார்த்தது இல்லை! ஆனால், பொருள் குறைவான இன்றைக்கு... இவள் சுபாவம் புதிதாக உள்ளதே!" என்றான். இப்போது வேணுமானால் கடல்ராசனுக்கு ஏதோ இடிப்பதுப் போல இருந்தது.

"நீ சொல்வதை வைத்துப்பார்க்கும்போது எனக்கும் சற்று சந்தேகம் வரத்தான் செய்கிறது! ஆனால் என்ன செய்ய முடியும்? அவளிடம் பேசி என்னப் பண்ண முடியும்? வாய்ப்புதான் கிடைக்குமா?" என்றுப் பேசிக் கொண்டே செல்கையில் அவர்கள் நீரோடைப் பக்கமும் வந்தனர். அப்போது அங்குள்ள நானற்புல்லை மேய்ந்துக் கொண்டிருக்கும் கருப்பு வண்ணக் குதிரையைக் கண்டதும் அவர்களுக்கு ஒன்றும் விளங்கவில்லை. 'என்ன இது? சம்மந்தம் இல்லாது ஒருக் குதிரை இங்கு நிற்கிறதே?' என்று யோசனை வந்தது. குதிரையின் கடிவாளம், அதில் உள்ள பொத்தான் போன்ற வட்டத்தில் இருக்கும் அரச முத்திரை எல்லாவற்றையும் பார்த்து ஆச்சர்யம் அடைந்தனர்.

சற்றுத் தொலைவில் இருந்து வந்த 'கிர்ர்' என்னும் ஒலியைத் தொடர்ந்து அந்தக் குதிரையும் தறிக்கெட்டு ஓடியது. வேகமாய் ஓடும் குதிரையை அவர்களால் ஒன்றும் செய்ய முடியாதே! கண்ணிமைக்கும் நேரத்துக்குள் அந்த புதர் மறைவில் மறைந்து ஓடியது. அந்தக் குரல் கமலநெடுமாறனிது தான். ஆனால் அவன் யாரென்றே இவர்களுக்குத் தெரியாதப் போது, அவன் குரலையா அடையாளம் காண முடியும்? குதிரையில் ஏறிக் கொண்டு அரண்மனைக்கு சென்றான்.

அந்தக் கருங்குதிரைக் குறித்த சிந்தனையில் இருந்த ராஜேந்திரன் மற்றும் அவன் நண்பன் முன்னால் வந்து நின்றாள் மல்லிகாவின் பாட்டி. "என்னப்பா அந்தக் குதிரையால் குழப்பமா என்ன?"

"ஆமாம்மா! இதுக் குறித்து என் மனதில் ஏகப்பட்டக் குழப்பம்!"

"இந்தக் குதிரைக் குறித்து மகாராஜாவின் தம்பி, சந்திரவர்மனிடம் பேசுங்கள்! நிச்சயம் நல்ல பதில் கிடைக்கும்!" என்றாள். இது அவர்-

களுக்கு விளங்கவில்லை என்றாலும், ஏதோ யோசனை நல்லதாகவேப் பட்டது. இந்தக் கருங்குதிரை சிக்கலுக்கு நல்லத் தீர்வும் அதுதான் என்றும் நினைத்தனர்.

அவர்கள் என்று சொல்வதற்கில்லை. ராஜேந்திரன் மட்டும்தான் சென்றான். கடல்ராசன் சந்திரவர்மனை சந்திக்க நினைக்கவில்லை. அது அவனுக்கு அவசியமும் இல்லை. இரண்டொரு நாட்களுக்குப் பின்னர் செல்வதாய்த் தீர்மானித்தான் ராஜேந்திரன்.

24

பாட்டிசைக்கும் தென்றல்!

மற்றொருப் பக்கம், நெடுமாறனை நினைத்தால் குத்துவதும், மறந்தால் உறுத்துவதும் என்று நொடிதோறும் வேதனையில் மூழ்கி வாழ்ந்து வந்தாள் திலகாள். உண்மையில் சிந்தாமணி சொன்னதுதான் சரி என்று அவளுக்கு தோன்றியது. சொல்லித் தொலைத்துவிட்டால் இந்த இதயம் சற்று அமைதியாகவேனும் இருக்குமே என்றும் நினைத்தாள். முடிவு என்னவென்பதை அறிந்துக் கொண்டால் உடலும் உள்ளமும் சுகமாய் இருக்கலாமே என்றும் எண்ணினாள். 'ஏற்றுக் கொண்டால் என்ன செய்வது?' என்றெண்ணி மகிழவும் செய்தாள், 'மறுத்துவிட்டால் என்ன செய்வது?' என்று வருந்தவும் செய்தாள். தேய்ந்து வரும் நிலவைக் கண்டாள். அப்போது அதனை மேகம் மறைவில் புணர்ந்து விட்டுச்செல்வதையும் கண்டாள். இதனையெல்லாம் தன் வாழ்க்கையோடு ஒப்பிட்டுப்பார்த்தால் சற்றே பயங்கரமானதாக இருக்கும். ஆனால் செய்தாள். ரசிக்கும் மனநிலைக்கு பயங்கரங்கள் அத்தனை அச்சுறுத்தல் இல்லை.

நாம் இது வரை சந்தித்த ஒவ்வொருக் காதலருக்கும், அவர்கள் உள்ளத்தில் இருக்கும் ஒவ்வொருக் காதலாலும் வேறுப்பட்டு உள்ளார்கள் என்பதை நம்மால் உணர முடியாமல் இருக்காது. கவியரசியும் வீரசேகரனும் கொண்டுள்ள மறைவானக் காதல், மதியழகியும் விஜயபிரபாகரனும் கொண்டுள்ள கனவுக் காதல், மணிமேகலையும் கமலநெடுமாறனும் கொண்டிருக்கும் தூதுக் காதல், ராஜேந்திரன் மனதில் இருக்கும் ஆளு-

மைக் காதல், திலகாவின் இதயத்தில் இருக்கும் வேதனைக் காதல் என எல்லாமே விசித்திரமாய் இருக்கிறது. இந்நாட்டின் மூளை முடுக்கெங்கும் காதல் கொடிப் படர்ந்திருக்கும் அழகை அறிந்தோர் நம்மைத் தவிற யாருமிலர். காற்று நுழையாத இடத்திலும் காதல் நுழையும் என்பார்களே? அதையும் நம்மைத் தவிற அறிந்தோர் யாரும் இருக்க முடியாது.

தேய்பிறை முடிந்து வளர்பிறையும் வந்தது. காலம் வேகமாய் உருண்டு ஓடுவதை இதைக் காட்டிலும் சரியாய் அவர்களால் புரிந்துணர வாய்ப்பில்லை. நாட்களும் செல்ல செல்ல அவர்களின் இரவு நேர எதிர்பார்ப்புக் கூடிக்கொண்டேப் போனது. என்னதான் எதிர்பார்ப்புக் கூடினாலும், சற்று இடைவெளிப் பின்பற்றப்பட்டது என்பதும் உண்மையே. ஊடலும் கூடலும் நிகழவில்லை. சந்திப்பு நடந்தது. வார்த்தைகள் மட்டுமேக் கட்டித் தழுவியது. தேகங்கள் காற்றுக்கு வழி கொடுத்து நின்றது.

விஜயனும், மாறனும் இரவினைப் பெரிதும் எதிர்நோக்கி இருந்தனர். 'எப்போது ஆதவன் இறங்கி, இருள் மூளுமோ?' என்றுக் காத்துக் கிடந்தனர். இரவும் வந்தது. ஒவ்வொரு இரவும் புதுமையானதுதான். புன்னை மரத்தடியில் அவர்கள் காத்திருப்பார்கள் என்ற எண்ணத்தில் இருவரும் சென்றனர். செல்லும் வழி எங்கும் வீசியக் காற்றும், பொழிந்த நிலவும் நோய்போல அவர்களை தாக்கியது. எதிர்ப்பார்த்ததை விடவும் வேகமாகவே நீரோடைக்கு வந்து சேர்ந்தார்கள். மிஞ்சியதோ ஏமாற்றம்.

அழகிகள் அவ்விடத்துக்கு இன்னும் வரவில்லை. காத்திருந்தனர். ஒரு நாழிகை, இரு நாழிகை, மூன்று நாழிகைப் போனது. காத்திருந்தனர். காத்திருந்தக் கொஞ்ச நேரம் கூட யுகம் போலத் தோன்றும் காதலில், பாதி இரவு என்பதைப்பற்றி சொல்லவா வேணும்?. காத்திருந்துக் காத்திருந்து நடுச்சாமமும் வந்தது. ஒரு வழியாய் மதியழகியும் மணிமேகலையும் புங்கைப்பட்டினத்து நீரோடைக்கு வந்தனர்.

"என்ன ஆனது? ஏன் இம்புட்டுத் தாமதம்?" என்று வினவினான் விஜயன்.

"ஒன்றுமில்லை இளவரசே! இன்று ஊரில் ஆடவர் யாரும் இரவு மீன் பிடிக்க செல்லவில்லை! அதனால் தான் இவ்வளவுத் தாமதம்! மன்னிக்க வேணும்!" என்றாள் மணிமேகலை. "நல்லதாய் போனது!" என்று ஒரு நிம்மதியோடு சொன்னான்.

“இதிலென்ன நன்மை உள்ளது? கொஞ்ச நேரம் கூடக் கொஞ்சிப் பேச முடியாதல்லவா? நீங்கலேன்னவோ விசித்திரமாய் சொல்கிறீரே?” என்றாள் மதியழகி. அவள் கேள்விக்கு பதில் வேணுமே? வந்தது. விஜயனிடமிருந்து வந்தது.

“என்னை மணந்துக் கொள்ளப் போகும் என் மகாராணி இன்றிரவு எனக்கு வலை வீசக் கற்றுத் தரலாம் அல்லவா?”

“ஐயோ! என்ன நீங்கள்...”

“இல்லை மதி! கட்டாயம் நீ எனக்குக் கற்றுத் தரதான் வேணும்!” என்றுக் கண்களால் ஏதோ ஜாடை செய்ய, அவள் உடனே “ஒப்புகிறேன்!” என்றாள்.

அவன் கைகளைப் பிடித்துக் கொண்டு, நேராய் வானத்து மேகமெல்லாம் சோகம் கொண்டுக் கண்ணீர் வடித்தக் கடலை அடைந்தனர். விசாலமான பறந்து விரிந்தக் கடலையும், அதில் அடித்துக் கொண்டிருந்த அலையையும், அந்த அலைக் கொண்டு வந்து, தொலைத்துவிட்டு சென்ற நுரையும் கண்டார்கள். நிலவின் பிரதிபலிப்பைக் காண விடாது அந்த அலை நீரைக் கலைத்ததையும் கண்டு ஆதங்கம் கொண்டார்கள். கடலின் மணற்கரையில் நின்றிருந்த சிறியப் படகினை நோக்கிக் கைகாட்டினாள். அதனை நோக்கி சென்றார்கள். மதியழகி அந்தக் கையிற்ற அவிழ்த்து, மெல்லப் படகை நீருக்குள் செலுத்தினால். முழங்கால் வரையில் ஈரம். படகில் தாவி ஏறிக் கொண்ட மதியழகி, கையை நீட்டி விஜயனையும் ஏற்றிக் கொண்டாள். கடலில் செலுத்தினர். அலையை சமாளித்துக்கொண்டு ஒரு வழியாக நிசப்தமான இடத்தையும் அடைந்தது.

மறுபுறமோ, நீரோடைப் பக்கமாக, “என்னம்மா! அவர்கள் கடலில் வலைவீசப் போய்விட்டார்கள்! நீ இன்னும் கண்ணால்கூட வலைவீசவில்லையே?” என்றுக் கெஞ்சலாய் கேட்டான் மாறன்.

“என்ன வேணும் உனக்கு?”

“உன் தேன்குரலால் பாடலொன்றுப் பாடேன்?”என்றுக் கேட்டான். பண்ணோடும், பாட்டோடும் இனைந்து வாழ்ந்தவர் தமிழர் என்பதை உணராதவர் இருக்க வாய்ப்பில்லை. அதனை சில இலக்கியக் குறிப்புகள் நமக்கு உணர்த்தும். காதலன் வேண்டலை நிறைவேற்றுவதில் அவளுக்கு சம்மதம்தான். அந்தப் பாடலைக் கேட்கத்தான் அங்கு வீசி-

யத் தென்றலும் ஓய்ந்தததுப்போல.

“ “கார்முகிலே... கண் துடைப்பீர்!
கடலலையில் காதல் கொண்டேன்!”
”

என்றுத் துவங்கினாள் மணிமேகலை. அதனைத் தொடர்ந்து,

“ “வெண்ணிலவே... வேதனை ஏன்?
விடிகையிலும் விரல் பிரியேன்!”
”

என்றுத் தன் வரிகளை சொன்னான் மாறன்.

“ “விரல் பிரிந்தால் வேதனையும்
கடல் கொண்டதுப் போல் ஆகாதோ?”
“கடல் கொண்டுப் போனாலும்
துணையாய் நானும் வாரேனே!”

“துணையாய் நீயும் வரும்போது
துயரம் என்ன கண்ணாளா?”
“துயரம் இல்லை எனும்போது
கலக்கம் ஏனோக் கலைமானே?” ”

என்று சொல்லி, அந்த அழகிய அகன்ற ஓடையில் பூத்திருந்த அல்லி மலரை எடுத்து அவளதுத் தூரிகையில் சூட்டினான். அல்லி மலர் சூட்டியக் கூந்தலின் நறுமணம் அவனை ஏதேதோ செய்தது. இவ்வாறாகவே அவர்களின் இரவுக் கழிந்தது.

மென்மையான அந்தக் கைகளால் பலமாகத் துடுப்பு வலித்துக் கொண்டிருந்தாள் மதியழகி. அந்தப் படகும் தாலாட்டுப் பாடும் தொட்டில் போல ஆடிக் கொண்டே சென்றது. அவளது இந்த சுறுசுறுப்பான தன்மையை நினைத்து ஆச்சர்யப் பட்டுக் கொண்டிருக்கிறான் விஜயன்.

சற்றே அமைதியான அந்தக் கடலில் படகை நகர்த்தி சென்றனர்.

“என்னம்மா மதி? என்னை மணம் புரிந்தப் பிறகு நீ என்னோடு இதுப் போல நடுக்கடல் வருவாயா?”

“வராமல் என்ன? எந்தத் தீவுக்கும் வருவேன்! எந்த நாட்டுக்கும் வருவேன்! எந்த உலகிற்கும் வருவேன்! எமலோகம் என்றாலும் சரி!”

“இந்நாட்டு மக்கள் என் பட்டாபிஷேக விழாவில் நான் பேசுவதைக் கேட்கும் வரை எமனே வந்து அருகில் நின்றாலும், அவன் காத்துதான் இருக்க வேணும்!” என்றான். துடுப்புப் போடுவதை நிறுத்திவிட்டு, அவன் அருகில் வந்து அமர்ந்துக் கொண்டாள். அவன் தோளோடு சாய்ந்து,”கவலைப் பட வேண்டாமைய்யா! சீக்கிரத்தில் நடக்கும்!” என்று ஆறுதல் சொன்னாள்.

“திடீரென இந்தக் கடலன்னை எனை வந்து கொண்டு சென்றால்?”

“அப்படிக் கடலைன்னைக்கு உம்மைப் பிடித்தாலும், உம்மைக் கொண்டுப் போக பதிமூணு நாள் ஆகுமையா!”

“பாரேன்! கடல் பொங்க வேணுமானாலும் கூட என் ராணியின் கட்டளை வேணும் போல!”

“ஐயோ! ஐயோ! கடல் பொங்கவேண்டுமேயானால் வானில் பௌர்-ணமியாய் இருக்க வேணும்! கேள்விப்பட்டதில்லையா?” என்றுக் கேட்க, “இல்லையடி மானே! சுடுகாட்டில் பிணம் எரித்து வாழ்ந்த எனக்கு அதுப் பற்றி எல்லாம் என்னத் தெரியும்?” என்றுத் தன் அறியாமையை ஒப்-புக்கொண்டான் விஜயன். தோள்களில் சாய்ந்திருந்த அவளைக் கைகள் கொண்டுக் கதகதக்கக் கட்டியனைத்துக் கொண்டான். அந்த அணைப்-போடேக் குழந்தைப் போல தூங்கிப் போனாள் மதியழகி. அந்த உறக்கம் ரசிக்கும் படி இருந்ததா எனத் தெரியவில்லை. ஆனால், விஜயன் ரசித்-துக் கொண்டிருந்தான். அவளைப் படுக்க வைத்துவிட்டு, துடுப்பு வலித்-தான். அவனுக்கு சற்றுத் தொலைவில் ஒருத் தீவு இருப்பதைக் கண்-டான். அந்த தீவு அழகியதாய் தெரிந்தது. இருந்தாலும் அவன் மீண்டும் புங்கைப்பட்டினக் கடற்கரையை அடையவே எண்ணினான்.

அவளது அந்த சுந்தர முகத்தைப் பார்த்தவாறேப் படகை செலுத்-தையில், உள்ளத்தில் எழுந்தக் கவிதையை வாய்விட்டுச் சொன்னான்.

“ *“பௌர்ணம்யோ இங்கிருக்க - பிறை*

பொழிந்துவிட்டு இயங்கும் வானம்
யாரைத்தான் தேடுதோ?
எவனைத்தான் கூடுதோ?
எத்தனைதான் மங்கையுண்டு - புவியில்
இந்நிலவைப் போல உண்டோ எங்கும்?" ''

என்றான். எப்படித்தான் இந்தக் காதல் எல்லோரையும் கலைஞன் ஆக்குதென்றுத் தெரியவில்லை. படிப்பறிவு இலாதவன் கூட எட்டுக்கட்டில் பாட்டிசைக்கிறான், எழுதப் படிக்கத் தெரியாதவன் பாட்டெழுதும் புலவனாகிறான், போர் வீரன் ஓவியன் ஆகிறான், இபோது நம் மன்னன் படகோட்டியும் ஆகிறான். அது ஆண்டவனுக்குத் தான் வெளிச்சம்.

படகைக் கரை வந்து சேர்த்தான். அவளதுத் தூக்கம் களைப்பதில் அவனுக்கு உடன்பாடு இல்லை. கரையில் படகின் நுனியைக் கட்டிவிட்டு, தன் அழகு மங்கை விழிக்கும் வரைக் காத்திருந்தான். காத்திருந்து காத்திருந்துக் காலம் கடந்துப் போய், இரவும் வேகமாக முடியத் துவங்கியது.

நெடுமாறனும், மணிமேகலையும் ஒருவரை ஒருவர் பிரிய மனமின்றிப் பிரிந்தனர். அப்போது அந்தப் புதர் மறைவில் சிறு சலசலப்பு ஏற்பட்டது. "காட்டு முயல்கள் அவ்வபோது இவ்வாறு நடந்துக் கொள்வது இயல்புதான்!" என்று உணர்ந்து அவ்விடம் விட்டு நகர்ந்தார்கள். கடற்கரைக்கு வந்தப் போது, படகிலே சாய்ந்து அமர்ந்திருக்கும் விஜயனைக் கண்டனர். விரைந்தோடித் வந்ததும், படகிலே மதியழகி உறங்கிக் கொண்டிருப்பதையும் கண்டனர். "என்ன இளவரசே! மதியை எழுப்பி இருக்க வேணாமா? இன்று சூரிய வெளிச்சம் வரும் வரை எல்லாம் காத்திருக்க முடியாது!" என்று அவசரத்தில் வெடித்தாள் மணிமேகலை. "அது எப்படி மனது வரும் கலை? அந்த முகத்தைப் பார்!" என்றுக் கிறங்கிச் சொன்னான் விஜயன்.

"நல்லக் கதையாய் போனது!" என்று சொல்லும் போதே, சற்றுத் தொலைவில் இருந்து ஒரு இருமல் சத்தம் கேட்டது. அனைவரது உள்ளத்திலும் பாரம் வந்து ஏறிக் கொண்டது. "இளவரசே! நீங்கள் சீக்கிரமாய் இவ்விடம் விட்டு சென்றுவிடுங்கள்! இவளை நான் கவனித்துக் கொள்கிறேன்!" என்று அவள் அவசரப் படுத்தியதை ஏற்று, சென்றார்-

கள். என்னதான் அவர்கள் சென்றுவிட்டாலும் எண்ணம் எல்லாம் புங்-கைப் பட்டினத்து கடற்கரையிலேயே இருந்தது.

25

மாட்டிக் கொண்டார்கள்!

எப்படியோக் கஷ்டப்பட்டு மதியழகியுடைய உறக்கத்தைக் கலைத்தாள். மீண்டும் அந்த இருமல் சத்தம் கேட்டது. பயந்து ஓடினர்.நெருங்கி வந்துக் கொண்டிருப்பதை உணர்ந்தனர். தூக்கம் கொஞ்சம் கொஞ்சமாக தெளிவுக்கு வந்தது. அந்தப் புதர்மண்டியக் காட்டு வழியில் சென்றுவிட்டால், மறைவாக ஊருக்குள் சென்றுவிடலாம் என்று எண்ணி வந்தனர். இருமல் சத்தம் பவித்ரனின் குரலினது என்று மதியழகிக்கு நேரம் ஆக ஆக விளங்கியது. உருவமும் தெரிய ஆரம்பித்தது. உண்மையாகவே அவர் பவித்ரன் தான்.

'அவர் கண்ணில் பட்டுவிடக் கூடாது!' என்றுக் கடவுளர் அனைவரையும் வேண்டிக் கொண்டனர். ஆனால் இம்முறை எந்தக் கடவுளும் அவர்களுக்குத் துணை செய்யவில்லை. "யாரது? நில்லுங்கள்!" என்று சொன்னார். 'என்ன செய்யப் போகிறோம்?' என்றுக் குழப்பத்தில் இருந்தாள் மதி. மேகலைக்கு சொல்லவே வேணாம்! மாட்டிக் கொண்டார்கள். "இந்நேரத்தில்... அதுவும் தோணித்துறையில் உங்களுக்கு என்ன வேலை?" என்றுக் கேட்டார். மேகலையும், மதியழகியும் என்ன சொல்வது என்று விளங்காமல் இருந்தனர். கடவுள் தப்பிக்கதான் வாய்ப்புத் தரவில்லை என்றாலும், சமயத்தில் பொய்சொல்லும் சக்தியை வழங்கி இருந்தார். "இல்லை அப்பா! தூக்கம் வரவில்லை! அதுதான் கொஞ்சம்

உலாவிவிட்டு வருவோமே என்றுக் காற்றாட வந்தேன்!" என்றாள் மதி.

"உனக்குத் தூக்கம் வரவில்லை என்றால் தனிமையில் வர வேண்டியதுதான? இவளை என்னத்துக்கு கூட அழைத்து வந்தாய்?" என்றுக் கேட்டதும், மதி, மேகலையின் முதுகுப் புறத்தைக் கிள்ளினாள். அதன் அர்த்தம், 'சமாலி!' என்பதுதான் என்று புரிந்துக் கொண்டாள். "இல்லைத் தலைவரே! நானும் தூக்கம் வராமல் வெளியே அமர்ந்திருந்தேன்! அப்போது மதி வந்ததால் துணையாக இருக்கட்டுமே என்றுதான் உடன் வந்தேன்!" என்று ஒருவாறாக சமாலித்துவிட்டாள்.

"அதற்காக? நட்ட நடு இரவிலா வனாந்திரத்துக்கு வருவது? இன்னொரு மலைச் சிங்கம் வேறுக் காட்டுக்குள் ரத்த வெறிகொண்டுத் திரிகிறதாம்! ஒன்று செத்தாலும் ஒன்று வருகிறது!" என்று சொல்லிவிட்டு, "ஒழுங்காய் வீடுப் பொய் சேருங்கள்!" என்றும் அதட்டி அனுப்பினார். அவர்கள் சென்றனர். "மறுநாள் வந்துவிட்டது! இன்னும் நட்ட நடு இரவு என்கிறாரே?" என்று சொல்லி சிரித்து சென்றனர்.

பவித்ரனோ, கடற்கரை மணலில் வந்து அமர்ந்துக் கொண்டார். அந்த வானத்தின் நிலவைக் காணும் போது அவருக்குக் கண்ணீர் வந்தது. காலாற அமர்ந்தவரின் கைவிரல்கள் சும்மா இல்லை. மணலின் ஈரத்தில் நிலவை ஒரு ஓவியமாய் வரைந்து அதனைக் கண்டவாறு அமர்ந்திருந்தார். பலவிதமான பழைய நினைவுகள்தான் அவரை வாட்டி வதைத்தது என்றுதான் சொல்ல முடியும். அந்த முகத்தில் இருந்த இறுக்கமும், அதன் கொடுமையும் அவர் கண்களில் கண்ணீராக வழிந்தோடியதும் உண்மை.

26

யானைப் போர் தோழன்!

என்னதான் இரவெல்லாம் காதல் மயக்கத்தில் இருந்தாலும் விடிந்ததும் விஜயனுக்கு பின்னால் மறைந்திருக்கும் மர்மத்தினை அவிழ்ப்பதுக் குறித்தே சிந்தித்து வந்தான் நெடுமாறன். இரவில் இன்பமும், பகலில் தேடலும் இருக்கும்போது அவன் கண்களில் உறக்கம் சற்றே குறைவு-தான். மதியும், மேகலையும் சொன்னதுப் போல வீரசேகரனின் நட்பை அடைந்தே ஆகவேண்டும் என்றும் முடிவெடுத்தான். விடிந்த வேளை-யில் முதல் வேலையாக வீரசேகரன் குடிலுக்கு சென்றான் மாறன். வாச-லிலேயே அவனுக்கு மறுப்புக் காத்திருந்தது. மறுப்பு என்பதைக் காட்டி-லும் நிதர்சனம் என்றே சொல்ல வேணும். "ஐயா! தளபதி யானையைப் பார்க்கப் போயுள்ளார்! அங்கு சென்று அவரைப் பாருங்கள்!" என்று பதிலளித்தான், வாயிற்காவலன். நெடுமாறன் அதனை ஏற்று, தன் நன்-றியினை வார்த்தைகளால் சொல்லிவிட்டு அங்கிருந்து சென்றான்.

யானைக் கட்டப் பட்டிருக்கும் தொழுவமானது கொஞ்சத் தொலை-வில்தான் இருக்கிறது என்பதை அறிந்திருந்தான். அங்கு சென்றபோது, தளபதி வீரசேகரனும் அவனை சுற்றி இரண்டு மூன்றுக் காவல் காரர்-களும், யானைப் பாகனும் இருந்தனர். யானையின் உடலேகம் நீர் வழிந்திருந்தது. காதுகளை அந்த யானை முன்னும் பின்னுமென வேக வேகமாக ஆட்டிக் கொண்டிருந்தது. தலையை வேகமாக ஆட்டியது.

இதெல்லாம் அதற்கு மதம் பிடித்துள்ளது என்பதைப் படம் பிடித்துக் காட்டும். வீரசேகரன் அதனை மெல்ல நெருங்கினான். துதிக்கையால் அவனை இடித்துத் தள்ளியது. நிலைத் தடுமாறிக் கீழே விழுந்தான் வீர-சேகரன். கனநேரத்துக்குள் யானை சங்கிலியை அத்துக் கொண்டு விட்-டது. அதனைக் கண்டதும் அங்கிருந்த மற்றவர்கள் வீரசேகரன் நிலைக்-குறித்து சிறிதும் கவலை கொள்ளாது ஓடினர். தன் தலைதான் முக்கியம் என்பதை அர்ந்துக் கொண்டனர் மற்றோர். அதனைத் தனக்கு சாதகமாய் பயன்படுத்திக் கொள்ள தீர்மானித்தான் நெடுமாறன். இது ஒன்றுதான் இப்பொதுத் தனக்கிருக்கும் வாய்ப்பு என்று நினைத்துக் கொண்டான். வீர சேகரனைக் காப்பாற்ற வேணும் என பிரார்த்தனை செய்தான். அவனைக் காப்பாற்ற வேணுமென்றால் தானும் உயிரோடிருக்க வேணும் என்றுப் புரியாத முட்டாளும் அவன் இல்லை. தனக்கும் சேர்த்துதான் பிரார்த்தனை செய்தான்.

குறிப்பிட்ட நேரத்துக்குள்ளாகவே யானை வீரசேகரனை நெருங்-கிவந்தது. அதனைக் கண்டபோது, ‘இந்த யானையுடைய கனமானக் கால்களில் மிதிப்பட்டு சாகத்தான் போகிறோம்’ என்றும் அஞ்சினான் வீரசேகரன்.சாவின் பயம் இன்னதென்பதை அவன் சாவின் அருகில் நிற்கும்போதுதான் அவனுக்கு விளங்கியது. ஆனால் எங்கிருந்தோ வந்த, பலமான இருக் கைகள் தன்னைக் காப்பாற்றியதை உணர்ந்தான். இந்-திரன் தான் தன் வெள்ளை யானையைக் கொண்டுத் தன்னைக் காத்தி-ருப்பானோ என்று எண்ணினான். தன்னைக் காத்தது யானை இல்லை, மனிதன்தான் என்பதை உணரவே அவனுக்கு கொஞ்ச நேரம் ஆனது. வீரசேகரனும், நெடுமாறனும் எழுந்து ஓடினர். யானைத் தறிகெட்டுப் போய் அவர்களை விரட்டி ஓடியது. இன்னதுதான் செய்யவேண்டும் என்றுத் தெரியாமல் ஊருக்குள் ஓடினர். அவர்களை விரட்டி அந்த யானையும் ஓடியது. தெருவுக்குள் நுழையும்போது அது வீதி என்பதை உணராத யானை, ஏதோக் காட்டுக்குள் உலாவருவதாய் நினைத்து ஓடி-யது. மக்கள் அதனைக் கண்டு தெறித்து ஓடினர். “ஆ...ஊ...ஐயோ!” என்றும் சத்தம்போட்டு மக்கள் ஓடினர். அவர்களின் ஓட்டத்தில் இருந்-தப் பதற்றம் மேலும் அந்த யானையை நிலைத் தடுமாற வைத்தது. குழந்தைகள் கைக்கொட்டி சிரித்தனர். இளங்கன்றுகள் பயம் அறிவ-தில்லை என்பதன் அர்த்தம் அஞ்சி ஓடிக்கொண்டிருந்த அவர்களுக்கு அப்போதுதான் விளங்கியது.

அப்போது யானைத் தங்களைக் குறி வைத்துதான் வருகிறது என்று புரிந்தது. யானையை அழைத்துக் கொண்டு ஒரு காலி மைதானத்தை அடைந்தார்கள். யானையை பல திசையில் இருந்து வந்த சங்கிலிகள் வளைத்து அமுக்கியது. யானையைக் கட்டுப்படுத்தினர். வெகுதூரம் ஓடி வந்தக் களைப்பில் மூச்சு வாங்கினர். “என் உயிரைக் காத்துவிட்டாய்! என் கடமைகள் முடிக்கும் முன்னரே நான் மாண்டுப் போயிருந்தால் என் வாழ்வும், கடமையும் அர்த்தம் இல்லாதுப் போயிருக்கும்! என் உயிரின் அர்த்தத்தைக் காத்த உனக்கு என்ன கைம்மாறு செய்யப் போகிறேனோ எனக்குத் தெரியவில்லை!” என்றான் உள்ளார்ந்து. இந்த வார்த்தை-கள் ஒவ்வொன்றும் நெடுமாறனின் இதயத்தில் ஆழமாகப்பதிந்துவிட்டது. ‘இது ஒரு நல்ல வாய்ப்பு!’ என்று அவன் உள்ளத்தில் பட்டது. “கைம்-மாறேதும் வேணாம் தளபதியாரே! உங்கள் சிநேகம் ஒன்றேப் போதாதா?” என்றதும், அவன் கைகளைப் பிடித்துக் கொண்டு, “ஏற்கனவே நீ என் உயிர் நண்பன்தான் மாறா!” என்றான் வீரசேகரன். ‘தன் பெயரையாவது அவன் வாயால் உச்சரிக்க வேணும்!’ என்ற நிலைப் போய், ‘உயிர் நண்-பன் நீ!’ என்னும் நிலை வருவதற்கு அவனுக்கு அதிகக் காலம் எடுத்துக் கொள்ளவில்லை. மேகலையும், மதியழகியும் சொல்லியதுப் போல அது அவ்வளவுக் கடினமானக் காரியம் இல்லை.

கேட்டவுடன் கிடைக்காத சிலவை உண்டு என்றால், அதில் ரகசி-யங்களும் அடங்கும். ரகசியங்களை வாங்க வேணும் என்றால் நிச்சயம் இந்தப் பிணைப்புப் பத்தாது. யானை விஷயம் அறிந்ததும் வேகமாக ஓடி வந்தான் விஜயன். “தளபதி? உங்களுக்கு ஒன்றும் இல்லையே? மாறா?”

“ஒன்றும் ஆகவில்லை இளவரசே! என்னை என் நண்பன் காப்-பாற்றி விட்டான்! வீதியைத் தான் எங்களால் காப்பாற்ற முடியவில்லை!” என்றுத் தெருவைக் காட்டினான். தெறித்துப் பறந்திருந்தக் காய்கனிகள், நசுங்கிப் போயிருந்த நெல்மணிகள், குடைசைந்துக் கிடந்த மாட்டு வண்-டிகள், அடித்து நொறுக்கப் பட்டிருந்த கடைத் தெருக்கள் என எல்லா-வற்றையும் பார்த்தான். “மக்களுக்கு?”

“நல்ல வழியாக மக்கள் யாரும் குறுக்கே வரவில்லை!” என்றான் மாறன். அந்த வார்த்தை மட்டுமே அவனுக்கு ஆறுதல் அளிக்கும் ஒன்-றாய் இருந்தது.

நாட்கள் மெல்ல மெல்லக் கறைந்து வந்தது. இரவுகளில் காதலும், பகலிலேத் துப்பறிவும் நடந்துக் கொண்டிருந்தது. தூக்கம் என்பதை கொஞ்சம் கொஞ்சமாய் மறந்து வந்தான் மாறன். காலம் செல்ல செல்ல, அன்பு மிகுந்தது. ஆழமான நட்பாய் அது உருமாறியது. தங்களதுக் காதல் கதையை பரிமாறிக் கொள்ளும் அளவுக்கு அந்த சிநேகம் ஆழமானது.

ஒரு நாள், ஒருக் குன்றின் மீது அமர்ந்துக் கொண்டு வீரசேகரனும், கமலநெடுமாறனும் சல்லாபிக்கும் வேளையில்தான் அவை நடக்கிறது. “தளபதிக்கு இந்தக் காதல் அனுபவம் ஏதாவது...?” என்றுக் கேட்டான். வீரசேகரன், “அப்படி எல்லாம் ஒன்றும் இல்லை மாறா!” என்று மழுப்பினான். மாறன் சிரித்தான். “ஏன் நண்பா? என்ன ஆனது? ஏனிந்த சிரிப்பு?”

“ஒன்றுமில்லை சேகரா! எந்தக் கள்வன்தான் தன்னைக் கள்வன் என்று ஒப்புக்கொள்ள முன்வந்தான்?” என்றது, அவனுக்கு சொல்லி விடும் வெப்பத்தை மூட்டியது. ஒரு பெருமூச்சுடன் சொல்லவும் ஆயத்தம் ஆனான். ஒரு விஷயம் தனக்குத் தெரிய வேண்டும் என்று மாறன் தீர்மானித்தால் தன் வார்த்தைகளால் மகுடி வாசித்து அந்த நாகங்களை எல்லாம் வசீகரித்துக் கொள்வான் என்பதை சிந்தாமணி விஷயத்திலேயே புரிந்திருக்கும், பவித்ரனிடமும் பார்த்தோம், மேகலையிடமும் பார்த்தோம், மதியழகியிடமும் பார்தோம். இப்போது வீரசேகரன். சொல்லிடத்தான் வேண்டும்.

27

கவியரசி - வீரசேகரன்!

"குறிஞ்சிக்காட்டுக்கு அருகில் உள்ள, பலாமரத்தின் அடியில் நடந்ததுதான் இது! அங்குதான் அவளைக் கண்டேன்! அந்தக் கருத்த அழகியுடையப் பெயர் கவியரசி!" என்று சொல்லத் துவங்கினான். அவன் சொல்வதைக் கண்ணால் காணும் வரம் மாறனுக்கு இல்லை. இருப்பினும் அது ஒன்றும் பெரிய சிக்கல் இல்லை. அனுசரிக்க முடியும்.

வீரசேகரன் ஒருநாள் தனிமையில் காட்டுக்கு சென்றிருந்தான். அந்தக் காட்டுப்பகுதியில் பன்னிரண்டு ஆண்டுகளுக்கு ஒருமுறை மட்டுமேப் பூக்கும் குறிஞ்சி செடிகள் காடுபோல் அடர்ந்து ஒருக் காலத்தில் இருந்ததால் அந்தக் காட்டை குறிஞ்சிக்காடு என்று வழங்கினர் என்று ஊருக்குள் ஒரு பேச்சு நெடுநாளாக வளம் வந்துக் கொண்டிருந்தது. முன்னொருமுறை வேட்டையாட வந்தவர்கள் குறிஞ்சிக்காட்டுக்கு வந்திருந்ததை மறக்க முடியாது. வீரசேகரன் வந்த அன்று, சற்றும் எதிர்பார்க்காத வண்ணம் வானைப் பொத்துக் கொண்டு ஊத்திய மழைக்கு அஞ்சி, ஒருக் குகை அருகே வந்து நின்றான். அப்போது, அந்த மழைத்துளிகள் மண்ணில் விழும் சத்தத்தையும் கடந்து, கால்கொலுசின் ஓசையையும் ஒரு இனிமையானப் பெண்ணின் குரலின் சிரிப்பொலியையும் அவன் காதுகளில் விழுந்தது. உடனே வெளியே வந்து சுற்றியும் முற்றியும் பார்த்தான். சற்றுத் தொலைவில் ஒருத்தி முழுதாய் நனைந்தப் பின்னும்,

முந்தானையை எடுத்து முக்காடுப் போட்டுக் கொண்டுப் போவதைக் கண்டான். துள்ளிக்குதித்து மான் போல் ஓடுவதையும், மயில் போல நடப்பதையும் கண்டான். அந்தக் குயிலோசைப் பெண்ணின் முகத்தைப் பார்க்க வேணும் என்ற ஆவல் வந்தது. 'வருணா! அவள் முகத்தைக் காண ஒரு வழி செய்யக் கூடாதா?' என்று மனதில் நினைத்துக் கொண்டான். அவன் வேண்டுதலை வருணன் கேட்டுக் கொண்டான் போல. ஒரு மின்னல் வெட்டியது. அவள் குனிந்து கொண்டு மண்ணை நோக்கி, "அர்ஜுனா... அர்ஜுனா..."என்று நொடிக்கு முப்பது முறை உச்சரித்தாள். அவளது இந்த பயந்த சுபாவம் அவனை ஏதோ ரசிக்கச் செய்தது. இனிமேலும் நனையாது இவ்விடமே இருப்பதில் அர்த்தமில்லை. பூமகள் நனைகையில், புதுப் புனலாய் பாய்ந்து சென்றுப் பார்த்துவிட வேணுமல்லவா? மறைந்து மறைந்து வந்து அவளுக்கு எதிரில் இருக்கும் புதரின் மறைவில் நின்றுக் கொண்டான். மீண்டும் ஒருமுறை மின்னல் வெட்டியது. அப்போதுதான் அந்த முகத்தில் இருந்த சொல்ல முடியாத சௌந்தர்யத்தை அவனால் உணர முடிந்தது. கருத்த தேகம் கொண்ட கவியரசியை அவன் முதன் முதலில் கண்டப்போது, அவனை அறியாமல் அவனது உள்ளம் படபடத்தது. இதுவரைத் தாங்கண்ட ஆயிரம் ஆயிரம் பெண்களில் இப்படி ஒருத்தியை அவன் கண்டதில்லை. அந்த ஆயிரத்தில் எண்ணற்ற அழகிகள் இருந்தாலும், கவியரசியின் கண்களில் ஏதோ ஒரு மயக்கம் இருப்பதாய் எண்ணினான். அந்த சிறுத்த இடையிலும், நீண்ட சிகையிலும் ஏதோ ஒரு அற்புதம் அவள் அங்கங்களில் அங்கங்கு இருப்பதையும் உணர்ந்தான்.

அவள் வடக்குப் பக்கமாக ஓடுவதை கண்டான். வடக்குப் பக்கமாய் சென்று வலதில் திரும்பினால் அவள் வனக்கொத்தூர் காரியாகவோ, இடதில் சென்றால் புங்கைப்படினத்துக் காரியாகவோ இருக்கும் என்ற யூகத்தோடு சென்றான். அவளுக்குத் தெரியாமல் அவளைப் பின்தொடர்ந்து சென்றான். அவன் நினைத்ததுப் போலவே இடதுப் பக்கம்தான் திரும்பினாள். இதன் மூலம் அவள் புங்கைப்பட்டினத்துக் காரிதான் என்பதும் அவனுக்கு தெரிந்தது. அவள் மேலுள்ள ஆசை நாளுக்கு நாள் வளர்ந்துக் காதலாய் திரிபு அடைந்தது. அவளோக் காட்டுக்குள் அடிக்கடி வருபவள் என்பதை தெரிந்துக் கொண்டான்.

ஒரு நாள், ஒரு அழகியக் கட்டங்களுடன் கூடிய வண்ணமிகு நூல் புடவையை வாங்கி வந்து, அந்தப்புதர் அருகே இருந்தப் பலா மரத்தின்

கீழ் வைத்தான். பின்னர் மறைந்து நின்றான். அப்போது அவன் நினைத்ததுப் போலவே அவ்விடம் வந்த கவியரசியின் கண்களில் விழுந்தது அந்தப் புடவை. 'யார் இதை இங்கு வைத்திருப்பார்?' என்றக் குழப்பத்தோடு அதனை நெருங்கி வந்தாள். 'கைகளால் எடுத்துவிட வேணும்!' என்று மனதால் வேண்டிக் கொண்டிருந்தான் வீரசேகரன். அவன் வேண்டுதல்படியே அதனைக் கைகளில் எடுத்தாள். நொடிக் கூடத் தாமதிக்காமல் வெளியே வந்தான்.

"மன்னிக்க வேணும்! இப்போதைக்கு என்னால் நூல் புடவைதான் வாங்கித் தர முடியும்! என்னை மணந்துக் கொள்ள இந்த அழகு மங்கைக்கு சம்மதமா?" என்றுப் பளிச்செனக் கேட்டான். "இத்தனை சரளமாய் கேட்குறீரே? எத்தனைப் பெண்களிடம் இப்படி பேசிப் பழக்கம்?" என்றுக் கேலியாய் கேட்டாள் கவியரசி. "என் கவியரசியிடம் மட்டும்தான்!" என்றுப் பெயரோடு சொன்னதும் ஆச்சர்யம் அடைந்தாள். "பேரெப்படி அறிந்தாய்?"

"உன் ஊரே கதி என்றுக் கொஞ்ச நாள் கிடந்தேன்! அப்போதுதான் இதெல்லாம் சாத்தியமானது! சம்மதம் சொன்னால் தேவலை?"

"என்னய்யா இது வம்பாய்ப் போனது! இங்கு யாரோ துணியை வைத்திருக்கிறாரே என்று எடுக்க வந்தால் எதேதோக் கேட்கிறாய்? நீர் யாரேன்றேத் தெரியாதப் போது உம்மை எப்படி ஐயா மணப்பது?"

"வாஸ்தவம் தானம்மா! என் பெயர் வீரசேகரன்! தாய் தந்தை இல்லை! இந்நாட்டை ஆளும் இந்திராபுரியின் அரசவைப் படைத்தளபதி என்னும் உதவாத உத்தியோகத்தில் இருக்கிறேன்!" என்றான். "என்னய்யா நீர்? தளபதி உத்தியோகத்தை உதவாக்கறை என்கிறாயே?"

"இந்த நாட்டை ஆளும் சூரியவர்மனோ போரே வேணாம் என்று வாழ்பவர்! இரும்படிக்கும் இடத்தில் ஈ வாழும் கதையாக நான் தளபதி என்று இருக்கிறேன்! அதைத் தான் சொன்னேன்! சரி! என்னைப் பற்றி சிலரிடம் விசாரித்துப் பார்! உன் சம்மதம் சொல்ல நீ வரும் வரை தினந்தோறும் இவ்விடம் வருவேன்! நம்பிக்கை வந்தால் சம்மதம் சொல்!" என்றதும், கவியரசி அந்த ஒப்பந்தத்தை ஏற்று அவ்விடம் விட்டு சென்றாள். அப்போது, 'கவியரசி வீரசேகரனை கலியாணம் செய்யப்போபவள்!' என்று வானை நோக்கிக் கத்த வேணும் என்று அவனுக்கு ஆசையாக இருந்தது. இருந்தாலும் 'ஆசை வளர்த்துக்

கொண்டு அவஸ்த்தைக் கொள்ளாதே!' என்ற அவன் உள்ளுணர்வின் பேச்சைக் கேட்டு, அமைதி ஆகினான்.

நாள்தோறும் அவளுக்காகக் காத்திருந்தான். தினந்தோறும் அவனுக்கு ஏமாற்றம் மட்டுமே மிஞ்சியது. இதற்கும் மேல் அவனால், 'நடக்கும்!' என்று நம்ப முடியவில்லை. தனக்கு இந்நாட்டில் நல்லப் பெயர் இல்லையோ என்றும் நினைக்கத் தோன்றியது. அவன் அவ்விடம் விட்டு செல்வோம் என்றான் தனக்குள். கொஞ்ச தூரம் சென்றதும், ஒரு உடைந்து விழுந்துக் கிடந்த பலாக்கிளையின் மீது, வெள்ளை அங்கவஸ்த்திரம் இருப்பதைக் கண்டான். அவனுக்கு சொல்ல முடியாத ஆனந்தம். அவன் இதழில் ஒரு புன்முறுவல். கவியரசி வெட்கப் பட்டு வந்தாள். அவள் உடலை வீரசேகரன் வாங்கி வந்தப் புடவைதான் மறைத்து இருந்தது. அதனைக் கண்டதும் அவனுக்கு சொல்ல முடியாதப் பேரின்பம். உண்மையில் அந்தப் புடவை அவளுக்கு கனக்கசிதமாய் பொருந்தி இருந்தது.

"மன்னிக்க வேணும்! என்னாலும் இதை மட்டும்தான் வாங்க முடிந்தது!" என்றாள் கவியரசி. அவன் காதுகளில் மட்டும் அது எப்படி விழுந்ததோத் தெரியவில்லை. அத்தனை அமைதியாய் சொன்னாள். "ஏன் இத்தனை நாள்? இப்போதேனும் நம்பிக்கை வந்ததா?"

"நம்பிக்கை வராமல் என்ன? மீன் உலர்த்தி, அதனை விற்றுதான் இதனை நான் வாங்கினேன்! என் தாய்வீட்டு சீதனமாய் வைத்துக் கொள்ளுங்கள்! கருவாட்டு நாற்றம் வரலாம்! என் பிறப்பு அல்லவா அது!" என்றாள். அந்த அங்கவஸ்த்திரத்தை எடுத்துக் கொண்டு, "கருவாட்டு வாசனை வருகிறது! உனதுக் குலப்பெருமை அல்லவா அது?" என்றதும், அவனைக் கட்டி அணைத்துக் கொண்டாள்.

"இப்படிதான் எங்கள் காதல் நிகழ்ந்தது!" என்று வீரசேகரன் அந்தக் கதையை நிறைவு செய்தான். நெடுமாறனுக்கு இந்தக் காதல் கதை வசீகரிக்கும் ஒரு சுவாரஸ்யமான கதையாகத் தோன்றியது. "அடடா! என்ன அற்புதமான நிகழ்வுகள் இவை!" என்று பிரமித்தான்.

"உண்மைதான்! ஒவ்வொரு முறை நாங்கள் சந்திக்கும் போதும், அவள் நான் வாங்கி வந்த அதேப் புடவையோடுதான் வருவாள்! ஆனால், அவள் வீட்டு சீதனத்தை நான் என் பெட்டிக்குள் வைத்திருக்கிறேன்!" என்றான்.

“அடேங்கப்பா!”

“இன்னொரு விஷயம்! நம் நாட்டில் எவனோ முகமூடி கொள்ளைக்காரன் இருக்கிறானாம்! அவனைப் பிடிக்க சொல்லி என் மகாராணியின் உத்தரவு!”

“சிந்தாமணியிடம் இருந்தா?”

“என் மகாராணி என்றல்லவா சொன்னேன்! என் மகாராணி கவியரசிதான்!” என்றதும் ஒரு புன்னகை. பின்னர், தனக்கு சில வேலைகள் இருப்பதாக சொல்லிவிட்டு சென்றான் வீரசேகரன்.

28

இந்திரன் ஆலயம்!

கதைக் கேட்ட நெகிழ்வில் இருந்த மாறன், தனக்கான இரவை எதிர் நோக்கி இருந்தான். கோட்டைக்குள் சென்றுப் பார்த்தால் அங்கு விஜ-யனைக் காணோம். வேக வேகமாக வெளியே வந்துப் பார்த்தான். அங்கு அவனது வெள்ளைக் குதிரை இருந்தது எண்ணி சந்தோஷப் பட்டான். ஆனால், அவனுக்கு அதிர்ச்சியாக இருந்தது என்னவோ அவனதுக் கறுப்புக் குதிரையை அவ்விடம் காணவில்லை. தன் குதிரையைத்தான் எடுத்துக் கொண்டுப் போயுள்ளான் என்பதும் விளங்கியது. விஜயனின் வார்த்தைக்கு மாறனின் குதிரை அடங்கும்,. ஆனால், மாறனின் சொல்-லுக்கு விஜயனின் குதிரை அடங்காது. இதுத் தெரிந்துக் கொண்டிருந்த மாறன், புங்கைப்பட்டினத்து ஓடைக்கு சென்றான்.

ஆனால், அங்கு அவர்கள் யாரும் இல்லை. வேறு எங்கு சென்றி-ருப்பார்கள் என்றுக் கடலுக்கும் சென்றான். அங்கும் யாரும் இல்லை. சரி, புன்னை மரத்தடியிலே காத்திருக்கலாம் என்றுத் தீர்மானித்தான். எப்படியும் அவர்கள் அங்கு வருவார்கள் என்று அவன் யூகித்திருந்தான். 'பாதுகாப்பாய் இருக்க வேண்டிய நேரத்தில் இப்படிப் பொறுப்பிலாமல் நடந்துக் கொள்கிறானே! தேசமே இவன் கையில் இருக்கும்போதுக் காதல் மயக்கத்தில் இப்படித் திரிகிறானே! தவறான நேரத்தில் நாமும் தூது வந்துவிட்டோமோ?' என்றெல்லாம் எண்ணிப் புலம்பினான். கடலில் சிலப் பந்தங்கள் எரிந்துக் கொண்டிருப்பதைக் கண்டான். ஊர் ஆண்கள் கடலில் மீன் பிடிக்க சென்றுள்ளனர் என்பது அவனுக்குப் புரிந்தது. தொலைவில் இருந்துப் பார்க்கையில் தீக்குசிகள் தலையில் தீ இட்டு,

நீரில் நடந்து செல்வதுப் போலத் தெரிந்தது.

'கீழே இருந்தால் நன்றாய் இருக்காது என்று நினைத்து மரத்தின் உச்சியில் ஏறிக் கொண்டான். கால்நடையாய் மணிமேகலை வருவாள்! அவள் முன் பாய்ந்துக் குதித்து சற்று பயமுறுத்துவோம்!'என்ற எண்ணத்தோடு ஏறிக் கொண்டான். காத்திருந்தான். காத்திருந்தான். காத்திருந்தான். சலித்துப் போனது.

மணிமேகலை இல்லாதுத் தனிமையில் அமர்ந்திருந்தாள் மதியழகி. ஓடோடி வருவான் என்று எதிர்நோக்கிய விஜயன், கறுப்புக் குதிரையில் வருவதைக் கண்டு ஆச்சர்யம் அடைந்தாள். “என்ன ஆனது இன்று? குதிரையுடன் வரக் காரணம் என்னவோ?”

“ஒன்றுமில்லை மதி! சில ராஜாங்கக் காரணமும், தோழமை ரீதியானக் காரணமும்தான் உள்ளது!” என்றான். அதற்குமேல் துருவி விசாரிக்க என்ன உள்ளது. உடனே ஒப்புக் கொண்டாள். அவசியம் நேராமல் விஜயன் இப்படி செய்திருக்க வாய்ப்பில்லை என்று அவள் முழுதாக நம்பியதுதான் அவள் மேலும் துருவித் துருவி விசாரிக்காமல் போனதன் காரணம். அவ்வாறே அனைவரும் நினைத்தால் வம்புக்கு என்ன அவசியம்?

“இன்று நாம் புங்கை மரத்தடிக்குப் போக வேணாம்! காட்டுக்குள்ளே இருக்கும் இந்திரன் ஆலயம் சென்று வரலாம்! என் உள்ளம் ஏதோ தகவல் செய்கிறது! நல்ல சகுனங்களாகவும் இல்லை!” என்றாள் கலக்கமாக. “நீ சொன்னால் மறுப்பதுக்கு என்ன உள்ளது? வா! குதிரையில் ஏறிக் கொள்!” என்றுக் கைகளை நீட்டினான். அவள் கைகளைக் கொடுக்க மறுத்து, “நீரும் நடந்துதான் வரப்போகிறீர் ஐயா! நான் எப்போது இந்திரன் ஆலயம் போனாலும் நடந்துதான் செல்வேன்! என் வேண்டுதல் அது!” என்றாள். வேண்டுதல் என்றால் அவன் கேள்விக் கேட்க முடியுமா? இறங்கிக் கொண்டான். குதிரையுடைய முன்னங்கயிற்றை ஒருக் கையிலும், மதியழகியின் மலர்க் கரங்களை ஒருக் கரத்திலும் பிடித்துக் கொண்டு அவ்விடம் விட்டு அழைத்துக் கொண்டு சென்றான்.

வனாந்திரத்தில் அமைந்துள்ளக் கோவில் அது. அவ்வளவு சிரமம் கொண்டு செல்ல வேண்டியதாய்ப் போனது. பாதைகளில் கொஞ்சம் முட்களும் சிதறிக் கிடந்தன. வேளமரங்கள் வள்ளல் என நினைத்து

இறைத்த பொக்கிஷங்கள் போல! பாதையில் மண்டிக் கிடந்தப் புதர்களைத் தாண்டி செல்வது என்பது மிகவும் சவாலானதாக இருந்தது. சற்றே கஷ்டப்பட்டு அந்தக் கோவிலையும் அடைந்தனர். சொல்லும்படி அவ்வளவு பிரம்மாண்டமானக் கோவிலும் அல்ல. பன்னிரண்டு அடிகள் மட்டுமே உயரம் கொண்டக் கோவில். வெறும் எட்டு வாசற்படிகள். எல்லாமே கல்லால் செதுக்கப் பட்டது. உள்ளே இருந்த விக்கிரகமும் நுணுக்கமான வேலைப்பாடுகளுடன் கூடியதும் அல்ல. காலம் காலமாய் தொன்றுத் தொட்டு தமிழ் சமூகத்தாரில் கோவில்களில் உள்ள சுயம்பு வடிவிலானக் கல்லில், மஞ்சளும் குங்குமமும் சூட்டி அலங்கரிக்கப்பட்ட கல்விகற்பம் மட்டும்தான்.

“இவர்தான் நம்மை சந்திக்க வைத்தவர்! நம்மைக் காதலிக்க வைப்பவர்! வாழ வைப்பவர்! வாழ வைக்கவும் போகிறவர்! நன்றாய் வேண்டிக் கொள்ளுங்கள்!” என்றாள். அது ஏதோக் கட்டளையிட்டதுப் போல இருந்தது. கட்டளை என்று வந்துவிட்டால் அதனை மறுப்பதென்பது நடக்காதக் காரியம். அதனைக் காதலனும் கணவனும் செய்வதுப் பெருங்குற்றம் அல்லவா? கண்களை மூடிக் கைகளைக் குவித்து நின்றனர்.

“ “ஐராவத கஜா ரூடம்
ஸ்வர்ண வர்ணம் கிரீடி தம்
ஸகஸ்ர நயநம் ஸக்ரம்
வஜ்ர பாணிம் விபா வயேத்!” ”

என்று அழகியக் குரலில் மந்திரம் ஒலித்தது. அது மதியழகியதுக் குரல்தான். கோவிலை வளம் வந்தனர். மீண்டும் ஒரு முறை இந்திரனை வணங்கிவிட்டு, திரும்பினர். இன்றையப் பொழுதை அங்கிருந்தக் குகையில் கழிக்கத் தீர்மானித்தனர். “வாருங்கள்! இன்று இங்கேயே இருப்போம்! இதுதான் குறிஞ்சிக்காட்டு குகை!” என்று அந்த இடத்தை அறிமுகம் செய்து வைத்தாள். கவியரசியும் வீரசேகரனும் தங்கள் காதல் வாழ்க்கையைத் துவங்கிய இடம் இதுதான் என்பது விஜயனுக்கோ, மகியழகிக்கோத் தெரியாது. உண்மையில் கவியரசி அத்தனை ரகசியமாய் வைத்திருக்கிறாள்.

29

மதி சொல்லியக் கதை!

நெடுநேரமாகவே மதியழகியுடைய முகத்தைப் பார்த்தவாறு அமர்ந்திருந்-தான் விஜயன். "என்ன ஆனது? இன்று நேற்றா என்னைப் பார்க்கிறீர்?" என்று வினவினாள். உண்மையில் மதியழகியின் முகம் நாளுக்கு நாள் அழகேறிக் கொண்டே இருக்கிறது என்பதாகவே உணர்ந்தான். "நாள்-தோறும் புது வண்ணம் ஏறும் உன் முகம்! காண சலிக்குமா என்ன?". மதியழகிக்கு சொல்ல முடியாத இன்பம். தாழாத வெட்கம், உயிர்புற்ற அன்பு என வரையறுக்கவே வினோதமான உணர்வு அது! தன் உள்-ளத்தில் இருவேறுக் கேள்விகள் இருப்பதை மறைக்க முயற்சி செய்தான். ஆனால் அவனது பாவனைகள் அவனைக் காட்டிக் கொடுத்தது.

"என்னக் கேட்பதாய் இருந்தாலும் கேளும்! என்னிடத்தில் கேட்-பதற்கென்ன?" என்று உள்ளுக்குள் சென்றுத் திரும்பியதைப் போல வெளிச்சமிட்டு சொன்னாள். "உனக்கு இந்த ஸ்லோகமெல்லாம் சொல்ல வருமா?"

"வேறென்னத் தெரியவேணும்?"

"வேறு... நாம் கடலுக்கு சென்றிருந்த இரவில் நீ வெகு சீக்கிரத்-திலேயேத் தூங்கியது ஏன்? இந்த ரெண்டுக் கேள்விதான் எம் நெஞ்சில் ஓடுகிறது!" என்றான்.

“அப்படியென்றால் என் கதையை கேளும்! அந்தக் கதையிலேயே இரண்டுக்கும் விடை இருக்கும்!” என்று சொல்லித் தன் கதையைத் துவங்கினாள்.

“என் அம்மாவின் பெயர் இந்திரா. பிராமணக்குடியினர் வம்சத்தில் உதித்து, மந்திரங்களை உச்சரித்தவளுக்கு சாதாரண ஒரு படிப்பறிவு இல்லாத மீனவன் மீதுக் காதல் வந்து, திருமணம் செய்துக்கொண்டாள். அவர்கள் புணர்ந்ததும், நான் கருவானாதும், இந்த பூமிக்கு வருகைப் புரிந்ததும் ஒரு பூரணப் பௌர்ணமி என்பதால் எனக்கு சந்திரிகா எனப் பெயர் வைக்க நினைத்தாராம் என் அப்பா. ஆனால், புத்திசாலியான என் அம்மா இந்திராவுக்கு ஒற்றை வார்த்தையில் இரட்டை அர்த்தம் சுமக்கும் பெயரை வைக்க வேணும் என்று ஆசை வந்தது. அதனால்-தான் எனக்கு மதியழகி எனப் பெயர் வைத்தாளாம். மதியழகி என்பதை நிலவழகி என்றும் வைக்கலாம், அறிவழகி என்றும் வைக்கலாம்!”

“இப்போது அவர்...”

“இப்போது அவர் உயிரோடு இல்லை! எனக்கு அண்ணனாய் இருந்-திருக்க வேண்டியவன் கிணற்றில் விழுந்து செத்துப்போனதை எண்ணி எண்ணி வருந்தி, கொடிய மனநோயால் பாதிக்கப்பட்டு மாண்டுப் போய்-விட்டாள்! எனது சிறுப்ராயம் முதலேத் தாய்ப்பாசம் அறியாத எனக்குக் கடல்தான் தாய்! அவளது அலை வீசும் மடியில்தான் சிலப் பொழுது-களைப் போக்குவேன்! எனக்கு அந்த மாதவத்தீவும் ஒரு சொந்தம்தான்! நான் செத்ததாய் நினைக்கும் என் அண்ணனும், அம்மையும் அந்தத் தீவு என்றே நான் இன்றுவரை நம்புகிறேன்!” என்றும் சொன்னாள்.

“அந்தத் தீவின் பெயரென்ன சொன்னாய்?”

“மாதவத்தீவு! ஏன்? அங்கு சென்றீரே என்ன?”

“இல்லை மதி! அந்தத் தீவை நான் அன்றைய இரவுப் பார்த்தேன்! அங்கு செல்ல விருப்பமாய் இருக்கிறது! அன்றைய இரவு நான் அந்தத் தீவை நோக்கி செல்ல முயற்சித்தேன்! ஆனால் அன்று நம்மிடம் போதிய காலம் கையில் இல்லை. அதுதான் காரணமும்!” என்றான்.

“நிச்சயம் ஒருநாள் செல்லத்தான் வேணும்! அங்கிருக்கும் அழகைத்-தான் நான் என்னவென்று சொல்வேன்? பசுமை மாறாத மூங்கில்கள், அந்த மூங்கிலிலேப் பாட்டிசைக்கும் தென்றல், கொம்புகளில் வழியும் தேன், அதனை சேகரித்த தேனீக்கள், தேனீக்கள் விளையாடி மகிழ்ந்த

மலர்கள், மகரந்தம் புனர்ந்துப் பிறந்தக் கனிமரங்கள், மரங்கள் பெற்றெடுத்தக் கனிகளை சுவைத்து வானில் பறந்துத் திரிந்தப் பறவைகள் என சொர்க்கம்தான் என்றெண்ணும் அளவுக்கு அபாரமானதாய் இருக்கும்!" என்றாள்.

"அந்த ஸ்லோகங்கள் எல்லாம்?"

"சரஸ்வதி இன்னவர்க்குதான் சொந்தம் என்று ஏதேனும் உண்டா என்ன? சரஸ்வதி பூணூல் இட்ட பிராமனர்க்குதான் உரியவள் என்பதே இவ்விடம் கொடியது! அதனினும் கொடிதென்று உமக்கேதும் தெரியுமா ஐயா?" என்று அவள் வினவியதேப் போதாதா. அன்றையப் பொழுதும் மெல்ல மெல்லக் கழியத் துவங்கியது. அவளை அழைத்து வந்து புங்கைப்பட்டினத்தின் தோணித்துறையில் விட்டுவிட்டு சென்றான். அரண்மனை நோக்கி செல்லும்போது வேகம் அதிகரித்தது.

மறுப்புறம், மணிமேகலை வருவாள் வருவாள் என்று எதிர்ப் பார்த்துத் தூங்கியதுதான் மிச்சம் என்பதை உணர்ந்தான். நல்ல வேலையாக ஆண்டவன் புண்ணியத்தில் தூங்கியப் போதும் மரத்திலின்று கீழே விழவில்லை. அவன் உறங்கிக் கண் விழித்தபோது சூரியன் கதிர்களால் மரங்களையும், மனிதர்களையும் வருடினான். அந்த சூரிய கரணம் பட்ட இடமெல்லாம் ஒளிவீசியது. தொட்டதுப் பொன்னாகும் வரம் பெற்ற ஒரே ஒருவன் ஆதான்.இன்றையப் பொழுதின் துவக்கமே சற்றுப் பரபரப்பாக இருந்தது, மாறனுக்கு. மரத்திலிருந்து வேக வேகமாக இறங்கினான். அரண்மனை நோக்கி ஓடினான். அவன் எண்ணமெல்லாம், "விஜயன் எங்குப் போனான்? ஏன் இன்று புன்னை மரத்தடியில் சந்திப்பு நேரவில்லை? இந்நேரம் விஜயன் அரண்மனைக்குத் திரும்பி இருப்பானா? எதற்கு அவன் கறுப்புக் குதிரையை எடுத்து வரவேணும்? மணிமேகலையும் சந்திப்புக்கு வரவில்லை?' என்றுக் கேள்விகளாய் ஓடிக் கொண்டிருந்தது. இந்தக் கேள்விகளுக்கான அத்தனை விடையையும் நாம் தெரிந்துக் கொள்ள வேண்டுமானால் விஜயனே சொன்னால்தான் உண்டு என்பதை அவன் நன்கு உணர்ந்திருந்தான். வேக வேகமாக ஓடினான். ஊரின் எல்லையினைக் கடந்தப் போது, அவனதுப் படபடப்புக் கொஞ்சம் அதிகம் ஆனது. வீதி எங்கும் கொஞ்சம் நிசப்தம் நிலவியது. என்றும் இருக்கும் பரபரப்பு இன்றைய தினம் காணவில்லை. வீதியில் மக்கள் நடமாட்டம் அந்த அளவுக்கு இல்லை. எந்நேரமும் ஜே ஜே என

திரிந்த மக்கள், இன்று அத்தனை வீரியமுடன் இல்லை. காவலாளிகளும் கொஞ்சம் அமைதியாகவே இருந்தார்கள். பாதுகாப்புக் கொஞ்சம் பலமாகவே இருந்தது. 'என்ன அசம்பாவிதம் நடந்ததோ!' என்று அச்சத்தோடு உள்ளே நுழைந்தான் மாறன்.

30

தியாகியின் ரகசியம்!

கோட்டைக்குள் பெருத்த அமைதி. அரண்மனைக்குள் செல்கையில் காவலர்கள் எல்லோரும் பார்த்தப் பார்வை, மாறனைக் கொன்றுக் கரைத்தது. 'ஏதோப் பெரிய விஷயம் நடந்துவிட்டது!' என்று மட்டும் விளங்கியது. 'ஒருவேளை மதியை இரவில் சந்திப்பது அரண்மனையில் உள்ளவர்களுக்குத் தெரிந்துவிட்டதோ? ஒருவேளை விஜயன் இன்னும் கோட்டைக்குள் வரவில்லையோ? என்ன நடந்துத் தொலைத்ததோ?' என்றெல்லாம் எண்ணிக் கொண்டு விஜயனின் அறைக்கு ஓடினான்.

இளவரசனின் அறைக்குள்ளே சற்றே அதிகமான ஆட்கள். இது வரை அந்த பிரம்மாண்ட அறையில் இத்தனைப் பேரை அவன் பார்த்-ததே இல்லை. மகாராஜாவும், மகாராணியும், வைத்தியரும், அமைச்ச-ரும், ஜோசியரும் எனப் பலர் இருக்கக் கண்டான். திலகாவும் அவ்வி-டம்தான் இருந்தாள். நெடுமாறனின் வருகையை யாரும் கவனிக்காதப் போதும் திலகா அறிந்துக் கொண்டாள். தன்னை அறியாமல் ஓடி சென்று, அவன் வயிற்றில் கை வைத்து, "உங்களுக்கு ஒன்றும் ஆகவில்லையே?" என்றுக் கேட்டாள். அனைவரும் நெடுமாறன் வந்-ததை அறிந்துக் கொண்டனர். தன் வயிற்றில் இருந்தத் திலாகாவின் மென்மையானக் கைகளைப் பூப்போல எடுத்து, "எனக்கு ஒன்றும் ஆகவில்லை! விஜயனுக்கு என்ன ஆனது?" என்றுப் பளிச்செனக் கேட்டான். இதுவரை விஜயனை சூழ்ந்து நின்ற மக்கள் விலகினர். மாறன் முகம் வாடியது. "என்ன ஆச்சு? எப்படி இதெல்லாம் நடந்தது?"

என்றுப் பதற்றத்தோடுக் கேட்டான். உண்மையில் அவனுக்கு பதற்றம் மட்டுமில்லை, வேதனையும் இருந்தது. காரணம், விஜயன் இருந்த நிலை. கையிலே ஒரு அம்புப் பாய்ந்து ரணத்தை ஏற்படுத்தி இருந்தது. அந்தக் காயத்தை சுற்றி மருத்துவர் போட்டிருந்த மருந்துக் கட்டும்,அந்த மருந்துக் கட்டிலேக் கசியும் ரத்தமும் அவனால் காணச் சகிக்கவில்லை.

விஜயனுக்கும், அவர் உயிருக்கும் ஒன்றும் நேரவில்லை என்பதில் அவனுக்குப் பேரானந்தம். மாறனுக்கு ஒன்றும் ஆகவில்லை என்பதில்தான் விஜயனுக்கு மகிழ்ச்சி இருந்தது. இருவரும் தனிமையில் பேச அவகாசம் கேட்டான் இளவரசன். அந்த வருப்பம், கட்டளையென ஏற்று நிறைவேற்றப்பட்டது.

“எப்படி இதெல்லாம் நடந்தது? ஏன் என் குதிரையில் சென்றாய்? புன்னை மரத்தடியிலும் காணோம்? கடலுக்குள்ளும் போயிருக்க முடியாது! நேற்றுப் புங்கைப்பட்டினத்து ஆடவர் இரவு நேரம் படகை நீரில் செலுத்துவதை நான் பார்த்தேன்! மணிமேகலையும் என்றுமில்லா திருநாளாய் வரவில்லை!? காத்துக் கிடந்துத் தூங்கியும் தொலைத்துவிட்டேனே!” என்று அடுக்கிக் கொண்டேப் போனான். அத்தனைக் கேள்வியையும் அவன் இதயம் கவனித்துவிட்டு யோசனையில் ஆழ்ந்தது. அவன் சிந்தனை என்னவாயின்,

அன்று இரவு, அதாவது நெடுமாறனும் வீரசேகரனும் காதல் கதைகளைப் பரிமாறிக்கொண்டிருந்த அந்த வேளையில், விஜயபிரபாகரன் தன் அறையில் தனித்து ஓய்வெடுத்துக் கொண்டிருந்தான். அப்போது அவ்விடம் ஓடோடி வந்த ஒருக் காவலாளி, “ஐயா! நான் ஒரு அவசர செய்துக் கொண்டு வந்துள்ளேன்! ‘கறுப்புக் குதிரையில் வரும் இளைஞன் கொள்ளப்பட வேணும்!’ என்று உத்தரவுப் பிறப்பிக்கப் பட்டள்ளது!” என்றும், “உங்கள் நண்பனைக் கொள்ள ஆள் ஏவப்பட்டுள்ளான்!” என்றும் தகவல் சொன்னான். அந்தத் தகவலை அறிந்ததும் மிகவும் அதிர்ச்சி அடைந்தான், விஜயன். “உன் தகவலுக்கு நன்றி! இனி அதை நான் கவனித்துக் கொள்கிறேன்!” என்று அவனை அனுப்பிவிட்டான். அவனுக்குப் பாதுகாப்பாய் இருக்க வேண்டும் என்றுத் தீர்மானித்தான். “நெடுமாறன் வருவதற்கு முன்னரே அவனதுக் கறுப்புக் குதிரையை எடுத்துக் கொண்டு சென்றுவிட்டால், அவனால் தமது வெள்ளைக் குதிரையைக் கட்டுப் படுத்த முடியாது என்றும் தீர்மானித்தான். குதிரையில்

சென்றவன் மதியழகியை முதலில் தனிமையில் சந்தித்து, "இன்று நாம் புன்னை மரத்தடியில் சந்திக்க வேணாம் மதி! வேறெங்கேனும் இரவைக் கழிப்போம்!" என்றான். அதன் காரணமாகவே அவர்களின் சந்திப்புக் குறிஞ்சிக்காட்டு இந்திரன் ஆலயத்தில் நடந்தது.

மேலும், "மணிமேகலையை இன்று புன்னை மரத்தடிக்கு செல்ல வேண்டாமென்றும் சொல்!" என்கையில், மணிமேகலை அவ்விடம் வந்-தாள். "என்னைப் பற்றிப் பேசுவதுப் போல இருக்குதே!" என்றாள். "உண்மைதான்! உன்னைப் பற்றிதான் பேசுகிறோம் கலை! இன்று நீ நெடுமாறனை சந்திக்கக் கூடாது!" என்றான். "அதென்ன? எங்கள் காதல் என்றால் இளக்காரம்?" என்றுக் கேலிப் பேச, அதனை உண்மை-யென எடுத்துக் கொண்டு, "இளக்காரம் இல்லை கலை! இன்று இரவு மாறனின் உயிர் எவன் கையிலோ இருக்கிறது! அவனைக் கொன்றுக் காலத்தில் சிறிய மாற்றம் கொண்டு வரப் போகிறார்கள்! அதன் பொருட்-டுதான் நான் அவன் குதிரையில் வந்தேன்! தயவு செய்து அவனைக் காப்பாற்ற உதவ வேணும்!" என்று அவன் வேண்டிக் கொண்டான். அதிர்ந்துப் போன மணிமேகலை, "என்ன இளவரசே இது? என் உயி-ரைக் காத்துக் கொள்ள எனக்கு சொல்லித் தர வேண்டுமா என்ன? அவர் உயிருக்கு நான் உத்திரவாதம்! கவலைப் பட வேண்டாம்! இன்று நான் அவரை சந்திக்கப் போவது இல்லை!" என்றாள். 'விஜயன் இப்-படி சொன்னால் அதில் ஆயிரம் அர்த்தம் இருக்கும்!' என்ற நம்பிக்-கையோடு மணிமேகலை அன்று வரவில்லை. இப்படி நெடுமாறனுக்கு அவசியமான விடைகள் அத்தனையும் அவனிடத்தில் இருந்தாலும் அதனை வெளிப்படுத்துவதில் அவனுக்கு உடன்பாடில்லை. விஜயன் தன் இம்முயற்சியை தியாகம் என்றெல்லாம் எண்ணவில்லை. இதுத் தனது நண்பனுக்கு தான் செய்ய வேண்டிய கடமை என்று தனக்குத் தானே உணர்த்திக்கொண்டான்.

"என்ன செய்வது நண்பா? காலம் ஏதோ விந்தையான முடிச்சைப் போடுகிறது!" என்று மறைத்தான். "எப்படி நடந்தது?"

"தெரியவில்லை! புங்கைபட்டினத்திலிருந்து அரண்மனைக்கு வந்துக் கொண்டிருந்தப் பொழுது, எங்கிருந்தோக் காற்றைக் கிழித்துக் கொண்டு வந்த வந்த அம்புக் கண்ணிமைக்கும் நேரத்துக்குளாக ரத்தத்தை சுவைப் பார்த்துவிட்டு சென்றது!"

“நல்ல வேளையாக மார்பைத் தரிக்கவில்லை!”

“உண்மைதான்! ஏற்கனவே மாறன் எய்தக் கணை கொடுக்கும் வலியே இன்னும் இருக்குது! அந்த இன்ப வேதனை இருக்கும் போது, இந்த ரத்த வேதனை வேறு வேண்டுமா?”

“இந்த நேரத்திலும் காதல் இன்பம் வேண்டுமா? நானும் உடன் வந்திருப்பேனே?”

“வந்திருந்தால்... அம்பு ஆள்மாற்றிப் பாய்ந்திருக்கும்! எப்படித் தாங்கிக் கொள்வது? என்னால் முடியாதப்பா!” என்றதும், மாறனின் விழிகள் கலங்கியது. கண்ணீர் மல்க அவனைக் கட்டி அணைத்துக் கொண்டான். சொல்ல மொழியின்றி இருந்தனர் இருவரும்.

“சரி விஜயா! ஓய்வெடுத்துக் கொண்டிரு! நான் கொஞ்சம் கிடப்பில் கிடக்கும் வேலைகளைப் போய் பார்க்கிறேன்!” என்று சொல்லி வெளியேறினான் மாறன். உண்மையில் அவனுக்கு மேலும் ஒரு சுமையாக விஜயனைக் கொள்ளப் பார்த்தவனைத் தேடும் பணியும் வந்துவிட்டது. ‘விஜயனைக் கொள்வதால் இங்க யாருக்கு என்ன லாபம்?’ என்பதை அறிந்துக் கொள்ள வேண்டும் என்ற எண்ணம், தீர்மானமாக மாறியது. தனித்து இதனை செய்ய முடியாது என்று அவனுக்குத் தெரிந்தது. உதவியை நாடிதான் ஆக வேண்டும் என்ற நிலையில் அவன் நினைவுக்கு வந்தது ஒருவன் மட்டும் தான்! வீரசேகரன்!

31

செய்திக் கொண்டு வந்தப் பூக்கள்!

அன்று இரவு வேளையில் எப்போதும் போலப் பாறைமேட்டில் அமர்ந்திருந்தனர் வீரசேகரனும், கமலநெடுமாறனும். எப்போதும் போல அமர்ந்து இருந்தார்களே ஒழிய, எப்போதும் போன்ற ஆனந்தப் பேச்சுவார்த்தைகள் எதுவும் நிகழவில்லை. விஜயனின் நிலையை எண்ணிக் கொண்டிருந்தனர் என்பதைக் காட்டிலும், விஜயனின் நிலையை எண்ணிக் கருகிக் கொண்டிருந்தனர் என்று சொல்வதே ஆகச்சிறந்த ஒன்றாய் இருக்கும். அப்போது அந்த வனத்துக்குள் சிறு சலசலப்பு. இந்த சத்தத்தை மிகத் துல்லியமாக கிரகித்துக் கொண்டக் காதுகள், கைகளுக்கு உடைவாளை எடுக்கும்படி எச்சரிக்கை செய்தது. இருவரும் வாளை ஏந்தி நின்றனர். 'துணிந்து நில்! வருவது வரட்டும்!' என்ற எண்ணத்தோடு எதிர்நோக்கி நின்றனர். அவர்கள் எதிர்பார்த்ததுப் போல அங்கு வந்தது புயல் அல்ல. தென்றல். அவர்களுக்கு மிகவும் பழகிய முகங்கள் அவை. ஒளியில் பார்த்தபோது அது மதியழகியும், கவியரசியும் என்பதை உணர்ந்தனர். அதற்க்கும் மேல் வாளோங்க சக்தி வருமா? வாளை உடனே உறைக்குள் இட்டுவிட்டனர். கவியரசியின் முகத்தை இதுக்கு முன்னால் பார்த்த ஞாபகம் மாறனுக்கு வந்தது. கவியரசி, வீரசேகரன் வாங்கித் தந்த அதேப் புடவையுடன் வந்துள்ளாள். அதைக் காணும் போது சேகரனுக்கு அத்தனை சந்தோஷம். "பார்ப்பதற்கு இன்னும் புதி-

துப் போலதான் இருக்கிறது!" என்றான், வீரசேகரன். "ஆமாம்... மூணு மாசத்துக்கு ஒருமுறை சந்திக்கிறோம்! அன்று ஒரு இரவுதான் இதைக் கட்டிக் கொள்கிறேன்! அப்படிதான் இருக்கும்! இங்குப் பாருங்கள்... தூங்காதக் கண்கள் ஏங்கித் தவிக்கிறது!" என்று அலுத்துக் கொண்டாள் கவியரசி. "ராஜாங்க வேலை என்றால் அப்படிதான் இருக்கும் கண்ணே! நான் மட்டும் என்ன உன்னை மறந்து உறங்கி மகிழ்ந்துக்கொண்டா இருக்கிறேன்? சொல்! சரி வந்த விஷயம் என்ன? இந்நேரத்தில் இத்தனை தூரம், அதுவும் இருட்டில்? காரியம் இல்லாமல் இத்தனை தொலைவு வந்திருக்க மாட்டாயே? கூட துணைக்கு ஒருத்தியும் வேறு!"

"கேள்விப்பட்டுதான் வந்தோம்!" என்றுத் தழுதழுக்க சொன்னாள். இவர்களுக்கு எப்படியோத் தெரியவந்ததில் அவர்களுக்குப் பெருத்த ஆச்சர்யம் இருந்தது. தெரிந்தது தெரிந்துவிட்டது. மாறனின் வார்த்தையில் சொன்னால், தலைக்குமேல் தண்ணீர் போய்விட்டது! இனி ஆவது ஒன்றுமில்லை. "அவர் எப்படி இருக்கிறார்?" என்றாள் மதி. "கவலைப் படவேணாம் மதி! அவனுக்கு ஒன்றும் இல்லை!" என்று ஆறுதல் சொன்னான் மாறன். மதியை வீரசேகரனுக்கு அறிமுகம் இல்லாததால் அறிமுகம் செய்து வைத்தான். "ஓஹ்! இவள்தான் விஜயனின் உள்ளத்தில் அரியணை போட்டு அமர்ந்தக் கண்ணகியோ?" என்று அந்த அறிமுகத்தை ஏற்றான். தளபதியை வணக்கம் சொல்லி வணங்கினாள் மதி. "கவலைக் கொள்ளாதே மதி! நானும் மாறனும் இருக்கும் வரை, அவன் உயிரைப் பிரித்துக் கொண்டுப் போக விடமாட்டோம்!" என்றான். அந்த வார்த்தை அவளுக்கு கொஞ்சம்

நிம்மதியைக் கொடுத்தாலும், முழுதாய் திருப்தி அடையவில்லை. அவர்கள் இருந்திருந்தால் இந்த நிலைமை வந்திருக்காது என்பதும் அவள் மறுக்க முடியாத ஒன்று.

"நான் வந்தது வேறுக் காரியம்! விஜயன்தான் பட்டம் கட்டிக்கப் போகும் இளவரசன் என்பது மக்களுக்கு அரசல்புரசலாக தெரிந்துவிட்டது! சிலர் அதனை நம்பியும், சிலர் அதனை மறுத்தும் வருகிறார்கள்! அவன் உயிருக்கு எந்நேரமும் ஆபத்து வரலாம்!" என்றுக் கவியரசி சொன்னது அவர்களுக்கு பிரியா அதிர்ச்சியைக் கொடுத்தது. "என்ன சொல்கிறாய் கவி? தெரிந்துதான் சொல்கிறாயா?"

“என் காதலரின் கடமையைக் காப்பாற்ற வேணும் என்ற எண்ணத்தில் வந்து சொன்னேன்! இப்படி சந்தேகித்தால் என்ன செய்யட்டும்?”

“சந்தேகிக்கவில்லையம்மா! அவன் விருந்தாளி என்றுதானே ஊரார் நம்பி வந்தனர்? இப்போது இப்படி சொன்னால் என்ன அர்த்தம்?”

“அது எனக்குத் தெரியாது! ஆனால் இளவரசன் உயிருக்கு என் அண்ணனாலும் ஆபத்து! அதையும் சொல்லிவிட்டுப் போகலாம் என்றுதான் வந்தேன்!” என்றதும் மேலும் அதிர்ச்சி அளித்தது. “போதும் கவி! அதிர்ச்சி மேல் அதிர்ச்சிக் கொடுத்து எங்களைக் கொன்றுப் புதைத்து விட வேணாம்!” என்று வேண்டிக் கொண்டான் வீரசேகரன்.

“எனக்கு என்ன ஆசையா? உண்மையைதான் சொல்கிறேன்!”

“ஆனால், ராஜேந்திரனுக்கும் ராஜாவின் உயிருக்கும் என்ன சம்மந்தம்? எனக்கு விளங்கவில்லையே அம்மா! கொஞ்சம் விளக்கமாக சொல்லு!” என்றதும்தான் தனக்கு அப்போது வரைத் தெரிந்த எல்லா உண்மையையும் சொல்ல தயாரானால் கவியரசி.

“எல்லா வகையிலும் இங்கு நிற்கும் இந்த அழகிதான் சம்மந்தப்பட்டவள்!” என்று மதியழகியைக் கைக் காட்டினாள். மதியழகிக்கு ஒன்றும் விளங்கவில்லை. “நான் சம்மந்தமா? என்ன உளறுகிறாய் கவி?”

“உளறவில்லை மதி! கொஞ்சம் பொறுமையாக் கேட்க வேணும்! என் அண்ணன் உன்னை நெடுநாளாய் ஒருதலையாய் காதலித்து வந்தான்! அவன் உன்னை விரும்புவதாய் சொல்லும் முன்னே நீயும் இளவரசனும் காதலிப்பது அவனுக்குத் தெரிந்துவிட்டது!” என்றுக் கலக்கமாய் சொன்னாள்.

“முன்னையே சொல்லித் தொலைக்க வேணாமா? இது எப்படி உனக்கு தெரிந்தது? தெரிந்தும் இத்தனை நாள் சொல்லாமல் இருந்தாயா? என்னால்தான் இந்த சிக்கல் எல்லாம் நடக்கிறது என்றுத் தெரிந்தும் என்னால் எப்படி சும்மா இருக்க முடியும்?” என்று வானுக்கும் பூமிக்கும் குதித்தாள். அவளைக் கொஞ்சம் அமைதிப் படுத்த முயற்சிகள் நடந்தன.

“கொஞ்சம் அமைதியாகு மதி! நிதானமாய் சொல்வதைக் கேள்!” என்றுத் தன் மனதில் இருந்த உண்மைகளை எல்லாம் சொன்னாள்.

முந்தைய நாள் இரவு, எல்லோரும் கடலுக்கு சென்றுவிட்டபோதும், ராஜேந்திரன் உடல் சுகமில்லை என்று சொல்லி அன்று கடலுக்கு மீன்

பிடிக்க செல்லவில்லை. அவனுக்கு உடல் சரியில்லை என்றெண்ணி அவன் தங்கையான கவியரசி பயந்து, பலவகையில் பணிவிடைகளை மேற்கொண்டாள். ஆனால் அவன் சொன்னதுப் பொய். உடல் சுக-மில்லை என்று சொல்லியது முற்றிலுமாகப் பொய் என்றுத் தெரிந்தது. கொஞ்ச நேரம் கழித்து, "எனக்கு வெளியில் கொஞ்சம் வேலை இருக்-கிறது!" என்று சொல்லி சென்றுவிட்டான். "இந்த நள்ளிரவில் என்ன வேலைக் கிடக்கிறது?" என்று விசாரித்தும் அவன் சொல்லவில்லை. சென்றுவிட்டான். அவனைப் பின்தொடரவும் அவள் செல்லவில்லை. அவன் மீதிருந்த ஏதோ ஒரு நம்பிக்கை தான் அவளைப் பின்தொடர்-வதில் இருந்து ஒத்தி வைத்தது.

வாகை மரங்கள் சூழ்ந்த வனாந்திரப் பகுதிக்குள் நுழைந்தான் ராஜேந்திரன். பகலில் கூட இரவுப் பொழுதுப் போலக் காட்சி அளிக்கும் அந்த மரங்கள் நிறைந்த வனம், இப்போது அதிலும் பயங்கரமாக மாறி இருந்தது. பாதையைக் கண்டறிவதேக் கொஞ்சம் கடினமாகவும் இருந்-தது. கூந்தலின் வண்ணம் ஒத்த இருள் அது. இருப்பினும் தட்டுத் தடுமாறி, ஒரு மறைவான இடத்தில் அவன் வைத்திருந்த அம்பையும் வில்லையும் எடுத்துக் கொண்டு சென்றான். அவன் கைகளில் கள்ளுப் பானையும் இருந்தது. விடியும் வரையில் அவ்விடத்திலேயேக் காத்திருந்-தான். காதுகளில் குதிரையின் குலம்போலிக் கேட்டது. எட்டிப் பார்த்-தான். அவன் அன்றுக் காலை வேளையில் பார்த்த அதேக் கறுப்புக் குதிரை என்பதை ஊர்ஜிதம் செய்துக் கொண்டான். கள்ளு போதை-யோடுக் குறிவைத்தான். விஜயன் வருவதைக் கண்டு, அம்பை மார்புக்கு ஏய்தினான். போதையில் தவறி அது அவன் கைகைளில் பட்டு விட்-டது. அலறிக் கீழே விழுந்தான் விஜயன். குதிரையும் நிலைத் தடுமாறித் தறிக்கெட்டு ஓடியது. அந்த சமயம் யாரோ வருவதைக் கண்ட ராஜேந்-திரன் அந்த போதையிலும் வேக வேகமாக ஓடினான். நடந்த இவைக் குறித்தெல்லாம் கவியரசிக்குத் தெரியாது.

வீட்டுக்கு போதையோடு வந்தவனைக் கண்டதும் கவியரசிக்குக் கோவம் வந்தது. பேசுவதற்கு பிடிக்கவில்லை. ஒதுங்கிப் போய்விட்டாள். அந்தக் கள்ளு போதையோடு, "என் காதலியைக் குதிரையில் வந்துக் கவர்ந்து செள்ளவாப் பார்க்கிறாய்? அப்படி நினைத்தால் இதுதான் கதி! தெரிந்ததா? மதி... மதி.." என்று சுவற்றில் சாய்ந்து சொல்லியபடி

உறங்கிப் போனான். அவன் மதியழகி குறித்து சொன்னதைக் கேட்ட கவியரசிக்கு அதிர்ச்சியாய் இருந்தது.

“இதுதான் எனக்குத் தெரிந்தது! ஆனால் இவற்றினை உங்களிடம் சொல்லிவிட முடிவெடுக்கும் முன்னரே எல்லாம் முடிந்துவிட்டது!” என்று வருந்தினாள். “கவலைப் படாதே கவி! சரியான நேரத்தில்தான் சொல்லி இருக்கிறாய்! இன்னும் எதுவும் முடிந்துவிடவில்லை! சொல்ல முடியாத சிக்கல் இதில் உள்ளது! அவிழ்க்க முடியாத மர்மமும் இதில் ஒளிந்துள்ளது! என்னதான் அவன் உயிரில் இருக்கிறது என்பதை அறிந்துக் கொள்ள வேணும்!” என்று சொன்னான் வீரசேகரன். “சரி! அந்த முகமூடிக் கொள்ளையன் மீதும் எனக்கு சந்தேகமாய் இருக்கிறது! அவனையும் கவனித்துக் கொள்ளுங்கள்!” என்று அவள் சொன்னதும், மதியும் மாறனும் முகத்தைப் பார்த்துக் கொண்டு சிரித்தனர். “என்ன சிரிக்கிறீர்கள்? கவியரசி சொல்வதும் உண்மைதான்!” என்றான். அப்போதுதான் இத்தனை நாளும் அவர்கள் தன்னைப் பற்றிதான் பேசிக் கொண்டிருக்கிறார்கள் என்று விளங்கியது. “மன்னிக்க வேண்டும் தோழி! அன்று நீங்கள்தான் கவியரசி என்றோ, தளபதியின் காதலி என்றோ எனக்குத் தெரியாது!”

“உங்களுக்கு ஏன் தெரியவேணும்?”

“அவருக்குத் தானே தெரிந்திருக்க வேணும்?” என்று அதனை ஆமோதித்தாள் மதி. “நீயும் ஏன் குழப்புகிறாய் மதி? அவருக்கு ஏன் தெரியவேணும்?”

“அந்த முகமூடிக் கொள்ளையன் அவர்தான்!” என்றதும் அரண்டுப் போய் பார்த்தாள். “என்ன ஆனது? உண்மையைதான் மதி சொல்கிறாள்! நாந்தான் அந்த முகமூடிக் கொள்ளையன்! வேறு வழித் தெரியாமல் அன்று அப்படி நடந்துக் கொண்டேன்! கவலைப் பட வேணாம்! என்னால் விஜயன் உயிருக்கு எந்த ஆபத்தும் இருக்காது! சத்தியம் செய்துத் தருகிறேன்!” என்றதும் அவ்விடத்தில் கொஞ்சம் கலகலக்க சிரிப்பு வந்தது. “நல்ல வேடிக்கைப் போங்கள்!” என்றுத் தானும் சிரித்தாள் கவியரசி.

“ஆனது ஆகிவிட்டது! இளவரசனைக் காத்து நில்லுங்கள்! நங்கள் வந்த வழியே போகிறோம்!” என்று நகர, “துணைக்கு நாங்கள்...”

“ஒன்றும் வேண்டாமைய்யா! இனி வரும் நாட்களில் பெண்களும் கத்தி தூக்க வேண்டி வரலாம்! கொஞ்சம் தைரியம் வேண்டாமா?”

“இடி மின்னல் தவிர்த்து!” என்றான் செல்லமாய். அவன் சொன்னதைக் கேட்டதும் அவ்விடம் விட்டு சிரித்துக் கொண்டே ஓடினாள். மதியும் கவியும் சென்றுவிட்டனர். இருந்தாலும் , ‘மணிமேகலை வரவில்லையே!’ என்பதுதான் மாறனுக்கு வருத்தமாய் இருந்தது.

32

சந்திரவர்மன்!

திடீரென முரசு அதிரும் சத்தம் கேட்டது. இந்த நேரத்தில் முரசொலிக் கேட்டால் ஏதோப் பிரச்சனை என்பது மட்டும் உறுதி. வியந்துக் கோட்டைக்குள் சென்றனர். அந்த சத்தம் மதிக்கும், கவிக்கும் கூட கேட்கத்தான் செய்தது. மதி நின்றுக் கொண்டாள். "என்ன ஆனது மதி?" என்றுக் கேட்டாள் கவியரசி. "முரசொலி! ஏதோப் பிரச்சனைக் காத்துக் கிடக்கிறது! பயமாக உள்ளது கவி!" என்றாள். "இப்போது இங்கிருக்க தகுந்த நேரமல்ல! நாம் செல்வோம்! மத்ததை எல்லாம் அவரும், அவர் நண்பரும் பார்த்துக் கொள்வார்கள்! வா!" என்றுக் கையைப் பிடித்து இழுத்துக் கொண்டு ஓடினாள்.

கோட்டை வாசலில் மக்கள் நின்றுக் கொண்டிருந்தனர். அதனைக் கண்டதும் உண்மையில் ஏதோ ஒரு சிக்கல் என்று மட்டும் விளங்கியது. கூட்டத்தில் இருந்த மக்கள், "கேள்விப்பட்டாயா? நம் நாட்டின் இளவரசனுக்குக் காயம் ஏற்பட்டுவிட்டதாம்!" என்று சிலரும், "நம் நாட்டுக்கு ஆளப்போகும் வாரிசே இல்லை என்கையில் எந்த ராசனுக்குக் காயம்? இதெல்லாம் நம்பும்படியாகவா உள்ளது?" என்று சிலரும் பேசியது அவர்களதுக் காதுப் படவே விழுந்தது. இதைக் கேட்டதும், கவியரசி சொன்ன வார்த்தைகளில் இருந்த உண்மைத் தன்மையை புரிந்து கொள்ள முடிந்தது. உடனே மக்களை விளக்கிக் கொண்டு முன்னால் வந்துப் பார்த்ததும் கொஞ்சம் ஆச்சர்யம் வந்தது. வருகைத் தந்தது சூரியவர்மனின் சகோதரனும், விஜயபிரபாகரனின் சித்தப்பாவுமான சந்திர-

வர்மன். எந்த

வித ஆரவாரமும் இல்லாமல், வெறும் நான்குக் காவலாளிகளின் துணையோடு வந்து சேர்ந்தான். படை சூழ வருகைத் தரும் சந்திரவர்மன் இப்படி வெறும் நான்குப் பேரின் துணையோடு வருகிறான் என்றால் நிச்சயம் ஆச்சர்யமானதாகத்தான் இருக்கும்!

இது வரை அரசல் புரசலாகவும், குசுகுசுவென்றும் பேசிக் கொண்டிருந்த மக்கள், சந்திரவர்மனை கண்டதும் நிசப்தம் கொண்டனர். இறங்கியதும் சந்திரவர்மனுடையக் கண்களில் விழுந்தனர் வீரசேகரனும், நெடுமாறனும்.

“என்ன தளபதியாரே! இளவரசன் நலம்தானே? நீ இருக்கும்போது எப்படி ஐயா இது நடந்தது?” என்றுக் கேட்டார். ‘இளவரசன் இல்லை!’ என்று நினைத்தவர்கள் எல்லோருக்கும் சந்திரவர்மனின் இந்த வார்த்தையைக் கேட்டது உண்மை இன்னதென விளங்கியது. “நாங்கள் யாரும் அந்த சமயம் அவன் கூட இல்லை ஐயா! அதனால் தான் இதெல்லாம் நடந்தேறிவிட்டது!” என்றான். “நீதான் அவன் கூடவே திரிவாயே? நீ எப்படி இது நடக்க விட்டாய்?” என்று நெடுமாறனை வினவ, “உண்மைதான் ஐயா! எப்போதும் அவன் கூடவே இருக்கும் நான், என்றுமில்லாத் திருநாளாய் அன்று செல்லவில்லை!” என்றான். சரியென்று சொல்லி சிறுப் புன்னகை மட்டுமே செய்துவிட்டு அவ்விடம் விட்டு நகர்ந்தான் சந்திரவர்மன். அவனைத் தொடர்ந்துக் காவலர்களும் சென்றனர்.

சந்திரவர்மனின் வருகையை பெரிதும் எதிர்நோக்கி இருந்தத் தமையன், தன் தம்பி வருவதைக் கண்டு மகிழ்ந்தார். அவனை வரவேற்றுக் கட்டி அணைத்துக் கொண்டார். “என்ன ஆனது அண்ணா? விஜயன் நலம்தானே?”

“உயிருக்கு ஒன்றுமில்லை! நலம்தான்! ஆனாலும், அவனைக் காணக் கண்கள் பொருக்குதில்லை! கலங்கிவிடுகிறது!” என்று சொல்ல சொல்லவேக் கண்கள் கலங்குவதைக் கண்டான் சந்திரன். “கவலைப் பட வேணாம் அண்ணா! எல்லாம் வெகு சீக்கிரத்திலே சரி ஆகிவிடும்! அனைவருக்கும் ஆறுதலாக இருக்க வேண்டிய நீங்களே இப்படி அழுதால் எப்படி? சரி! நாம் அவனைக் காண செல்வோமே?” என்றுக் கேட்க, மூவருமாக உள்ளே சென்றனர். மூவர் என்று சொல்லக் காரணம்

அவ்விடத்தில் அமைச்சர் அருணகிரியும் இருந்தார். விஜயனின் அறைக்குள் நுழைந்தனர். அங்கு அமர்ந்திருந்த சிந்தாமணி மரியாதை நிமித்தமாய் எழுந்தாள்.

“வாருங்கள் கொழுந்தனாரே! உங்கள் மகனின் நிலையைக் காணுங்-கள்!” என்று விஜயனைக் காட்டினாள் சிந்தாமணி. விஜயன் எழுந்து அமர்ந்துக் கொள்ள முயற்சித்தான். “சிரத்தை எடுத்துக் கொள்ளாதே விஜயா! பொறுமையாக அமரு! வலித் தேவலையா?” என்று விசா-ரித்தான். “வலிக் குறைந்துவிட்டது சித்தப்பா! நீங்களே நலம் விசாரிக்க வருவீர்கள் என்றால் இன்னும் ரெண்டு அம்புகளைக் கூட அன்போடு வாங்கி இருக்க மாட்டேனா?” என்றதும் சந்திரவர்மன் இதயத்தில் ஒரு நெருடல். இருப்பினும் இதழில் ஒரு புன்னகையை மட்டும் செய்தான். “என்ன நடந்தது என்பதை விவரிக்க வேணும் விஜயா!” என்றுக் கேட்-டுக் கொண்டதை அடுத்துத் தன் மனதில் ஓடிய கடந்த இரவின் காயம் மிகுந்தப் பாதையை விவரிக்கத் துவங்கினான்.

மதியழகியோடுக் காதல் செய்து, மனதால் புணர்ந்து மீண்டும் அரண்-மனைக்குத் திரும்பிக் கொண்டிருக்கும்போது ஒரு வனாந்திரப் பகுதியில் இருந்து சில சலசலப்புக்கு அடுத்து எங்கிருந்தோ வந்த அம்பு அவன் கைகளைப் பதம் பார்த்தது. சற்றே நிலைத் தடுமாறிப் போன அவனை நோக்கி மற்றும் ஒரு அம்பு வந்து, குறிதவறிப் போய், தம் சமீபத்தில் இருந்த ஒரு மரத்தின் மீதுப் பாய்ந்தது. இதற்குள் பயந்துப் போனக் குதிரை விஜயனைக் கீழேத் தள்ளிவிட்டு ஓடிவிட்டது. கையில் குத்தி இருந்த அம்பை அவன் கையாலே எடுத்து வீசினான். அந்தக் காயத்-தில் இருந்து ரத்தம் பொலபொலவென வழியத் துவங்கியது. அது கொஞ்சம் கொஞ்சமாக அவனுக்கு மயக்கத்தையும் அளித்தது. அந்த வேளையில், ஒரு மங்கலான உருவம் வந்துத் தன்னைத் தூக்கிக் கொண்டதுக் குறித்து உணர்ந்தான். இப்படியாகத் தன் மனதில் இருந்த உண்மைகளில் பாதி உண்மையை மட்டும்தான் சொன்னான் அவன். இதனை எல்லாம் கேட்ட சந்திரவர்மன், “யாருன்னைத் தூக்கி வந்-தது?”என்று அதிர்ச்சியோடு கேட்டான். “தெரியவில்லை சித்தப்பா! ஆண்டவன் புண்ணியத்தில் ஒவ்வொரு சிக்கலின்போதும் நான் எப்படி-யோக் காப்பாற்றப் படுகிறேனே!” என்று மனமுவந்து சிரித்தான். “சீக்கி-ரம் அவனைக் கண்டுப் பிடிக்கிறேன்!”

“எய்தவனையா? காத்தவனையா?” என்றுக் கேட்க, அதற்கு பதில் சொல்ல விருப்பம் இல்லாமல் அவ்விடம் விட்டு சென்றான் சந்திரவர்மன். “என்ன தம்பி? வந்ததும் வராததுமாய் கிளம்புவது நன்றாகவா உள்ளது? சண்டைக்காரன் மாதிரி இருக்கிறதே!” என்றான் தமையன்.

“அப்படி இல்லை அண்ணா! ஆகவேண்டிய வேலைகள் கிடக்கிறதே!” என்றான் தம்பி.

“அதற்காக வந்தக் கொழுந்தனாரை வெறும் வயிற்றோடு அனுப்புவதா? ‘கொழுந்தனாரை கவனிக்காத இவளெல்லாம் ராணியா?’ என்று ஊர் என்னை ஏசாதா?”

“என்னப் பேசுகிறீர்கள் அண்ணி? இந்நேரத்திலா நாம் சந்தோஷமாய் விருந்துண்ண முடியும்? விஜயன் பூரண நலம் பெற்று அவனும் ராஜப் பந்தியில் இடம் பெற்றால் மட்டுமே எனக்கு சந்தோஷம்! அது வரையில் என்னால் சந்தோஷமாய் சாப்பிட முடியாது!” என்று சொல்லி நகர முற்படுகையில், அவர்களுக்கு ஒரு சமிக்ஞை செய்ய சொல்லி இதயம் தூண்டியது. “விஜயன் உயிர் ஊசலாடப் போகிறது! ஜாக்கிரதையாக இருக்க வேணும்!” என்றான். இப்படி சொன்னால் எந்தத் தாய் தந்தையின் உள்ளமும் உடையத்தான் செய்யும். இவ்விருவரும் இதற்கு விதி விலக்கா என்ன? இருபதாண்டுகள் வளர்க்கும் வரத்தையே வாங்கி இராத இவர்களுக்கு, சாவை எதிர்நோக்கி இருங்கள் என்று சொல்லியதுப் பொங்கிய எரிமலைக் குழம்பை அள்ளி உடலேகம் ஊற்றியதுப் போல ஆனது. அந்த வார்த்தைகளால் உண்மையில் அவர்கள்தான் செத்துப் போனார்கள்.

அமைச்சர் குறுக்கிட்டு, “மகாராணி! இன்னும் எத்தனை நாள்தான் விஜயனுக்கு விருந்தாளிப் பட்டம் கட்டியே நாடகமாடுவது! சீக்கிரம் இளைய மன்னன் யாரென்பதை நாம் மக்களுக்கு அறிமுகம் செய்து வைக்க

வேணும்! இப்போதேப் பாதிப் பேருக்கு நமது நாடகம் அறியவந்துவிட்டதாய் எண்ணம் வருகிறது!” என்றார்.

“இப்போதைக்கு நிலை சரியில்லை அமைச்சரே! அவன் உயிரோடு இருப்பான் என்று உத்திரவாதம் தந்தால் மேலும் முடிவு செய்யலாம்! உங்களால் அவன் உயிருக்கு உத்திரவாதம் அளிக்க முடியுமா என்று சொல்லுங்கள்!” என்றாள் சிந்தாமணி. இதற்கு மேல் சொல்வதற்கு

அமைச்சரிடம் ஒன்றும் இல்லை. வாயும் மௌனமாக இருந்தது.

33

சங்கமித்தப் பெற்றோர்!

நடு இரவு வந்தது. கோட்டைக்குப் பின்னால் ஒரு விளக்கொளி தெரிவதைக் கண்டு, அதனை நோக்கி வந்துக் கொண்டிருந்தனர் ஒரு ஆணும் பெண்ணும். இருள் என்பதால் அவர்கள் யாரென்று சொல்ல முடியவில்லை. அந்த விளக்கொளியை கலங்கரை விளக்கமாய் நினைத்து சென்றனர். நெருங்க நெருங்கதான் அந்த விளக்கினை சுமந்து நிற்பவள் மகாராணி சிந்தாமணி என்பதுத் தெரிந்தது. அப்படியென்றால் அந்த ஆணும் பெண்ணும் யாரென்று நம்மால் கொஞ்சம் யூகிக்க முடியும். ஆம்! அவர்கள் வேலனும் கல்யாணியும் தான்.

வந்தக் கையோடு மகாராணியை வணங்கினர். அவர்களின் மரியாதையை மனதால் ஏற்றுக் கொண்டவள், அவர்களை கோட்டைக்கு வெளியில் இருந்து நுழையும் ஒரு ரகசிய வழியின் வழியாக அமைதியாக, மிக அமைதியாக அழைத்து சென்றாள். அந்த விளக்கின் ஒளியோடு அந்த இருளைக் கொஞ்சம் சமாலித்துக் கொண்டு சென்றனர். அந்த வழி நேரடியாக விஜயனின் அறைக்கு சமீபத்தில் அவர்களைக் கொண்டு வந்து சேர்த்தது. கொஞ்சம் தொலைவில் இருந்தே அவனைக் கண்டனர். வேலனுக்கும், கல்யாணிக்கும் கட்டுப்படுத்தமுடியாதக் கண்ணீர் வழிந்து, நெஞ்சை நனைத்தது. அவன் பாதி உறங்கிய நிலையில் இருப்பதைக் கண்டனர். அவன் கைகளில் நிறம் மாறிவரும் கட்டினைக் கண்டனர். “”மகாராணி... என்ன இதெல்லாம்?” என்றுக் கண்ணீர்

மல்கக் கேட்டாள் கல்யாணி.

“உனக்கு இது எத்தனை வதைத் தரும் என்பதை நான் அறிவேன்! இருபது வருஷங்கள் அவனை வளர்த்த உன் உள்ளம் எத்தனை வேதனை அளிக்கும் என்பதை நான் மிக நன்றாய் அறிவேன்! இந்த விஷயத்தை உனக்குத் தெரியப் படுத்தாமல் போனால் நான் மிகப் பெரிய பாவி ஆகிவிட மாட்டேனா? அதன் காரணமாகத்தான் நான் இன்று உனக்காக செய்தி அனுப்பி வைத்தேன்! பயப்பட வேணாம் அம்மாடி! நம் மகனுக்கு ஒன்றும் நேராது!” என்று அவள் கண்ணீருக்கு ஆறுதல் அளித்தாள்.

“இது சொல்லிதான் தெரியவேணுமா மகாராணி? போர்க்களத்தில் புகுந்தாலும் என் மகன் எமன் அல்லவா? ஏதோ அவன் எதிர் பார்க்காத நேரம் பார்த்து இதெல்லாம் நடந்துவிட்டது! மகாராணியும் சாதாரணப் பெண் என்பதைக் காட்டிவிட்டிரே?” என்று பெண்மையின் கண்ணீர் கொண்ட, பலவீனத்தைக் குறித்து சொன்னான். “உண்மைதான் ஐயா!

பெண்மையின் கொடுமை அவர்களின் வலிமையினை மறந்து, முன் வந்து வழியும் கண்ணீர்!” என்று ஒருக் குரல் வந்தது. யாரெனப் பார்த்-தனர். “மகாராஜா!”

“நானேதான்! என் மகனை நல்ல ஒழுக்கம் உடைய, வீரம் கொண்ட ஒருத்தனாய் எங்களிடம் கொடுத்ததற்கு நன்றி!” என்றுக் கரம் குவித்து நின்றார். “ஐயோ! மகாராஜா! ஒரு சாதாரண ஆள் முன்னால் மாமன்-னன் கை வணங்கி நிற்பது அடுக்குமா? நீங்கள் அதிகாரம் அல்லவா செய்ய வேணும்?” என்றான்.

“அதுதானே? ஆளுமைக் கொண்ட அரசவை வம்சத்தார் சுடுகாட்டு இணையரை வணங்கி நிற்பதில் என்ன நியாயம் இருக்கிறது அரசே? நன்றிக் கடமைப் பட்டோர் நாங்கள் அல்லவா? நாங்கள் கும்பிட்டு நிற்க வேணாமா?” என்றுத் தன் சார்பாயும் சொன்னாள் கல்யாணி.

“பிள்ளைவரம் இல்லாத எங்களுக்கு தாய் தந்தை என்று அழைக்க வாய்ப்பு கொடுத்த உங்களுக்கு நாங்கள்தான் பாதம் கழுவிப் பூஜிக்க வேணும் ஐயா! எங்கள் நன்றியை இம்மியளவேனும் ஏற்க வேணும்!” என்றக் கும்பிட்டான் வேலன்.

“சரியம்மா! நீங்கள் இருவரும் அவனை சந்தித்துக் கொஞ்ச நேரம் பேசிக் கொண்டிருங்கள்! அதுவே போதும்! உங்களைக் காணாது அவன்

கண்களும் அலைந்திருக்கும்!" என்று வெளியேறினர். அவர்களின் வார்த்தைகளை மதித்து பஞ்சனையிலே உறங்கிக் கொண்டிருக்கும் விஜயனை நெருங்கினர். அதுவரை உறங்கிக் கொண்டிருந்தவன், ஏதோ உள்ளுணர்வு சொல்லியது போல விழித்துக் கொண்டான். தன்னை வளர்த்தப் பெற்றோரைப் பார்த்ததும், "அம்மா...அப்பா... எப்படி இருக்கிறீர்கள்?" என்றான் ஆவலோடு. அவனதுக் கேள்விக்கு பதில் சொல்லாது, சுற்றியும் முற்றியும் பார்த்தனர். நல்ல வேளையாக மகாராஜாவும், மகாராணியும் அவ்விடம் விட்டு சென்றுவிட்டனர்.

"அதைப் பற்றிப் பிறகுப் பேசலாம்! விஜயன் நலம்தானே?"

"ஒன்றுமாகவில்லையம்மா! அதுதான் இருக்கிறேனே?"

"சூரியவர்மனுக்கும் சிந்தாமணிக்கும் சொல்ல வேண்டியதை சொல்லிவிட்டாயா?"

"இன்னும் சொல்லவில்லையப்பா! பொறுமைக் காக்க வேண்டிய கட்டாயம்!

"எத்தனைக் காலம் தான் பொறுமையாக இருக்கப் போகிறாய்?"

"பட்டாபிஷேகம் வரும் வரை!"

"அதுவாவது எப்போதென்றுத் தெரியுமா?"

"அதுக் குறித்து என் கையில் ஒன்றும் இல்லை அம்மா! அது அரசவையின் கையில்தான் உள்ளது!"

"நெடுநாள் எடுத்துக் கொள்ளாதே! ஜாக்கரதை!" என்றதும், ஒருவாறாய் அதற்கு இணங்கித் தலை அசைத்தான். "இப்போது வலி எப்படி இருக்கிறது?" என்று இப்போதுதான் நலம் விசாரித்தாள் கல்யாணி. "இப்போது பரவாயில்லை அம்மா!" என்று அவன் சொன்னதும், அவன் நெற்றியில் முத்தமிட்டாள் கல்யாணி. அந்த முத்தத்தால் அவன் கண்கள் கலங்கிப் போனது. விடைப் பெற்றுக் கொண்டனர் இருவரும். "சரி! நாங்கள் போய் வருகிறோம்!" என்றார்கள். நெடுநாள் கழித்து முதல் முறையாக 'போய் வருகிறோம்!'என்று சொல்வதை உணர்ந்தார்கள்.

ஆயிரம் இருந்தாலும் சொல்லாமல் செல்வது ஒழுக்கமான செயல் அல்ல என்பது அவர்களுக்கு நன்றாய் தெரியும். "ராஜத் தம்பதிகள் எங்களுக்கு விடைத் தர வேணும்!" என்று வணங்கினார்கள். "சந்தோஷம்! நான் வேணுமானால் வழித் துணைக்கு வரட்டுமா?" என்றான் சூரியவர்மன். "ஐயோ! மகாராஜா! நாங்கள் வந்த வழியே சென்றுவிடுவோம்!

எதற்கு சிரமம்?" என்று வணங்கித் திரும்பினர். "சந்தோஷமாகப் போய் வாருங்கள்!" என்று வழி அனுப்பி வைத்தார். "கொஞ்சம் பொறுங்கள்!" என்று சொல்லிவிட்டு தானே உள்ளே சென்று வந்தாள் சிந்தாமணி. அப்போது குழந்தையைக் கையில் கொடுத்த அந்த இரவில் கல்யாணி செய்தது நினைவுக்கு வந்தது. வந்தவள் கையில் ஒருக் குங்கும சிமிழ் இருந்தது. அதிலிருந்த மணக்கும் குங்குமத்தை எடுத்து கல்யாணியின் வகுடெடுத்த உச்சியில் வைத்து, அவள் கண்களைப் பார்த்தாள். அந்த கண்களில்தான் எத்தனை எத்தனை பாவங்கள்! மரியாதையும், பரிவும், பாசமும் என வரையறுக்கவே கஷ்டமாய் இருந்தது. சென்றனர். அவர்கள் செல்வதை கண்களால் கண்டு நின்றிருந்தனர் ராஜாவும், ராணியும்.

34

சீவலப்பேரிகன்!

இனியும் விஜயனுக்கு உறக்கம் வரும் என்றுத் தோன்றவில்லை. உருண்டு உருண்டுப் படுத்துக் கொண்டிருந்தான். சிந்தாமணிக்கு அவனுக்கு துணையாய் இருக்கும் எண்ணம் வந்தது. அவனருகே அவனது அரவணைத்துக் கொண்டாள். "விஜயா! உன் தாத்தாவைப் பற்றி உனக்குத் தெரியுமா? அவர் செய்தப் புண்ணியம் தான் நீ பிழைத்தாய்!" என்றாள். இது வரை அவனுக்கு விஜயனுக்கு ஒருத் தாத்தா இருந்ததுக் குறித்து யாரும் சொல்லியது கிடையாது. அவன் யாரிடமும் கேட்டதும் கிடையாது.

"தாத்தாவா?" என்று அதிர்ச்சிக் கலந்த பாவனையோடுக் கேட்டான். "ஆம் கண்ணா! உனக்கு ஒருத் தாத்தா இருந்தார்!அவர் பெயர் சீவலப்பேரிகன்! நாடாளும் ஆர்வம் இன்றி, வெறுத்துப் போய் என்னை உன் அப்பாவின் கைகளில் அளித்துவிட்டுத் துறவுப் பூண்டுப் போய்விட்டார்!" என்றாள். மேலும், "இப்போது அவர் எங்கு உயரோடு உலாவிக் கொண்டிருக்கிறாரோ! வந்து ஒருமுறை உன் அப்பா செழுமையாக வைத்திருக்கும் நாட்டையும், ஒற்றுமையாக வாழும் இரு நாட்டு மக்களையும் கண்டால் சந்தோஷம் அடைவார்!" என்றும் சொன்னாள். அப்போது விஜயனின் சிந்தனைகள் பின்னோக்கிப் பயணித்தன. காலம் விரைந்து அவனை சோதிக்கும் நாள் வரும் என்று ஒரு முதியவர் சொல்லியது அவன் நினைவுக்கு வந்தது. அவன் நினைத்ததையும், அவனுக்கு நடந்ததையும் நாம் அறியாமல் விடப்போவதில்லை.

ஐந்து வருடத்துக்கு முன்னாள், இளம் பாலகனாக இருந்தப் போது விஜயன் காடு மேடுகளில் துள்ளி குதித்து ஓடும் ஒரு குரும்புக்காரனாக இருந்தான். அப்போது அவனுக்கு பயம் என்றாலோ, இருள் என்றாலோ எவ்வித பயமும் இல்லை. இளங்கன்று பயம் அறியாது என்று சொல்லும் பழமொழிக்கு சிறந்த உதாரணம் அவன் என்றுக் கூட சொல்லலாம். ஒரு பெரியவர், ஒரு பாறை மேட்டின் மீதுக் களைத்துப்போய் அமர்ந்-திருந்ததைக் கண்டான். ஒரு முனிவர் போலக் காட்சி அளித்த அவர், உலாவிக் கொண்டுத் திரிந்த விஜயனை அழைத்தார். “அப்பா! பாலகா! என்னை ஆண்டவன் அழைக்கிறான்! நான் போகவேணும்! என் உயிர் பிரிந்ததும், இந்த நாற்றம் பிடித்த உடம்பை தீக்கிரையாக்கு! இந்த உதவியை நீ மறுக்காது செய்யவேணும்!” என்று வேண்டிக் கொண்டார்.

“கவலை வேண்டாம் முனிவரே! உங்களை சகல மரியாதையோடு இயற்கையோடு கலப்பேன்! நானும் எனதுக் குடும்பமும் இதைத்தான் குலத்தொழிலாய் செய்து வருகிறோம்!” என்றான் அந்த இளம் விஜயன்.

“தெரியுமப்பா! ஆண்டவன் சரியான நேரத்தில் சரியான ஆளைத்-தான் அனுப்புவான்! அவன் விந்தைதான் என்ன!”

“இருக்கட்டும் ஐயா! உங்கள் பெயர் என்னவோ?”

“பெற்றோரிட்டப் பெயர் சீவலப்பேரிகன்! மக்கள் வைத்தப் பெயர் பைத்தியக்கார சாமியார்! நீ எப்படி அழைக்கப்போகிறாய்?” என்றுக் கேட்டு சிரித்தார். “நான் மரியாதையோடு ஐயா என்றே அழைக்கிறேன்! மக்கள் ஏன் பைத்தியகார சாமியார் என்று சொல்கிறார்கள்? அதை சொல்லுங்கள்!” என்கையில் சிரித்தார். அந்த சிரிப்பின் ஆழம் என்ன-வென்று அவனுக்கு விளங்கவில்லை. சிறுவனான அவனிடம் சொல்வதா வேண்டாமா என்று அவருக்கு விளங்கவில்லை. சொல்லாமல் விட்டு-விட்டால் சில விஷயங்கள் யாருக்கும் தெரியாமல் போய்விடுமோ என்-றக் காரணத்தால் சொல்லிவிடத் தீர்மானித்தார்.

“நாடும் மக்களும் சிக்கலை அனுபவிக்கப் போகிறார்கள்! எந்தக் காவியதிலகனிடம் இருந்து என் நாட்டையும், மகளையும் காக்க நினைத்தேனோ, அவை எல்லாம் பலிக்காது! இனிமேல்தான் அந்த நாட்டின்

தலை எழுத்துத் திரும்பப் போகிறது! இதுவரை அந்த நாட்டின் இளவரசன் உயிரும் குறிவைக்கப் பட்டுள்ளது! அவன் உயிர் பிழைப்-

பான்! ஆனால், ஆட்சி அல்லல்படும் நிலைமை வரும்! ஜாக்கிரதை!'' என்று சொன்னவாறு செத்துப் போனார். அப்போது அந்த இளம் வயதில் அந்த விஷயங்கள் எல்லாம் அவனுக்குப் புரியவில்லை. 'ஏதோ மரணிக்கும் தருவாயில் உளறிவிட்டார் போல!' என்றும் எண்ணினான் . இப்போதுதான் அவனுக்கு இந்த உண்மைகள் எல்லாம் கொஞ்சம் கொஞ்சமாக விளங்குகிறது. அந்த முதியவர் மகாராணியின் அப்பா என்று அறியவரும் போது அந்த நாளில் அவன் கண்களில் வந்திராதக் கண்ணீர் முழுதாய் வந்தது. இதுவரை எந்த பிணம் முன்னும் அழுதுப் பழகாதக் கண்கள், அன்றுக் கலங்கவில்லை என்பதால் ஒன்றும் ஆச்சர்யமாக அவனுக்கு இல்லை. இப்போதும் கலங்காதுப் போனால் அதுப் பிழை.

''என்ன ஆனது விஜயா? ஏன் உன் கண்கள் கலங்கியுள்ளன?'' என்றுக் கச்சிதமாய்க் கேட்டாள் சிந்தாமணி. தன் தந்தை உயிரோடிருப்பார் என்று பொய் நம்பிக்கை சிந்தாமணியின் மனதில் கள்ளிசெடிப் போல வளர்வதில் அவனுக்கு உடன்பாடு இல்லை. உண்மையை சொன்னான். ''தாயே! உங்கள் தந்தை திரு.சீவலப்பேரிகன் இப்போது உயிரோடு இல்லை! அவர் இந்நாட்டில் தான் மறைந்தார்! நாந்தான் அவர் உடலுக்குக் கொள்ளியும் வைத்தேன்!'' என்றான். விஜயன் இவ்வாறு சொன்னது அவளுக்கு அதிர்ச்சியையும், ஆற்ற இயலாத இழப்பையும், சொல்ல முடியாத சோகத்தையும் அளித்தது. இருப்பினும் அவளுக்கு ஒரு ஆறுதல். ''பேரன் கையால் கொள்ளிக்கட்டையை உடலில் வாங்கியதால் அவர் ஆத்மா சாந்திப் பெற்றிருக்கும்!'' என்று அவன் கன்னத்தை வருடினாள். நிஜத்தில் அவர் ஆத்மா சாந்தி பெற்றிருக்குமாயின் அதுக் காவியத்திலகன் விதிக்கும் சூழ்ச்சி வலையில் சிக்காமல் இந்திராபுரியும், ரத்தினாபுரியும் மீண்டு வந்தால் மட்டும்தான்.

35

யாரந்த சீவலப்பேரிகன்!

அப்போது, அன்று சீவலப்பேரிகன் சொல்லிய வார்த்தையில் இருந்த காவியத்திலகன் என்னும் பெயர் மட்டும் அவன் உள்ளத்தில் நீங்காத இடத்தைப் பெற்றுக் கொண்டது. சீவலப்பேரிகன் அறிந்தப் பெயர் என்றால் அது நிச்சயமாக சிந்தாமணிக்குத் தெரிந்திருக்கும் என்று நினைத்தான். அவளிடம் இதுக் குறித்துக் கேட்க வேண்டும் என்றும் முடிவு செய்தான். "அம்மா! காவியத்திலகன் என்பாருக்கும் இந்நாட்டுக்கும் என்னதான் சிக்கல்?" என்றுக் கேட்க, இது வரைத் தனக்கு மட்டுமே தெரிந்த ரகசியத்தை சொல்லத் தயாரானாள். அதை சொல்லும் முன்னர் அவளுக்கு மூச்சிரைத்தது.

"அமைதியாக இருக்க என்ன அவசியம் அம்மா? சொல்லுங்கள்!" என்று மேலும் மேலும் தூண்டினான். இதற்கு மேலும் மகாராணி பொறுமைக் காக்கவில்லை. "சொல்கிறேன் விஜயா! இது உன்னைக் கருவில் சுமப்பதற்கும் முன்னர் நடந்த விஷயம்!" என்றுத் தன் கதையை சொல்லத் துவங்கினாள்.

ஏறத்தாழ இருபத்து மூன்று வருஷத்துக்கு முன்னால், சீவலப்பேரிகன் தன் செல்ல மகளான சிந்தாமணிக்கு நல்லதொரு கண்ணாளனை அலசித் தேடிக் கொண்டிருந்தார். அப்போது அந்த நாட்டின் ஒரேப் பெண் வாரிசு என்பதால் அவளை மணந்துக் கொண்டு, வளம் கொழிக்-

கும் நாடான ரத்தினாபுரியை வசப்படுத்தப் பல மன்னர்களும், இளவரசர்களும் நினைத்துக் கொண்டிருந்த வேளை. ரத்தினாபுரியை பொறுத்தவரையில் சுற்றிலும் வசந்தம், என்றும் குடிக் கொண்டப் பசுமை. மக்கள் விவசாயம் செய்து நாட்டை வளமை மிக்க ஒன்றாய் மாற்றி இருந்தனர். பஞ்சம் என்றோ, பட்டினி என்றோ மக்கள் எந்நாளும் வருந்தியது இல்லை. சாதியம் என்பதுத் தொழிலின் அடிப்படையில் வகுக்கப்பட்டதை அன்றே உணர்ந்திருந்தனர் சான்றோர். கண்ணுக்கெட்டியத் தொலைவு வரை மக்களின் வியாபாரக் கூட்டம், கோழிகளும் ஆடுகளும் அடைக்கப் பட்டிருந்தப் பட்டி, கறவைப் பசுக்கள், அதன் மடியை முட்டி முட்டிப் பசியாறும் கன்றுகள், மாளிகைகள் கொண்டக் கோட்டை, கூரைகள் கொண்டு எழுப்பப்பட்ட வீடுகள், விசாலமான வீதிகள். இத்தனை அழகையும் சுமக்கும் அந்த நாட்டின் கஜானாவில் குவிந்துக் கிடந்தத் தங்கம் தான் என்ன? வைரம்தான் என்ன? இப்படியான நாட்டைத் தான் கைவசப்படுத்த வேணும் என்றுப் பலர் நினைத்தது உண்டு. நேரடியாகாஹ் தாக்குதல் நடத்தி அந்த செல்வங்களை அழித்துக் கைப்பற்ற யாருக்கும் மனமில்லை. அதனால் போரை நம்பாது, சிந்தாமணியை நம்பினார் இளவரசர்களும், மாமன்னர்களும்.

அவ்வாறான எண்ணம் கொண்டிருந்தவர்களில் முதன்மையானவன்தான் இந்த காவியத்திலகன். அவனுக்கு சௌந்தர்யமான சிந்தாமணியின் மீதும் ஒருக் கண் இருந்தது. அவனைக் குறித்தும் விசாரித்தார் சீவலன். அப்போது அவன் தேவிப்பட்டினம் என்னும் குறுநிலத்தினை ஆட்சி செய்யும் அரசன் பரம்பரையில் வந்தவன் என்பதும் தெரிந்தது. அவனது அப்பாவின் ஆட்சியில் மெல்ல மெல்ல சரிந்த செல்வாக்கை மீண்டும் கொண்டு வரப் போராடும் இளைய, உத்வேகமுள்ள வீரன் என்பதும் தெரியவந்தது. நல்ல வீரன் என்றும், கொஞ்சம் வஞ்சம் வைத்துக் கொள்பவன் என்றும், கோவக்காரன் என்றும் அறியவந்தப் போது அவருக்கு பயமாய் இருந்தது. மேலும் சிலர் அவனை சூழ்ச்சிக்காரன் என்றும், குள்ளநரிகளுக்கும் ஒப்பானவன் என்றும் சொல்லினர். தன் மகளை மட்டுமின்றி, நாட்டையும் ஒருவன் கையில் கொடுக்க வேணும் என்ற எண்ணம் வந்தப்போதுதான் காவியத்திலகன் மீது சீவகனுக்கு நம்பிக்கை இல்லாது போனது.

அப்படி ஆகியதுக் குறித்து காவியத்திலகனுக்குத் தெரியும் முன்னரே சிந்தாமணியை சூரியவர்மனுக்குக் கட்டிக் கொடுத்தார் சீவலன். இதை

அறிந்த காவியத்திலகனுக்கு சொல்ல முடியாத அதிருப்தி இருந்தது. நாட்டின் மீதும், நாட்டு மக்களின் மீதும் கடுங்கோவம் கொண்டான். பலவிதங்களில் மக்களை வெறுத்தான். வாய்ப்புக் கிடைக்கும் போது, 'சூரியவர்மனோடுப் போரிட்டு நாட்டை மீட்பேன்!' என்று சபதங்களும் செய்து வந்தான். இதெல்லாம் நாட்டின் மக்களுக்குத் தெரிய வேண்டாம் என்றுப் பொறுமைக் காத்து வந்தான் சூரியவர்மன். சூரியவர்மன் திரும-ணம் முடிந்தக் கையேடு நாட்டின் பாதுகாப்பை திடப்படுத்தினான் சந்திர வர்மன். நாட்டினை ஊடுருவி எந்த சந்தேகிக்கும் நபரும் வர முடிய-வில்லை. புதியதாய் ஒருவன் உள்ளே வந்து நாட்டின் தலை எழுத்தை மாற்றக் கூடும் என்பதில் அவன் தெளிவாய் இருந்தான். இதுப் போன்ற தொலைநோக்கு சிந்தனைகள்தான் சந்திரவர்மனை நம்பிக்கைக்கு உகந்த ஆளாகவும், 'அவன் சொன்னால் அதில் ஆயிரம் அர்த்தம் இருக்கும்!' என்று அரசவையில் இருக்கும் அனைவரும் (மன்னன் உள்பட) ஏற்கும் படியும் அமைந்தது.

காலம் செல்ல செல்ல, சிந்தாமணிக்கும், சூரியவர்மனுக்கும் அழைப்பு வந்தது. காவியத்திலகன், அபிராமி என்னும் அரசகுலம் சேராத ஒரு பெண்ணை மணந்துக் கொள்ளும் செய்திதான் அது. இந்தத் தகவல் வந்ததும் கல்லுக்குள் ஈரம் இருப்பதுப் போல, அரசவெறிக் கொண்ட அவனுக்குள் ஒருக் காதல் இருந்தது எண்ணி சிந்தாமணி வியந்தாள். நாடாளும் மோகம் அவனை விடுவித்திருக்கும் என்றும் நினைத்தாள். இனி எந்த சிக்கலும் இல்லை என்று பாதுகாப்பைக் குறைக்க சொன்-னாள் சிந்தாமணி. ஆனால், சந்திரவர்மனுக்கு கொஞ்சம் சந்தேகம் இருந்தது.

கொஞ்ச நாட்கள் சேர்ந்துக் கழிந்தப் பிறகு, சந்திரவர்மன் நாட்டின் பாதுகாப்பைக் குறைத்தான். அப்போது அந்தத் தளத்தின் தளபதியை

இருந்தவன் வீரசேகரன் குமரன். வீரசேகரனுக்கும் அதே எண்ணம்-தான் வந்தது. இனிமேலும் இப்படி வழுக்கட்டாயமாய் போர் செய்வதுப் போலக் காவல் கிடப்பது தேவையற்றது என்றும் நினைத்தான். இருப்பி-னும் மனதில் சிறு நெருடல் இருந்ததை அவன் மகாராணியிடமே சில முறை சொல்லி இருக்கிறான்.

“இவ்வளவுதான் விஜயா! காவியத்திலகனால் ஆவது ஒருத் துயரும் இல்லை என்று எல்லாரும் இப்போது வரை நிம்மதியாய் இருக்கிறோம்! நீ ஏன் இப்போது அவனைக் குறித்துக் கேட்டாய்? இப்போதுதான் எல்-

லாமே முடிந்துவிட்டதே?”

“இன்னும் முடிந்துவிடவில்லை அம்மா! சிக்கல்கள் தொடர்ந்துக் கொண்டுதான் இருக்கிறது! மண்ணையும் பொன்னையும் பெண்ணையும் கவரும் ஆசை வெகு சீக்கிரத்தில் மறைந்துப் போகக் கூடியது இல்லை! மூன்றில் ஏதேனும் ஒன்றின் மேல் ஆசை இருந்தாலே கொடிது! மூன்றும் என்றால் சொல்லவா வேண்டும்? நமக்கு அவரால் நிச்சயம் சில சிக்கல்கள் உண்டு! அதை எதிர்கொள்ளும் சக்தியை நாம் வளர்த்துக் கொள்ள வேண்டும்! அதுதான் முக்கியம்!” என்று எச்சரிக்கை மட்டும் அளித்தான். அதற்கும் மேல் சொல்வதின்றி அமர்ந்தாள் சிந்தாமணி. சிந்தாமனியால் இன்னும் சிக்கல் முடியவில்லை என்று விஜயன் சொன்னதை ஜீரணிக்க முடியவில்லை. இதுக் குறித்து முதலில் சூரியவர்மனிடம் சொல்வது என்ற முடிவுக்கு வந்தாள். ஆனால் அதற்கும் தகுந்த நேர காலம் வேண்டும்.

36

துரோகிகள் சூழ்ந்த தேசம்!

மறுபுறம் வேலனும் கல்யாணியும் ஏதோப் பேசிக் கொண்டே ரகசியப் பாதையின் வழியாய் வந்துக் கொண்டிருந்தனர். "ஏன் கல்யாணி? நீ இந்த வழியாய் இதற்கு முன்னால் வந்திருக்காயா?" என்றான் வேலன். வேலன் ஏன் அப்படிக் கேட்டான் என்பது அவளுக்கு புரியவில்லை. "இல்லை! இந்தப் பாதைக் குறித்து கேள்விப்பட்டதுண்டு! ஆனால் வருவது இதுவே முதல் முறை!"

"இந்தப் பாதை வழியாய் வந்தால் வருபவர்கள் நம் மகன் அறையை அடைந்துவிடுவது மிக சுலபம்! அதை நினைக்கும்போது எனக்கு பயமாக இருக்கிறது!"என்றும் புலம்பினாள் கல்யாணி. வேலன் பயமின்றியேக் காணப்பட்டான். "கவலைப் படாதே கல்யாணி! அவனுக்கு ஒன்றும் நேராது! ஏதேனும் திட்டங்களை யோசித்து வைத்திருப்பான்! பாதுகாப்பும் பலமாய் இருக்கத்தான் போகிறது!" என்றவாறே வந்தார்கள். சற்றுத் தொலைவில்தான் வாயில் இருந்தது. அந்த ரகசிய வழியின் வாசலுக்கு வந்ததும், நிழல் போன்ற இரண்டு உருவங்கள் நின்றுப் பேசிக் கொண்டிருப்பதைக் கண்டான். கல்யாணியின் கைகளைப் பிடித்திழுத்து நிறுத்தினான். அங்கிருந்த ஒரு மரத்தின் மறைவில் நின்றுக் கொண்டு, அவர்கள் யார்? இன்னதுப் பேசுகிறார்கள்? என்றெல்லாம் கவனிக்கத் தீர்மானித்தான். அவளும் அதற்கு ஒப்புதல் கொடுத்தாள்.

கண்களை விரித்துப் பார்த்தாள். “ஐயோ!” என்று அதிர்ச்சியை வெளிப்படுத்தினாள் கல்யாணி. “என்னாச்சுக் கல்யாணி?” என்று

மெதுவாகக் கேட்டான். “நன்றாய் பாருங்கள்! அது ஜோசியரும், மகாராஜாவின் தம்பி சந்திரவர்மனும்! ஆனால் அவர்கள் ஏன் இந்நே-ரத்தில் இங்கு வரவேண்டும்? அப்படி சந்தித்துப் பேச வேண்டிய அவசி-யம் என்ன?” என்றுக் குழம்பினாள்.

“பொறுமையாக இருக் கல்யாணி! ஒட்டுக் கேட்பது இம்முறை தவறில்லை என்று நினைக்கிறேன்! நீ என்ன சொல்கிறாய்?”

“ஒட்டா? சரி கேட்போம்!” என்றாள். நாமும் இம்முறை ஒட்டுக் கேட்கப் போகிறோம். சமயங்களில் அதுத் தவறல்லவே.

“என்ன ஜோசியரே? எனக்கு நாடு கிடைக்குமா? கிடைக்காதா? அவன் செத்துப் போவான் என்றுப் பார்த்தால் எமனுக்குப் பிறந்தவன்... இருபது வருஷமாய்ப் பிழைத்துப் பிழைத்து வருகிறான்! ஆண்டவன் அவனைக் காப்பாற்ற நினைக்கிறான் என்றெல்லாம் என்னால் நம்ப முடியவில்லை! எப்படிப் பிழைக்கிறான்? யார் அவனைக் காக்கிறான் என்றுக் கண்டுப் பிடிக்க வேணும்! எப்படிதான் நாடு எனக்காகும்?” என்று நிராசையால் பொறிந்தான் சந்திரவர்மன்.

“சந்திரா... உனக்குத் தேவையான எல்லா ஒத்தாசையும் நான் செய்துக் கொடுத்துவிட்டேன்! பொய் ஜாதகம் எழுதி மகாராஜாவையும், மகாராணியையும் ஏமாற்றி அவனைப் பிரித்து சுடுகாட்டுக்கு அனுப்பி-விட்டேன்! இருபது வருஷங்கள் அவனைக் கொல்ல உனக்குக் கோடா-னக் கோடி வாய்ப்புகள் கொட்டிக் கிடந்ததல்லவா? கோட்டை விட்டவன் நீதானே? நாங்கள் உனக்குக் கொலை செய்ய வாய்ப்புதான் கொடுக்க முடியும்! கொல்லவா முடியும்?” என்றார் ஜோசியர். அவர் குரலில் ஒரு கோரம் இருந்தது. அப்போதுப் பின்னாலிருந்து ஒருக் குரல். “சிவபட்டர் சொல்வதும் உண்மைதானே சந்திரா... விஜயனைக் கொல்ல உனக்கு வாய்ப்புக் கிடைக்காமலா போனது? சொல்!” என்றது அந்த குரல். அமைச்சரும் அல்லவா வருகிறார்! இப்படி நாடே சூழ்ச்சியில் சிக்கித் திளைக்கும் என்றுக் கனவிலும் கல்யாணியும், வேலனும் எதிர்பார்த்ததுக் கிடையாது.

“என்ன அமைச்சரே! நானாக் கோட்டை விடுகிறேன்? கடைசியாக அருமையான வாய்ப்புக் கிடைத்தது! ஆனால், அந்த ராஜேந்திரன் கள்-

ளுப் போதையில் அம்பைத் தவறவிட்டு சதி செய்துவிட்டான். போதாக் குறைக்கு எவனோ அவனைக் காப்பாற்றியும் இருக்கிறான்!" என்றுக் கத்தாதக் குறைக்கு சொன்னான்.

"உன் ஆட்கஎெல்லாம் சும்மாதானே இருக்கிறார்கள்? சோத்துக்கு தண்டம் என்று சொல்வது உன் ஆட்களுக்குதாம் போல! அவர்களைத்-தான் ஏவி விட்டுத் தொலையேன்? நாடு வேணும் என்றால் நீதான் முயர்ச் செய்ய வேண்டும்! சீக்கிரம் கொன்றுத் தொலை! தலைக்குள் ஓடி இந்தப் பிரச்சனையால் நிம்மதி இல்லாமல் அல்லாடுகிறோம்!" என்றார்.

"அவனை கம்சன் கொன்றதைப் போல, கால்களைப் பிடித்துத் தலையை தரையில் அடித்து அன்றேக் கொன்றிருக்க வேணும்! தவறு செய்து விட்டேன்!" என்றுப் புலம்பினான் சந்திரவர்மன். அவன் சொன்ன இந்தக் கொடிய வார்த்தைகள் கல்யாணியின் இதயத்தில் இடிப் போல இறங்கியது. கண்கள் மெல்லக் கலங்கியது. மூச்சை அடைத்துக் கொண்டு

அழுதாள். அவளுக்கு ஆறுதலாய் அவன் கைகளைத் தோள்களில் வைத்துக் கொஞ்சம் அழுத்தம் கொடுத்தான்.

"அப்போது மட்டும் நீ அப்படி செய்திருந்தால் நாட்டில் என்-னனென்ன கலவரங்கள் வெடித்திருக்கும் என்று என்னால் நினைத்துக் கூடப் பார்க்க முடியவில்லை. போரே வேண்டாமென்று அமைதியாய் வாழும் உன் அண்ணன் போர் முரசம் கொட்ட சொல்லி இருப்பான்! உள் நாட்டுப் போர் வருகிறது என்ற நிலை வந்தால் மக்கள் மனம் பதைப் பதைக்கும். ஊர் ரெண்டுப் பட்டால் கூத்தாடிக்குக் கொண்டாட்-டம் என்பதுப் போல, அது காவியத்திலகனுக்கும் மிக எளிமையாய் முடிந்திருக்கும்! மக்களுக்கு உன் மீதிருக்கும் மரியாதையும், பயமும் கொலைவெறியாய் உருவம் மாறி இருக்கும்! நாடேகம் ரத்தவாடை வீசிக் குடலைக் குமட்டி இருக்கும்! காணும் இடமெல்லாம் சடலம் அடக்கம் செய்யப்பட்டு நடுக்கல் நடவே மலைகளைக் குடைய வேண்டி வந்தி-ருக்கும்! சவத்தினை எரிக்க காடுகளின் மரங்களை வெட்ட வேண்டி இருக்கும்! இத்தனை விஷயங்கள் இந்த அமைதியான நாட்டில் நடக்க நாங்கள் அனுமதிப்போம் என்று நினைக்காதே சந்திரவர்மா! இப்பொதுக் கூட நாங்கள் அதை அனுமதிக்க மாட்டோம்!" என்றார் ஜோசியர்.

“என்னமோ சரி! இனி நானேக் களத்தில் இறங்குகிறேன்! நடப்பது நடக்கட்டும்! நாசமாய் வேணுமானாலும் போகட்டும்! இனி உங்களைப் போன்றோரை நான் நம்பிக் கொண்டிருக்க மாட்டேன்!” என்று சொல்லிவிட்டு, அவ்விடம் விட்டு நகர்ந்தான். ஜோசியரும் அமைச்சரும் ஒருவரை ஒருவர் பார்த்துக் கொண்டு நின்றிருந்தனர்.

“ஜோசியரே! நமக்கு கோட்டைக்குள்ளே கொஞ்ச நாளுக்கு வேலை இருக்கிறது! உங்கள் அரசமரத்து குடிசையை காலி செய்துவிட்டு வாரும்! என்னோடு தங்கி இருங்கள்!”

“நானே அதைதான் சொல்ல வேண்டுமென்று நினைத்தேன்! உங்கள் ஆட்கள் ரெண்டு மூணுப் பேரை அனுப்பி அங்கிருக்கும் பொருட்களைக் கொஞ்சம் எடுத்து வர சொல்லுங்கள்! அதில்தான் விஜயனின் உண்மை ஜாதகமும் இருக்கிறது!” என்று சொல்லியபடியே இருவரும் கோட்டைக்குள் சென்றனர்.

இத்தனை விஷயங்களையும் மரத்தின் மறைவில் இருந்துப் பார்த்துக் கொண்டிருந்தக் கல்யாணிக்குக் கண்ணீர் அருவியென ஆர்பரித்து ஓடத் துவங்கியது. வேலனுக்கு அதிர்ச்சியாக இருந்தது. கல்யாணித் தேம்பி, தேம்பி அழத் துவங்கினாள். “இரண்டு உயிர்களுக்குமே ஆபத்து உள்ளது! அதற்கு அமைச்சரும், ஜோசியரும் கூட உடந்தையாக இருக்கிறார்கள் என்று நினைக்கவில்லை! இந்த சந்திரவர்மன் இதயத்தில் ஏன் இத்தனை வஞ்சம்?” என்று வேலனின் மேனியில் சாய்ந்து அவன் மார்பைக் கண்ணீரால் நனைத்தாள். அவள் தோளோடு அணைத்து பிடித்துக் கொண்டான். “எனக்கும் ஒன்றும் புரியவில்லை கல்யாணி! இதுப்பற்றி அறியாத ராஜாவும், ராணியும் அவர்களைக் கூடவே வைத்திருக்கிறார்கள்! இந்த விஷயத்தை எப்படியாவது அவர்களுக்குத் தெரியப்படுத்த வேண்டும்!” என்று தன் சார்பாய் சொன்னான் வேலன். கோட்டைக்கு வெளியே செல்ல தீர்மானித்தனர். கோட்டையை விட்டு வெளியேறி ஒரு வனாந்திரத்தின் ஒற்றையடிப்பாதை வழியாக செல்ல, ரகசியப் பாதை வழியாக யாரோ

வந்து செல்வதை எதார்த்தமாய் கண்டுவிட்டனர் வீரசேகரனும், நெடுமாறனும்.

“ரகசியப் பாதைக்கு வந்தால்தான் இந்த பாதையை அடைய முடியும்! நமக்குத் தெரியாமல் யாரிவர்கள் கோட்டையின் ரகசியப் பாதை

வழியாக செல்கிறார்கள்?'' என்று வினவினான். "உணமைதான்! அதேக் குழப்பம் எனக்கும் இருக்கிறது! இது அவ்வளவு சீக்கிரம் யாரும் அறிந்திடும் வழி இல்லையே!'' என்றான் மாறன். இருவருக்கும் இடையே எந்த விதமானக் குழப்பத்துக்கானத் தீர்வும் இல்லை. அவர்களைத் தொடர்ந்து செல்ல எத்தனித்தனர். மிக ரகசியமாய் தொடர்ந்து வந்தார்கள். அவர்கள் இருந்த மனநிலையில் இப்போதைக்கு யாரோ ரெண்டுப் பேர் தங்களைத் தொடர்கிறார்கள் என்ற எண்ணம் எல்லாம் வரவில்லை. ஒரு சமயத்தில் அவர்களைத் தடுத்தும் விட்டார்கள் இளையோர்.

"நில்லுங்கள்!'' என்றான் வீரசேகரன். அந்த ஓசையால் திடுக்கிட்டு நின்ற கல்யாணி, நெடுமாறனைக் கண்டதும் கொஞ்சம் நிம்மதி அடைந்தாள். வேலனும் அதே நிறைவில் இருந்தான். "யார் நீங்கள்? அரண்மனையின் ரகசியப் பாதை வழியாக வந்தால் மட்டும்தான் இந்தப் பாதைக்கு வர முடியும்! நீங்கள் எப்படி இங்கு வந்தீர்கள்? யார் உங்களை அழைத்துக் கொண்டு வந்தது?'' என்றுக் கேள்விகளை அடுக்கிக் கொண்டேப் போனான் மாறன்.

37

அத்தை!

அவர்களைக் கண்டதும் வேலனுக்கு மிகப்பெரிய நம்பிக்கை வந்துப் போல இருந்தது. இது வரை அவர்களை ஆட்கொண்டிருந்த இருளான மனதில், ஒரு சூரிய உதயமாய் இவர்கள் தோன்றினர்.

“இவர்கள் நம்பிக்கையான ஆள்தான் கல்யாணி! இவர்களிடம் சொல்லி அனுப்பினால் அரண்மனைக்குள் எப்படியும் செய்தியைக் கொண்டு சேர்த்துவிடுவார்கள்! கவலைப் படவேணாம்!” என்று கல்யாணிக்கு பதில் சொல்லி வந்தான் வேலன். “ஐயா! யார் நீங்கள் என்று கேட்டேன்? நீங்களாக இவருக்குள்ளே பேசி கொண்டால் என்ன அர்த்தம்? நான் கேட்டக் கேள்விகளுக்கு பதில் வேணுமே! எப்படி இவ்விடம் வந்தீர்கள்? எப்படி இந்தப் பாதையை அறிந்தீர்கள்?” என்று வற்புறுத்தினான் தளபதி.

“தம்பி மன்னிக்க வேணும்! சொல்கிறேன்! நாங்கள் சுடுகாட்டில் வசிக்கும் வெட்டியான் குலத்தோர்! என் பெயர் வேலன், இது என் மனைவி கல்யாணி!” என்றுத் தன் அறிமுகத்தை சொன்னான். இருவருக்கும் இடி விழுந்ததுப் போல இருந்தது. “ஐயா! நீங்கள்தான் விஜயனை தத்தெடுத்து வளர்த்த தாய் தந்தையர் அல்லவா?” என்றுத் தன் உள்ளத்திலிருந்த ஆற்ற இயலாத மரியாதையை செலுத்தினர். வணங்கி நின்றனர். அவர்களது அந்த வணக்கத்தை ஏற்றாலும், இந்த விஷயம் இவர்களுக்கு அறியவந்தது எண்ணி ஆச்சர்யம் அடைந்தனர். “உண்மைதானப்பா! நாங்கள் தான் அந்த அதிர்ஷ்டம் செய்தத் தம்பதியே!”

என்று அவர்களின் எண்ணத்தை ஊர்ஜிதம் செய்தார்கள்.

“நீங்களென்ன இத்தனை தூரம்? தனியாய் வந்தீர்களா? விஷயம் எப்படி உங்களுக்குத் தெரியவந்தது?” என்று மேலும் கேள்விக் கணைத் தொடுத்தான் மாறன்.

“தம்பி நீ நெடுமாறனாய் தான் இருக்க முடியும்! நாங்கள் மகாராணியின் மூலம் செய்தி அனுப்பப்பட்டு இவ்விடம் வந்தோம்! மகாராணியின் துணையோடுதான் இந்த ரகசிய வழியைக் கண்டோம்! நல்ல வேளையாக அந்த ரகசியப் பாதை சென்று முடியும் இடத்தை யாரும் கண்டறியவில்லை!” என்று நிம்மதிப் பெருமூச்சு விட்டாள் கல்யாணி. “கவலைப்பட வேண்டாமம்மா! அதுதான் நாங்கள் இரவுப் பகலாய்க் காவல் காக்கிறோமே?”

“உங்களை நினைத்துதான் எங்களுக்கு பயமாக இருக்கிறது! உங்கள் உயிரும் அவசியம்!” என்று இருவரையும் சுட்டி சொன்னாள். அந்த வார்த்தைகளில் இருந்த அக்கறையை அவர்களால் எளிதில் உணர முடிந்தது. “சரி! ஏதோ சொல்ல வேண்டும் என்றீர்களே?”

“நீங்கள் எனக்கொரு பெரிய உதவி செய்ய வேண்டும்! செய்வீர்களா?”

“அது எங்கள் கடமையல்லவா? சொல்லுங்கள்! நிச்சயமாக அதனை நிறைவேற்றுவோம்!”

“விஜயனுக்கும், சூரியவர்மனுக்கும் எதிராக சூழ்ச்சி நடக்கிறது! அதுவும் இந்த இந்திராபுரியும், ரத்தினாபுரியும் இணைந்து இருப்பதுப் பொறுக்காமல்தான் இந்த சூழ்ச்சி எல்லாம் நடக்கிறது!” என்றார் வேலன்.

“என்ன சொல்கிறீர்கள் ஐயா? யார் சூழ்ச்சி செய்யப் போகிறார்?”

“விஜயனின் சித்தப்பாதான் இதற்கெல்லாம் காரணம்! ஆனால், இரு நாடும் இனைந்து இருப்பது முதல் முறையாகத் தீமைக்கு என்று எண்ண வைக்கிறது!”

“சந்திரவர்மனா? ஐயா? தெரிந்துதான் சொல்கிறீர்களா?”

“சத்தியமான உண்மை இது!” என்று சொல்லிவிட்டு அங்குக் கொஞ்ச நேரத்துக்கு முன்னால் நடந்ததை எல்லாம் விவரமாக சொல்லலானான். அங்கு நடந்த ஒவ்வொரு நுணுக்கமான வார்த்தைகளையும் அவர்களின் செவிகளில் இறக்கினான் வேலன். இதெல்லாம் கேட்க

கேட்க அவர்களின் முகம் அதிர்ச்சியிலும், ஏமாற்றத்திலும் வாடி வதங்குவது கண்டான்.

"சந்திரவர்மன் சூழ்ச்சி செய்கிறான் என்பதையே நம்ப முடியவில்லை! நீங்கள் என்னவென்றால் ஜோசியரும், அமைச்சரும் துணைப் போகிறார்கள் என்று சொல்கிறீர்களே? எப்படி ஐயா நம்ப முடியும்?" என்றதும் கல்யாணிக் குறுக்கிட்டாள். "நம்பிதான் ஆகவேண்டும் தம்பி! இது இன்று நேற்றல்ல! காலம் காலாமாய் நடக்கிறது! இருபது வருஷத்துக்கு முன்னால் இளவரசனை எங்கள் கையில் கொடுத்து விட்டு மகாராணி சென்றப் போதுவரை எங்களுக்கு எந்த உண்மையும் தெரியாது! ஆனால், கொஞ்ச நாளைக்கு பிறகு அவனைக் கொள்ள வந்த என் அண்ணன் சொல்லிதான் எனக்கும் தெரியும்!"

"அண்ணனா? உங்கள் சொந்த அண்ணனா?"

"என்னோடுப் பிறந்த சகோதரன்! இறக்ககுணம் இருந்ததால் அவர் என் கையில் இருந்த நாட்டின் எதிர்காலத்தை உயிரோடு விட்டுவிட்டார்!" என்றாள். அவள் அண்ணன் ஏதோ வகையில் அரசவையில் சம்மந்தப்பட்ட ஒருவனாக இருக்கும் என்று அவனுக்கு நன்கு விளங்கியது. "அவர் பெயர் தெரிந்துக் கொள்ளலாமா?"

"நிச்சயமாக! அப்போது இந்த நாட்டின் தளபதியாக இருந்த வீரசேகரகுமரன் என்பார்தான் என் அண்ணன்!" என்றாள். அந்த பெயரைக் கேட்டதும் வீரசேகரனுக்கு அதிர்ச்சியை இருந்தது. நெடுமாறனுக்கும் அதே அதிர்ச்சிதான் நிலவியது. "அத்தை!" என்றான் வீரசேகரன். அந்த வார்த்தையால் அங்குப் பெருத்த அமைதி. கல்யாணிப் பதறிப்போனாள். "அத்தையா? யாரப்பா நீ?" என்றுக் கேட்டாள்.

"நான் வீரசேகரனின் மகன் அத்தை! உங்கள் மருமகன் நான்!" என்று அழுத்தமாய் சொல்லியதை அடுத்து அதிர்ச்சியிலிருந்து விடுப்பட்டு வந்தாள் கல்யாணி. வேலனுக்கு ஆனந்தமாய் இருந்தது. வாரிசு இல்லாத தனக்கு மறுமகன் என்னும் பேரிலாவது ஒரு சொந்தம் இருக்குதே என்று பேரானந்தம் கொண்டான்.

அருகில் வந்தவள், அவன் கன்னத்தில் வருடி, "எனக்கு இத்தனை வளர்ந்த ஒரு மறுமகன் இருக்கிறானா? ஆனால் கட்டி வைக்கதான் ஆண்டவன் நமக்கு ஒரு பெண் பிள்ளையைக் கொடுக்கவில்லையே!" என்று சந்தோஷமாய் சொல்ல, "கவலை என்ன அத்தை? நான் விரும்-

பும் மங்கையை எனக்கு உங்கள் கையால் கட்டிக் கொடுங்கள்! போகிறது!" என்றதும் சிரித்தார்கள்.

"அண்ணன் எங்கே?" என்று அவள் கேட்டபோது, வீரசேகரன் முகம் மாறுதல் அடைவதைக் கண்டான், நெடுமாறன். கல்யாணிக்கு அதுத் தெளிவாய் விளங்கிவிட்டது. "எப்போது நடந்தது?"

"பத்தொன்பது வருஷங்கள் ஆகிறது அத்தை!" என்றபோது அவள் கண்கள் கலங்கியது. இது வரை எந்த ஒரு சடலத்தின் முன்னாலும் வழிந்திராதக் கண்ணீர் முதல் முறையாக வேலனின் கண்களில் வந்தது. "வருந்த வேணாமே மாமா! ஆயிரம் அழுதுப் புரண்டாலும் மாண்டார் மீழ்வது கிடையாதே!"

"இந்த வயதிலும் இத்தனைப் பக்குவம் என்றால், அந்த சிவனின் முழு அருள் உன்னிடத்தில் இருக்குது என்றுதான் அர்த்தம்!"

"சரி மாமா! நீங்களாவது சொல்லுங்கள்! அப்பாவுக்கு இதில் என்னத் தொடர்பு இருந்தது?" என்று அழுத்தமாய் கேட்டபோது, வேலன் கதை சொல்ல துவங்கினான்.

38

தளபதி!

அன்றொரு பகல் வேளையில், வீட்டில் இருக்கும் போது வாசல் கதவை யாரோத் தட்டும் சத்தம் கேட்டது. கதவைத் திறந்த வேலன் வாசலில் ஒருவன் உடைவாளோடு நிற்பதைக் கண்டு அஞ்சினான். அந்த வீரிய முகத்தையும், அந்த முகத்தில் இருந்த முறுக்கிய மீசையும், அந்த கண்களில் இருந்த தீர்க்கப் பார்வையும் அவனை ஏதோ பயம் கொள்ள வைத்தது. “உன் வீட்டில் ஒருக் குழந்தை இருக்குதாமே? அது யார்?” என்றுக் கேட்டான் ஒரு கம்பீரமானக் குரலில். அந்தக் குரலின் தீர்க்கத்தாலும், குரூரத்தாலும் நிலைத் தடுமாறிப்போய், அவனது நாக்கு குழறியது. வழவழத்த அந்த நாக்கு ஏனோ பேசுவதை மறுத்தது. “யாருக்காக இதை நீ செய்கிறாய்?” என்று கேட்டான். அதற்கும் அவன் பதில் சொல்வதாய் இல்லை. வந்தாலும் வாய் அனுமதிக்கக் காணோம். “அது… வந்து…” என்று அவன் பொய்களைத் தேடிக் கொண்டிருந்தான். உண்மையை சொன்னால் ஏதாவது சிக்கல் வந்துவிடுமோ என்ற எண்ணம்தான் அதற்கு காரணமாக அமைந்தது. அப்போது உள்ளே இருந்தக் கல்யாணி, “யாரோடுப் பேசிக்கொண்டிருக்குறீர்?” என்றுக் கேட்டபடிக் கையில் குழந்தையோடு வந்தாள்.

வாசலில் நின்றவனைப் பார்த்ததும் அவன் தளபதி வீரசேகரக்குமரன் என்பதுத் தெரியவந்தது. அவனைக் கண்டதும் அவள் கண்கள் மெல்லக் கலங்கியது. “அண்ணா… நீங்களா?” என்றதும், அவள் கல்யாணிதான் என்பதும் அவனுக்கு நன்றாகவேப் புரிந்தது. அந்தக் குரலில் விம்மல்

இருந்தது. "கல்யாணி! நீ இங்குதான் இருக்கிறாயா? ஏழு வருஷமாய் உன்னைத் தேடாத ஊர் இல்லையடிக் கண்ணே! எப்படி இருக்கிறாய்?" என்று அவளைக் கன்னம் தொட்டுக் கேட்டான். "எனக்கென்ன அண்ணா! சந்தோஷமாய் இருக்கிறேன்! இவர்தான் நான் மணந்துக் கொண்ட என் அருமைக் கணவர்!" என்று அறிமுகம் செய்து வைத்-தாள். வேலனுக்கு பயத்தில் எச்சில் ஊற்றுப் போல சுரந்துத் தொண்-டைக்குள் இறங்கிக் கொண்டிருந்தது. "மாப்பிள்ளை! நான் வீரசேகரன்! நாந்தான் இந்த நாட்டின் படைத் தளபதியாக இருக்கிறேன்!" என்றுத் தன்னை அறிமுகம் செய்துக் கொண்டான். "என்னம்மா நீப் பாட்டுக்க வந்துவிட்டாயே? எங்களைப் பற்றி நினைத்துப் பார்ப்பதுண்டா?"

"என்ன அண்ணா! நான் ஒரு நாளும் நினைக்க மறப்பேனா? சடலத்துக்கு சடங்குகள் செய்து, அதில் வரும் வருவாயைக் கொண்டு வாழும் ஒருவரைக் காதலிக்கிறேன் என்று சொன்னால் நீங்கள் யாரும் என்னோடு நிற்கப் போவதில்லை என்று எனக்குத் தெரியும்! இருந்தாலும் எனக்கு இவர் மீதிருந்தத் தீராக் காதலினால் இவரேக் கதி என்று வந்-துவிட்டேன்! மன்னித்துக் கொள்ளுங்கள்!" என்றாள் உருக்கமாய். ஒரு பெண்ணின் உருக்கம், கல்லையும் கரைக்கும், மெழுகையும் இருக்கும். அது வீரசேகரன் மனதால் நிஜம் என உணர முடியும்.

"இதில் மன்னிக்க என்னடா அம்மா இருக்கிறது? இந்த அண்-ணனிடம் சொல்லி இருந்தால் உன் அண்ணன் அமர்க்களப் படுத்தி இருக்க மாட்டேனா? என் தங்கையை பத்திரமாய் பார்த்துக் கொள்ளுங்-கள் மாப்பிள்ளை! மகாராஜாவின் தம்பி மகாராணியின் வயிற்றில் பிறந்-தக் குழந்தை உங்களிடத்தில் தான் இருக்கிறது என்று என்னை ஏவிக் கொள்ள அனுப்பினான்!" என்றான். அவர்கள் அதிர்ந்துப் போயினர். "என்ன சொல்கிறீர்கள் மைத்துனரே? உண்மைதானா?"

"நிஜம்தான் மாப்பிள்ளை! எனக்கு அதை ஏற்கவே கஷ்டமாக இருக்கிறது! நீங்கள் கையில் வைத்திருக்கும் குழந்தை இளவரசன் என்-பது எனக்குத் தெரியும்! நமக்கு மட்டும் தெரிந்தால் போதும்! மீதமுள்ள-வருக்கு

இவன் உங்கள் வயிற்றில் பிறந்த மகனாகவே இருக்கட்டும்! உங்க-ளுக்குப் பிள்ளை...?"

“இல்லை அண்ணா! ஆண்டவன் எங்களுக்கு அந்த வரத்தைக் கொடுக்கவில்லை!” என்றுத் தலையை சாய்த்துக்கொண்டு நின்றாள் கல்யாணி. வேலன் அவள் கைகளைப்பிடித்து நின்றான். “கவலை என்ன கல்யாணி? அதுதான் உனக்காக ஒரு மகனை சிந்தாமணிப் பெற்றுக் கொடுத்துவிட்டாளே? தேசமே உன் கைக்குள் அடங்கிக் கிடக்கிறது! பெருத்தக் கடமைகள் உங்களுக்காக விதிக்கப்பட்டுள்ளது! ஆண்டவன் ஒன்று செய்தால் அர்த்தம் இல்லாமல் இருக்குமா?” என்று ஆறுதல் சொன்னான்.

“ஆனால் அண்ணா...”

“புரிகிறது! கொஞ்சக் காலம் பொய் பொய்யாகவே நிலைத்தால் அது உண்மையாக மாறிவிடும் அம்மா! நாட்டின் எதிர்காலத்துக்காக இதை செய்யுங்கள்! ஆவதைப் பிறகுப் பார்ப்போம்!” என்று சொல்லிவிட்டு, விஜயனை உயிரோடு விட்டுவிட்டு சென்றான், தளபதி.

இதனை எல்லாம் கேட்ட வீரசேகரன், தன் தந்தையை எண்ணிக் கொண்டு, பெருமிதம் அடைந்தான். நெடுமாறனுக்கு தளபதியின் அப்பாவான முன்னாள் தளபதியை நினைக்கையில் மிகப்பெரிய மரியாதையை வரசெய்தது. “மைத்துனர் மறைந்தது எப்படி மருமகனே?” என்று வேலன் வினவினான். தன் மனத்திலும், வாழ்விலும் இருந்தக் கசப்பான - இது வரை யாரிடத்திலும் சொல்லிராத உண்மையை அவன் சொல்லத் துவங்கினான். தனக்கும், தன் தந்தைக்கும் மட்டுமேத் தெரிந்த விஷயத்தை சொல்லலானான்.

வீரசேகரனின் உண்மையானப் பெயர் விக்ரமன். அவன் ஆறு வயதாய் இருந்தப் போது, ஒருநாள் சூரியன் கீழிறங்கும் மாலை வேளையில் ரத்தம் சொட்ட, சொட்ட வந்தான் வீரசேகரன். அவ்வேளையில் அவனைக் கண்ட விக்ரமன் என்னும் வீரசேகரனுக்கு ஒன்றும் புரியவில்லை. அப்போது அவனை அழைத்த வீரசேகரன், “நாட்டு மக்களின் நலம் காக்க வேண்டிய கடமை உனக்கும் இருக்கிறது! அனைத்துப் போர் உத்திகளையும், போர் கலைகளையும் கற்றுக் கொண்டு நீ வளர வேண்டும்! இளவரசனை நீதான் காக்கவும் வேண்டும்!” என்றான். அதன் அர்த்தமெல்லாம் அவனுக்கு விளங்கவில்லை என்றாலும் புரிந்துக் கொள்ள வேண்டிய அவகாசத்தை எடுத்துக் கொள்ள நிச்சயித்தான். “சரி அப்பா!” என்று சொல்லி அவன் சத்தியம் அளிக்கும்போது, சந்-

தோஷத்திலே அவன் உயிர் பிரிந்து சென்றதைக் கண்டான். அதுநாள் முதல், வித்தைகளில் மிக நேர்த்தியாய் வளர்ந்த விக்ரமன், தன் பெயரையும் வீரசேகரன் என்று மாற்றிக் கொண்டான். இப்படிதான் அவன் வாழ்வில் தன் தந்தையைக் கடைசியாய் பார்த்தான். இந்தக் கதைகளைக் கேட்டதும், மாறனுக்கும் கொஞ்சம் வருத்தம் அளித்தது. கண் கலங்கிய கல்யாணி, "கடைசியில் என் அண்ணன் உடம்புக் கூட என் சுடுகாட்டுக்கு வரவில்லையே?" என்று விசாரிக்க, "இல்லை அத்தை! அரண்மனைக்குப் பின்னால் அவர் உடலைத் தகனம் செய்துவிட்டனர்!" என்றான்.

"உனக்கு அரசவையில் என்ன உத்தியோகம்?"

"அப்பா விட்டு சென்ற அதேத் தளபதி பொறுப்பு வகிக்கிறேன் அத்தை!"

"அபாரம் தான்! இளம் வயதில் தளபதி என்றால் பாராட்டாமல் இருப்பதேது?" என்று அவன் நிலையை எண்ணி மகிழ்ந்தார் மாமா. "சரி மாமா! நீங்கள் இருவரும் இவ்விடம் விட்டு சென்றுவிடுங்கள்! ஆகவேண்டியதை நாங்கள் கவனித்துக் கொள்கிறோம்!" என்று அவர்களை வழி அனுப்பி வைத்தனர். அது வரை மனதில் இருந்த பாரம், இப்போது எங்கோ ஒரு மூலையில் சென்று மறைந்துக் கொண்டதை உணர்ந்தார்கள். இரும்பாய் கனத்த இதயம், பஞ்சாய் பறப்பதுப் போல் இருந்தது. அந்த குறுகிய ஒத்தையடிப் பாதை வழியாக இருளுக்குள் சென்று பயணத்தை இடுகாட்டை நோக்கி தொடங்கினார்கள். அவர்களிருவரும் தங்கள் கண்களை விட்டு மறையும் வரை அவ்விடமே நின்றுக் கொண்டிருந்தனர்.

39

யாரந்த குரு?

“நமக்கு வேலை வந்துவிட்டது நண்பா! வா!” என்று அவன் கையைப் பிடித்து இழுத்துக் கொண்டு அரண்மனைக்கு உள்ளே சென்றான் வீரசேகரன். அப்போது அங்கு ஏதோ ஒரு நிழல் உருவம் தோன்றி மறைந்தது. தங்கள் நிழல்தான் அது என்று நினைத்துக் கொண்டு அவ்விடம் விட்டுக் கோட்டைக்குள் இருக்கும், அமைச்சரும் ஜோசியரும் தங்கி இருக்கும் அறை நோக்கி சென்றனர். அந்த இரவிலும் அவர்கள் ஓடிய ஓட்டம் மிகத் துல்லியமாய் இருந்தது. தடுப்பதற்கும் நாதி இல்லை. தளபதியையும், அவன் நண்பனையும் தடுக்க எந்தக் காவலாளிக்கு தைரியம் வரும்? இல்லை, எந்த வீரனுக்குதான் வீரம் வரும்? சொல்வதற்கில்லை.

வந்த வேகத்தில் அமைச்சரின் அறைக் கதவை மடாரென இடித்துக் கொண்டு உள்ளே நுழைந்தனர். வீரசேகரன் ஒருக் கத்தியை வீச, அதனை லாவகமாய்க் கையாண்டுப் பிடித்துக் கொண்டான் மாறன். தன் உடைவாளை எடுத்துக் கொண்டு வந்த தளபதி அவர்களை நோக்கி சென்றான். பரபரப்பாய் வந்த இருவருமாய் ஒவ்வொருத்தர் கழுத்திலும் ஒருத்தர் கத்தி வைத்தனர். இந்த தடபுடல் எல்லாம் நொடிக்குள்ளாகவே நடந்துவிட்டது. இந்த சத்தங்களை எல்லாம் கேட்டு ஓடோடி வந்தக் காவலன், தளபதியும் அவன் நண்பன் மாறனும் செய்யும் செயலைக் கண்டு ஆச்சர்யம் அடைந்தான். இருந்தாலும் தன் மனதை திடம் செய்துக் கொண்டு, ஈட்டியை அவர்களை நோக்கித் தூக்கிப் பிடித்தான். ‘தான் தளபதி என்றுத் தெரிந்தும் தன் முன்னால் ஈட்டித் தூக்கி நிற்கும் வீரன் ஒருவன் இருக்கிறான்!’ என்றுப் பெருமிதம் கொண்டான் வீரசே-

கரன்.

"காவலா! மரியாதையாக ஈட்டியைக் கீழே இறக்கு! எனக்குத் தேவைப்பட்டதை அமைச்சர் சொல்லிவிட்டால் அவர்த் தலைத் தப்பிக்கும்!" என்று மிரட்டினான். அந்த மிரட்டல் அவனைக் கொஞ்சம் பயமுறுத்தியது என்றாலும் அதனை வெளிக் காட்டுவதாய் இல்லை. "மன்னிக்க வேண்டும் தளபதி! உங்கள் கட்டளைக்கு அடிப் பணிய வேண்டும் என்பது எங்கள் விதியில் இருந்தாலும், இம்முறை என்னால் அது முடியாது! அரசவையில் ஒருவன் ஆயுதம் ஏந்தி அமைச்சரைக் கொள்ள நிற்கையில் அந்த விதிக்கு

என்னால் கட்டுப்பட்டு நிற்க முடியாது! நீங்கள் தளபதி என்றாலும் இப்போது ஒருக் குற்றவாளி ஆகிவிட்டீர்கள்!" என்று ஈட்டியை மேலும் அவர் நோக்கி வைத்திருந்தான். துணைக்கு எந்தக் காவலாளியும் வரவில்லை என்பதையும் அவன் பின்னர்தான் உணர்ந்தான். வீரசேகரன் கத்தியை அமைச்சரின் கழுத்தை மிக சமீபமாய்க் கொண்டு வந்தப் பின்னரே அமைச்சர் அந்த சமிக்ஞையை விளங்கிக் கொண்டு, கையால் பதில் சொன்னார். அவரதுக் கையசைவின் அர்த்தத்தை விளங்கிக் கொண்டு, அவ்விடம் விட்டு நகர்ந்தான் காவலாளி. அந்தக் காவலாளி வெளியேறும் போதுதான் மெல்ல மெல்ல, இருவருடை ஆயுதமும் அவர்கள் கழுத்தை விட்டு விலகியது.

"தளபதிக்கு என்னிடம் இருந்து என்னத் தெரிந்துக் கொள்ள வேண்டும்?"

"அமைச்சரே! எங்களுக்கு உங்கள் மனசில் இருக்கும் அத்துனை ரகசியங்களும் தெரியவேணும்!" என்றதும் அதனைப் புரிந்துக் கொண்டதுப்போல நகர்ந்துப் போய் கதவை அடைத்தார். "காற்றுக்கும், இருட்டுக்கும் கூட இந்த விஷயங்கள் தெரியக் கூடாது! " என்று அவர் சொல்லிக் கொண்டேத் திரும்பையில், மேலிருந்தப் பல்லியின் மீதுக் கத்தியை வீசி எரிய, அது வாலைத் துண்டித்து விட்டு ஓடியது. "பரவாயில்லையே அருணகிரி! இளமையில் இருந்த அதேத் துல்லியம் இன்றும் உன்னிடத்தில் இருக்கிறது!" என்று அவரை வெகுவாய்ப் பாராட்டினார் ஜோசியர். இதனைக் கண்ட அவர்களும் கண்கள் இமைக்காது இருந்தனர்.

“சரி! என்ன ரகசியம் வேண்டும்? முதலில் என்னிடமா? ஜோசி-யரிடமா?” என்றவாறு அமர்வதற்கான நாற்காலியை இழுத்துப் போட்-டார். “உங்களிடம் தான் அமைச்சரே!” என்று சொல்லி நிற்கையில், “அமருங்கள் சொல்கிறேன்!” என்று, அவர்களை அமர செய்தான். அமர்ந்த நொடிக்குள்ளாகவே, “விஜயன் பிறந்தது குறித்து மக்கள் யாருக்கும் சொல்லாமல் இருந்தது ஏன்?” என்று கேட்டான் மாறன்.

“என்னால் முழு ரகசியத்தையும் உங்களிடம் சொல்ல முடியாது! தம்பி! உங்களுக்கு அவனை பதினைந்து வருஷமாகத் தெரியுமா? மீறிப்-போனால் அவனை இருபது வருஷமாகத்தானே தெரியும்? ஆனால் சந்-திரவர்மனை பற்றி நாற்பது வருஷமாய் எனக்கு தெரியும்! அவன் ஒன்று சொன்னால் அதை செய்ய எதுவும் செய்வான்! கொலையும் அவனுக்கு துச்சமே!”

“அன்று சொல்லவில்லை! சரி! இப்போது அவன் நாட்டுக்குத் திரும்-பியும் ஆண்டை நெருங்கப் போகிறதே?அதற்கென்ன அர்த்தம்?”

“தெரிந்தோ, தெரியாமலோ மன்னனின் இடத்தையும், ஆட்சி செய்-யும் உரிமையையும் கவர அவன் மனம் துணிந்துவிட்டது! ஆனால், இப்போதைக்கு எந்த உயிரும் அவசியம்! அவன் நாளைக்கே செத்தா-லும் ஆச்சர்யப்பட ஒன்றும் இல்லை! செத்தால் இந்த நாட்டின் விருந்-தாளியாய் சாகட்டும், வாழ்ந்தால் இந்நாட்டின் மாமன்னனாய் வாழட்-டும் என்ற எண்ணத்தில் தான் இன்று வரை நாங்கள் சொல்லவில்லை! மேலும் நாங்கள் அவனைப் பட்டம் கட்ட வைக்க பலவித முயற்சிகள் செய்தும், கூறுக் கெட்ட

சிந்தாமணி தாய்ப்பாசத்தால் கண்ணைக் கட்டிக்கொண்டு மறுக்கி-றாள்!” என்றார் ஆதங்கமுடன்.

“இனியும் மறைப்பதால் என்ன அர்த்தம்?”

“ஏன்? என்ன ஆனது?”

“நாட்டில் இருக்கும் சில மக்களுக்கு அது உண்மையில்லை என்று வெளிச்சமாய் தெரிந்துவிட்டது!” என்றது அவர்களுக்கு ஆச்சர்யமாக இல்லை. அடுத்தது அவர்களின் கண்கள் ஜோசியரை நோக்கித் திரும்-பியது. “நீங்கள் ஏன் பொய் ஜாதகம் எழுத வேண்டும்?” என்றுக் கேட்-டதும் அவருக்கு திடிக்கிட செய்தது. “அந்த விஷயம் எப்படி உங்களுக்-குத் தெரிந்தது?”

“எந்த இருட்டுக்கும் கேட்கும் காதுகள் இருக்கும் என்று நீங்கள் கேள்விப்பட்டது இல்லையா மகாப் பெரிய ஜோசியரே?” என்றபோதுதான் அவர்களுக்கு ரகசியப் பாதையின் வாசலருகே அவர்கள் பேசிக் கொண்டது வேலன், கல்யாணிக்கு தெரிந்தது என்பதும், அவர்களிடம் கேட்டு இவர்கள் தெரிந்துக் கொண்டார்கள் என்பதும் விளங்கிற்று. இனி-யும் மறைப்பதால் பலன் இல்லை.

“நெடு நாட்களுக்கு முன்னால், மகாராஜாவுக்கு இளவரசன் பிறந்-துள்ளான் என்றும், அதற்கு ஜாதகம் எழுத மகாராணி விரும்புகிறார் என்றும் சொல்லி என்னை அழைத்துப் போக வந்தான் சந்திரவர்மன். அப்போது அவன் மனதில் இருந்த வஞ்சத்தை நான் முதல் முதலாய் உணர்ந்தேன்! இந்திராபுரியும், ரத்தினாபுரியும் ஒன்று சேர்ந்துப் பெரிய நாடாய் உருமாறியதை அடுத்து, அதனை ஆளும் மன்னனாய் - தானி-ருக்க வேணும் என்ற எண்ணம் வந்தது எனக்குப் புரிந்தது. அண்-ணனுக்கு அடுத்து ஆட்சிக்கு நாந்தான் வர வேணும் என்றும் எண்-ணியவன், இளவரசனைக் கொள்ளப் போவதாக சொன்னான். இதைக் கேட்ட எனக்கு மனது பொறுக்கவில்லை! இளவரசனைக் கொலை செய்தால் வருவது என்ன என்றெல்லாம் அவன் சிந்தித்ததாகத் தெரிய-வில்லை! ஆனால், அவற்றை நான் அறிவேன்! நான் அறிவேன் என்-பதை விட, நாங்கள் அறிவோம் என்று சொல்வதுதான் சரி! இல்லையா அமைச்சரே?”

“உண்மைதான்! சொல்ல முடியாத, கணிக்க முடியாதப் பின் விளை-வுகள் வரும்! அதனை தடுக்க வேண்டும் என்று நான் ஜோசியரை வேண்டிக் கொண்டதை அடுத்து, ஜோசியரும் இம்முயற்சியை செய்தார்! ஆரம்பத்தில் அவர் பொய் சொல்ல முடியாது என்றார்! இருந்தாலும் நாட்டின் நன்மைக்காக செய்தாக வேண்டியக் கட்டாயம் எழுந்ததால் ஒப்புக் கொண்டார்!”

“இளவரசனை நாட்டில் வைத்துக் கொன்றால் சிக்கல் வரும்! அவனை ஊரை விட்டு, தூர வைத்துக் கொன்றால் எந்த விதமான இன்னலும் வராது! என்று அவன் போக்கிலே போனோம். அதனை அவனும் ஏற்றுக் கொண்டான். எங்களால் அவனைக் காப்பாற்ற முடியும் என்று நினைத்தோம். மகாராணியிடம், இவன் நாட்டில் இருப்பதைக் காட்டிலும், சுடுகாட்டில் உயிரோடு இருப்பது நல்லது என்றும் சொன்-

னேன். மகாராணி அதை ஏற்றுக் கொண்டாள்!''

''சந்திரவர்மனிடம் வந்து, அவனை ஊருக்கு வெளியில் எங்காவது விட்டுவிடுங்கள் என்று சொன்னதாகவும், அவனை அவ்வாறே விட்டு விடுவதாய் அவள் வாக்குத் தந்ததாகவும், இருபது வருஷம் என்னும் ஆற்ற முடியாதக் கால அவகாசத்தை வாங்கிக் கொடுத்ததாகவும் ஏமாற்றினோம்! முட்டாளையும், முன்கோவக் காரனையும் ஏமாற்றுவது சுலபம் அல்லவா?'' என்றார் அமைச்சர். இதை எல்லாம் கேட்டவர்களுக்கு மிகப் பெரிய அதிர்ச்சியும், குழப்பமும் ஒருங்கே வந்து சேர்ந்தது.

''இப்படித் திட்டமிட்டும் அவர் எப்படிக் கச்சிதமாக சுடுகாட்டுக்கு ஆள் அனுப்பினார்? உங்கள் ராஜதந்திரம் எங்கோ ஒரு இடத்தில் கசிந்திருக்கும் போல இருக்குதே!'' என்றுத் தன் குழப்பத்தினை தீர்த்துக் கொள்ள முயன்றான் தளபதி.

''அதேக் குழப்பம்தான் எனக்கும் சேகரா! அவனை எப்படி அவன் கண்டுப் பிடித்தான் என்பது எங்களுக்குத் தெரியாது! ஆனால், அவனைக் காப்பாற்ற நாங்கள் என்ன வேணுமானாலும் செய்யத் தயாராய் இருந்தோம்! குடும்பத்தைக் கலைக்கவும்!'' என்றது அவர்களுக்கு கவனிக்கும் வண்ணம் எதையும் செய்யவில்லை. கொஞ்சம் அமைதி. ''வீரசேகரா! உன் அப்பன் எனக்கும் இந்நாட்டுக்கும் நல்ல விசுவாசி! அவன் மட்டும், நாட்டின் மீதும், மன்னரின் மீதும் இருந்த விஸ்வாசத்தையும், தன்னலம் இல்லாத உள்ளத்தையும், இரக்ககுணம் இல்லாது அசுரனையும் போல இருந்திருந்தால் இந்நேரம் அவன் உயிரோடு இருந்திருப்பான்! அநியாயமாக சந்திரவர்மன், காவியதிலகனின் சூழ்ச்சிக்குள் மயங்கி, அவன் சொல்லைக் கேட்டுக் கொலையும் செய்துவிட்டான்!'' என்றுக் கண்கள் கலங்கினார் அமைச்சர். அமைச்சர் தன் அப்பாவைக் குறித்து சொல்லும்போது அவனுக்கு பெருமையாக இருந்தாலும், தான் இன்னும் அந்தப் பெயரை வாங்கவில்லையே என்றுக் கவலையுற்றான்.

''எல்லாம் சரிதான் அமைச்சரே! அவன் வித்தைகளைக் கற்றுக் கொண்டது எப்படி?'' என்றுத் தன் குழப்பத்தை தீர்த்துக் கொள்ள முயான்றான்.

''விஜயனைப் பாதுகாத்து நாட்டுக்கு திருப்பிக் கொடுக்கும் பொறுப்பை ஐந்துத் துண்டுகளாக உடைத்தோம். அவற்றை, பவித்ரன்

கையில் ஒன்று, மகாராணி கையில் ஒன்று, வேலன்-கல்யாணி இணையர் கையில் ஒன்று, எங்களிருவர் கையில் ஒன்று, குருடன் என்று சொல்லப்படும் எங்கள் நண்பன் கருப்பையன் கையில் ஒன்று. அந்த நண்பன் கருப்பையன் தான் அவனுக்கு வித்தைகளைக் கற்றுத் தந்தான்!'' என்றார்.

40

தீஞ்சகுனம்!

இதனைக் கேட்டதும் அவர்களுக்கு மேலும் அதிர்ச்சி ஆனது. "உண்மையில் அவர்...?" என்று அவன் முடிக்கும் முன்னரே ஜோசியர் அவன் என்னக் கேள்விக் கேட்க போகிறான் என்பதைக் கணித்ததுப் போல, "அவன் குருடன் என்றே நாங்கள் அவனை நடமாட சொன்னோம்! அது பவித்ரனுக்கும் தெரியும்!" என்றது மேலும் அதிர்ச்சி. 'அவருக்குக் குருடர் யாரேன்றுத் தெரியுமே! பிறகெதற்கு நம்மிடம் அவர் அதுக் குறித்து எதுவும் சொல்லவில்லை?' என்றுக் குழம்பினான். பவித்ரனுக்கும், குருடன் என்று நாம் நினைத்துக் கொண்டிருந்த கருப்பையாவுக்கும், நம் முன்னால் அமர்ந்திருக்கும் ஜோசிர், அமைச்சருக்கும் என்ன தொடர்பு என்பதுக் குறித்து அறிய நாம் கொஞ்சம் பின்னோக்கிப் பயணப் பட வேணும். எவ்வளவுப் பின்னோக்கி என்றால், விஜயனும் மதியழகியும் கடலாடிக் கரை வந்த அந்த இரவுக்கு செல்ல வேண்டும்.

அன்றைய இரவு, பவித்ரன் இருமல் செய்து அனுப்பியக் குரல் உண்மையில் இருமல் அல்ல. அது சமிக்ஞை. அப்போது அங்கு வந்த மணிமேகலையையும், மதியழகியையும் கண்டதும் பவித்ரனுக்கு ஒன்றும் புரியவில்லை. தவறான நேரத்தில் வந்து மாட்டிக் கொள்ளப் போகும் கயவர் போல அவர் விழித்தார். எப்படியோ ஒரு வழியாய் சமாலித்து அவர்களைத் தாண்டி வந்தவர், மணலில் அமர்ந்துக் கொண்டார். கடற்கரை மணலில் அவர் அமர்ந்து வானையும், கடலையும் ரசிக்கவில்லை. யாருக்காகவோக் காத்துதான் இருந்தார். அப்போது, அவ்விடம் நாம்

இதுவரை குருடன் என்று நினைத்து வந்தக் கருப்பையன் வருகிறான். இருவரும் ஒருவரை, ஒருவர் கட்டித் தழுவிக் கொண்டார்கள். “எத்தனை நாள் ஆகுது நண்பா இப்படி சந்தித்து!” என்றும் பேசிக் கொண்டார்கள்.

“இருவரும் மீண்டும் எப்போது மீன்பிடிக்கப் போவது? நல்லத் துணை இல்லாது, கடல் கூடக் கொடுக்க மறுக்கிறது!” என்றான் பவித்ரன். “உண்மைதான் பவித்ரா! ஆனால் நமக்கிருக்கும் கடமை வேறல்லவா? நாட்டின் பாரத்தை முதுகில் சுமக்கும்போது வலைவீசக் கையில் பலம் வருவதெப்படி?”

“அதுவும் சரிதான்!”

“ஆமா! மணிமேகலை சௌக்கியம்தானே?” என்றுக் கருப்பையா கேட்கும் போது அவன் கண்களில் ஏதோ சொல்ல முடியாத உணர்வுகள் வழிந்தது. பவித்ரன் அவன் தோள்களைப் பற்றியவாறு, “என் மகள்போல பார்த்துக் கொள்கிறேன்! உன் குடும்பத்தைப் பிரித்தப் பாவம்தானோ என்னவோ, நான் குற்ற உணர்ச்சியாய் உணர்கிறேன்! என்னால் தாங்குவது என்பதேக் கஷ்டமாய் போகிறது!”

“முட்டாள் தனமாய் பேசாதே பவித்ரா! ரெட்டைப் பிள்ளையைப் பெற்றுக் கொடுத்துவிட்டு அந்த சண்டாளி செத்துப் போய்விட்டாள்! அந்தக் குழந்தைகள் எல்லாம் அனாதையாகவாக் கிடக்கிறது? ஒற்றைப் பிள்ளையை நீ வளர்கிறாய், இன்னொன்றை நாம் வளர்க்கிறோம்! அவ்வளவுதான்!” என்று அவன் சொல்லியது மிகவும் ஆறுதலாய் இருந்தது. “வித்தைகளில் கைத் தேர்ந்தவன் ஆகிவிட்டானா? அவன் மீது ஏதும் சந்தேகம் வந்துவிடப் போகிறது?” என்றுக் கலக்கத்துடன் கேட்டான் பவித்ரன்.

“எப்படி வரும்? வித்தைகளைக் கற்றுக் கொடுத்தவன் நாந்தான் என்பதுக் கூட அவனுக்குத் தெரியாது! அவனுக்கேத் தெரியாமல் செய்ததால்தான் இன்று வரை அவன் உயிரோடிருக்கிறான்! இல்லையா?” என்று அவன் கேட்கும் போது, “உண்மைதான் கருப்பையா! அவனை உயிரோடு மீட்டுக் கொடுத்தால் போதும் என்ற நிலை வந்துவிட்டதுப் பாரேன்!” என்று அவ்விடம் வந்தார் சிவபட்டர். “வாருங்கள் சுவாமி!

இந்நேரத்திலும் உறங்காது ஏன் உடம்பை வருத்திக் கொள்கிறீர்கள்?” என்று அக்கறையாய் கேட்டான் பவித்ரன். “என்ன செய்ய முடியும்?

கண்ணை மூடினாலும் காலன் வந்து நிற்கிறான்! வந்து என்னை அழைத்தாலும் பரவாயில்லை! இளவரசனை அல்லவோ அழைக்கிறான்! பிறகென்னத் தூக்கம் வேண்டிக் கிடக்கிறது?"

"ஏற்கக்கூடிய விஷயம்தான்! என்ன ஐயா இத்தனை தூரம்?"

"இன்னும் கொஞ்ச நாட்களுக்கு உங்கள் வேஷங்களை அப்படியேத் தக்க வைத்துக் கொள்ளுங்கள்! இன்னும் கொஞ்ச நாளில் பட்டாபிஷேகம் நடைபெற வேண்டும்! அதற்கு உங்கள் துணையும் எனக்கு வேண்டும்! அதை சொல்லிவிட்டுப் போகதான் வந்தேன்!" என்றார். அப்போது அவர்களுக்குப் பின்னால் சிறிய அளவிலான சலசலப்பு என்றாலும், அதுப் பெரிய அளவில் அவர்களுக்கு பயத்தை அளித்தது.பலவகையில் தேடித் பார்த்தும் அவர்களுக்கு எதுவும் சிக்கவில்லை. அப்போது அங்கு ஒரு புடவையின் துணிக் கந்தளாய்க் கிழித்து, முல்லோன்றுப் பதக்கமென ஏந்தி இருப்பதுக் கண்டனர். அந்தப் புடவையைக் கண்டதும், யாரோ ஒருவள் வந்து இங்கு நடந்ததை எல்லாம் கவனித்துவிட்டு சென்றுள்ளாள் என்பதை அறிந்துக் கொண்டனர். 'மணிமேகலையும், மதியழகியும்தான் ஒட்டுக் கேட்டிருப்பார்களோ?' என்றும் சந்தேகித்தார். அவளால் ஏதேனும் சிக்கல் வரலாம் என்று அப்போதே யூகித்தும் வந்தனர். அவர்கள் கணித்ததுப் போலவேக் கொஞ்ச நாளில் ராஜேந்திரனின் உதவியோடு விஜயனைக் கொல்லும் முயற்சியில் இறங்கினான் சந்திரவர்மன். நல்ல வேலையாக, தெய்வாதீனம் என்று சொல்வார்களே? அதுப் போல, கருப்பையன் அவனைக் காப்பாற்றியும் கொடுத்தான். அன்று அதிகாலை அவனைக் காத்த புஜ கரம் கருப்பையனுடையது என்பது விஜயனுக்குத் தெரியாது என்று அங்கிருக்கும் யாருக்கும் தெரியாது!

இத்தனையும் கேட்ட மாறன், இதுவரை அவன் உள்ளத்தில் இருந்த அத்தனைக் குழப்பத்துக்கும் விடையைக் கண்டறிந்துவிட்ட சந்தோஷத்தில் இருந்தான். கருப்பையன் தான் தன் மாமனார் ஆகப் போகிறவர் என்று தனக்குதானே எண்ணி மகிழ்ந்தான். அவரிடமே தன் வித்தைகளை மேலும் மெருகூட்டிக் கொள்ளாலாம் என்றும் நினைத்து மகிழ்ந்தான். "வீரசேகரா! உன் அப்பனின் முடிந்துப் போகாதக் கடமையை உன்னால்தான் முடிக்க முடியும் என்று நினைத்தோம்! இளவரசன் உயிருக்கு நீதான் காவலாய் இருக்க வேணும் என்றும் நினைத்தோம்!

அதனால்தான் ஒரு இருபத்துமூணு வயதைக் கடந்த இளைஞன் தளபதியாய் மாற முடிந்தது! அதற்காக உனக்குத் திறமையும் வீரமும் குறைவு என்று சொல்ல மாட்டோம்! உன் அப்பனுக்குப் பிள்ளை நீ! உன்னைக் குறை கூறும் தகுதி இங்கிருக்கும் யாருக்கும்... என்னையும், சிவபட்டரையும் சேர்த்துதான்! யாருக்கும் கிடையாது!'' எங்கையில் அவனுக்கு மிகவும் பெருமையாக இருந்தது. அப்போதுதான் ஜோசியர் முகம் எதையோ சிந்தித்துக் கொண்டிருப்பதையும், அந்த சிந்தனை அவருக்கு எதையோ ஆழமாக உணர்த்துவதையும் கண்டனர்.

“என்ன ஆனது சிவபட்டரே? ஏதேனும் சொல்ல முடியாத யோசனையா என்ன?'' என்று ஆச்சர்யமின்றியேக் கேட்டார் அமைச்சர். “அதெல்லாம் ஒன்றும் இல்லை அருணகிரி! இன்று இந்த ஊர் மக்களுக்கு விடியும் போது நேரப் போகும் சோகத்தை எண்ணிதான் கஷ்டமாய் இருக்கிறது!'' என்றார்.

இளையவர்க்கு அது எளிதில் விளங்கவில்லை. “என்ன ஐயா? ஏதேனும் தீஞ்சகுனமா?'' என்றுக் கேட்டேவிட்டான் தளபதி. “உண்மைதான்! அதனைத் தீஞ்சகுனம் என்பதுதான் பொருத்தம்! இந்நேரம் சந்திரவர்மன் விஜயனைக் கொள்ள நேரடியாய் சென்றிருப்பான்!'' என்றதும் அவர்களால் அதனை ஏற்க முடியவில்லை. “என்ன சொல்கிறீர்கள்?'' என்றுப் பதறினார். அவர்களை நிதானமாக்கும் நோக்கில், “கவலை வேண்டாம் அப்பா! நாங்கள் அதற்கு வேறு ஏற்பாடு செய்துவிட்டோம்! நீங்கள் இங்கு வரக் கொஞ்ச நேரத்துக்கு முன்னால்தான் கோட்டையின் ரகசியப் பாதை வழியாக ஆட்களை ஏவி அவனைக் கட்டித் தூக்கிப் போக சொன்னோம்!'' என்றார் அமைச்சர். கொஞ்ச நேரத்துக்கு முன்னால் அவர்கள் கடந்து வருகையில் தங்கள் நிழல் என்று நினைத்தது பிசகு என்பதும் விளங்கியது. திட்டமிடுதலில் அமைச்சருக்கு இருக்கும் தொலைநோக்கு நினைத்துப்பார்க்க பிரம்மிப்பாக இருந்தது. அது அவர்களுக்கு நிம்மதிதான் என்றாலும், ரொம்ப நேரத்துக்கு அவர்களுக்கு அந்த நிம்மதியை அவர் கொடுத்துவிடவில்லை. “மகாராஜாவின் நிலையை எண்ணிதான் கவலைக் கொள்கிறோம்!''

“மகாராஜாவுக்கு என்ன? அவருக்கு என்னத் தீங்கு நேர்ந்துவிடப் போகிறது?''

"அரண்மனைக்குள்ளே விடியும்போது ஒரு சாவு விழத்தான் போகிறது! இளவரசன் உயிரோடு ஒப்பிடும் போது மன்னனின் உயிர் அவ்வளவு அவசியமானதாக எங்களுக்குப் படவில்லை! அதனால்தான் யாரேனும் ஒருவரைக் காக்கத் தீர்மானித்தோம்!" என்றார் அமைச்சர்.

"அது ஏன் ஒருவர்? இருவரையும் காப்பாற்றலாமே?"

"ஆண்டவன் இரண்டில் ஒன்று என்பதைத்தானேத் தீர்மானிதுள்ளான்? ஆணா பெண்ணா? காடா கடலா? காயா பழமா? நிகழ்காலமா வருங்காலமா? நீங்களே சொல்லுங்கள்! நிகழ்காலமா? வருங்காலமா?". மாறனும் சேகரனும் முகத்தை முகத்தைப் பார்த்துக் கொண்டு, "வருங்காலம் தான்!" என்றதும், இருவர் முகத்திலும் புன்னகை. "அது தான் எங்கள் தீர்மானமும்! மகாராஜா விடியும் முன்னர் மறைவார்! கொலை என்று நன்றாய் தெரியும் படிதான் சாவார்! முடிவு நாட்டுக்கு சாதகமாய் அமைய வாய்ப்புக் கிடைக்கும்! கொஞ்சம் சிக்கலானப் பாதை அது! ஆனால், வேறு வழி இல்லை!" என்றுத் தான் கணித்ததை சொன்னார் சிவபட்டர். அவர் அப்படி சொல்லும் முன்னரே அத்தனைக் கண்களும் கலங்கிவிட்டது. "காப்பாற்ற வழி இருக்கிறதா?" என்றக் கேள்விக்கு அவர்களிடத்தில் பதில் இல்லை. இதற்கு மேலும் அவர்கள் அங்கிருக்க விரும்பவில்லை. எழுந்து அரசனைக் காக்க சென்றனர். அவர்களைப் பல வகையில் அவர்கள் தடுத்துப் பார்த்தும் பலன் அளிக்கவில்லை. அது அவர்களுக்கு அவர்களே வெட்டிக் கொள்ளும் குழி என்பது இப்போது அவர்களுக்கு விளங்காது. அதனை விளங்க வைக்கவும் இயலவில்லை.

41

மறைந்தான் சூரியன்!

வேகவேகமாக அரண்மனைக்கு ஓடினர். சந்திரவர்மன் யாருக்கும் தெரியாமல் கோட்டைக்குள் வந்தான். அவன் நடையில் சொல்ல முடியாத ஆக்ரோஷம் இருந்தது. அதனைக் காண அங்கிருந்தோர் என்று யாரும் இல்லை. யாருக்கும் தெரியாமல்தான் கோட்டைக்குள் நுழைந்தான். அப்போது அவன் வாழக்கையை அவனேக் கொஞ்சம் திருப்பிப் பார்க்கத் துவங்கினான். இதுவரையில் அவன் கொண்டிராதக் குரோதம் வெளிப்படுவதை உணர்கையில் அவனுக்கு கொஞ்சம் சங்கடத்தைக் கொடுத்தது. அவன் இந்த முடிவுகளை எல்லாம் தன்னிச்சையாகத்தான் எடுத்தானா என்றால் இல்லை.

இந்திராபுரி ஆட்சியை அண்ணன் செம்மையாய் செய்து வந்தது எண்ணி அவன் மிகவும் உள்ளம் மகிழ்ந்துவந்தான். அண்ணனின் ஆட்சியின் கீழ், இது வரை மக்கள் பஞ்சம் என்றோ, பட்டினி என்றோ மாளவில்லை. திருடன் என்றோ, பெண்ணை வழுக்கட்டாயமாகப் புணர்ந்தவன் என்றோ எவனும் கழுமரத்தில் ஏறியது இல்லை. அண்ணனுக்கு திருமண வயசு நெருங்கி வரும் போது, அவனுக்கு ரத்தினாபுரி சாம்ராஜ்யத்தை ஆண்டு வந்த சீவலப்பேரிகன் மகனாள் சிந்தாமணியை மணக்கும் தருணமும் வந்தது. கோலாகலமாய் நடந்தத் திருமணத்தை அடுத்து அவனுக்கு காவியத்திலகன் அறிமுகம் கிடைத்தது. சிந்தாமணியை மனம் செய்துக் கொள்ளாத விரக்தியில் இருந்தவனிடம் அறிமுகம் கிடைத்தது நல்லதாக இருக்காது என்பது அவ்வளவு எளிதில் விளங்கிக் கொள்ள முடியாது. “உன் அண்ணன் அவன் நாட்டை

மிக எளிதாகவே பெரிதாக்கிவிட்டான்! வீரனுக்குதான் நாடாளும் தகுதி உண்டு! போர் வேண்டாமென்று அமைதி என்னும் முகமூடியை அணிந்த கோழையால் நாட்டை ஆள முடியாது! நீதான் நாடாளப் பிறந்தவன்! மூத்தவன் என்றால் போதுமா? நாடாளும் தகுதி வந்துவிடுமா?'' என்றுக் கேட்டவை அவன் மனத்தைக் களைத்தான். குரவை மீனைப் பிடிக்கக் குட்டையைக் கலைப்பதுப் போல களைத்தான். ஆனால், இதெல்லாம் சூழ்ச்சி வலை என்பதை அவனால் உணர முடியவில்லை. "உண்மை-தான்! அவன் மூத்தவன் என்ற ஒரேக் காரணத்தால் ஆட்சியைப் பிடித்-துக் கொண்டான்! இல்லையென்றால் அவனுக்கு இருக்கும் போர் குறித்த அச்சத்துக்கு அவனால் நேர் வழியில் ஆட்சி அமைக்க முடியாது! நமது போர் உத்திகளால் அல்லவா நாடு பெருத்தது?'' என்று அவனும் நம்பத் துவங்கினான். "ஒன்று செய்! அவனுக்கு வாரிசு இல்லாமால் போனால், நீ அவனது நாட்டை அவனிடம் இருந்து எடுத்துக் கொண்டு நீயே ஆட்சி செய்யலாம்! அதற்கு மேலென்ன வேணும்?'' என்று அவன் களைந்த மனதை மேலும் களைத்தான். "அதற்கு பரிகாரமாக ரத்தினா-புரியை எனக்குக் கொடு! போதும்! இந்திராபுரி மன்னனாய் என் நண்பன் நீ!'' என்று அவன் சொன்ன நாள் முதலாகவே அவன் பேச்சைதான் கேட்டு நடந்தான் சந்திரவர்மன். அவனுக்கு அந்த பாகப்பிரிவினை மிக-வும் நியாயமானதாகப் பட்டதுதான் இதற்கு காரணகர்த்தவாக விளங்-கிற்று.

அவன் சொல்லியதால் தான் இளவரசனைக் கொலை செய்ய ஆள் ஏவினான். ஆனால், அவன் மேல் வைக்கும் குறிகள் அத்தனை-யும் தவறிப் போவதால், மன்னனைக் கொல்லவும் தீர்மானம் செய்துக் கொண்டு வந்தான்.

விஜயனின் அறைக்கு வந்தான். அங்கு விஜயன் இல்லை. ஏதோ மர்மம் நடந்ததை எண்ணி கோவப்பட்டான். உண்மையில் ரகசியப் பாதை வழியாக ஒரு நிழல் போன்ற உருவம் தோன்றி மறைந்ததை நாம் மறக்க முடியாது. அவர்கள் அவ்வழியே வந்து, சாம்பிராணியோடு மயக்-கப் பூவைக் கலந்துப் புகையூட்டி விஜயன் அறையில் இருந்த அனை-வரையும்

மயக்கினார்கள். . கருப்பையனும் அவன் கூட்டாளிகளும்தான் இத்-தனைக்கும் காரணம். ஆனால் அவற்றை எல்லாம் அறியாத சந்தி-

ரவர்மன், மகாராணி முழுக்கத் தூங்கிவிட்டாள் என்ற எண்ணத்தோடு சென்றான். சந்திரவர்மன் ரகசியப் பாதையை சந்தேகிக்கும் அளவுக்கு அப்போதுத் தெளிவுடன் இருக்கவில்லை. 'வந்ததற்கு அண்ணனைக் கொலை செய்துவிட்டு, காணாமல் போயிருக்கும் இளவரசன் மீதுப் பழியை சுமத்திவிடலாம்!' என்ற எண்ணத்தோடு மகாராஜாவின் அறைக்கு சென்றான். எப்போதும் மகாராணியுடன் இருக்கும் சூரியவர்-மன், இம்முறை தனித்துப் படுத்திருப்பது அவனுக்கு மிகவும் தோதாய் போனது.

காவலுக்கும் யாரும் இல்லாததால் சுலபமாகவே அங்கு சென்றான். காவல் இருந்தாலும் மன்னனின் தம்பிக்கு சிக்கலாகுமா என்ன? அப்-போதும் எளிதாய் வந்து சேர்ந்து விடலாம் அல்லவே! அரக்கனைப் போல உள்ளே நுழைந்தான். பாசக் கயிறாக எதையும் கொண்டு வராத எமனாக உள்ளே நுழைந்தான். மறுப் பக்கம், மாறனும், தளபதியும் வேக வேகமாக அவ்விடம் வந்துக் கொண்டிருந்தனர். தூக்கத்திலும் மன்னன் விழிப்புடன் இருக்க வேண்டும் என்று சொல்வதை மன்னன் இம்முறை மறந்துவிட்டு உறங்கினான் போல. உறங்கிக் கொண்டிருக்கும் ஒருத்-தனைக் கொள்வது வீரம் அல்ல என்பதை சந்திரவர்மனும் மறந்துப் போகவில்லை.

"அண்ணா!" என்றுத் தட்டி எழுப்பினான். கண் விழித்துக் கொண்ட மாமன்னன் ஆச்சர்முடன் பார்த்தார். "தம்பி? என்ன இந்நேரத்தில்?" என்றுக் கேட்டார். அவன் தன் குரலைத் தனித்துக் கொண்டு, "ஒன்-றுமில்லை அண்ணா! ராஜ்ஜியத்தின் சிம்மாசனம் குறித்துக் கொஞ்சம் பேசவேணும்!" என்றான். அவருக்கு சிரிப்பு வந்தது.

"இதற்காகவா இந்த நேரத்தில் எழுப்பினாய்? அதில் பேச என்ன இருக்கிறது? நான் மாண்டால் ஆட்சிக்கு வருவது விஜயந்தானே? அது-தான் எல்லாரும் அறிந்த விஷயமாயிற்றே!" என்றதும், அது சந்திர வர்-மனுக்குதான் சிரிப்பை வரவழைத்தது.

"எல்லோரும் எப்படி அண்ணா அறிவார்கள்? இன்று வரை விஜயன் விருந்தாளிதானே? அப்படி இருக்கையில் உங்களுக்குப் பிறகு அவனை அரியணையில் ஏற மக்கள் அனுமதிப்பார்களா? இல்லை ஏற்பார்களா? உங்கள் மனதில் உள்ள உண்மையை சீக்கிரத்தில் சொல்லி இருந்தால் நலமாய் இருந்திருக்கும்! மூன்று நாட்கள்தான் சொல்ல வேணாம் என்-

றேன்! இன்றோடு இருபத்திரண்டு வருஷங்கள், பத்து மாதம், ஒரு நாள் ஆகிவிட்டது! இனியும் இதனால் பலன் இல்லை!''

“நல்லது செய்தாய்! நாளை முதல் வேலையாக விஜயனின் பட்டா-பிஷேகத்துக்கு உண்டான வேலையையும், வேளையையும் தீர்மானிக்க வேணும்!'' என்றார் சூரியவர்மன். இது அவர் தம்பிக்குக் கடுங்-கோவத்தை வரவழைக்கும் என்று அவர் கனவிலும் காணவில்லை. “நானொன்றும் பட்டாபிஷேகத்துக்கு நாள் குறிக்க வரவில்லை அண்ணா!'' என்றவாறே அவன் உடைவாளை உருவினான். இதற்குள்-ளாக வந்த தளபதியும், மாறனும் அவன் மேல் பாய்ந்துக் கீழேத் தள்-ளினர். இவற்றை எல்லாம் கண்ட மன்னர் உடைந்துப் போய் நடைப் பிணம்போல நின்றார். இருவரும் சந்திரவர்மனை கடுங்கோவத்தோடுப் பார்த்தனர். சந்திரவர்மன் கோவத்தால் கத்தவும் செய்தான். “தவறு செய்துவிட்டீர்கள்! சனிக்கிழமை

துணைப் பிணமாய் செல்ல நீங்கள் வந்துவிட்டர்கள்! என் எதிரில் இருக்கும் இவன் சாகப் போகிறான்! நீங்களும்தான்! மூன்றுப் பேராக செத்துப் பொய் ஓடிப் போன விஜயன் மீதுப் பழி சுமத்திவிடுவேன்!'' என்றான் கடுங்கோவமாய்.

“ஐயா! உங்களுக்கு ஏன் இத்தனைக் கோவம்? இவ்வுலகில் எந்த மனிதனும் தன் அண்ணனையும், தம்பியையும் கொன்றுக் குவித்துப் பார்த்தது இல்லை! வயதில் மூத்தோர், நீங்களே இப்படிக் கூறுகெட்டு நடந்துக் கொள்ளலாமா? எங்களைப் போன்றோருக்கு நீங்கள் முன்னு-தாரணம் இல்லையா?'' என்றதும் அவன் கோவம் தாளவில்லை. “இது-வரைப் பார்த்ததில்லை என்றால் என்ன? இன்றுப் பார்த்துக் கொள்-ளுங்கள்! அண்ணனைக் கொள்ளும் தம்பியை இன்றுப் பாருங்கள்!'' என்று முன்னோக்கி நகர்ந்தான். அவனைத் தடுக்க மாறன் வீசியக் கத்தி, அவன் இடுப்பில் இருந்தத் தோலைக் கொஞ்சம் சீவி எடுத்தது. அந்த ஒருத்துளி ரத்தத்தைப் பார்த்ததும் அரக்கனைக் கூடக் கொள்ளும் அளவுக்குக் கோவம் கொண்டான். மாறனை நோக்கி சென்றான். அவன் சென்ற வேகத்தில் அவன் கழுத்தை நெரித்துக் கொன்றாலும் ஆச்சர்யம் கொள்ள வேண்டாம் என்று உணர்ந்த வீரசேகரன், அவன் முன்னால் வந்துத் தடுத்தான். “உன் அப்பன் எனக்கு எதிரியாக இருந்து செத்தான்! நீ என் எதிரில் நின்றே சாகப் போகிறாய்! உன் பரம்பரையை அழித்தப்

பாவம் எனக்கு வேண்டாம்! மரியாதையாக வழியை விடு!" என்று அவனை முதலில் கொல்ல முன்வர, அங்கு சொல்ல முடியாத அளவுக்கு சண்டை எழத் துவங்கியது. ஓங்கிக் கன்னத்தில் அவனைக் குத்தினார்கள், முதுகில் பலமாகத் தாக்கினார்கள். அவனது புதகஜப் பராக்கிரமத்தை கொஞ்ச நேரம் அவர்களால் சமாலிக்க முடிந்தது என்-றாலும், கொஞ்ச நேரத்துக்கெல்லாம் அசதி அடைந்தனர். ஆனால் சந்-திரவர்மனின் கோவம் அவனை ஓய்வு எடுக்கத் தூண்டவில்லை. எங்கி-ருந்தோ ஆற்றலை சேகரித்து அவனுக்குக் கொடுத்ததுப் போல, அசதிப் பெறாமலேயே சண்டையிட்டான். ஒரு அடியில் அவனதுக் கையில் இருந்தக் கத்தி தொலைவில் சென்று விழுந்தது. இந்த சண்டைகளை எல்லாம் கண்ட மகாராஜாவுக்கு அது ஒன்றும் அத்தனை பரபரப்பை ஏற்படுத்தவில்லை. ஏற்கனவே பாதி செத்த அவர், இனிமேலும் அதைக் காண முடியாமல் இருக்கிறார்.

கடைசியாக மாறனையும், வீரசேகரனையும் ஒரு இடியில் இடித்துக் கீழேத் தள்ளிவிட்டு, அங்கிருந்தக் கத்தியை எடுத்து அண்ணனின் மார்-பில் இறக்கினான். இதயத்தைத் துளைத்தக் கத்தி, வாய் வழியாக அதன் உதிரத்தைக் கொட்டியது. இதைக் கண்ட வீரசேகரனும், நெடுமாறனும் கத்தினர். மரண ஓலமிட்டனர். "நான்... கொஞ்சமும் இதை எதிர்பார்க்-கவில்லை சந்திரா!" என்றார் வலியுடன். மன்னனின் உயிர், தன் தம்பி-யைப் பார்த்தவாறு சொர்க்கலோகம் போனது. கோரமாக சிரித்தான் சந்-திரவர்மன். அந்த சிரிப்பு அவர்களுக்கு சொல்ல முடியாத சோகத்தைக் கொடுத்தது எனலாம். சூரியன் உதிக்கும் வேளையில், இங்கொரு சூரி-யன் மறைந்தது எண்ணி அங்கு பெருத்த சோகம் வந்தது. ஆர்பரித்துக் கண்ணீர் பொழிந்து ஓடியது.

42

மாமன்னன் சந்திரவர்மன்!

"யாரங்கே?" என்றுக் குரல் கொடுத்தான் சந்திரன். இரண்டு மூன்றுக் காவலர்கள் திபுதிபுவென்று உள்ளே நுழைந்தனர். சூரியவர்மன் செத்துக் கிடப்பதையும், சந்திரவர்மன் முகத்தில் இருந்தக் காயத்தையும், வீரசேகரன், கமலநெடுமாறன் முகத்தில் இருந்தக் கோவத்தையும் கண்டப் போது தங்களுக்காக ஒரு யூகத்தை செய்துக் கொண்டு, வீரசேகரன் மற்றும் மாறன் கைகளைப் பிணைத்துப் பிடித்துக் கொண்டனர். இது அவர்கள் இருவருக்கும் பெரிய ஆச்சர்யமாக இருந்தது. "பலே விசுவாசிகளே! உடனே இவர்கள் இருவரையும் காவலில் வையுங்கள்! இந்த தேசதுரோகிகளை என்ன செய்யலாம் என்றுக் காலையில் முடிவு செய்துக் கொள்வோம்!" என்றான். அவர்களைத் தரதரவென இழுத்து வந்தனர் காவலர்கள்.

மறுமுனையில் அரண்மனையின் ரகசியப்பாதை வழியாக, கோணிப்பையில் இளவரசனைக் கட்டித் தூக்கிக்கொண்டு வந்தார்கள் கருப்பையனும் அவன் கூட்டாளிகளும். ஒரு வழியாக யாரிடத்திலும் சிக்காமல் புங்கைப்பட்டினத்தின் தோணித்துறையில் வந்து சேர்த்தார்கள். தோணித்துறையில் பவித்ரனும், மணிமேகலையும் இருப்பதைக்கண்டு நிம்மதி அடைந்தான். மணிமேகலை அங்கு வருவது யாரென்றுத் தெரியாமல் நின்றுக் கொண்டிருந்தாள். நெருங்கியதும் அவர் யாரேன்றுத் தெரிந்-

தாலும், என்ன உறவென்றுத் தெரியாது. இதுநாள் வரை தாய் தந்தை இல்லாதுத் தனிமையில், பவித்ரனின் மகளாய் வளர்ந்து வந்தவளாதலால் தெரிய வாய்ப்பும் இல்லை. "அம்மாடி! இத்தனை நாள் உன்னை என் மகளாக நினைத்து வளர்த்தேன்!"

"இப்போது மட்டுமென்ன தலைவரே? நான் இப்போதும் உங்களது மகளல்லவா?"

"எப்போதும் என் மகள்தானம்மா! இருந்தாலும் உன்னைப் பெற்ற-வனை நீ அறிமுகம் செய்துக் கொள்ளாமல் போனால் பாவம் என்னை சேர்ந்துக் கொள்ளாதா?" என்கையில் அவர், கருப்பையனை நோக்கக் கண்டாள். இத்தனைக் காலம் தானொரு அனாதை என்றுத் தனக்கி-ருந்த மாய பிம்பம், இன்றோடு உடைவதை அவள் கொஞ்சமும் எதிர்-பார்க்கவில்லை. தன் தகப்பனின் தலைமுதல் கால்வரையில் கவனித்-தாள். முகத்தில் அங்கங்கு சிலக் காயங்கள், உடம்பில் அங்கங்கு சிலத் தழும்புகள். அவையாவும் அவனதுக் கடினமான வாழ்கையின் அடை-யாளமாக அவளுக்குத் தோன்றியது. "நீங்கள்தான் என் அப்பாவா?" என்றுக் கண்ணீர் வடித்தாள். கருப்பையனும் கொஞ்சம் கலங்கிதான் போனார். வயது வந்தப் பெண்பிள்ளைக்கு, ஒரு நாள் கூட வேண்டியதை வாங்கிக் கொடுத்து சந்தோஷப் படுத்தும் அப்பனாகத் தான் இல்லையே என்றெண்ணிக் கலங்கினார். அவளைக் கட்டி அணைத்துக் கொண்டு, ஆறுதல் சொன்னார். "கவலைக் கொள்ளாதே அம்மா! நீதான் என் மகள் என்பது எனக்குத் தெரியும்! ஆனால், நான் உன் தகப்பன் என்று-தான் யாருக்கும் தெரியாமல் வைத்திருந்தோம்! உன்னை நான் அடிக்க-டிப் பார்த்ததுண்டு! நீரோடைப் பக்கம் சில சமயம் பார்த்துள்ளேன்! உன் அம்மாவை உரித்து வைத்தவள் நீ! இப்போது அதுப் பற்றிப் பேச என்-னிடம்

நேரம்தான் இல்லை!" என்று சொல்ல, அணைப்பிலிருந்து விடுபட்டு வந்தாள். கண்களைத் துடைத்துக் கொண்டு, அவரை நிமிர்ந்துப் பார்த்-தாள். " இந்தக் கோணியில் இருக்கும் இளவரசனை காப்பாற்றி, பட்-டாபிஷேகம் வரை வைத்திருக்க வேணும்! அதுதான் இதற்கெல்லாம் காரணமாய் அமைந்தது! பிரிவை சொன்னேன்!" என்றதும் சொல்ல முடியாத சந்தோஷம் அடைந்தாள் மணிமேகலை. தான் இதுநாள் வரை அனாதை என்று நம்பி வந்ததை மூட நம்பிக்கை என்று விளங்கிக்

கொண்டாள்.

"இளவரசனை தோணியில் ஏற்றி, கொஞ்சக் காலம் மாதவத்தீவில் வைத்திருக்க வேண்டும்! உனக்கும், மதிக்கும் தான் அந்தத் தீவின் சாராம்சம் என்னவென்றுத் தெரியும்! நீதான் இதற்கு தகுந்தவள்!" என்றார் பவித்ரன். மணிமேகலைக்கு ஒன்றும் விளங்கவில்லை. "அதுதான் மதிக்கும் தெரியுமே? அவளை அனுப்பக் கூடாதா? நான் ஏன்?" என்றுக் கேட்டுவிட, "காரணம் உண்டுக் கலை! விஜயனும் மதியும் காதலிப்பது அரண்மனைக்கு எப்படியோத் தெரிந்துவிட்டது! அவனைத் தேடி யாரேனும் ஊருக்குள் வந்தால், மதியை வைத்து சமாலிக்க முடியும்! அதற்குதான் இந்த யோசனை!" என்றார். மேலும், "சகோதரனைக் காக்கும் பொறுப்பையும் உன்னிடத்தில்தான் தருகிறேன்!" என்றான் கருப்பையன். பவித்ரனுக்கு கருக்கென்று ஆனது. "ஆமாம்! அவனும் உனக்கு அண்ணன் முறையல்லவா? அதைதான் சொல்கிறார்!" என்று அவனைத் தோணியில் வைத்துக் கடலில் ஏற்றினர். "மதியும், விஜயனும் விரும்புவது உங்களுக்குத் தெரியுமா?"

"அரண்மனையில் இருக்கும் எல்லோருக்கும் தெரிந்துவிட்டது! முக்கியமாக சந்திரவர்மனுக்கும் தெரிந்துவிட்டது! அதற்கெல்லாம் காரணம் திண்ணையில் கிடையாய் கிடக்கிறாளே மல்லிகாவின் பாட்டி! அவதான்! யார் யாருக்கோ சாவு வருகிறது! இந்த சாண்டாளியை எமன் வந்துக் கொண்டுப் போகக்கூடாது?" என்றுப் புலம்பினார் பவித்ரன். "அதற்கெல்லாம் இப்போது நேரமில்லை பவித்ரா! கலை, நீ தோணியை மாதவத் தீவுக்கு செலுத்து! சூரியன் உதிக்க இன்னும் ஐந்து நாழிகைதான் மிச்சமுள்ளது! அதற்குள்ளாக சென்றுவிட வேண்டும்! பந்தம் கொளுத்திக் கொள்ளாதே! நிலவின் ஒளியையும், துருவ நட்சத்திரத்தையும் பயன் படுத்திக் கொள்! உனக்கு சொல்லித் தான் தெரிய வேணும் என்றில்லை!" என்று அவசர படுத்தி, அனுப்பியும் வைத்தார்கள்.

"கவலைப் பட வேணாம் தந்தைகளே! எனக்கு அதுவேப் போதுமான நேரம்தாம்! எதுவாக இருந்தாலும் தீவுக்கு செய்தி அனுப்புங்கள்! ராஜாங்க ரகசியம் என்றாலும் சரி! இளவரசன் இருக்கிறார் அல்லவா?" என்று சொல்லிவிட்டு, பரிசலை நகர்த்தினாள். மதியழகி ஓடி வந்து மணிமேகலையின் கைகளைப் பற்றிக் கொண்டாள். கட்டி அணைத்து ஆறுதல் சொல்லி வழி அனுப்பி வைத்தாள். கோணியில் இருக்கும்

இளவரசனின் உச்சந்தலையில் முத்தமிட்டாள். இதெல்லாம் பவித்ரன் கண்டுக் கொள்ளவில்லை. அவருக்கு அவள் உள்ளத்தின் வேதனை நன்குப் புரிந்திருந்தது. நீரில் மிதந்தது மிதவை. கொஞ்ச நேரத்துக்குள் எல்லாம் மாதவத்தீவை அடைந்துவிடலாம் என்று படகை வலித்துக் கொண்டு சென்றாள் மணிமேகலை. கொஞ்சத் தொலைவில் மாதவத் தீவின் நிழல் போன்ற உருவம் தென்படத் துவங்கியது. விடிகையில் அவர்கள் தீவின் கரைக்கு வந்து சேர்ந்தார்கள். முன்னொருமுறை மதி-யழகி வருணித்தது அத்தனையும் உண்மைதான். அழகியக் குறுந்தீவு. பசுமை மாறாத மரங்கள், அழகிய மலர்கள் பூத்துக் குலுங்கும் செடிக-ளும், கொடிகளும், பசியை

ஆற்றவே நெடிது வளர்ந்தப் பழ மரங்கள்,தேனீக்கள் உண்டுக் கக்கிய அமிர்தம் போன்றத் தேன் என கொள்ளை கொள்ளும் வசீகரத்துடன் காட்சி அளித்தது. கோணியில் இருந்த விஜயனை வெளியில் இழுத்-துப் போட்டாள். இன்னும் மயக்கத்தில்தான் இருக்கிறான் என்பதால் அவளால் தூக்கவும் முடியவில்லை. ஆண்டவன் தூக்கும் வலிமை-யைக் கொடுக்கவில்லை என்றாலும், இழுக்கும் திறனைக் கொடுத்தது எண்ணி, அவனை இழுத்துக் கொண்டே அங்கிருந்த குகைப் போன்ற ஒரு மலைக் குடைவில் படுக்கவைத்துவிட்டுக் காட்டுக்குள் சென்றாள்.

இந்திராபுரியில் மரண ஓலம். மன்னன் மாண்ட செய்தி மக்களின் காதுக்கு விடியும் வேளையில் வந்து சேர்ந்தது. மக்கள் கண்ணீர் வெள்-ளத்தில் மிதந்தனர். அதிர்ச்சியில் உறைந்தனர். தங்கள் வேலைகளை மறந்து அரண்மனை வாயிலை சூழ்ந்து நின்றார்கள். மாடத்திலே நின்று, சந்திரவர்மன் கத்தினான். "என் மக்களே! என் அண்ணன், மகா-ராணியின் கணவர் திரு.சூரியவர்மனால் இனி நம்மை வழி நடத்தும் தலைவனாகவோ, ஆட்சி செய்யும் அராசனாகவோ இருக்க முடியாது! அவரை அகால மரணம் வந்து அழைத்துக் கொண்டுப் போய்விட்டது! அகால மரணத்துக்கு அனுப்பிவிட்டார்கள்! நாட்டினையும், நாட்டின் செல்வத்தையும் கவரும் ஆசையால், மன்னனுக்கு எதிரியாய் கோட்-டையில் ஒருவன் உதயமாகி விட்டான்! இத்தனை நாள் கோட்டையில் விருந்தாளியாய் இருந்தவன் உண்மையில் விருந்தாளி அல்ல! அரசி-யின் வயிற்றில் பிறந்தவன்தான்! மகாராஜாவின் உண்மைப் புதல்வன்-தான் அவன்!" என்றான். இது மக்களுக்கு நடுவே, சலசலப்பை ஏற்-

படுத்தியது. "ஆச்சர்யமாக இருக்கிறதே?" என்று சிலரும், "நினைத்தது சரியாகப் போய்விட்டது!" என்று சிலரும் எண்ணியதை, வார்த்தைகளில் வெளிக் கொணர்ந்தனர். ஒரு முரசுக் கொட்டலுக்கு அடுத்து அந்த சலசலப்பு ஓய்ந்தது.

"அரசனைக் கொலைசெய்து தேசதுரோகக் குற்றத்தை சுமந்துள்ளதால் தற்போது அவனுக்கு பட்டம் சூட்ட முடியாத நிலை ஏற்பட்டுள்ளது! மேலும், அவன் குற்றமற்றவன் என்பதை நிரூபிக்கும் வரையில் அவனை அரசவை வாரிசாக அவை ஏற்காது என்றும் விளங்குகிறது! அவனுக்கு, 'தான் குற்றமில்லாதவன்!' என்று நிரூபிக்கக் கொஞ்சம் கால அவகாசம் உள்ளது! அதுவரை இந்த இந்திராபுரியையும், ரத்தினாபுரியையும் ஆட்சி செய்யும் பொறுப்பை எனக்கு அளிப்பதாய் ஏக மனதாய்த் தீர்மானம் செய்யப்பட்டுள்ளது! நான் என் கடமைகளை செம்மையாய் செய்வேன் என்றும் உறுதி அளிக்கிறேன்!" என்று கர்ஜித்தான். மக்கள் ஆரவாரம் செய்வதற்கு பதிலாகக் குழம்பிப்போய் இருந்தனர். சிந்தாமணிக்கு சொல்லவா வேணும்? மூச்சு விடும் நடைப் பணம் போலத் திரிந்தாள். இவையெல்லாம் நடந்தேறும் முன்னரே, மாமன்னன் சந்திரவர்மன் வாயிலிருந்து முதல் கட்டளையும் பிறந்தது.

"கொலைகாரனைத் தப்பி ஓட உதவிய படைத்தளபதி வீரசேகரனுக்கும், அவன் நண்பன் கமலநெடுமாறனுக்கும் கடுங்காவல் தண்டனை வழங்கவும் உத்தரவிடுகிறேன்! அவன் மீதுள்ளக் குற்றம் நிரூபிக்கப் பட்டால் தூக்கு மேடையும் கிடைக்கக் கூடும்!" என்றான். அனைவருக்குமே அதிர்ச்சிதான். திலகாவின் இதயத்தில் இது ஏதோ இடிப் போல இறங்கியது. மக்கள், 'தளபதிக்கா இந்த நிலை வர வேண்டும்?' என்று அனுதாபம் கொண்டார்கள். அமைச்சருக்கும், ஜோசியருக்கும் ஒன்றும் ஆச்சர்யமானதாய் இது இல்லை. அது அவர்கள் முகத்தில் இருந்த

சுபாவங்களை வைத்தே நம்மால் உணர முடிந்தது. அவர்கள் நடக்கக் கூடாது என்று எதனை நினைத்தார்களோ, அது நடந்தேறிவிட்டது. அதனை அவர்களால் தடுக்க முடியவில்லை என்பதும் உண்மை. தன் மனதில்,

" "*எது நடந்ததோ அது நன்றாகவே நடந்தது!*
எது நடக்கிறதோ அது நன்றாகவே நடக்கிறது!

எது நடக்க வேண்டுமோ அதுவும் நன்றாகவே நடக்கும்!""

என்னும் கீதாச்சாரத்தை உச்சரித்துக் கொண்டான் மாறன். வீரசேகரன் அப்போது வரைப் பொறுமையாகவே இருந்தான். அவன் சிந்தனையில் என்ன இருக்கிறது என்பதுக் குறித்து யோசித்துக் கொண்டிருந்தார் அமைச்சர். இருவரும் சிறைக்கு அழைத்துச் செல்லப் பட்டனர். அவர்கள் செல்வதைக் காணக் கண்களில் ஈரம் போதாது போனதுத் திலகாவுக்கு. ஏற்கனவே நொந்து நூலான சிந்தாமணிக்கு இதுவும் ஒரு துளி சேர்த்து வாட்டியது.

43

தூதுப் போகிறேன்!

இந்த செய்திகளெல்லாம் காட்டுத் தீப்போல ஊரெங்கும் பரவியது. வேலனும், கல்யாணியும் கூட விஷயம் அறிந்துக் கொண்டார்கள் என்றால் எத்தனை வேகமாய் விஷயம் பரவி இருக்கும் என்று யூகித்துக் கொள்ளுங்கள். வேலனும், கல்யாணியும் அரண்மனைக்கு வந்து மன்னனுக்கான சடங்குகளை செய்தார்கள். வேலன் ஆண்கள் ரீதியான சடங்குகளையும், கல்யாணி பெண்கள் ரீதியான சடங்குகளையும் செய்தார்கள். பூத உடல் தகனம் செய்யக் காத்துக் கிடந்தது. இயற்கையோடுக் கலக்கப் படவேண்டிய எல்லா காரியங்களும் அவ்விடம் நடந்துக் கொண்டிருந்தது.

புங்கைப்படினத்துக்கும் இந்த செய்திகள் தெரியவந்தது. 'தன் பாட்டி சொல்லிய தகவல்கள்தான் இங்கு நடக்குமத்தனை பிரச்சனைக்கும் காரணம்!' என்று கடலரசன் மூலம் அறிந்துக் கொண்டாள் மல்லிகா. கடலரசனுக்கு மல்லிகாவின் மீதிருந்த நெடுநாள் அன்பு இப்போதைக்கு நமக்குப் பெரிதாய் தோன்றாது. கடல்ராசனுக்கு ராஜேந்திரன் செல்லும் வழிப் பிடிக்காமல், பலவகையில் தடுத்துப் பார்த்தான். ஆனால் அவன் எதற்கும் அன்று மசிந்துக் கொடுப்பதாய் இல்லை. ஒரு நாள் கடைசியாக அந்த மூதாட்டியை அரண்மனைக்கு மிக சமீபத்தில் இருக்கு காட்டில் கண்டதாகவும், பொன்னை வாங்கி வந்து மண்ணில் புதைத்ததாகவும் அவற்றை எல்லாம் தான் கண்ணால் கண்டதாகவும் சொன்னான். இவை அனைத்தும் நெடு நாளாகவே மல்லிகாவின் இதயத்தை இறுக்கி, ஏதோத் தூண்டுதலை செய்தது. பலப் பலப் பிரச்சனைகள்

நாட்டில் நிகழ்ந்தேரக் காரணமாய் இருக்கும் தன் பாட்டியை கொன்றுவிடலாம் என்றுத் தீர்மானித்தாள். உண்ணும் உணவில், நஞ்சைக் கலந்துக் கொடுத்துக் கொன்றால் எல்லாம் சுமூகமாக செல்லும் என்று நம்பிக்கைக் கொண்டாள். அவள் நினைத்தவாறே செய்யவும் செய்தாள். அன்றிரவு உணவில் நஞ்சுக் கலந்து அவளுக்குக் கொடுத்தாள். சுவைபார்த்த முதியவளின் நாக்கு அந்த நஞ்சின் ஆற்றலைத் தாக்குப் பிடிக்க முடியாமல் உயிரை வேகமாக

உடம்பில் இருந்துப் பிரித்து எடுத்தது. அவள் சாகையில் மல்லிகாவின் கண்களில் ஒரு சொட்டுக் கண்ணீரும் வரவில்லை. விஷயம் ஊரேகம் தெரிந்தது. மல்லிகாவின் வீட்டில் துக்கம் விசாரிக்க ஊரே வந்தது. அவளை அணைத்துப் பிடித்து ஒப்பாரி வைத்தார்கள். ஆனால் மல்லிகாவால் அழுவதுப் போல நடிக்க முடியவில்லை. அவளைத் தனிமையில் அழைத்து, கடல்ராசன், “என்னக் காரியம் செய்துவிட்டாய் மல்லி? இப்போது அவள் இறுதியாய் சந்திரவர்மனிடம் என்ன சொன்னாள் என்பது நமக்கு எப்படித் தெரியும்?”

“தெரியாமலேப் போகட்டும் ஐயா! அத்தனை சிக்கலும் வந்து சேர்ந்தது அந்தக் கிழவியால் தானே? எமன் வந்து அழைத்து செல்ல முடியாததால், நானே எமனிடம் அனுப்பிவிட்டேன்! மிச்சத்தை ஆண்டவன் செய்வார்! நன்மையோ தீமையோ... ஆண்டவனுக்குத் தெரியும்!” என்று ஒருவாறாக ஞாயபடுத்திக் கொண்டாள்.

“எல்லாம் சரிதான் அம்மா! இப்போது உனக்குத் துணை யாரோ?”

“வாழ்வில் இனிமேல் தனிமையில் இருக்கக் கற்றுக் கொள்கிறேன்!” என்று சொல்லியவாறே அழுது, அவன் மார்பை அணைத்துக் கொண்டாள். அந்தக் கண்ணீரின் வெப்பத்தினை அவன் அகலமற்ற நெஞ்சு உணர்ந்தது. தன் மனத்திலும் கடல்ராசன் மீதில் காதல் பூத்தது என்பதை அவள் தேகம் மின்னல் வேகத்தில் அச்சமயம் உணர்ந்தது. அந்த ஆறுதல் நெடுநேரம் நிகழ்ந்தது. அப்போது அங்கு வானில் இருந்த நிலவை மேகம் வந்து சூழ்ந்து, நிலவின் விளக்கை அணைத்தது. “சரி! நான் சொல்ல வந்தது வேறு விஷயம் மல்லி!” என்னும் போதுதான் அவனைக் கட்டிப்பிடித்து நின்றதை அவள் உணர்ந்தாள். மடாரென இரண்டடிப் பின்னால் வந்தாள். ‘அடச்சை! அப்படியே பேசித் தொலைத்திருக்க வேணும்! தவறு செய்துவிட்டேன்!’ என்று அவள்

விலகலால் கொஞ்சம் வாடினான் அவன். மெல்லிய தேகம் தன்னை விட்டுப் பிரியும் போது அந்த வாட்டம் கொஞ்சம் ஏற்புடையதுதான்.

“வீரசேகரனும், நெடுமாறனும் கைது செய்யப்பட்டுவிட்டனர்! மகாராஜாவும் உயிரோடு இல்லை! இளவரசன் மீதுக் கொலைக் குற்றமும் உள்ளது! அவனை குற்றமில்லாதவன் என்று நிரூபிக்கும் வரை, ஆட்சியை நடத்துவது சந்திரவர்மந்தான்! அவன் சொன்னதை எல்லாம் மக்களும் உண்மை என்று நம்பிவிட்டார்கள்! அதனால் இப்போது என்ன செய்வதென்று நாம் யோசிக்க வேண்டும்! போனால் போகிறது என்று விட முடியாது! காரணம், இளவரசன் பேரில் களங்கம் உள்ளது! அதைத் துடைக்க நம்மால் இயன்றதை செய்தாக வேணும்!” என்றான்.

“இதெல்லாம் இளவரசனுக்கு?”

“இல்லை மல்லி! அவருக்கு இன்னும் தெரியாது! எப்படியேனும் இதனை அவருக்குத் தெரியப் படுத்த வேணும்!” என்று சொன்னவன் மனதில், பவித்ரனிடம் பேசினால் தக்க வழி கிடைக்கும் என்றும் நம்பினான். விறுவிறுவென அவரை நோக்கி செல்கையில் குறுக்கிட்டான் ராஜேந்திரன். கடல்ராசனை இதுத் திடுக்கிட வைத்தது. “ராஜேந்திரா!”

ராஜேந்திரனின் கண்கள் கலங்கிப் போயிருப்பதுக் கண்டான். “என்ன ராஜேந்திரா? கண்கள் ஈரமாக இருக்குதே? என்ன ஆனது? இளவரசன் பிழைத்தது எண்ணிக் கலக்கமா?” என்று நேராய் அவன் மார்பில்

வார்த்தைப் போர்த் தொடுத்தான். அந்த வார்த்தைகள் ராஜேந்திரனைக் கொலை செய்தது. அப்படியாயின் போரில் வென்றவன் கடல்ராசன் தான் போல. “நான் செய்தத் தவறுக்கு இப்படி வதைக்கிறாயே? உன் பேச்சை நான் கேட்டிருக்க வேணும்! என்னால்தான் அரசவையிலும் பிரச்சனை! புங்கைப்பட்டினத்துக்கும் பிரச்சனை! மதியின் மனம்போல அவளை விட்டிருக்க வேணும்! கிழவியின் பேச்சைக் கேட்டு சந்திரவர்மனிடன் நான் சென்றிருக்கக் கூடாது! நாட்டின் எதிர்காலத்தையே இல்லாமல் செய்துவிட்டேனே!” என்றான்.இந்த வார்த்தைகளை வைத்துப்பார்க்கும்போது ராஜேந்திரன் உண்மையில் உள்ளம் திருந்திவிட்டான் என்றுதான் அவர்களுக்கு எண்ணத்தை ஏற்படுத்தியது.

“அப்படி எல்லாம் ஒன்றுமில்லை ராஜேந்திரா! எதிர்காலம் இன்னும் உயிரோடுதான் இருக்கிறது! இளவரசனிடம் செய்தியை அனுப்பினால் போதும்! பிறகு எல்லாம் நல்லதாகவே நடக்கும்! கவலைக் கொள்-

ளாதே!'' என்று அவன் கண்ணீருக்கு ஆறுதலாய் சில வார்த்தைகளை சொன்னான் கடல்ராசன்.

“இளவரசன் இருக்குமிடம் நான் அறிவேன்! செய்தியை சேர்க்கும் வேலையை என்னிடத்தில் கொடுத்துவிடு! நான் தூதுப் போகிறேன்! இங்கு நடப்பதை நீப் பார்த்துக் கொள்! ஊருக்குள் ஒருவன் இருக்க வேண்டியக் கட்டாயம் இப்போது வந்துள்ளது!'' என்றான். கடல்ராசனால் அவற்றை நம்பவும் முடியவில்லை, அவன் கண்ணீரை நம்பாமலும் இருக்க முடியவில்லை. கண்ணீருக்கு வலிமை அதிகம் என்பதை உணராத உள்ளம் தான் இவ்விடத்தில் உண்டா என்ன? சமதம் அளித்-தான். ஆனால் ஒரு நிபந்தனையும் இருந்தது. “இளவரசன் உயிருக்கு உத்திரவாதம் வேணும்!'' என்றாள் மல்லிகா.

44

சிந்தாமணியும் செத்தொழிந்தாள்!

பதவியேற்றுக்கொண்ட அதே நாளில் மறுநாள் காலையில் அரசவைக் கூடும் என்று அறிவித்தான், சந்திரவர்மன். அவன் சொல்லியதுப் போலவே அரசவையும் கூடி இருந்தது. அமைச்சர்களும், புலவர்களும் அவரவர் இருக்கையில் அமைதியாக... மிகவும் அமைதியாக இருந்-தார்கள். இரண்டு நாளுக்கு முன்னாள் சூரியவர்மன் அலங்கரித்த அரி-யணை, விஜயன் அவருக்குப் பிறகு அமர்வான் என்று நினைத்திருந்த அரியணையில், சந்திரவர்மன் அமர்ந்திருப்பதைக் கண்டு கலங்கினார்-கள். அடுத்து என்னென்ன வாய்க் கூசும் கொடுமைகள் நடக்குமோ என்று அஞ்சியும் கொண்டிருந்தனர். அரண்மனையில் அரசவயைக் கூட்டி, "விஜயப்பிரபாகரன் ஒருக் கொலைகாரன்! அவனை உயி-ரோடோப் பிணமாவோக் கொண்டு வந்துக் கோட்டையில் சமர்பிக்க வேணும்! குற்றவாளி ஒருத்தன் ஊருக்குள் நிம்மதியாய் திரிவதில் நாட்-டுக்கு ஒரு பெருமையும் இல்லை! அவன் இளவரசன் ஆனாலும் சரி!" என்றுக் கட்டளைப் பிறப்பித்தான் சந்திரவர்மன். என்னதான் கொடி-யவன் என்றாலும், அவன் அரசன் அல்லவா? அவன் கட்டளையை நிறைவேற்றுவது அவர்களதுக் கடமையல்லவா? காவலாளிகள் நாடெங்-கும் தேடி அலையத் துவங்கினர். "புங்கைபட்டினத்தில் அலசிப் பாருங்-கள்!" என்றும் சொல்லி அனுப்பினான். அதன்படியே நாடேகம் தேடினர்.

இவை அனைத்தும் சிந்தாமணிக்கு வேதனையை நெருப்பாக அள்ளிக் கொட்டியது. யாரோ ஒருவர் எரிந்து அடங்கிய நெருப்பின் கனல்களை, அமரவைத்துத் தன் தலைமேல் கொட்டியதுப் போல இருந்தது. வாடி வதங்கிக் கொண்டிருந்தாள். கணவனை இழந்துப் புழுப் போல இருக்கும் தன்னை, சித்திரை வெயிலின் உச்சி வேளையில், கருங்கல் பாறையில் இடத்துப் போல உணர்ந்தாள். இதை எல்லாம் பார்க்க சகிக்காத சிந்தா-மணியின் அன்பு மகள் திலகா சிந்தாமணியின் நிலைக் கண்டு அழு-தாள். "மகாராணி! தைரியமாக இருங்கள்! இளவரசன் - தான் குற்ற-மில்லாதவர் என்று நிரூபித்து நாடாள்வார்! அவர் மீது எவ்விதத் தீங்கும் இருக்காது என்பதை மக்கள் அறிவார்கள்! அது ஒன்றும் தொலைவில் இல்லை!" என்னும் ஆறுதல் மொழிகளை சொன்னாள்.

சிந்தாமணிக்கு இது ஆறுதல் அளித்ததுப் போல இல்லை. 'ஒரு வேளை அவன் நாடாள வேண்டாம்! உயிரோடிருந்தால் போதும்!' என்று நினைத்தாளோ என்னமோ?! ஆறுதலில் சிறந்தது, தொடுதல் என்று நினைத்தாள் திலகா. அவள் தோள்களைப் பற்றினாள். திலகாவின் முகம் மாறுதலை அடையக் காணலாம். கண்ணில் தாரை தாரையாகக் கண்ணீர் வழிந்தது. "மகாராணி!" என்று அழைத்தாள். அவளால் பதில் சொல்ல முடியாது. அப்படியே சரிந்தாள். அவளைத் தாங்கிப் பிடித்துப் பூப்போல பூமிக்கு இறக்கி வைத்தாள். தகவலை அரண்மைனை ஏகம் சொல்லி அனுப்பினாள். "மகாராணி உயிரோடு இல்லை!" என்று அறி-விக்கசொன்னான் சந்திரவர்மன்.

"நாடு ஒரு சோகத்தில் இருந்து மீள்வதற்குள்ளாகவே மற்றொருக் கோரம் நிகழ்ந்தது! மகாராணி சிந்தாமணி தேவியார் மரணித்து விட்-டார்!" என்று அறிவிக்கப் பட்டது. 'சனிப் பிணம் துணைத் தேடிக் கொண்டது!' என்று சிலரும், 'அன்னியோன்யமான புருஷன் பெண்ஜாதி என்பதால்தான் விட்டுப் பிரிய மனமின்றி சென்று விட்டாள்!' என்று சிலரும், 'அந்த எமனுக்குதான் அப்படி என்னக் கோவம்?' என்று சில-ரும் பேசிக் கொள்ளத் துவங்கினார்கள். நாட்டுமக்கள் வருத்தக் கடல் பெருக்கி, கண்ணீர் காணிக்கை செலுத்தி வந்தார்கள். நீலிக்கண்ணீர் வடித்தான் சந்திரவர்மன்.

மகாராணியின் சடலமும் மகாராஜா... மன்னிக்கவும். இப்போது சந்-திரவர்மந்தான் மகாராஜா என்பதால் அவர்களுக்கு அந்தப் பட்டம்

பொருந்தாது. சூரியவர்மனின் தேகம் புதைக்கப் பட்ட இடத்தின் அருகிலேயே, சிந்தாமணியின் உடம்பும் புதைக்கப்பட்டது.

விஷயம் காவியதிலகனுக்கும் தெரிந்துப் போனது.இனிமேல் சந்திரவர்மன் அவனை நேரடியாக சந்திக்க எந்தத் தடையும் இருப்பதுப் போல இல்லை. அடிக்கடி நேரில் சந்தித்து வரத் துவங்கினான். "காவியத் திலகா! இப்போது என் அண்ணியும் உயிரோடு இல்லை! இனி நாட்டை நான் ஆளலாம்! விஜயனை உயிரோடோப் பினமாகவோக் கொண்டு வந்து சேர்த்து விடுவார்கள்!" என்றான் சந்திர வர்மன். "உயிரோடு வந்தாலும் பினமாகத்தானே வேண்டும்! உன் காவலாளிகளுக்கு சிரமம் தராதே! பிணமாகவே கொண்டு வரச்சொல்லி கட்டளைப் பிறப்பித்துவிடு!" என்றான்.அது காவியத் திலகனுக்கு வேணுமானால் சந்தோஷாத்தைக் கொடுத்ததுப் போல இருக்கலாம். ஆனால் அவ்விடத்தில் இருந்த அபிராமிக்கு அப்படி இல்லை.

"நல்லதுதான்! அவன் கிடைக்கும் வரை நீ ஆட்சியை செய்! பிறகு நான் கேட்டபடி... நினைவு இருக்கும் என்று நம்புகிறேன்!"

"எப்படி மறப்பேன்? ரத்தினாபுரி உன் நாடு! கொஞ்ச நாளுக்குள் அதற்கான ஏற்பாடுகளை செய்கிறேன்! கவலை என்ன நண்பா?" என்று அவனைக் கட்டித் தழுவி விடைபெற்றான். "செத்தொழிந்தாள் சிந்தாமணி!" என்றுக் காவியத் திலகனால் இம்முறை சந்தோஷப்பட மனது வரவில்லை. "என்ன அப்பா சோகமாக இருக்கிறீர்களே? நல்ல விஷயமாகத்தானே சந்திரவர்மர் வந்து சென்றுள்ளார்? பிறகென்ன இத்தனை சோகம்?" என்றுக் கேட்டான் அவன் மகன், பசுபதி. "ஒன்றுமில்லை மகனே! வேறொரு நல்ல யோசனை என் நெஞ்சில் உதித்துவிட்டது!" என்றான். பசுபதிக்கு அது விளங்கவில்லை. "என்ன யோசனை அப்பா?"

"சந்திரவர்மன் விஜயனைக் கொன்றுவிட்டால் நாடு அவனுக்கு என்று மாறிப்போகும்! அடுத்து அவன் சொல்லும் ஆள்தான் இந்திராபுரியை ஆள முடியும்! கண்டிப்பாக அவன் என்னையோ, உன்னையோ சொல்லப் போவதில்லை! அவனுக்கே தெரியாமல் இந்திராபுரியை கைக்கொள்ள நல்ல யோசனை இருக்கிறது!"

"சொன்னால் நிறைவேற்றுவேன் அப்பா!"

“விஜயன் சாகக் கூடாது! அவனை உயிரோடுக் கொண்டு வந்து, அவனை நம் கலைவாணிக்கு கட்டிக் கொடுத்து விட்டால் அவள் இந்திராபுரியின் மகாராணியாய் ஆவாள்! இத்தனைக்கும் அவன் உயிர் எப்படியோக் காப்பாற்றப் பட்டு வருகிறது, இருந்தாலும் இம்முறை அவனைக் கொன்றேத் தீருவான் வர்மன்! அதைத் தடுக்க வேணும்! சமயங்களில் எதிரியை சூழ்ச்சியால்தான் மடக்க முடியும்! இந்த முறை நமது பகடையாய் கலைவாணி விளங்குவாள்!” என்றதும் பசுபதி அதிர்ச்சி அடைந்தான். “என்ன சொல்கிறீர்கள் அப்பா? நம் கலைவாணியை அவனுக்குக் கட்டி வைப்பதா? எனக்கு அதில் கொஞ்சமும் உடன்பாடு இல்லை!”

“நன்றாக யோசித்துப் பார் பசுபதி! இந்திராபுரியின் கஜானா எவ்வளவு ஆழம் என்பதும் எனக்குத் தெரியும், ரத்தினாபுரி தானியக் கிடங்கு எத்தனை அகலம் என்பதும் எனக்குத் தெரியும்! ரெண்டும் நமக்கு வேண்டும்! அந்த தேசம் இரண்டும் தேவிபட்டினத்தின் கீழ் வந்தால், அவர்கள் கப்பம் கட்டக் கட்ட நம் கஜானாவும், தானியக் கிடங்கும் எப்படி இருக்கும் என்று யோசி! குறுநிலமாக இருக்கும் இந்த தேசம், சாம்ராஜ்யமாக உருமாறும்! எனக்குப் பிறகு இந்த நாட்டை ஆளப் போகும் அரசன் நீ? இதை சிந்தித்துப்

பார்க்க வேண்டாமா?” என்றதும், பசுபதியின் மனதுக் கலைந்தது.

“என்னால் ஆவது என்ன?”

“பலே! இதுதான் வேணும் எனக்கும்! நீ ஒரு விசுவாசத் தளபதியாக இந்திராபுரிக்குப் போ! அங்கு சந்திரவர்மனுடன் நின்றுக் கொண்டால் போதும்! காய்களை நான் நகர்த்துகிறேன்! அவன் வெறும் பொம்மைதான்! கயிறு நம்மிடத்தில் இருக்கிறது!” என்று சொல்லி அவனை இந்திராபுரிக்கு அனுப்பி வைத்தான். இது அனைத்தும் நிகழ்ந்தேற எடுத்துக் கொண்டக் காலமோ வெகு குறைவே. இந்தத் திட்டம் அவன் மனைவி அபிராமிக்குத் தெரிந்தது. வேகமாக கலைவாணியை அணுகினாள். “வாணி! அம்மா வாணி!” என்றுப் பதறி ஓடினாள்.”தேவிப்பட்டின மகாராணிக்கு அப்படி என்ன அவசரம்?” என்றுக் கேலிப் பேசினால் அங்கிருந்த சிலையொத்த மாது கலைவாணி. கலைவாணியை பார்க்கும் போது, மதியழகியைப் பார்க்கும் முன்னால் விஜயன் இவளைக் கண்டிருந்தால் இவள் மீதுதான் காதல்வசப்பட்டிருப்பானோ என்று எண்-

ணத் தூண்டும். கண்களை சுற்றிலும் அவள் ஈட்டி இருந்த மையின் ஆழம், மிக ஆழமான கிணறு. அவள் கண்ணில் விழுந்தால் எந்த ஆணும் அத்தனை எளிதில் மீண்டு வந்திட முடியாது. வந்தாலும் சடலமாகதான் வரமுடியும்! உயிர் அந்த விழிக்குள்ளே சிக்கிக் கொண்டு சித்திரவதைப் படும். அந்த கூரிய மூக்கு, அந்த நாசிக்குள் மறைந்துக் கொண்டத் திருகாணி சுமந்த வைர மூக்குத்தி, சொம்பொன் கொண்டு அலங்கரிக்கப்பட்ட செவிகள், பருகிடத் தோன்றும் பழரசம் போன்ற இதழ்கள் எனக் கடவுள் ரசித்து வடித்த சிற்பம் அவள். அப்படி அழகிய முகம் அது. என்ன வடிவம்தான் அந்த உடல்! என்ன ஒரு மந்திரப் புன்னகை, என்ன ஒரு சூனியப் பார்வை!

“உன் அப்பா சில சூழ்ச்சிகளை செய்துள்ளார்!” என்று அவன் போட்டிருந்தத் திட்டங்களை எல்லாம் சொன்னாள். அந்தத் திட்டமெல்லாம் அவளுக்குக் கேட்க சகிக்கவில்லை, “என்னதான் நாடாளும் எண்ணம் வந்தாலும் அதற்காக பெற்ற மகளைப் பகடையாக்க எந்த ஆள்தான் துணிவான்? எத்தனைக் கேவலமான ஆள் இவர் அம்மா?” என்றுத் தன் தந்தையை எண்ணி அவமானம் கொண்டாள். “இப்போது என்ன செய்யப் போகிறாய் வாணி?” என்று அவளை ஒரு முடிவுக்கு வரத் தூண்டினாள். “என்னிடம் வேறுத் திட்டம் இருக்குது அம்மா! ஆனால், இதை நான் தேவிப்பட்டினத்துக் கோட்டைக்குள்ளே இருந்து செய்ய முடியாது! நானும் இந்திராபுரிக்குப் போக வேணும்! அரசாளவேப் பிடிக்காத எனக்கு இந்த கேவலமானப் பகடைக்காய் விளையாட்டுப் பிடிக்குமா என்ன? உன்னை யாராவது வந்து உலகில் பெரிய சாபம் எது என்றுக் கேட்டால், மன்னர் வகையறாவில் பிறப்பதுதான் என்னைப் பொறுத்தவரைக் கொடிய சாபம் என்று பதிலுரை கூறு அம்மா!” என்றாள்.

“கவலைப் படவேணாம் வாணி! நீ இந்திராபுரி செல்ல என்னிடத்தில் ஒரு யோசனை இருக்கிறது! உன் அப்பாவை நான் சமாலித்துக் கொள்கிறேன்! நீப் போ!” என்று அந்தத் திட்டத்தை செயல்படுத்த முன்வந்தாள் அபிராமி.

45

திடுக்கிட வைத்த செய்தி!

திருந்திய ராஜேந்திரன் மாதவத் தீவை நோக்கிப் பரிசலை செலுத்தி வந்துக் கொண்டிருந்தான். கடலலை அவனை முன்னும் பின்னுமாய் இழுத்தும் தள்ளியும் சித்தரவதை செய்தது. தீவிலே படுத்திருந்த விஜயன், கொஞ்சம் கொஞ்சமாக மயக்கம் தெளிந்தான். கண் விழிக்கக் கடினமாக இருந்தது. தலை வின்னென்று வலித்தது. காதுகளில் காற்று சத்தம் மட்டுமே விழுந்தது. கண் விழித்துப் பார்க்கையில், அங்கு கிழங்குகளும், முட்டைகளும், பழங்களும், காய்களும் படையல் வைத்துக் கிடப்பதைக் கண்டான். படையல் வைத்திருந்த முகம் யாருடையது என்றுப் பார்த்தன். எப்போதும் அவனுக்கு அரண்மனையில் பரிமாறும் பெண்போல அவள் இல்லை. மணிமேகலை என்பதை அறியும் போது அவனுக்கு ஆச்சர்யமாக இருந்தது. “என்ன இடமடி அம்மா இது? எப்படி இங்கு வந்தோம்? அரண்மனைப் பஞ்சணையில் படுத்திருந்ததுப் போல இருந்தது!” என்றுத் தன் குழப்பத்தை வார்த்தைகளாகக் கேட்டான். “இளவரசே! முதலில் சாப்பிடுங்கள்! மயக்கப் பூ அதன் வீரியத்தைக் கொஞ்சம் குறைக்க வேணும்! இல்லையென்றால் தலைவலி நிற்காது!” என்றாள். ‘அதுவும் சரிதான்! தனக்குத் தலை வலிக்கிறது இவளுக்கு எப்படித் தெரியும்?’ என்றக் குழப்பத்தோடேத் தன் உடலுக்குக் கொஞ்சம் தெம்பேற்றிக் கொண்டான். சாப்பிடும் போது அவன் பார்த்தக் காட்சிகளை

அவன் மனதில் புரட்டிப் பார்க்கும்போது இது மதியழகி சொல்லிய மாதவத் தீவு என்பதைப் புரிந்துக் கொண்டான். அன்று இரவு அவள் என்னவெல்லாம் சொன்னாளோ, அத்தனையும் உண்மை என்று அவனுக்கு மிக வேகமாகவே விளங்கியது.

பாதி உண்டிருக்கும் போதே அவ்விடம் நோக்கி ஒரு பரிசல் வருவதைக் கண்டான். "என்னடி அம்மா அது? ஒற்றை ஆளாக பரிசலில் இங்கு வருவது யார்?" என்றுக் கேட்டான் விஜயன். மணிமேகலைக்குப் பதற்றம். "ஐயோ ஆண்டவா! மாதவத் தீவு பாதுகாப்பான இடம் என்று நினைத்ததுத் தவறாகிவிட்டதே! யாரோ ஒருவன் வருகிறானே! இங்கு என்ன என்னக் களேபரம் எல்லாம் நடக்கப் போகிறதோ! இந்திரதேவா! எங்களுக்கு ஏன் இந்த சோதனை? காப்பாற்றி விடு! என் உயிர் போனாலும் பரவாயில்லை, இளவரசன் உயிரைப் பறித்துக் கொள்ளாதே அப்பா!" என்று ஆண்டவனை பிரார்த்தித்துக் கொண்டிருந்தாள் மணிமேகலை. மிதவை நெருங்க நெருங்க பயமும் பதட்டமும் அதிகரித்தது. கரை வந்ததும், அந்த மிதவையை செலுத்தி வந்தவன் ராஜேந்திரன் என்று அவளுக்கு விளங்கியது. முதல் முறையாக விஜயனைக் கொல்ல செய்த முயற்சிக்குக் காரணமானவன் இவன்தான் என்று அவளுக்குத் தெரிந்ததுதான் இந்தப் பதட்டத்துக்குக் காரணம். அவன் முன்னே ஓடி வந்து முறைத்து நின்றாள். "நீ இப்படி ஒருத்தனாய் இருப்பாய் என்று நான் கனவிலும் நினைத்தது இல்லை ராஜேந்திரா!" என்றவளின் கைகளில் இளவரசனின் உடைவாள். அது எப்படி அவள் கைக்கு வந்தது என்றுக் கூட விளங்கிக் கொள்ள முடியாத நிலையில் நின்றிருந்தான் விஜயன். ஓங்கியக் கைகளைக் கீழே இறக்கியவண்ணம், "என்ன கலை இப்படிப் பேசுகிறாயே? முட்டாள்த்தனம் செய்தக் குற்ற உணர்வில் இருந்து எனக்கு விடுதலைக் கொடுக்க, மன்னிப்பு வேண்டி வந்திருக்கிறேன்!" என்று அவன் முதுகின் பின்னால் இருக்கும் அம்பை எடுத்தான். "திருந்தியவனுக்கு எதுக்கு ஆயுதம்?" என்று அவன் கழுத்தில் கத்தி வைத்தாள். அதனைக் கீழே இறக்கிவிட்டு, இளவரசன் முன்னால் மண்டியிட்டு அமர்ந்தான். "மன்னிக்க வேணும் இளவரசே!"

"எழுந்திரு ராஜேந்திரா! சுத்த வீரனான நீ இப்படி பண்ணலாமா?"

"வீரனா? நானா?"

“இல்லையாப் பின்ன? சந்திரவர்மனின் அத்தனை முயற்சியில் ரத்தம் பார்க்காத உடம்பு, உன் அம்புக்கு ஆடிப் போனதே! வீரனுக்கு ரத்தம் கொடுத்ததால் எனக்கென்ன இழுக்கு? என்னைக் கொள்ள பார்த்ததில் உனக்கு என்ன அசிங்கம்?” என்று புன்னகைத்தான். அந்தப் புன்னகை ராஜேந்திரனுக்கு ஆயிரம் கொடுமைகளை செய்தது. கண் கலங்கினான். “ஏன் இந்தக் கலக்கம் நண்பா?”

“இந்த விஷயத்துக்குக் கலங்காது இருப்பவன் மனிதனாய் இருக்க முடியாதே இளவரசே!” என்றான். அந்த வார்த்தைகளின் ஆழத்தை விளங்கிக் கொண்டான் விஜயன். கலையோ படபடப்பில் இருந்து இன்னும் மீளாமல் இருக்கிறாள். “நீ நினைப்பதுப் போல இந்தக் கலவரங்களையும், குழப்பங்களையும் ராஜேந்திரன் ஆரம்பிக்கவில்லை அம்மா! கடந்த மூன்று வருஷத்தில் இது எனக்கு வரும் பதிமூன்றாவது சிக்கல்! தொலைவில் இருந்து வந்த வாளில் மூன்று முறைப் பிழைத்திருக்கிறேன்! குறிப்பார்த்து வந்த ஈட்டியில் இருந்தும் தப்பி வந்துள்ளேன்! பொறியிலும் பிழைத்துள்ளேன்! நஞ்சிலும் மீண்டுள்ளேன்! புலியிடமும் பிழைத்துள்ளேன்!” என்றான். “என்ன விஷயம் அது? தயங்க வேணாம்! சொல் ராஜேந்திரா!” என்றும் அழுத்தம் கொடுத்தான்.

“இளவரசே! மாமன்னன் இப்போது உயிரோடு இல்லை! அவரை நீங்கள்தான் கொலை செய்துவிட்டதாகவும், உங்களைத் தப்பிக்க உதவியதாக தளபதி மீதும், உங்கள் நண்பன் மீதும் குற்றம் சுமத்தப் பட்டுக் கடுங்காவல் தண்டனையில் உள்ளதாகவும், நீங்கள் குற்றமில்லாதவர் என்று நிரூபிக்கும் வரையில் நீங்கள் அரசாளத் தகுதி இழப்பதாகவும் சொல்லி உங்கள் சித்தப்பா ஆட்சிக்கு வந்ததாகவும் தகவல்! அதனை உங்களிடம் சேர்க்க சொல்லி உத்தரவு!” என்றான். விஜயனின் கண்களில் கண்ணீர் வழிந்தது. மணிமேகலைத் தன்னை அறியாமல் அலறியழுதாள். “இப்போதைக்கு அவர்கள் சிறையில் இருப்பதுதான் நாட்டுக்கும், அரியணைக்கும் பாதுகாப்பு! நாம் உடனடியாக நாடுத் திரும்ப வேணும்! ஏற்பாடு செய்யுங்கள்!” என்றான் விஜயன். அது அவர்களுக்கு நல்ல முடிவாக இல்லையெனப் பட்டது.

“இல்லை இளவரசே! கொஞ்ச காலம், என்னால் ஆனக் காயம் காய்ந்து, உடல் தெம்பேறும் வரையில் நாம் இங்குதான் இருக்க வேணும்!” என்றான். அதனை மீறி அவனால் செய்வதற்கு ஒன்றும்

இல்லை. 'இளவரசன் என்றாலும் இம்முறை அவர்கள் கட்டளைக்கு கட்டுப் பட்டுதான் ஆக வேணும்!' என்பதை அவன் மறவான்.

இது வரை அவன் கவனிக்காத நுணுக்கத்தை இப்போது கவனித்-தான் விஜயன். "இந்த அம்பு உனக்கு எப்படிக் கிடைத்தது?" என்றான். அவன் முகத்தில் ஆர்வம் வெளிப்பட்டதுக் கண்டு மணிமேகலையும் ஆர்வம் கொண்டாள். 'என்ன இது? சாதாரண அம்புக்குப் போய் இளவரசர் ஆர்வம் கொள்கிறாரே?' என்ற ஆச்சர்யமும் அவர்களுக்கு வந்தது.

46

அதிர்ஷ்டம் துணை நிற்கும்!

ராஜேந்திரன் செய்திக் கொண்டுப் போகப் போவதை மதியழகி அறிந்-தாள். அப்போது அவனை நிறுத்தி, தன் வீட்டுக்கு வரவழைத்துப் போனாள். அவ்வேளையில் அவள் உடைகளை சுமந்துப் பாதுகாத்து வந்த அலமாரியின் கதவுகளைத் திறந்தாள். அதில் இருந்த அழகிய, நீண்ட, வழுவழுப்பான, கூரிய அம்பினை எடுத்துக் காட்டினாள். அந்த அம்பு இத்தனை நாளாய் அவள் அதிர்ஷ்டத்தால் கிடைத்த அம்பு என்று நம்பி வந்தாள். அந்த அம்பை அவன் கையில் கொடுத்து, “ராஜேந்திரா! நீங்கள் இந்த அம்பை அவர் கையில் கொண்டு சேர்க்க வேண்டும்! இந்த அம்பு என் அதிர்ஷ்டம் என்று நான் இத்தனை நாளும் நம்பி வருகிறேன்! இதை அவர் வாங்கிக் கொள்ளும் போது, அந்த அதிர்ஷ்டம் அவருக்கும் துணை நிற்கும்! பயணிக்கும் வேளையில் மாத-வத்தீவு வரையில் அந்த அதிர்ஷ்டம் உங்களுக்கும் துணை நிற்கும்! தைரியமாகப் பொய் வாருங்கள்! எக்காரணம் கொண்டும் அவரை ஊருக்குள் இப்போதைக்கு அழைத்து வர வேணாம்! அத்தனை உயிரும் போனாலும் சரி!” என்று சொல்லி அனுப்பினாள். அதற்குதான் மதியழகி அந்த அம்பைக் கொடுத்தாள் என்றும் விளக்கினான் ராஜேந்திரன். அந்த அம்பு அவனுக்குப் பேரானந்தத்தைக்

கொடுத்தது.

உண்மையில் அவள் சிறுமியாய் இருக்கும் போது, வானில் இருந்து வந்த அம்பு ஒன்று அவள் அருகேக் குத்திக்கொண்டு நின்றது. கொஞ்சம் விட்டிருந்தால் அவள் அன்று உயிரோடு வந்திருக்க மாட்டாள். சிறுமியாய் இருந்தக் காலம் என்பதால் அந்த அம்பு, பருவம் தோறும் அவளுக்குப் புதுப் புது எண்ணங்களைக் கொடுத்தது. சிறு வயதில், 'வானத்தில் இருந்துத் தன் அம்மா அனுப்பிய அன்புப் பரிசு!' என்று நம்பினால். கொஞ்சக் காலத்துக்கு அடுத்து, 'கடவுள் நமக்கு கொடுத்துள்ள எதிர்காலம் குறித்த செய்தி' என்றும், வயது வந்தப் பொழுதில், 'ராமனைப்போல ஒருக் கணவன் வருவான் என்று உணர்த்தும் செய்திப் போல' என்றும் எண்ணி வந்தாள். இப்போது நாம் கொஞ்சக் காலத்துக்கு முன்னால், மாறனும் விஜயனும் மதியழகியைத் தேடும்போது மரத்தில் இருந்த நிலவு மற்றும் அம்பின் முத்திரைகளை நாம் அடையாளம் காணலாம். அதனை அவள் வரைந்துக் காலம் அதிகம் ஆகிருக்கும். தெரிந்தோத் தெரியாமலோ அன்றைய தினம் அவர்களுக்கு அது வழிப்படமாக அமைந்தது. உதவிக் கரமும் நீட்டியது.

அந்த அம்பு, பதினைந்து வயதில் தன் வித்தைகளைக் கற்று நிறைவு செய்தப் போது அவன் ஏய்த அம்பு என்று சொன்னதும், அவர்களுக்கு மிகவும் ஆச்சர்யமாய் இருந்ததது. தன் கதையை சொல்லத் துவங்கினான் விஜயன்.

பத்து வயதை நெருங்கிய விஜயன், காட்டுக்குள் திரியும் போது அவன் ஒரு ஓலை இருப்பதைக் கண்டான். அந்த ஓலையில் இருக்கும் செய்திகளைப் படித்து அறிந்துக் கொள்ளும் அளவுக்கு அவன் அறிவை வளர்த்துக் கொண்டான். அவனுக்குக் கல்வியறிவுப் புகட்டிய குரு பூபதியப்பர். அவரது வீட்டில் தான் தன் சமவயது நெருங்கிய, கமலநெடுமாறனை சந்தித்தான். அவர்கள் இருவருக்குமான நட்பு, கல்வியறிவில் தான் துவங்கியது. அத்தனை எளிமையில் எளியோருக்குக் கல்வி அக்காலத்தில் இல்லாதப் போது, 'வெட்டியான் குலத்தான்' என்று சொல்லப் படும் அவனுக்கு இடம் கிடைத்ததுக் குறித்து ஆச்சர்யம் கொள்ளாத நாளே இல்லை. இருந்தாலும் படிக்கக் கற்றுக் கொண்டான். அப்படி அவன் கற்றுக் கொண்டதுப் பலன் அளித்தது இவ்விடம்தான். அந்த ஓலையில்தான்.

“தினந்தோறும் இவ்விடம் வந்து, ராஜ வித்தைகள் பயில வேண்டும்!” என்று எழுதி இருந்ததைக் கண்டான். அவனுக்கு ஒன்றும் விளங்கவில்லை. ‘அப்பாவிடம் (வேலன்) இதுக் குறித்துக் கேட்டால் தெரிந்துக் கொள்ளலாம்!’ என்ற எண்ணத்தோடு அங்கிருந்து சென்றான். வேலன் அதனை ஆமோதித்தான். அவனது சம்மதத்தை அடுத்து, நாள்தோறும் கற்றுக் கொள்ளத் துவங்கினான். வாள் வீசவும், அம்பு ஏவவும், ஈட்டி எறியவும் கற்றுக் கொள்ளத் துவங்கினான். ஐந்து ஆண்டுகளுக்குள்ளாகவே அத்தனை

வித்தைகளையும் கற்றுக் கொண்டான். இத்தனை விஷயங்களைக் கற்றுக் கொடுத்த குருவின் முகத்தை அவன் ஒருமுறைக் கூடக் கண்டது இல்லை. அவனுக்குத் தேவையான வித்தைகளை ஓலையில் எழுதி வைக்கப்பட்டிருக்கும்.தனக்கு ஏற்படும் சந்தேகங்களை தானொரு ஓலையில் எழுதி வைத்துக் கொள்வான். இவ்வாறாகவே அவனதுக் கற்றல் முறை நிறைவுப் பெற்றது. கடைசியாக அன்று, பதினைந்து வயதை நிறைவு செய்யும் முன்னர், “இந்த அம்பு, சந்தனக் குச்சியால் செய்து, செப்புக் கலந்த இரும்போடு செய்யப்பட முனையோடும், கழுகின் இறகோடும் இருக்கும்! இந்த அம்பை உனக்காக அன்பளிப்பாய் எடுத்துக் கொள்!” என்ற ஓலையுடன் ஒரு தைலமரத்தில், பட்டையை உரித்துக் கொண்டு உள்ளேப் பதிந்து இருந்ததைப் பார்த்தான்.

அந்த அழகிய அம்பை அவன் கைகளில் எடுத்ததும், எய்து எத்தனைத் தொலைவுப் போகுதென்றுப் பார்க்கத் தோன்றியது. அப்போது அவன் எய்த அம்பைத்தான் அவர்கள் கையில் வைத்திருக்கிறார்கள் என்பதையும் சொல்ல, அந்தப் பின்னணியில் இருக்கும் நுணுக்கத்தை எண்ணிப் பூரிப்பு அடைந்தனர். “இந்த அம்புக்குப் பின்னால் இருக்கும் கதை இத்தனை பெரியது என்பதை மதியழகி அறிந்தால் எப்படி இருக்கு?” என்றான் ராஜேந்திரன்.

“மதியழகி நினைத்ததில் தவறொன்றும் இருப்பதாகப் படவில்லை இளவரசே! சரியாகத்தான் படுகிறது!”

“எது?”

“அவள் தனக்கு ராமனைப் போல ஒருத்தன் கணவனாய் வருவான் என்று நினைத்ததைதான் சொல்கிறேன்! நீங்களல்லவா அவளை மணம் கொள்ளப் போகிறீர்கள்? உத்தமர்களுக்குதான் இவள் உரியாள்!” என்-

றதும், விஜயன் முகத்தில் புன்னகை மலர்ந்தது. "உண்மையில் நீதான் உத்தமன்! மதியழகியின் மனதைப் புரிந்துக் கொண்டு விலகிவிட்டாயே! நீயல்லவா ஆண் மகன்! அவளை சித்தரவதை செய்யாது விலகி வந்த நீயல்லவா நிஜத்தில் நல்லவன்!" என்று சொல்லி அவனைக் கட்டி அணைத்துக் கொண்டான். அவனைக் கட்டி அணைத்து நின்ற அந்தக் கணம், அவனது பாவங்கள் எல்லாம் காணாமல் போனதுப்போல உணர்ந்தான் ராஜேந்திரன். "உண்மையாகவே இந்த அம்பு அதிர்ஷ்டமாய் நிற்க வேண்டுமென்று நினைக்கிறேன்!" என்றான் விஜயன். அந்த சமயம் மணிமேகலைக்கு காலம் எத்தனை விந்தையானது என்று நினைத்துப் பார்த்தாள். அதே நேரத்தில், 'நம் காதலர் அந்தக் கொடிய சிறையில் சிக்கி என்ன என்ன பிரச்சனைகளை அனுபவிக்கிறாரோ?' என்றக் கொடிய வேதனையும் அவளை வாட்டியது. தீயிடையிட்டப் புழுப்போல் நொந்தாள்.

47

சிறைச்சாலையிலே அன்றிரவு!

அரண்மனைக்குள் அனாதையாய் உலாவிக் கொண்டிருந்தாள் திலகா. அன்னையைப்போலத் தன்னை இதுநாள் வரைப் பார்த்துக் கொண்டிருந்த சிந்தாமணி இன்று உயிரோடு இல்லை. அதை என்னும் போதெல்லாம் அவளை ஆண்டவன் சுற்றி வளைத்து அடிப்பதுப் போல இருந்தது. போதாக் குறைக்கு தான் மனதால் விரும்பும் காதலர் இப்போது சிறைவாசம் அனுபவித்துக் கொண்டிருக்கிறான். இப்போது நாட்டில் நடக்கும் பிரச்சனைகளை எல்லாம் வைத்துப் பார்க்கும் போது, மாறனும் தளபதியும் சிறையில் இருப்பது நல்லதல்ல என்றும் நினைத்தாள். அவளுக்கு நல்ல யோசனை வந்தது. இரவோடு இரவாக தலைமைக் காவலாளியின் கையில் இருக்கும் சாவியைக் களவாடி, அவர்கள் இருவரையும் தப்பிக்க செய்துவிட்டால் மிச்சத்தை அவர்கள் பார்த்து கொள்வார்கள் என்றும் முடிவுக்கு வந்தாள். இரவு நெருங்கியது. கோட்டை முழுக்கத் தலைமைக் காவலாளியை துலாவி அலைந்தாள். எங்கும் அவனைக் காணோம். மிச்சமிருப்பதோ சிறைச்சாலை மட்டும்தான்.

சிறைச்சாலைக்கு சென்றாள். வாசலில் நின்ற வாயிற்காவலன் அவளைத் தடுத்தான். “யாரடி அம்மா நீ! இவ்விடத்துக்கெல்லாம் நீ வருவது ஆகாதே!” என்றான். அவளுக்கு வாய் குழறியது. “ஐயா! நான்

திலகா! சிந்தாமணிக்கு நெருங்கியவள்! தலைமைக் காவலாளிக்கு நான் ஒன்று சொல்ல வேண்டும்! அவரை எங்கெங்கோத் தேடி அலைந்து விட்டேன்! எங்கும் காணோம்!'' என்றதும், ''கவலைப் பட வேணாம் அம்மா! அவர் உள்ளேதான் இருக்கிறார்! கொஞ்ச நேரம் காத்திரு! நான் அவரை வரவழைக்கிறேன்!'' என்று உள்ளே செல்ல முற்படும் பொது, ''வேண்டாம் வேண்டாம் அய்யா! நான் நேரேப் பார்த்து பேசிக் கொள்கிறேன்!'' என்று அவளே உள்ளே நுழைந்தாள். அந்த சிறைக்குள் இருந்த நிசப்தம், அவள் இது வரைக் கேள்விப்பட்டவை எல்லாம் பொய்யோ என்று எண்ண வைத்தது. ஒரு முறை, ஒருவர் ''ஊருக்குள் இருக்கும் கடுங்காவல் சிறையில் அலறலும், கத்தும் சத்தமும், வலியால் துடிக்கும் குரல்களும் கேட்டபடியே இருக்கும் என்றும், ரத்த வாடை மூக்கைத் துளைத்து எரியும் அளவுக்கு கொடுமையானதாக இருக்கும் என்றும், அங்கு சென்றாலே மரணம் தான்!' என்றெல்லாம் சொல்லியது அவள் நினைவுக்கு வந்தது. ஆனால் அந்த சிறை அப்படி இல்லை. மிகவும் பிரம்மாண்டமானத் தோற்றமும், நுணுக்கமான கட்டிட அமைப்புகளும் கொண்டிருந்தது.

அப்போது, மாறனதுக் குரல் கேட்டதால் அவள் அங்கிருந்த சுவர் மறைவில் மறைந்துக் கொண்டாள். அங்கு நடப்பது என்ன? பேசுவது யார்? என்றெல்லாம் தெரிந்துக் கொள்ள நின்றாள்.

''தளபதி! நீங்கள் இருவரும் என்னைத் தாக்கிவிட்டு இந்த சிறையிலிருந்துத் தப்பித்து சென்றுவிடுங்கள்! நாடு நலமாய் இருக்க வேணுமானால் நீங்கள் இருவரும் வெளியில் நடமாடவேண்டும்! இந்த கட்டிடத்துக்குள் தனிமையில் இருவருமாய் இருப்பதால் எந்தப் புண்ணியமும் இல்லை! மகாராணியும் இப்போது உயிரோடு இல்லை! சந்திரவர்மனுக்கு இது இன்னும் தோதாய்ப் போய்விடும்! அதற்கு வாய்ப்புக் கொடுக்க வேணாம்!'' என்று சொன்னது ஒருக் குரல். அந்தக் குரலின் சொந்தக் காரன் யாரென்று அறியும் ஆவலில் கொஞ்சமெட்டிப் பார்த்தாள். 'என்ன ஆச்சர்யம்? கேட்க வந்த வரம் கேளாமலேக் கிடைப்பதுப் போல' என்பதுப் போல, தலைமைக் காவலாளி அல்லவே இதை செய்கிறார்! அவன் அப்படி சொல்லியதும், மாறனும் சேகரனும் ஒருவர் முகத்தை, ஒருவர்ப் பார்த்துக் கொண்டனர்.

''என்ன யோசனைத் தளபதி?''

"இதனால் உன் உயிருக்கு ஏதேனும் ஆபத்து நேருமோ என்றுதான் அஞ்சுகிறோம்!"

"கவலைப் பட வேண்டாம் தளபதி! பேருக்கு வேணுமானால் சந்திரவர்மன் காவல் மந்திரியாய் இருக்கலாம்! ஆனால் என் கட்டளைகள்தான் இந்த முந்நூறுக் காவலாளிக்கு வேத வாக்கு!"

"நல்ல சமயம் வரட்டும்! சொல்கிறோம்!"

"எல்லா நேரமும் நல்ல நேரம் தான்! எல்லா சமயமும் நல்ல சமயம் தான்! இப்போதேத் தப்பிக்கப் பாருங்கள் தளபதி!"

"இப்போது எப்படி?"

"வழி இருக்கிறது ஐயா! இந்தக் கதவுக்கு வலப்புறமாக ஒரு துவாரம் இருக்கும்! அதன் வழியாய் நுழைந்தால் விசாலாமான ஒரு சுரங்கப் பாதைக்கு போவிடலாம்! அந்த சுரங்கப் பாதை உங்களை ஆற்றங்கரை வரைக் கொண்டுப் போகும்! ஆற்றைத் தொடர்ந்துப் போனால், நீர்வீழ்ச்சிக்குப் போய்விடலாம்!" என்றான். அவர்களுக்கு இது நல்ல யோசனையாக பட்டது. ஒத்துக் கொண்டார்கள். "ஆனால், என்னை நீங்கள் அடித்துக் காயப்படுத்த வேணும்! நம்பும் படியாக ஏதேனும் சொல்ல வேண்டுமல்லவா?" என்றுக் கேட்டுக் கொண்டதைத் தொடர்ந்து, மனமின்றி அவனைத் தாக்கினர். அந்தக் காயங்களை எல்லாம் வாங்கிக் கொண்டத் தலைமைக் காவலாளி, வழிந்த ரத்தத்தைத் துடைத்துக் கொண்டான். "மன்னித்துக் கொள் ஐயா! இத்தனை நடந்தும், உன் பெயரை அறியாமல் போவது எப்படி நல்லதாய் இருக்கும்?"

"என் பெயர் மாரீசன்! தளபதிக்கும் என் பெயர் தெரியவில்லை என்றால் இந்த நாட்டில் உதவாக்கரை தலைமைக் காவலாளியைப் போல இருந்திருக்கிறேன்!" என்று வேதனைத் தெரிவிக்க, "அத்தனைக்கும் சேர்த்து ஒரே செயல் செய்துவிட்டாயே!" என்ற வார்த்தையோடு ஓடிவிட்டனர். வாசலில் இருந்து வந்தக் காவலாளி, மாரீசன் உள்ள நிலையைக் கண்டு ஆச்சர்யம் அடைந்தான். "தலைவரே! என்ன ஆனது?"

"என்னை அடித்துப் போட்டுவிட்டு அவர்கள் தப்பித்துப் போய்விட்டார்கள்! அவர்களை தேட சொல்லு!" என்றான். "ஆகட்டும் தலைவரே! அவர்களைக் கண்டுப் பிடித்தால், பிடித்துக் கொள்ளவா? விட்டு வடவா?" என்றான். மாரீசன் முகத்தில் புன்னகைப் பூத்தது. அதன் அர்த்தம், தேட அவசியம் இல்லை! பாவ்லாவுடன் நிறுத்திக் கொள்

என்பதே. அதனைக் காவலாளி விளங்கிக் கொண்டான்.

“அப்படி என்றால் அந்தப் பெண் எங்கே?”

“எந்தப் பெண்?”

“உங்களைப் பார்க்க வேணும் என்று ஒரு பெண் வந்தாள்! நீங்கள் அவளைப் பார்க்கவில்லையா?” என்று அவன் கேட்டதும், மாரீசன் வயிற்றில் புளியைக் கரைத்தது. ‘ஒருவேளை அவள் சந்திரவர்மன் விசுவாசியாக இருப்பாளோ? இங்குக் கண்டதை எல்லாம் சொல்லிவிடுவாளோ? அப்படி அவள் மட்டும் அவன் விசுவாசியாய் இருந்து இங்கு நடந்ததை எல்லாம் சொல்லித் தொலைத்துவிட்டால் நாட்டில் மேலும் சிலக் குழப்பங்கள் எழுமே!' என்ற பீதியும் வந்தது. சுற்றியும் முற்றியும் பார்க்காது இரவில் அந்த செயலை செய்ததுத் தவறுதானோ என்றெல்லாம் எண்ணிக் கலங்கிப் போனான். “சரி! அதை நான் பார்த்துக் கொள்கிறேன்!” என்று சொல்லிட்டு, அவசரமாக அரசவை நோக்கி ஓடினான். ‘நான் பார்த்துக் கொள்கிறேன்!' என்று அவன் எந்த தைரியத்தால் சொன்னான் என்பது கொஞ்சமும் அவனுக்குப் புரியவில்லை. இருந்தாலும் சொன்னான்.

48

ரகசியம் சொன்னார்கள்!

அரசவைக்குள் செல்ல வேண்டிய நிர்பந்தம் வந்ததால் அரண்மனை வாசலுக்கு வந்து சேர்ந்தான் மாரீசன். தலைமைக் காவலாளியைக் கண்ட வாயிற்காவலன் ஒருவன், "வாருங்கள் தலைமைக் காவலரே! ஏதும் அவசர செய்தியா? காயங்களும் இருப்பதைக் காண்கிறேன்!" என்றான். "கொஞ்சம் அவசரம்தான்! கூடவே வா!" என்றான் மாரீசன். வாய்ப்பூட்டுச்சட்டம் பிறப்பிக்கப் பட்டதைப் போல பெருத்த அமைதி அவ்விடத்தில் நிலவக் கண்டான் மாரீசன். அந்த அமைதியைக் குழைக்-கத் தான் சொல்லப் போகும் தகவலே போதும் என்பதை அவன் உணராது இருக்க முடியாது. "அரசே! வீரசேகரனும் அவர் நண்பன் நெடுமாறனும் என்னை அடித்துப்போட்டுத் தப்பித்து ஓடிவிட்டார்கள்!" என்றான். அனைவருக்கும் இது உப்பையும் மிளகையும் ஒன்றாய் உண்-டதுப் போல உணர்வைக் கொடுத்தது. "என்ன சொல்கிறாய்? முட்டாள்! எப்படித் தப்பித்தான்?"

"அவர்களுக்கு உணவுத் தர சென்றபோது என்னை அடித்துப் போட்-டுத் தப்பி விட்டார்கள்!"

"உணவுக் கொடுப்பதுதான் இப்போது முக்கியமா? ஒரு நாள் சாப்பி-டவில்லை என்றால் செத்தாப் போய்விடுவான்?" என்றுக் கோவப்பட்டுக் கத்தியபோது, அமைச்சர் குறுக்கிட்டார். "மன்னா! உங்கள் அண்ணன்

ஆட்சியில் எந்தக் கைதியும் பசியால் இருந்ததில்லை! நீங்கள் அப்படி செய்யக் முடியாது! உங்களுடைய இந்த என்னத்தை முற்றிலும் கைவிட வேணும்! உங்களுக்காக முன்னாள் இருந்த விதிமுறைகளை மீற நாங்கள் ஒரு பொழுதும் ஏற்றுக் கொள்ள மாட்டோம்! உணவளித்தது உண்மையில் தவறில்லை!" என்று சொன்னதும், அதற்கு மேல் அங்கிருக்க முடியாமல் சந்திரவர்மன் சென்றுவிட்டான்.

அவையில் இருந்த அத்தனை அமைச்சர்கள் மற்றும் பெண்களும் களைந்து சென்றார்கள். மாரீசனை திலகாத் தனிமையில் சந்திக்க வேண்டும் என்று நினைத்தாள். சந்தித்தாள். "ஐயா! நான் தான் உங்கள் சிறையுள் நுழைந்தப் பெண்!" என்றாள். "என்ன சொல்கிறாய் திலகா?அது நீதானா அந்த மங்கை? நான் கூட சந்திரவர்மன் ஏவிய ஆள்தானோ என்று அஞ்சி நடுங்கிப் போய்விட்டேன்! அப்படி சிறை வரை என்னைத் தேடி வர என்ன அவசியம் நேர்ந்தது?" என்றுக் கேட்டதும், தன்னை மாரீசன் அறிந்ததுக் குறித்து ஆச்சர்யம் அடைந்தாள். "நானே தளபதியையும், அவன் நண்பரையும் தப்பிக்க வைக்க உங்கள் உதவியை நாடிதான் வந்தேன்! அதற்குள்ளாக எல்லாவற்றையும் நீங்களே முடித்துவிட்டீர்கள்!" என்றாள். அவள் சொல்லி முடிக்கும் முன்னரே அவ்விடத்துக்கு வந்து சேர்ந்தார்கள் அமைச்சரும், ஜோசியரும். "என்னக் காரியம் செய்துவிட்டீர்கள் இருவரும்?"

என்றுக் கடுங்கோவமாய்க் கேட்டார்கள்.அவர்களுக்கு ஒன்றும் சொல்ல வாய் வரவில்லை.

"அமைச்சரே! இந்த சமயத்தில் அவர்கள் வெளியில் இருப்பதுதானே நல்லதாக இருக்கும்! சிறையில் இருந்து யாருக்கு என்ன லாபம்?"

"லாபம் இல்லைதான் அம்மா! அனால், நஷ்டம் இல்லாது இருந்திருக்குமே! அவர்கள் சிறையில் இருந்திருந்தால் அவர்களை உயிரோடாவது வைத்திருக்கலாம் என்று நாங்கள் நினைத்த அனைத்தும் நாசமாய்ப் போய்விட்டதே!" என்றுத் தன் அதிருப்தியை வெளிக் காட்டினார் ஜோசியர். சிவபட்டர் இதுப் போலெல்லாம் பேசி இது வரை அங்கிருந்த யாரும் கேட்டதில்லை என்பதால் இதில் ஏதோப் பிரியாத சிக்கல்களை ஏற்படுத்தும் விஷயம் இருக்கிறது என்பதினைப் புரிந்துக் கொண்டனர். அமைச்சர் உள்பட. "கமலநெடுமாறனின் உயிர் இப்போது மிக மிக அவசியம்!" என்று சொன்னதும், தன் காதலர் நாட்டுக்கு எத்தனை

அவசியமானவர் என்று நினைத்துப் பெருமைக் கொண்டாள்.

"இனி சந்திரவர்மன் கவனம் எங்கள்மீதுத் திரும்பிவிடும்! நாங்கள் அதன் விளைவாக மரணித்தாலும் ஆச்சர்யம் கொள்ள முடியாது. அதற்கு முன்னால், எனக்கும், ஜோசியருக்கும், விஜயனுக்கும் மட்டுமே அறிந்த ரகசியத்தை சொல்கிறேன்! அதனைக் கடைசி வரை, அவசியப் பட்டாலொழிய யாரிடத்திலும் நீங்கள் சொல்லிவிடக் கூடாது! பட்டாபி-ஷேக நாள் வரையில்!" என்றாவாறேத் தன் கைகளை நீட்டினார் அரு-ணகிரிநாதர். திலகாவும், மாரீசனும் ஒருவர் முகத்தை ஒருவர் பார்த்துக் கொண்டு நின்றிருந்தனர். அவரதுக் கைமேல், இருவரும் கைவைத்து வாக்குரீதியான சத்தியத்தை செய்துக் கொடுத்தனர். திலகாவின் கை மீது மாரீசன் கை வைக்கையில் பூமேல் வைப்பதுப் போல இருந்தது. ஆனால், மாரீசனின் கையோ, காப்புக் காய்த்து, இரும்புக் கட்டிப் போல கனத்தது. அடிக்கடி அமைச்சர் ஒரு வஷயம் சொல்வதுண்டு. 'சுவர்-களுக்கும் கேட்கின்ற காதுகள் இருக்கும்!'. அந்தக் காரணத்தால் தில-காவிடமும், மாரீசனிடமும் காதுகளில் ரகசியத்தை சொன்னார் என்ன சொன்னார் என்பதுத் தெரியவில்லை. ஆனால் ஏதோ ஆச்சர்யமும், அதிர்ச்சியும் அடையக் கூடய ஒன்று என்பது மட்டும் தெளிவாய் விங்-கியது.

"அமைச்சரே! இந்த விஷயம் மகாராஜாவுக்கும் மகாராணிக்கும்?"

"தெரியாது அப்பா! அவர்களுக்குத் தெரிந்திருந்தால் இந்நேரம் யாருக்குத் தெரியக் கூடாதோ, அவனுக்குத் தெரிந்திருக்கும்! எல்லா உயிர்களும் இப்போதைக்கு அவசியம்தான்!" என்றார் சிவபட்டர். "நம் இரு உயிரைத் தவிற! இல்லையா ஜோதிடரே?" என்றுப் புன்னகைத்தார் அருணகிரி. "உண்மைதான் நண்பரே!" என்று மீண்டும் ஒரு புன்னகைப் பூத்தார் சிவபட்டர். அந்தப் புன்னகைக்கு பின்னால் இருக்கும் வலியும், வேதனையும் மாரீசனால் உணர முடிந்தது. "நீங்கள் சொல்வதைப் பார்த்-தால் இன்னும் ஏகப்பட்ட வேலைகள் இருக்கிறதுப் போலத்தான் தெரிகி-றது! புரட்சி வெடிக்குமா என்ன?"

"வெடித்தால் சந்தோஷம்தான்! இந்திராபுரி நீடூழி வாழும்!" என்றார். திலகாவும் மாரீசனும் அவ்விடம் விட்டு நகர்ந்தார்கள். அவர்களை மீண்டும் சிறைக்குக் கொண்டு வந்தே ஆக வேண்டும் என்ற எண்ணத்-தில் ஓடினார்கள் என்பதேப் பொருத்தம்.

49

காடும் கரையும்!

கொஞ்சக் காலத்தை விஜயனும், மணிமேகலையும், ராஜேந்திரனும் மாதவத் தீவிலேயேக் கழித்தனர். இதற்கு மேலும் இங்கு மறைந்து வாழ்வதில் அர்த்தம் இல்லை என்று அவன் நினைத்தான். "ராஜேந்திரா! இனியும் நாம் இந்தத் தீவில் இருப்பது எனக்கு சரியாகப்படவில்லை! உடனடியாகக் கப்பலேறி கரைக்கு செல்ல வேணும்! அங்கு ஏகப்பட்ட அரசாங்க சிக்கல் இருப்பதுப் போல எனது உள்ளுணர்வு சொல்கிறது!" என்றான். ஆனால் அவர்கள் இருவருக்கும் இந்த எண்ணத்தில் உடன்பாடு இருந்ததாகத் தோன்றவில்லை.

"இல்லை இளவரசே! இப்போதைக்கு நாம் அங்கு செல்வது சரியாக இருக்காது! புங்கைப்பட்டினக் கரையில் ஆயிரம் அமுளிதுமுளி நடக்க வாய்ப்பிருக்கிறது! அப்படியான இந்த சூழலில் நாம் உங்கள் பாதுகாப்பை எண்ணிப் பார்க்காமல் இருக்க முடியாது! கொஞ்சம் பொறுமையாக இருங்கள்!" என்றான். அதனை அவன் ஏற்பதாக இல்லை. "இல்லை ராஜேந்திரா! நான் என்ன ஆனாலும் அங்குப் போய்தான் ஆக வேண்டும்! அங்கு சென்று மதியையும், பவித்ரனையும் சந்தித்து சில விஷயங்களைப் பேச வேண்டும்! இங்கிருக்கும் ஒவ்வொரு மணித்துளியும் ஆபத்தை மிகுதியாக்கும் என்ற அச்சம் வருகிறது!" என்று எழுந்தான். "நான் போகிறேன்! வருவதாய் இருந்தால் வாருங்கள்!" என்றால், மறுப்பதுக்கு என்ன வழி? அவர்களும் அவ்விடம் விட்டு சென்றனர்.

மூவருமாக மிதவையில் ஏறிக் கொண்டார்கள். இங்கு மறுபுறத்தில், மாரீசன் சொல்லியப் பாதை வழியாக வந்த வீரசேகரனும், நெடுமாறனும் ஆற்றங்கரை ஓரமாக வந்து, ஒருக் காட்டுப் பகுதியில் நுழைந்துக் கொண்டார்கள். அவன் சொன்ன வழியை மிகவும் கஷ்டப்பட்டு நினைவில் ஏற்றி இருந்தனர். அந்த அகண்ட வனத்துக்குள் புகுந்துவிட்டால் கண்டறிவது அத்தனை சுலபம் இல்லை என்று அவர்கள் நம்பினார்கள். உண்மையும் அதுதான். அத்தனை அடர்த்தியான முட்களும், மரங்களும், புதர்களும் சூழ்ந்த அந்த வனப் பகுதிக்குள் மனிதன் ஒரு புழுப்போல் தான் தோற்றம் அளிப்பான்.

அவர்களைத் தேடி இந்தண்டைக் காவல் காரர்களும், மாரீசனும், திலகாவும் அலைந்துக் கொண்டிருக்கிறார்கள். மாறனும், தளதியும் வேக வேகமாக ஆற்றோடுப் போட்டியிட்டு ஓடினர். ஆற்றில் தண்ணீர் பிரபாகமென ஓடியதுக் கண்டு, அதில் குதித்து நீந்த அவர்களின் உள்ளம் தூண்டியது. கொஞ்ச நேரம் ஓடியவர்கள், குறிப்பிட்ட இடத்தை அடைந்தப் போது வேகத்தைக் குறைத்துக் கொண்டார்கள். மாரீசன் சொன்ன அந்த நீர்வீழ்ச்சி அதுதான். சுற்றிப் போக வழியும் இல்லை, திரும்பிப் போக மனமும் இல்லை, யோசிக்க நேரமும் இல்லை,கொஞ்சமும் பயமும் இல்லை. மனதை திடப்படுத்திக் கொண்டார்கள். 'காக்கும் கடவுள் மனது வைத்தால் காக்கட்டும்! அழிக்கும் கடவுள் மனது வைத்தால் அழிக்கட்டும்!' என்ற எண்ணத்தோடு பாய்ந்துக் குதித்தார்கள். நீருக்குள், காற்றைக் கிழித்துக் கொண்டு அம்புப் பாய்வதைப் போல பாய்ந்தார்கள். நீந்திக் கரை சேர்வதற்குள் கொஞ்சம் சோர்ந்தும் போயினர். இதுவரை எத்தனையோ ஆறுகளிலும், குளங்களிலும், கிணறுகளிலும் விழுந்து நீந்திய மாறனுக்கு இந்த நீர்வீழ்சிக் கொஞ்சம் வாட்டி எடுத்ததுப் போல உணர்வை ஏற்படுத்தியது. காட்டுக்குள் ஒரு இடத்தில் ஓய்வெடுக்கும் முடிவுக்கும் வந்தார்கள்.எதிர் காற்று வந்துக் கொஞ்சம் உடை உலர்த்தினால் தேவலை என்றும் எண்ணிக் கொண்டார்கள். காட்டின் ஆழத்துக்கு சென்றபோது, ஒரு பேச்சுக் குரல். "மாதவத் தீவில் அவன் வைக்கப்பட்டுள்ளதும், பாதுகாப்புக்கு மணிமேகலையை அனுப்பி இருப்பதும் நல்ல விஷயம் தான்! ஆனால், இப்போது என்ன செய்வது? சிறையில் இருந்த இருவரும் தப்பித்து ஊறுக்குள் வேறு நுழைந்துவிட்டார்கள்! என்ன செய்வது?" என்றது அந்தக் குரல். யாரென்று அறிந்துக்

கொள்ளும் ஆர்வத்தால் எட்டிப் பார்த்தனர். புதர் மறைவில் எவ்வித சலசலப்பையும் ஏற்படுத்தி இந்த முறை ரகசியங்களை அறியாமல் விடக் கூடாது என்று கவனமாக இருந்தான் மாறன். அங்கு நின்றது பவித்-ரனும், கருப்பையனும்தான் என்றுத் தெரிந்ததும் கொஞ்சம் ஆச்சர்யமாக இருந்தது. நிம்மதியாகவும் கூட இருந்தது. மேலும் அவர்கள் என்னப் பேசிக் கொள்கிறார்கள் என்று கவனித்தனர். "மணிமேகலைதான் உன் மகள் என்பது அவளுக்குத் தெரிந்ததும் அவள் முகத்தில் எத்தனை சந்-தோசத்தைக் கொடுத்துவிட்டதுப் பார்த்தாயா? நல்ல வேளை! இப்போ-தாவது விஷயத்தை சொல்லும் வாய்ப்புக் கிடைத்ததே!" என்று நிம்மதி பெருமூச்சு விட்டார் பவித்ரன்.

"என் காதலிக்கு எத்தனை தைரியம் பார்த்தாயா நண்பா? நாட்டின் இளவரசனுக்கே பாதுகாப்பாகப் போயிருக்காள்!" என்று அவள் பெரு-மைப் பேசினான் மாறன். அலுத்துக் கொண்ட வீரசேகரன், "கவியர-சியை விட்டால் இளவரசனுக்கு என்ன? மகாராஜாவுக்குக் கூட பாது-காப்புக்குப் போயிருப்பாள்! போகட்டும் விடு!" என்றுத் தன் சார்பிலும் பெருமை பேசினான். "அதெல்லாம் பிறகு முடிவெடுக்கலாம்! அவர்கள் மேலும் என்னப் பேசுகிறார்கள் என்று கவனிப்போம்!" என்றான் மாறன்.

"இப்போது ஒன்றுக்கு மூன்று சாவு இந்த நாட்டில் விழப்போகிறது! பூபதியப்பரும் இன்றுக் காலை உயிரை விட்டுவிட்டார்! அந்த துக்கத்தில் இருந்தே இன்னும் மீளாமல் இருக்கிறேன்! இன்னும் எத்தனைப் பேரை-தான் இந்த அரியணைக் காவு வாங்கப் போகிறதோ!" என்றுப் புலம்பி-னான் கருப்பையன். தன்னை வளர்த்த குருநாதர், பூபதியப்பர் மாண்டத் தகவல் கூட வந்து சேராதப் பாவியாய் உணர்ந்தான் மாறன். மாறனின் கண்களில் கண்ணீர் வழியத் துவங்கியது. அவன் தோள்களைப் பற்றிக் கொண்டுக் கொஞ்சம் ஆறுதலாக இருந்தான் தளபதி வீரசேகரன்.

"இனிமேல் சந்திரவர்மன் விஜயனின் உடலுக்குதான் காத்திருப்பான்! வாரிசு இல்லாமல் என்ன செய்யப் போகிறானோ! இதெல்லாம் அவசியம் இல்லாத வேலைதான்!" என்றும் சொல்லி அவ்விடம் விட்டு நகர்ந்தார்-கள். இத்தனையும் கேட்டுக் கொண்டிருந்த மாறன், பூபதியப்பர் பற்றி அவன் அறிந்தது என்ன? ஏன் அவரைக் கொள்ள வேணும்? என்-றுக் குழம்பினான். உண்மையில் பூபதியப்பன் என்ன ஆனான் என்பதை-யும், அவனைக் கொன்றாரா? என்பதையும் நாம் அறிந்துக் கொள்ளாமல்

விட்டுவிடப் போவதுக் கிடையாது. அவர்களைப் பின்தொடர்ந்து செல்வதால் எந்தப் புண்ணியமும் இல்லை என்று அவர்கள் உணர்ந்தார்கள். கொஞ்சக் காலம் இந்தக் காட்டுக்குள் இருப்பதுதான் நல்லது என்றும் நினைத்தார்கள். "காலம் வெகு சீக்கிரத்தில் உருளும் என்றும், இந்நேரம் தேடுதலைத் தொடங்கி இருப்பார்கள் என்றும், இப்போதைக்கு நடமாடுவது ஆபத்து என்றும் உணர்ந்தார்கள். வனம் அவர்களுக்கு புதிய வாசல்.

50

ராஜேந்திரன் வார்த்தைகள்!

மிதவையில் வந்த விஜயனும் அவன் கூட்டாளிகளும் கரை வந்து சேர்ந்தனர். அங்கிருந்துப் புங்கைப்பட்டினத்து தோணித்துறைக்கு வந்திறங்கினர். முதலில் குதித்த ராஜேந்திரன், உடனேப் படகை இழுத்துக் கட்டினான்.ஊஞ்சலாடிய படகு, ஒன்சம் நிதானமாகும் வரைப் பொறுத்து, இளவரசனையும், மணிமேகலையையும் கைக் கொடுத்து இறக்கி விட்டான். மூவருமாகக் காட்டு வழியாக சென்று ஊருக்குள் நுழைந்தார்கள். மணிமேகலை வழிநடத்தி சென்றாள். ஒரு பெண்பிள்ளையின் பின்னால் செல்வதா? என்று நினைக்க மாட்டான் விஜயன். யானைக் கூட்டத்தை வழி நடத்தும் பெண்யானையை நினைத்துப் பார்த்துக் கொண்டான். மேகலையும் ஆடவர்க்கு சமமே! அவனுக்குப் பின்னால் ராஜேந்திரன் வருகிறான். ராஜேந்திரனுக்கு பிடரியிலும் பார்வை வந்தது. சிறு சிறு ஓசைகளும் அவனைக் கொஞ்சம் ஜாக்கிரதையாகும் படி உணர்த்தியது. இடுப்பில் இருந்த சூரியை எடுத்துக் கொண்டான். கைகள் வெலவெலத்தது. முதல் முறை வருவதுப் போல அந்த ஊருக்குள் நுழையும் போது எண்ணம் வந்தது.

ஊரை நெருங்கியதும் ஒருக் காட்சித் தெரிகிறது. அரண்மனை காவலர்கள் ஊராரை விசாரித்தும், தகவல் வாங்கியும் சென்றுக் கொண்டிருந்தனர். என்னதான் நல்லவர்களால் பூமி சுழல்கிறது என்றாலும் கொஞ்சம் தீமைக்குத் துணைப் போவதை நம்மால் உணராது இருக்க முடி-

யாதே! சந்திரவர்மனின் விசுவாசிகள் புங்கைப்பட்டினத்தில் அட்டூழியங்கள் செய்ததையும் ஒரு மரத்தின் மறைவில் நின்றுப் பார்த்துக் கொண்டிருந்தான் விஜயன். அவனை அடுத்தே மணிமேகலையும், ராஜேந்திரனும் நின்று அவற்றைக் கண்டனர். அவர்கள் நடந்தவற்றை பார்க்க மனம் வராது அழுதனர். எங்கிருந்தோ வந்த தைரியம் மணிமேகலையை வாள்தூக்க வைத்தது. ஆனால், அவள் சற்றும் எதிர்ப் பார்க்காத வேளையில் அவள் கையைப் இடித்து நிறுத்திவிட்டு ராஜேந்திரன் முன்னோக்கி சென்றான்.

தன் பாதுகாப்புக்காக எந்நேரமும் அவன் இடுப்பில் ஒருக் கத்தி வைத்திருப்பான். அக்காலத்தைய மக்கள், அவர்களின் பாதுகாப்புக்கு பஞ்சமிளைத்தது இல்லை என்றுப் பல வரலாற்றுக் குறிப்புகளில் இடம் பெற்றதும் நம்மால் பார்க்க முடியும். அந்தக் கத்தியோடு வந்தவன், மூன்றுக் காவலாளிகளை நோக்கி ஓடினான். ஒருக் காவலாளியை கத்தியால் விலாவில் மூன்று முறைக் குத்தினான். அவன் அந்த வலியை உணரும் முன்னரே அடுத்தக் கத்தியும் இறங்கியது. கண்ணிமைக்கும் நேரத்துக்குள் நடந்த இதனைக் கண்ட மற்ற இருக் காவலர்களும், ராஜேந்திரனை நெருங்கி வந்தார்கள். சரமாரியாகத் தாக்குதல் நடந்தது. ராஜேந்திரனுக்கும் காயங்கள் ஏற்பட்டது. ஆனாலும், அவற்றை எல்லாம் கடந்தும், தன் ஊரின் மீதிருந்த ஆற்ற முடியாத அன்பால் அவன் ஆக்ரோஷத்தை வெளிக் காட்ட வேண்டிப் போனது. ரத்தம் சொட்ட சொட்ட மயங்கி விழும் முன்னர், மற்ற இரு காவலாளிகளையும் கொன்றுத் தீர்த்தான்.கத்தியின் கூர்மையை சோதிக்கும் வண்ணம் ஒருக் காவலாளியின் குரல்வளையைக் கிழித்தான். அந்தக் கூரிய ஆயுதம் இன்னும் மழுங்கிப் போகவில்லை என்பதால் பயமின்றி இன்னொருத்தனும் கொல்லப்பட்டான். இதற்கும் மேல் மறைந்து நிற்பதில் அர்த்தம் இல்லை. தன் ஆருயிர்க்கு இனிதாய் மாறிய தன் நண்பன், காயத்தால் சரிவதைக் கண்டான். விஜயன் வருவதைக் கண்டதும் மக்கள் ஆச்சர்யம் அடைந்தனர். கொஞ்சப் பேருக்குக் கொலைகாரன் வருகிறானே என்ற அச்சமும் இருந்தது. பெண்பிள்ளைகளும் வாள் தூக்க அஞ்சாத அந்த வேளையில், விஜயனுக்குப் புது நம்பிக்கை உதயமானது. இருந்தாலும், ராஜேந்திரனைக் காணும்போது அவனுக்கு வேதனையாய் இருந்தது. கேவலம் ஒரு பஞ்சனை கொண்ட நாற்காலிக்கு அரியணை எனப் பெயர் வைத்து, இத்தனை உயிரைக் காவு வாங்கும் வஞ்சக உலகைக் கண்டு

கோவம் கொண்டான். போருக்கு முதலெழுத்து எழுதியவன் ராஜேந்திரன் என்பதும் இவ்விடம் புரிந்துணர வேண்டயது. காரணம், ராஜேந்திரன் தேகமெல்லாம் சிவப்புச் சாயம். ரத்தம் வழிந்த சுவடுகளைப் பார்க்கும்போது போர்தான் ஒரே வழி என்ற முடிவையும் எடுத்தான் விஜயன். காவலாளிகள் ராஜேந்திரன் வீரத்தைப் பாராட்டிக் கொடுத்த வெகுமதி - காயம். விஜயனின் நடையில் தடுமாற்றம் இருந்தது. மூச்சிரைத்தான். தன் விசுவாசியான வீரன், தன் பாவத்தை நிவர்த்தி செய்வதற்காக உயிர் நீத்தானோ என்று நினைக்கத் தோன்றியது. ராஜேந்திரனை நோக்கி சென்றவன், கண் கலங்கி நின்றான். அனைவரின் கண்களுமே அந்நிலையில்தான் இருந்தது. "இளவரசே! ஜாக்கிரதை வேணும்! சந்திரவர்மன் ஆட்கள் ஊர்ப்புகுந்து விட்டனர்! கூடிய விரைவில் நாம் போர் புரியும் அவசியம் வரலாம்!" என்றான். அழுதவண்ணம் அமர்ந்து, அவன் தலையைத் தன் மடிமீதிட்டு, "ராஜேந்திரா! நாம் அந்தத் தீவிலேயே இருந்திருக்க வேணும்! உன் பேச்சைக் கேட்காதுத் தவறு செய்துவிட்டேன்! நான் செய்தத் தவறுக்கு உன் உயிர் தான் காணிக்கை என்றால் நான் நிச்சயம் அந்தத் தவறை செய்திருக்க மாட்டேன்!" என்றான்.

"இல்லை! இல்லை இளவரசே! வராதுப் போயிருந்தால் புங்கைபட்டினத்துக்குள் நடக்கும்... இந்தக் கலவரங்கள்.... எல்லாம் நமக்குத் தெரியாமல் போயிருக்கும்! மதி..." என்று மதியை அழைத்தான். மதியழகிக் கண்ணீரைக் கட்டுப் படுத்த முடியாமல் அவனருகே வந்து மண்டியிட்டு அமர்ந்தாள். "என்னை நினைத்துப் பெருமைப் படவேணாமா மதி? சொன்ன சொல்லைக் காத்து, இளவரசனை உயிர்க் கொடுத்துக் காத்த எனக்கு கண்ணீர்தானா வெகுமதி?" என்றான். அந்த வார்த்தைகள் எதுவும் அவளுக்கு நிம்மதி அளிப்பதாக இல்லை. மேலும் அழுதாள்.

"நான் செய்தப் பாவங்கள் எல்லாம் கரைந்துப் போய்விட்டது! பார்!" என்றுத் தன் ரத்தக் கரைப் படிந்தக் கரங்களை நீட்டினான். "எனது ஆகாயப் பயணம் தொடங்கப் போகிறது! நிச்சயமாக நான் போய் சேரப்போகும் இடம்... நரகமல்ல! என் மக்கள் என்னை வணக்கத்தோடு வழி அனுப்ப வேணும்! மீண்டும் மண்ணில் பிறந்தால் இதேப் புங்கைப்பட்டினத்தில் பிறப்பேன்!" என்றுக் கரம் குவித்த நிலையிலேயே மரணித்-

தான். ஊரேகம், சோகமும், கவலையும், கண்ணீரும், ஓலமும் இருந்தது. உடலைத் தகனம் செய்யும் பொறுப்பைத் தானே ஏற்பதாய் சொன்னான் விஜயன். அவனது வார்த்தை அனைவருக்கும் அதிர்ச்சி அளித்தது. “வேண்டாம் இளவரசே! அதனை வெட்டியானை வரவழைத்து பார்த்துக் கொள்வோம்!” என்று ஏகோபித்தக் குரல். விஜயன் சிரித்தான். “வெட்டியான் வம்சத்தில் வளர்ந்த எனக்கு இதற்குக் கூடத் தகுதி இல்லையா என்ன?” என்று அவர்களை நோக்கிக் கேட்க, மக்களும் சம்மதம் அளித்தனர். விஜயன் அத்தனை சடங்குகளையும் வெகு சிறப்புடன் செய்து, உடலை நல்லடக்கம் செய்தனர்.

51

உறவுகள் தேடப்படும்!

மறுப்பக்கம் காடேகம் மாரீச்சனோடு திலகாவும் தளபதியையும், நெடுமாறனையும் தேடி அலைந்தார்கள். தனிமையில் வந்திருந்தால் ஒன்றும் கவலை இல்லாமல் போயிருப்பான். கூடவே ஒரு பெண் பிள்ளையை அழைத்துக் கொண்டு வருவதால்தான் கொஞ்சம் கவனத்துடன் இருந்தான். அவளைப் பாதுகாப்பது முக்கியம் என்பதால், கொஞ்சம் அச்சப்படவும் அவசியப்படுகிறது. அவளைப் பாதுகாப்பதுக் குறித்து அவன் மனம் யோசிக்காமல் இருக்கவே முடியாது. நொடிதோறும் அவள் குறித்து யோசித்துக் கொண்டிருந்தான் மாரீசன். சில இரவுகளையும் ஒன்றாய்க் கழிக்க வேண்டியதாகிவிட்டது. அப்போதுக் கூட மாரீசன் கண்ணியமாக நடந்துக் கொண்டது எண்ணி திலகா பெருத்த ஆச்சர்யம் அடைந்தாள். ஒற்றையில் இருக்கும் பெண்ணிடம், அத்துமீறுவது அத்தனைக் கொடியது என்பதை மாரீசன் உணர்ந்திருந்தான் என்பதுதான் நிதர்சனம். திலகாவுக்கு மாரீசன் மீதில் ஒரு அளப்பறியாத மரியாதை வந்தது.

அவளது வயிறுக் கொஞ்சம் கரகரத்தது. பசிக்கிறது. “தலைமைக் காவலரே! ரொம்ப அசதியாக இருக்கிறது! பசிக்கவும் செய்கிறது! எங்கேனும் சென்றுக் கொஞ்சம் படுத்துறங்க வேணும்! இருட்டவும் போகிறது!” என்றாள்.

“கவலைக் கொள்ளாதே அம்மா! உன்னைப் பசியாற வைப்பது எனதுக் கடமை அல்லவா?” என்று சொல்லிக் கொண்டேக் கொஞ்சத் தொலைவில் இருந்த குகைக்கு அழைத்து சென்றான். அந்த குகையில் இருந்த ஒன்றிரண்டு கற்களை ஒன்றாக சேர்த்தான். அவற்றின் மீதுத் தன் உடைகளில் சிலவற்றைப் போட்டு, அதன் மீதுக் கொஞ்சம் செடிக் கொடிகளையும் போட்டான். அதில் அமர்ந்துக் கொள்ளும்படி சொல்லி சென்றான். கொஞ்சம் திடுக்கிட்டுப் போனான். குகையில் காட்டுயிரி - கொலையுண்டு எலும்புகளை மட்டும் விட்டிருப்பதைக் கண்டான். ‘அவர்கள் இருவரும் எங்குதான் போயிருப்பார்கள்?’ என்றுக் குழம்பினார்கள். ‘செல்லும் பாதையில் எங்கேனும் புலப்பட்டால் தேவலை!’ என்றும் எண்ணிக் கொண்டனர். ஆண்டவன் நல்லவனா? தீயவனா? என்று யோசிப்பதற்கு இப்போது எண்ணம் வரவில்லை. யாரொருவரும் வந்து சென்றத் தடயமும் இல்லை. அவளை குகையில் அமர்த்திவிட்டு, “ஜாக்கிரதையாக இரு திலகா! கொஞ்ச நேரத்தில் வந்து விடுவேன்! குகையை சொந்தம் கொண்டாட வரும் விலங்கினைக் கொன்றுக் குவித்துவிடு!” என்றுத் தன் இடுப்பில் இருந்த கத்தியை அவளிடம் கொடுத்துவிட்டு, “வீரம் ஆணுக்கு மட்டுமில்லை... பெண்ணுக்கும் உரியது என்று நிரூபணம் செய்துவிடு!” என்று சொல்லி காட்டுக்குள் உணவு சேகரிக்க சென்றான். இந்த வார்த்தைகள் அத்தனையும் மாரீசனின் முற்போக்கான எண்ணங்களை வெளிப்படையாக அவளுக்கு விளக்கி இருந்தது. உலகின் முதல் மனிதன் இப்படிதான் அலைந்திருப்பானோ என்றும் எண்ணிக் கொண்டே சென்றான்.

கொஞ்சத் தொலைவில் ஒரு வாழைக் கூட்டம், கனிகளைக் குலை குலையாய்த் தள்ளியிருந்ததைக் கண்டான். பழுத்துக் கனிகள் ஒன்றிரண்டுத் தானேக் குலைகளை விட்டு விழுந்ததையும் கண்டான். அவற்றில் தேர்ந்தெடுத்தக் கனிகள் சிலவற்றைப் பறித்துத் தன் மேலாடையில் கட்டிக் கொண்டு, எடுத்து வந்தான். திலகாவுக்கு, தனக்காக மாரீசன் எடுத்துக் கொண்ட சிரத்தையையும், அதனால் அவன் செய்யும் பணிகளையும் பார்க்கையில் புதிய அனுபவமாக இருந்தது. புது உணர்வுகளை அவளுக்குக் கொடுத்தது என்பதுதான் உண்மை. வாழைக் கனிகளை சேகரித்து மடியோடுப் பிடித்துக் கொண்டு வந்தவனின் சுபாவம் கருவில் பிள்ளையை சுமக்கும் அன்னையைப் போல அவளுக்குத் தோன்-

றச்செய்து புன்முறுவலை கொணர்ந்து நிறுத்தியது. "அம்மாடி! பார்த்துக் கொண்டே இருக்காமல், எடுத்து உண்ணேன்!" என்றதும், அவற்றை எடுத்து உண்ணலானாள். அவள் இதழ் புன்னகைத்தாலும், கண்கள் கலங்கியது. "என்ன ஆனது? வாழைப்பழம் காரமா என்ன?" என்றான் கேலியாக.

"எனக்கு என் அப்பாவின் ஞாபகம் வந்துவிட்டது! இளமையிலேயே தாய்ப்பாசத்தை இழந்த எனக்கு எல்லாமாயும் இருந்தவர் அவர்தான். சமீபத்தில் காணாமல் போயிருந்தவர் உடல் மட்டும் தான் கிடைத்தது. அனாதை ஆகிய எனக்கு அரண்மனையில் வேலைக் கிடைத்தது! அப்போதுதான் மகாராணியின் அன்பும், அரவணைப்பும் கிடைத்தது. ஆனால், அந்த ஆண்டவன் இப்போது அதனையும் பறித்துக் கொண்டு, என்னை அனாதை ஆக்கிவிட்டான்! அதனை எண்ணிதான் அழுகிறேன்!" என்று அழுதாள்.

"கலங்க வேண்டாம் கண்ணே! ஆண்டவன் எது செய்தாலும் நன்மைக்குதான் செய்வான்! இவ்வுலகில் உள்ள எந்த உயிரும் அனாதைகளாக பிறப்பதும் இல்லை! இறுதி வரையில் அனாதையாகவே வாழ்ந்து இறப்பதும் இல்லை! உறவுகள் நமக்கு எதிரில்தான் இருக்கும்! அதனைக் கண்டறிவதுதான் கொஞ்சம் கடினம்! நீக் கொஞ்ச நேரம் படுத்துறங்கு!" என்றுசொல்லி அவளைப் படுக்க வைத்தான். அப்போது அவள் மனதில் இருந்த சோகமும், நடந்ததால் ஏற்பட்டக் களைப்பும் வெகு சீக்கிரத்திலேயே உறங்கவைத்தது. ஆளரவமற்ற வனம் என்றாலும் பூச்சிப் பட்டைக்கு பயந்தாக வேண்டுமே? அதன் காரணமாய் உறங்காதுக் காவல் காத்தான் மாரீசன். உறங்கும் குயிலுக்கு, சிறுத்தைக் காவல். இந்த வர்ணனை சற்று மிகையாகத் தோன்றலாம். கொஞ்சம் பொறுத்துக் கொள்ள வேண்டும்! அவள் உறங்கும் அழகை ரசித்துக் கொண்டேக் கொஞ்ச நேரம் இருந்தவனுக்கு, அதே அசதி வந்துக் கண்களைக் கைப் பற்றியது. தூங்கினான். கொஞ்ச நேரத்துக்கெல்லாம் பயந்து, வெலவெலத்து எழுந்தாள் திலகா. அந்த மெல்லிய அலறலும் மாரீசனை எழ செய்தது. உண்மையில் அவன் உறங்காது அவளை கவனித்துக் கொண்டிருந்தானோ என்றுக் குழம்பத் தோன்றுது. 'உறங்கையிலும் விழித்திருந்தான் இருவிழித் திறந்தபடி!'

"என்ன ஆனதுத் திலகா? ஏதும் கெட்டக் கனவா என்ன?"

“உண்மைதான்! ரொம்ப ரொம்பக் கெட்ட கனவு அது!”

“அப்படி என்னக் கனவு அது?”

“நான் இளவரசனைத் திருமணம் செய்துக் கொண்டதாகவும், மகுடத்துக்கு பதிலாக ,மார்பில் வாளிறக்கிக் கொலை செய்வதாயும் கண்டேன்!” என்றாள். இது மாரீசனுக்கு ஆச்சர்யமுடன், திகிலும் ஊட்டியது. “பயப்பட வேண்டாம் கண்ணே! நீ இளவரசனைக் கலியாணம் செய்துக் கொண்டால் ராணியாவாய்! என்னிடம் வந்து, ‘மாரீசா! மன்னன் உயிருக்கு நீதான் பொறுப்பு!’ என்றுக் கட்டளைப் போடு! நானென்ன மறுக்கவாப் போகிறேன்? இல்லை, மறுக்கதான் முடியுமா?” என்றான்.

“முட்டாள்கள் ஆண்கள் என்பது சரியாகத்தான் போய்விட்டது! சிந்தாமணி என்னைத் தன் மகள்போலப் பார்த்துக் கொண்டாள்! அப்படி இருக்கும்போது இளவரசன் என் சகோதரன் அல்லவா? சகோதரனை மணப்பது அடுக்குமா? ஆண்டவன் தான் அதற்கு வழி சொல்வானா?” என்றுக் கேட்க, மாரீசனுக்கு பேசுவதற்கு எந்த வார்த்தையும் கைவசம் இல்லை. ஏறத்தாழ விடியலை நோக்கியது வானம். கீழ்வானம் சூரியன் வரப்போவதை எண்ணி, வெட்கத்தில் சிவந்ததுப் போலத் தெரிந்தது. வானும், சூரியனும் திருமணம் செய்துக் கொள்வதை ஊரேகம் சொல்வதுப் போல, தூதுப் பறந்ததுப் பறவைகள். “சரி திலகா! நாம் முன்னோக்கி செல்ல வேணும்! இருவரையும் தேடிக் காண்டுப் பிடித்து அரண்மனைக்குக் கொண்டுப் போக வேண்டும்! அட்டூழியம் செய்யும் காட்டு மிராண்டிகளைக் கொன்றுத் தீர்த்தாலும் பரவாயில்லை! நீயும் அச்சப்பட வேண்டாம்! உனக்குத் துணையாய் நானிருக்கிறேன்! விஜயரும் என்ன ஆயிருப்பார் என்றுக் கவலையாய் இருக்கிறது!” என்றுப் புலம்பித் தள்ளினான் மாரீசன். அமர்ந்திருந்த திலகாவுக்குக் கைக் கொடுத்துத் தூக்கி விட்டான். அவனைத் திலகாவே வழிநடத்தி சென்றாள்.

“தலைமைக் காவலாளிக்கு உறவுகள் உண்டா?” என்று மனம் திறக்கத் துவங்கினாள் திலகா. மாரீசனும் பதில் சொல்லத் துவங்கினான். “இல்லையம்மா! இப்போதுதான் ஒரு உறவைத் தேடுகிறேன்! நானும் பக்கத்துணை இல்லாது வளர்ந்தவன் தான்! இந்நாட்டில் கொஞ்சக் காலத்துக்கு முன்னால் நடந்தப் போரில் அனாதையான எத்தனையோ நபர்களில் நானும் ஒருவன்!”

“நம் நாட்டில் போரா?”

“அதுதான் கடைசிப் போர்! அந்தப் போரில் நிகழ்ந்த உயிர் இழப்பும், நஷ்டமும்தான் சூரியவர்மரை போர் வேண்டாம் என்று முடிவெடுக்க வைத்ததாம்! யாரும் நினைப்பதுப் போல கோழை இல்லையாம் சூரியவர்மன்! போர்க்களம் புகுந்துவிட்டால் புலியைக் கூட நேருக்கு நேர் நின்று வாள்வீசி கொலையுருவாராம்! இதெல்லாம் நான் பிறப்பதற்கு முன்னால் நடந்ததாம்! நானேக் கண்ணில் கண்டது இல்லை! நல்ல சமயம்... அரண்மனை வேலைக் கிடைத்தது! மேலும் சொல்ல ஒன்றுமில்லை!”

“உறவுக் கிடைத்துவிட்டதா?”

“கிடைத்துவிட்டது! ஆனால் அவளிடம் இருந்தும் சம்மதம் வேண்டுமே! சொல்வதா? வேண்டாமா? என்று யோசிக்கிறேன்!”

“யாராக இருந்தாலும் சொல்லிவிடுவதுதான் உத்தமம் என்று எனக்கு சிந்தாமணி சிலமுறை சொல்லியது உண்டு! நாந்தான் சொல்ல வேணாம் என்று விட்டிருந்தேன்! நல்ல வேலையாகப் போனது! ஆமாம், யாரந்த அழகி?”

“சொல்கிறேன் திலகா! யாருக்குத் தெரியாதுப் போனாலும் உனக்குத் தெரியாது விடப் போவது இல்லையே! கூடிய சீக்கிரம் தெரியப் படுத்துகிறேன்!” என்றவாறுக் காட்டுக்குள் கால் பதித்தனர்.

“அத்தனை அழகானவளா அவள்? உமக்கு எப்படி அவளைப் பிடித்துப் போனது?”

“எண்ணக் கல்வி இதுத் திலகா? பிடித்துப் போகக் காரணம் வேணுமா என்ன? உண்மையில் அவள் அத்தனை அழகியவள்! அவளுக்கு இணையாக இங்கு யாரையும் வைத்துப் பார்க்கத் தோன்றவில்லை! சரி! இதுக் குறித்தெல்லாம் பிறகுப் பேசலாம்! இப்போது ஆன சிக்கலை தீர்க்க வேணும்!” என்று சொல்லி வீரசேகரனையும், மாறனையும் தேடி அலைந்தனர்.

52

போருக்குத் தயாராகுங்கள்!

நாட்களைக் கஷ்டப் பட்டுக் கழித்து வந்தார்கள் வீரசேகரனும், நெடுமாறனும். அவர்கள் மனதில் ஏகப்பட்ட யோசனைகள், ஏகப்பட்ட சிந்தனைகள். சொல்ல முடியாத சோகம், வரையறுக்க முடியாத வஞ்சம், கொஞ்சம் கொலைவெறி என்று அசுரர்கள் போல மாறி இருந்தார்கள். “விஜயனை சந்தித்து அவனிடம் போர் செய்வதுக் குறித்துப் பேசினால் என்ன?” என்றுக் கேட்டான் மாறன் அந்த எண்ணம் மாறனுக்கு வந்ததில் எந்த ஆச்சர்யமும் இல்லை என்றாலும், அவன் எண்ணத்தில் தளபதிக்கு உடன்பாடு இல்லை.

“சொந்த நாட்டுக்குள் போர் செய்வது என்பது எத்தனைக் கொடிய விஷயம் என்பது உனக்குத் தெரியாது மாறா! ‘நம்மை நலமாய் வாழ வைத்து வழி நடத்த இந்த மன்னன் இருக்கிறான்!’ என்று மக்கள் நம்பிக் கொண்டிருக்கும் போது, முதல் ஏமாற்றமாய் அவனதுத் தீஞ்செயல்கள் நிகழும்! அப்போதேப் பாதி செத்துப் போகும் மக்கள், விரக்தியில் போர் செய்வார்கள்! போர் மூளும்! விளைவு? ரத்தம் சிந்திப் போர்க்களத்தில் சிலர் சாவார்கள்! களத்தில் பிழைத்து வந்தாலும், நிகழவிருக்கும் பசியும், பட்டினியும் அவர்களைக் கொன்றுக் குவிக்கும்! இத்தனைக் கொடுமைகளுக்கும் அந்த அரசன் பாவம் ஏற்கிறானா என்று எனக்குத் தெரியாது! ஆனால், அத்தனை வீரர்களுக்குத் தலைமைத் தாங்கி நிற்கும் தளபதி

எனக்கு அத்தனைப் பாவமும் வந்து சேரும்! அந்தப் பாவங்களை எல்லாம் கழிக்க வேணுமானால் நான் ஜென்ம ஜென்மமாய் மனிதப் பிறவி எடுத்து நொந்துக் கொண்டிருக்க வேண்டும்! அந்த பெரும் சாபத்தை என்னால் தாங்கிக் கொள்ள முடியாது!" என்றான் வீரசேகரன். இதற்கு மேல் சொல்வதற்கு மாறனின் நாவில் சக்தி இல்லை. "நண்பா! நீ நல்லத் தளபதி மட்டும் இல்லை! நல்ல வீரனும் கூட! நல்ல ஆலோசகனும் கூடத்தான்!" என்றான்.

இவர்களின் இந்த சம்பாஷணைகள் எல்லாம் காடு மேடெல்லாம் அலைந்துத் திரிந்த மாரீசன், திலகாவின் காதுகளில் விழுந்தது. அவர்களின்

குரலைக் கேட்டதும், சந்தோஷம் தாளவில்லை. புதரைக் கிழித்துக் கொண்டு சென்றார்கள். அந்த சத்தம் வீரர்கள் இருவருக்கும் பயத்தை ஏற்படுத்தியது. கத்தியும் கையுமாக நின்றுக் கொண்டிருந்தவர்களின் முகம் ஆனந்தம் அடையத் துவங்கியது. ஆனந்தம் என்பதைக் காட்டிலும் நிம்மதி என்றுதான் சொல்ல வேண்டும். கத்தி உறைக்குள் சென்றது.

"மாரீசா நீயா! நீயும் என்ன அம்மா செய்கிறாய் இங்கே? எதற்காக இத்தனை தூரம் வந்தீர்கள்? மகாராணி சௌக்கியமாய் இருக்கிறாரா?" என்றதும் மாரீசனும், திலகாவும் ஓவென்றுக் கண்ணீர் வடித்தார்கள். தேம்பித் தேம்பி அழுதார்கள். "நீங்கள் தப்பித்து செல்லும் அன்றே நான் இதை உங்களுக்குத் தெரியப் படுத்தி இருக்க வேண்டும்! பதட்டத்தில் சொல்லாமல் விட்டுவிட்டேன்! மன்னிக்க வேணும்!" என்று மேலும் அழுதான் மாரீசன். "என்ன ஆனது சொல்லுங்கள்! நீங்கள் சொல்லப் போகும் தகவல் நாட்டின் தலை எழுத்தை மேலும் திருத்தம் செய்துவிட்டதுப் போல இருக்கிறது!"

"உண்மைதான் தளபதி! நாட்டின் தலை எழுத்து மேலும் மாறித்தான் போய்விட்டது! மகாராணி கணவன் இறந்தத் துயரமும், மகன் மீதுள்ளக் கொலைக் குற்றத்தின் வேதனையிலும் இருந்து மீள முடியாமல், உடலைவிட்டு, உயிரைப் பிரித்தனுப்பிவிட்டார்!" என்றான். இந்த செய்திகள் அவர்கள் பூநெஞ்சில் புயல் போல வீசியது. "என்ன சொல்கிறாய் மாரீசா! இதெல்லாம் நடந்ததுத் தெரிந்துமா எங்களை நீத் தப்பிக்க உதைனாய்? எங்களிடம் இந்தத் தகவலை சொல்லி இருக்கலாமே?" எனக் கேட்டான் மாறன். "இல்லை ஐயா! அன்று நான் இந்த உண்-

மையை உங்களிடம் சொல்லி இருந்தால் மேலும் ஒரு சிக்கலை நீங்கள் எதிர்நோக்க வேண்டி வந்திருக்கும்! இதுதான் சரி என்று எங்களுக்குப் பட்டது! அதைதான் செய்தேன்!" என்றான் மாரீசன். அதற்கும்மேல் சொல்ல ஒன்றும்மில்லை. "உடனே விஜயன் இருக்கும் இடத்துக்கு செல்ல வேணும்! நல்லப் படகோட்டி ஒருத்தன் அவசியப் படுகிறான்!" என்றான் வீரசேகரன்.

"வீரசேகரா! எனக்கு ஒரு நல்லப் படகோட்டியைத் தெரியும்! ஆனால் அதற்கு நாம் புங்கைப் பட்டினம் வரை செல்ல வேண்டும்!" என்றான் மாறன்.

"ஒன்றும் கவலை இல்லை ஐயா! குறுக்காக நடந்துப் போனால் இருட்டும் முன்னால் நாம் புங்கைப்பட்டினம் சென்றுவிடலாம்! என்னைத் தொடர்ந்து வாரும்!" என்று வழக்கம் போல வழி நடத்தி சென்றாள் திலகா. அவளது நடவடிக்கைகள் எல்லாம் மாரீசனுக்கு ரசிக்கும்படி இருந்தது. அந்த ரசிக்கும் மனிதனின் முகபாவங்களைக் கண்டுக் கொண்டான் மாறன். "மாரீசன் மனதில் திலகாவோ?" என்றுக் கேட்டான். மாரீசன் முகம் சொல்வதரியாமல் திகைத்து இருந்தது. "அது வந்து... எனக்குத் தெரியவில்லை!" என்றான். இந்த வாக்கியம் திலகாவின் காதுகளில் விழுந்ததா என்னவென்றுத் தெரியவில்லை! கேட்டாலும் கண்டுக் கொள்ளாதவாறு நடந்தாளா? என்பதும் விளங்கவில்லை. வெகு சீக்கிரத்திலேயே மாலையும் வந்தது. புங்கைப்பட்டினத்து வீதியும் வந்தது. வரும் வழியில் ஒரு புதியதாய் புதைக்கப்பட்ட சடலம் இருப்பதைக் கண்டான். அது சமீபத்தில் புதைக்கப்பட்ட சடலம்தான் என்பதும் விளங்கியது. நடுகைக் கல்லும், உதிர்ந்துக் காய்ந்துக் கொண்டிருந்த மலர்களும், மாலையும் அவர்களைக் கொஞ்சம் பயமுறுத்தியது. பரபரப்பான இந்த சூழலில் ஒரே ஒரு பிணம் விழுகிறது என்றாலும் அது

மிகுந்த அச்சத்தை ஏற்படுத்துவது இயல்புதான். பதற்றத்தோடே வீதியில் ஓடினர். ஆள் நடமாட்டமும் இல்லை.கொஞ்ச தூரத்தில், மணிமேகலையின் வீட்டு வாசல் திண்ணையில் ஒரு உருவம், சுவரோடு சாய்ந்து சோகக் கனல் வீச, அமர்ந்திருப்பதைக் கண்டார்கள். அது யாரென்றுக் கொஞ்சம் பார்க்கையில், விஜயன் என்பதும் புலப்பட்டது. அவர்கள் நால்வரும், அவன் முன் வந்து நின்றார்கள். விஜயன் கண்களைத் திறக்கையில் அவன் முன்னே நான்குப் பேரும் கடவுள் போல நிற்ப-

தைக் கண்டான். முதல் நொடியில் அங்கிருக்கும் யாவரும் தன் உள்ளத்தால் எழுப்பப்பட்ட பிம்பமோ என்ற எண்ணம் வந்தது. பின்னர்தான் அவனுக்கு அந்த உருவங்கள் போலியல்ல! உண்மை என்று விளங்கியது. எழுந்து அவர்களை எல்லாம் கட்டி அணைத்துக் கொண்டான். அப்போது அவன் கண்ணில் வழிந்தக் கண்ணீர் என்ன என்ன விஷயத்தையோ அவர்களுக்கு சொல்லியது. "என்ன செய்துவிட்டாய் விஜயா? வரும் வழியில் ஒரு நடுகை ஒன்றைக் கண்டோம்! குப்புறக் கிடந்தப் பாடை, தலைமாட்டில் உடைந்துக் கிடந்தப் பானை எல்லாவற்றையும் கண்டோம்! மாண்டது யார்?" என்று விளக்கமாக வினவினான் மாறன்.

"செத்துப் போனது ராஜேந்திரன்தான்!" என்று சொல்ல சொல்ல, மாறன் கண்கள் கலங்கியது. "தீவுக்குப் படகோட்டிப் போக வேண்டியவன் உயிரோடில்லை! தீவுக்கு செல்ல வேண்டிய அவசியமும் இல்லை! துரோகம் செய்திருந்தாலும் நல்லவந்தான் அவன்! தவறிச் செய்தப் பிழைக்குப் பரிகாரம் த்டிக்கொண்டான்!" என்றான். அந்த வார்த்தைகள் அவன் உள்ளத்திலிருந்து வந்தவைதான். "இளவரசே! இந்திராபுரியையும், ரத்தினாபுரியையும் ஒருங்கே ஆண்ட மன்னனும், ராணியும் இன்றையநாள் உயரோடு இல்லை! நாடு இப்போது சந்திரவர்மனின் சர்வாதிகார ஆட்சியின் கீழ் உள்ளது! மக்களுக்கு என்ன செய்வது என்றேத் தெரியவில்ல! எங்களுக்கும் கூடத்தான்!" என்றான், தளபதி. விஜயனின் கண்கள் மாரீசனைக் கண்டன.

"உண்மைதான் ஐயா! மக்கள் படும் துயரும், இன்னலும் வாயால் சொல்ல முடியாத அளவுக்கு அதிகமாகி வருகிறது! இப்போதைக்கு யாதொரு வழியும் இருப்பதாக எனக்கும் தோன்றவில்லை! தங்களிடம் ஏதேனும் யோசனை இருக்கிறதா? அதனால் நாட்டு மக்கள் இயல்பு நிலைக்கு மீண்டு வர முடியுமா? அப்படி இருந்தால் கட்டளையிடுங்கள்! நாங்கள் செய்யத் தயார்!" என்றுக் கேட்டான் மாரீசன்.

"இருக்கிறது! இந்த முடிவை யாரும் விரும்ப மாட்டீர்கள்! குறிப்பாக என் தளபதிக்கு விருப்பம் இருக்காது!"

"என்னவாக இருந்தாலும் அதை செய்ய நாங்கள் தயாராக இருப்போம் இளவரசே! நாட்டுக்கு நன்மை என்றால் உயிரும் போனால் போகட்டும்!" என்றான் வீரசேகரன். ஒரு பெருமூச்சுக்கு அடுத்து, தன் மனதை இரும்பாக்கிக் கொண்ட விஜயன், "போருக்குத் தயாராகுங்கள்!"

என்றான்.

53

கொல்லரை அணுகினர்!

இந்த வார்த்தைகளை அங்கிருந்த யாரும் சற்றும் எதிர்பார்க்கவில்லை. தளபதிக்கும்,மாறனுக்கும் இந்த முடிவினை அவன் எடுத்திருப்பதைக் கடைசிக் கணம் வரையிலும் நம்ப முடியவில்லை. "போர் செய்வதற்கு இம்முறைப் பெண்களுக்கும் உரிமை வேண்டும் இளவரசே! காயம் அடையவும், வாள்தூக்கவும் அஞ்சி இப்போதுப் பலனில்லை!" என்றாள் திலகா. திலகாவின் இந்த சொற்களால் ஆடிப்போன ஆண்மக்கள் அவளைக் கண்கொட்டாதுப் பார்த்தனர். ஏற்கனவே இந்த முடிவை எடுத்திருந்த விஜயன், ஒரு நொடிக்குக் கூடத் தாமதம் செய்யாமல் ஒப்புதல் அளித்தான். மக்கள் அனைவரையும் கூட்ட சொன்னான். அவன் சொல் படியே அங்கிருந்த மக்கள் ஒன்று சேர்ந்தார்கள். தடதடவென்று வந்து நின்ற மக்கள், 'என்ன சொல்லப் போகிறான் நம் மன்னன்?' என்று ஆவலுடனும், 'என்ன நடக்கப் போகிறது நம் நாட்டில்?' என்ற பயத்துடனும் இருந்தார்கள்.

"என் மக்களே! இனியும் நாம் அமைதியாக இருப்பதில் எனக்கு உடன்பாடு இல்லை! காலம் கடந்துவிட்டது! இந்த நாட்டுக்குள்ளும், அரியணையின் மோகத்துக்குள்ளும் தேசம் பாடுபடுகிறது! அதனை முறியடிக்க நமக்கிருக்கும் ஒரே வாய்ப்பு, போர் செய்வதுதான்!" என்றான். மக்களுக்கு ஒன்றும் விளங்கவில்லை. 'இளவரசர் தெரிந்துதான் பேசு-

கிறாரா?' என்றுக் குழம்பினார்கள். "உங்கள் குழப்பங்களுக்கு எல்லாம் நல்ல பதில் இருக்கிறது! தெரியும்! நாம் கொஞ்சப் பேர் ஒன்றுத் திரண்டு, போர் செய்வதால் பலன் இருக்காது! உங்களுக்கு வித்தைக-ளையும், போரின் அறநெறியினையும் கற்றுக் கொடுக்கும் வேலையை நாங்கள் செய்கிறோம்! நான் வில் வித்தையைக் கற்றுத் தருகிறேன்! மாரீசன் உங்களுக்கு ஈட்டி எறியவும், தற்காத்துக் கொள்ளவும் கற்றுத் தருவான்! வீரசேகரனும், மாறனும் உங்களுக்கு வாள்வீசவும், வேல் வீச-வும் கற்றுத் தருவார்கள்!" என்றான். மக்களுக்குக் கொஞ்சம் நிம்மதி வந்தது.

"இதேப் போல சில மக்களும் ஊருக்குள் இந்த ஆட்சியை விரும்-பாமல் இருக்க வாய்ப்புண்டு! அவர்களையும் நம்மோடு சேர்த்துக் கொள்ள வேண்டும்! அதற்கான வேலைகளையும் நாம் கவனித்துக் கொள்ள வேண்டும்!" என்றதும் மக்கள் ஆரவாரம் செய்தனர்.

"மாரீசா! நீ அதற்கான ஆயுதங்களை ஏற்பாடு செய்ய வேண்டும்! உற்பத்திக்கு தேவையானவற்றை உன்னால் மட்டும்தான் செய்ய முடி-யும்!" என்றதும், அவன் தனக்குக் கட்டளையிடும் படிக் கேட்டான். "இப்போது நீ மட்டும் தான் அரண்மனைக்குள் நுழைய முடியும் என்ப-தால், நேராக அரண்மனைக்கு சென்று அமைச்சரிடம் சொல்லி, கஜா-னாவில் இருக்கும் இரும்புகளை எல்லாம் யாருக்கும் தெரியாமல் கொல்-லுப்பட்டறைக்கு அனுப்பச் செய்யுங்கள்! நம்பிக்கையானக் கொல்லர் ஒருவரிடம் சொல்லி அதனைக் கூரிய ஆயுதமாய் மாற்ற சொல்லுங்-கள்!" என்றான்.

"நிச்சயமாக அதை செய்கிறேன் ஐயா! அதற்கு முன்னால் உங்க-ளிடம் ஒன்றுத் தனிமையில் பேசவேண்டும்!" என்று அவன் கேட்டதை அடுத்து, மாரீசனோடு சென்றான் விஜயன். அவன் எதுக் குறித்துப் பேசப்போகிறான் என்பதை முன்கூட்டியே அறிந்த திலகா, கூடவே சென்றாள்.கொஞ்சத் தொலைவில் சென்றதும், "என்னென்னத் தெரிய வேணும்?"

"ஐயா! அமைச்சரும், ஜோசியரும் எங்களிடத்தில் சில ரகசியங்களை சொன்னார்கள்! அவையெல்லாம்..." என்றுத் தொடங்கும் முன்னரே புரிந்துக் கொண்டான் விஜயன். "எல்லாம் உண்மைதான் மாரீசா! தில-காவுக்கும் இந்த விஷயம் தெரிந்துவிட்டதுக் குறித்து எனக்கு ஆச்சர்யம்

இல்லை! பட்டாபிஷேகம் வரைக் கொஞ்சம் பொறுமையாக இருங்கள்! அதுநாள் நானே சபையில் உள்ளோருக்கும், மக்களுக்கும் அறிவிப்பேன்!'' என்றான். அதனை வேதவாக்காய் எண்ணி, தங்களுக்கான பணிகளை மேற்கொள்ள சென்றார்கள். திலகாவை நோக்கி, “அம்மைக்கு வில்லா? வாளா?'' என்றதும், வெட்கத்தோடு, “ஈட்டிதான் ஐயா!'' என்றாள்.

கொஞ்ச நேர நடைக்கும், கொஞ்ச நேர ஓட்டத்துக்கும் அடுத்து அரண்மனையை அடைந்தான் மாரீசன். தலைமைக் காவலாளி என்பதால் அரண்மனைக்குள் நுழைவது மிகவும் சுலபமாகிப் போனது. நேராக அமைச்சரை நாடிச் சென்றான். அமைச்சரின் அறையில் அமைச்சர் மட்டுமேத் தனிமையில் இருந்த சமயம் அது. மாரீசனைக் கண்டதும் அமைச்சருக்கு ஆனந்தமாய் இருந்தது. “வா மாரீசா! எல்லாம் நல்ல செய்திதானே?'' என்றுக் கேட்டதும், மன்னனின் விசுவாசிகளுக்கு பேசுவதின் அர்த்தம் விளங்கக் கூடாது என்ற எண்ணத்தால் இலைமறைக் காய்மறையாய் பேசலானான் மாரீசன். அவன் தலை நிமிராமல் இருந்தது ஏதோத் தவறாக இருப்பதை உணர்த்தியது. “துருவங்கள் சங்கமித்துவிட்டன! கண்டங்கள் ஒன்றோடன்று இணைந்து ஒற்றையாய் இருக்கிறது!'' என்றான். அதன் அர்த்தத்தை விளங்கிக் கொண்டவர், “பிறகென்ன? பூமியின் முகம் நோக்கி நிற்கக் காரணம் என்ன?''

“பூட்டிய அறையில் இருக்கும் துரு ஏராதவற்றைக் குடல் கிழித்துக் கூராக்கி தரவேணும்! இருளில்!'' என்றதும் அவர் ஆடிப்போனார். “ஆவதரிந்துதான் சொல்கிறாயா?'' என்றுத் தன் அச்சத்தை வெளிப்படுத்தினார் அமைச்சர். மாரீசன் மௌனம் காத்தான். இருந்தாலும், இளவரசன் உத்தரவை ஏற்றார் அமைச்சர். “குருடும் செவிடுமாய் நடந்தேறும் என்றுத் தூதுப்போ!''

“இங்கு ஜாதகப் பலன் என்ன சொல்கிறது அமைச்சரே?''

“மதம்கொண்டது களம் குதிக்கிறது! இளஞ்சிங்கத்தை முதுகுக்குப் பின்னால் வைப்பது நல்லது!'' என்று சொல்ல, மாரீசன் பயந்தான். “காலநேரம் குறிக்க வேணும்!''

“அமாவாசையில் அடிமாட்டுக்கு பதில், ஆட்கள் பூட்டப் பட்ட வண்டியில், காட்டுக்குள் வாரும்!'' என்றார். ஒரு வார்த்தையும் சொல்லாமல், வெளியில் நகர்ந்தான். பலவிதமானத் திட்டங்கள் உள்ளத்தில்

ஓடின. இரும்புக் கட்டிகள் ஆயுதமாக்கப் படுவதை நினைத்து பயந்தார். எதெல்லாம் நடந்துவிடக் கூடாது என்று சூரியவர்மன் பயந்தாரோ, அதெல்லாம் இப்போது விஜயனால் நடக்கப் போவது எண்ணி வேதனை அடைந்தார். உள்நாட்டுப்போர் நடக்கப் போவது இப்போது உறுதியாகத் தெரிந்துவிட்டது. அதைத் தடுக்கும் அவகாசத்தையும் தங்களை அறி-யாமலேயேக் கடந்துவிட்டனர்.

அரண்மனையில் இருந்து வெளியேறிய மாரீசன், கொல்லரை அணு-கிடத் தீர்மானித்தான்.அங்கிருந்தக் காவலாளிகள் அவனுக்குக் கொடுத்த மரியாதையை அவன் கவனிக்கவில்லை. அவன் பார்வையும், எண்-ணமும் கடிவாலமிட்டக் குதிரை போல ஒரே நேர்கோட்டில் இருந்தது. யாருக்கும் தெரியாதுக் கொல்லரின் வீட்டையும் வந்தடைந்தான். கொல்-லரின் வீட்டுக் கதவைத் தட்டினான் மாரீசன். கதவைத் திறந்தார் முதி-யவரானக் கொல்லர். மாரீசனைக் காண்டதும், தன்னையே அவரால் நம்ப முடியவில்லை. அவனை உள்ளே அழைத்துக் கதவை சாத்தினார். “என்ன விஷயம் மாரீசா? நாட்டில் இப்போதிருக்கும் நிலையில் நீ இங்-கெல்லாம் வருவதுத் தெரிந்தாலே உன்னைக் கொன்று விடுவார்களே!” என்றார்.

“இதிலென்ன உள்ளதுக் கொல்லரோ? ஆயிரம் முறை நாம் இதுப் போல சந்தித்து இருக்கிறோமே!”

“அப்போதிருந்த நிலை வேறு! இப்போதைய நிலையே வேறு மாரீசா! சூரியவர்மனும், சந்திரவர்மனும் ஒன்றா என்ன? நீ கொலையாளிகளைத் தப்பிக்கச் செய்ததாக உன் மீதுப் புகார் இருக்கையில், எப்படி இப்போது இங்கு உலாவிக் கொண்டிருக்கிறாய்?”

“நான் தேடுதலில் இருப்பதாக அனைவரும் நம்பிக் கொண்டிருக்கி-றார்கள்! இப்போது நான் வந்த விஷயமே வேறு! இளவரசன் உங்களை ஆயுதம் செய்ய சொல்லி இருக்கிறார்! அதனால் நீங்கள் அமைச்-சர் கஜானாவில் இருந்து எடுத்து வரும் உறுதிமிக்க இரும்பினை, உருக்கி, ஆயுதமாக மாற்றி அளிக்க வேண்டும்!” என்றான். கொல்-லருக்கு இது மிகவும் அதிர்சிக்குள்ளாக்கியதாக இருந்தாலும், அவரது கவலை எல்லாம் அவரது முதுமைதான். “மாரீசா! எனக்கோ வயதா-கிவிட்டது! இரும்படிக்கவும் உடம்பில் தெம்பில்லை! உதவிக்கும் எந்த ஆளும் இல்லை! இப்படி நான் கஷ்டத்தில் இருக்கும் நேரம் வந்து,

இத்தனைப் பெரியப் பொறுப்பைக் கொடுத்தால் நான் என்னத்தை செய்வது?'' என்றார். "இவ்வளவுதானே கொல்லரே! எனக்கு நீங்கள் சொல்லிக் கொடுத்தால் போதும்! உங்களுக்கு சிஷ்யனாக இருந்து உங்கள் கடமையை நான் நிறைவேற்றி வைக்கிறேன்!'' என்றதும், அவருக்கு மகிழ்ச்சியாக இருந்தது. "ஆயிரம் என்ன? லட்சம் கூரிய ஆயுதம் செய்வோம் மாரீசா!'' என்று அவனுக்கு ஆற்றல் கொடுத்தார் அந்தக் கிழவர்.

54

தேவிப்பட்டினத்திலே...

கலைவாணி தன் அப்பாவின் மூர்க்கத்தனமான சிந்தனையை எண்ணிக் கலங்கிக் கொண்டிருந்தாள். இரண்டு நாட்டோடு சேந்து மூன்றாவது நாடும் தலை எழுத்தை மாற்றப் போகிறதை நினைத்தும் அஞ்சினாள். நாள்தோறும் வருத்தம் ஏற்பட்டது. கண்கள் கலங்கத் துவங்கியது. ஏற்கனவேத் தன் அம்மாவிடம், 'தேவிப்பட்டினத்தில் இருந்துக் கொண்டு எதையும் செய்ய முடியாது!' என்று அவள் சொல்லி இருந்ததையும், அபிராமி, தன்னிடம் ஒரு வழி இருப்பதாகவும் சொல்லியதையும் நாம் மறந்திருக்க முடியாது.

அவளது அறைக்கு வந்த அபிராமி, "வாணி! இன்று நீ இந்திராபுரிக்கு செல்ல ஒரு வழி செய்து வைத்துள்ளேன்! நம்மூரில் உள்ள சவுக்குத் தோப்பு வழியாக இன்றிரவு நீ சென்றுவிடு! அந்த வழியின் குறுக்கே ஒரு புல்வெளியை உன்னால் பார்க்க முடியும்! அங்கு சென்றுக் காத்துக் கொண்டிருந்தால் போதும்! மிச்சத்தை இந்திராபுரியின் வைத்தியர் வந்து கவனித்துக் கொள்வார்!" என்றாள். கலைவாணிக்கு ஒன்றுப் புலப்பட்டது. அம்மா சொல்வதுப் போல செய்துத் தன் அப்பாவின் சூழ்ச்சியை முறியடித்துவிட்டு, அவரது நாடாளும் மோகத்தைக் களைத்து விடலாம் என்றும் முடிவெடுத்தாள். இரவுக்கிரவே அவள் காதுக் கழுத்தில் அணிந்திருந்த ஆபரணங்களை எல்லாம் களைந்து வைத்துவிட்டு, துறவிப் போல அனைத்தும் துறந்துவிட்டு, வீதிகளில் நடந்து சென்றாள். எவ்வித ஆபரணமும் இல்லாததால் அவள் யுவராணி என்பதற்கு எந்த

விதமான அடையாளமும் இல்லைதான். அப்படியே யாரேனும் கண்டால் கூட இவளை அடையாளம் காணவும் முடியாது. இதுவரை கலைவாணி வீதிகளில் நடமாடிய காலம் வெகு வெகுக் குறைவே. ஊரிலிருந்து கொஞ்சத் தொலைவில் இருக்கும் சவுக்குத் தோப்பை விசாரித்துக் கொண்டேப் போய் சேர்ந்தால் போதும், அங்கு நடக்க வேண்டியதெல்லாம் தானாக நடக்கும் என்று அவள் அம்மா அளித்த நம்பிக்கையோடு ஓடினாள். கொஞ்ச தூரத்தில், மயிர்கூச்செறியும் தேகத்தினைப் போலக் காட்சி அளித்த நெடிதுயர்ந்த முட்களைப் போன்ற இலைகளைக் கொண்ட சவுக்கு மரங்களைக் கண்டாள். அந்தத் தோப்புக்குள் நுழையும்போது, சவுக்கு மரத்து நிழல் வந்து மண்ணில் விழும்போது, பயங்கரமானதாக இருந்தது. காட்டேறிகள் வந்துக் கைத்தூக்கி நிற்பதுப் போலவும், சமயத்தில் காற்றில் அசைந்த அந்த மரத்தின் நிழல்கள் வேதாளம் ஆடும் நாட்டியம் போலவும் இருந்தது. நெஞ்சில் பயத்தோடு வந்தாள். வியர்த்து தேகமெங்கும் வழிந்தது. வியர்வை ஈரத்தால் தோளோடு ஒட்டிக் கொண்டது அவள் இடையை சுற்றி இருந்த சீலை. அதனை எப்படியோக் கடந்து வந்தவள், அதன் முடிவில் இருந்த புல்வெளியில் அமர்ந்துக் கொண்டாள். கொஞ்ச நேரம் காத்திருந்தவளை, யாரோ ஒருவன் வந்துக் கட்டித் தூக்கிப் போனான். அவளே வந்து காத்திருக்க, அவளை வழுக்கட்டாயமாக இழுத்து சென்றது யார்?

ஒரு வேளை இது வைத்தியரின் வேலையாக இருக்குமோ? வைத்தியர் என்றால் அழைத்துக் கொண்டேப் போயிருக்கலாமே? ஏன் தூக்கிக் கொண்டுப் போக வேணும்? கொஞ்ச நேரத்துக்கெல்லாம் அவள் முனங்கத் துவங்கினாள். ஒருக் காட்டுக்குள் அழைத்து வந்து, அவள் கட்டுகளை அவிழ்த்தார். அடடா! இதுக் கருப்பையன் அல்லவா? ஆனால் அவன் கருப்பையன் என்பது கலைவாணிக்குத் தெரியாது. “யாரைய்யா நீங்கள்? என்னை ஏன் கட்டித் தூக்கி வந்தீர்கள்?” என்றுப் படபடப்போடுக் கேட்டாள்.

“பயப்பட வேண்டாம் கலைவாணி! நான் கருப்பையன்! உன் அம்மாவின் சகோதரன்! உன் மாமன்! எப்படி இருக்கிறாய் அம்மா?” என்று அவனை அறிமுகம் செய்துக் கொண்டது அவளுக்கு மிகவும் அதிர்ச்சியாக இருந்தது. இதுவரை அவளுக்கு அப்படி ஒரு மாமன் இருப்பதேத் தெரியாது என்பதால்தான் இந்த ஆச்சர்யம். “என்ன சொல்கிறீர்கள்?

என் அம்மாவுக்கு அண்ணனா? எனக்கு மாமாவா?''

“உண்மைதான் கலைவாணி! உனக்கு நிச்சயம் இது அதிர்ச்சியாகத் தான் இருக்கும்! உனக்கு இப்படி ஒரு மாமன் இருக்கிறேன் என்று அரசனாக உன் தந்தையால் அதனை ஏற்க முடியவில்லை, மனைவி-யாக உன்

அம்மாவால் அவனை மறுக்க முடியவில்லை! அதுதான் காரணம்! நிஜங்கள் என்றேனும் ஒருநாள் அறியவந்துதான் ஆகும்! என்பதை என் மைத்துனர் காவியத்திலகன் மறந்துவிட்டார் போல!'' என்றான் கருப்-பையன். “ஆறுதலாக இருக்கிறது மாமா! அம்மா என்னை வைத்தியர் வந்து அழைத்து செல்வார் என்று சொன்னார்! ஆனால் நீங்கள் வந்தது எனக்கு ஆச்சர்யமாக இருக்கிறது!''

“வைத்தியர்தான் வந்திருக்க வேண்டும்! ஆனால், அவரிடம் சொல்லி நானே அழைத்து வருவதாகவும் சொல்லி அனுப்பிவிட்டு வந்-தேன்! உன்னிடம் நான் சில விஷயங்களை சொல்ல வேண்டும்! விஜ-யனை நீ மணந்துக் கொள்ள வேண்டும் என்று உன் அப்பன் திட்டம் தீட்டி இருக்கிறானாமே?''

“ஆமா மாமா! அவரை மணந்துக் கொள்வதால் நாடும் கைக்கு வரும், நாட்டின் செல்வமும் கைக்கு வரும் என்னும் முட்டாள் தனமான நம்பிக்கையை மனதில் ஏற்றிவைத்துள்ளார்! அதிலும் கேவலம், மன்-னாசைக்கு பெற்ற மகள் என்னையேப் பகடை ஆக்கிவிட்டார்கள்! அதனைத் தடுப்பதற்கு ஏதேனும் வழி உண்டா என்று நான் யோசித்துக் கொண்டிருக்கிறேன்!'' என்றாள். “நம் அனைவரது எண்ணமும் அது-தான் கலைவாணி! இப்போது நான் சொல்வதைப் போல செய்தால் போதும்! வைத்தியரின் வீட்டில் தங்கி இருந்து, கொஞ்சக் காலம் அங்கு நடப்பவற்றை கவனி! விஜயனின் உயிருக்கு அபாயம் வருமாயின் அதை என்னால் தாங்கிக் கொள்ள முடியாது!'' என்றான்.

“ஏன் மாமா? அப்படி என்ன அவனோடு நெருக்கம்?''

“என் ரத்தம் போன்றவன் அல்லவா அவன்? பிறந்தது முதல், இந்த நாள் வரை நான் அவனைப் பார்த்துக் கொள்கிறேன்! பட்டா-பிஷேகம் நடக்கும் வரையில் அது ரகசியமாய் வைக்கப்படவேண்டும் என்று சிவபட்டர் என்னிடம் சத்தியம் வாங்கிக் கொண்டார்! கொஞ்சம் பொறுமையாகக் காத்திரு! நீ மருத்துவர் இல்லத்தில், உதவியாளப்

பெண் போலக் கொஞ்ச நாளுக்கு இருக்க வேண்டும்! அங்கு எது நடந்தாலும் நீ கவலைக் கொள்ள வேணாம்! தைரியமாக இரு!" என்று சொல்லி அவளை அனுப்பி வைத்தான். தேவிப்பட்டினத்திலே, அவளைக் காணாது காவியத்திலகன் பதறினான். "அபிராமி! எங்கேப் போய்விட்டாள் இந்தக் கலைவாணி?" என்றுக் கேட்டான். வழி அனுப்-பிவிட்டு, நாந்தான் என்று ஒப்புக்கொள்ள முடியாதல்லவா? "உங்கள் முடிவில் அவளுக்கு விருப்பம் இல்லை! கலைவாணிக்கு விஜயப்பிர-பாகரனை மணம் செய்வதில் இஷ்டம் இல்லை! அதான் ஓடிவிட்டாள் போல! உங்கள் ஆட்களை ஏவித் தேடிப்பிடித்து வர சொல்லுங்கள்! குறிப்பாக, அவள் முகத்தைத் தெரிந்தவர்களால் மட்டுமே அவளைக் கண்டுப் பிடிக்க முடியும்!" என்று அவள் சொன்னபோது தான், தன் மகளை அறைக்குள் வைத்துக் கொடுமையாய் வளர்த்ததும், அவளை யார் கண்ணிலும் படாத வண்ணம் வளர்த்ததும் எவ்வளவுப் பெரியத் தவறு என்று விளங்கிக் கொண்டார். காவியத் திலகன், தேடுதல் வேட்-டையில் இறங்க ஆயத்தம் ஆகிக் கொண்டிருந்தான். தானே முயற்சித்து அவளைத் தேடத் தீர்மானித்தான். அபிராமி எதுவும் சொல்லில்லை. அவன் முடிவை விரும்பாமல், அவனுக்குத் துணை செல்வது அவளுக்கு கொடுமையாக உணரவைத்தது.

55

படையும் - பாதுகாப்பும்!

மறுமுனையில் அமாவாசையை நெருங்கியது. அன்றைய இரவு, கஜானாவைக்காவல் காக்கும் பணியை, தனக்கு விசுவாசமான இரண்டுக் காவலாளிகளிடம் ஒப்படைத்தார். அமைச்சர், ஆட்களை நியமிப்பதால் யாருக்கென்ன சந்தேகம் எழும்? வாயிப்பில்லை. அவ்வப்போது வந்து, ஆள் நடமாட்டம் இருக்கிறதா? என்றும் கவனித்து சென்றார் அமைச்சர்.

பேரமைதி அவ்விடத்தில் குடிக் கொண்டது. மயான அமைதி என்றும் இதனை சொல்லலாம். அரண்மனைக் கஜானக் களவாடப் படுவதுக் குறித்து அமைச்சர் அந்நேரம் கவலையும், வருத்தமும் கொண்டதுப் போல இல்லை. நாடும், நாட்டு மக்களும், தாம் தம் நிலைக்கு திரும்பி, நல்ல முறையில் வாழ அவர் கள்வனாக மட்டும் இல்லாமல், கொலைகாரனாக மாறவும் தயாராக இருந்தார். கஜானாத் திறக்கப்பட்டது. உள்ளே மலைபோலக் குவிந்திருந்த தங்கத்துக்கு மத்தியில், அடுக்கி வைக்கப் பட்டிருந்தது இரும்பு. இந்த சமயம் துரு ஏற அனுமதிக்கும் கோழையான உலோகமான இரும்பே அவருக்குப் பொக்கிஷம் போல இருந்தது. குண்டுமணித் தங்கமும் அவருக்கு ஆர்வத்தைக் கொடுக்கவில்லை.

சுரங்கப் பாதை வழியாக இரும்புக் கட்டிகளைக் கடத்த, ஏகப்பட்ட ஏற்பாடுகள் செய்யப் பட்டிருந்தன. பலமான வீரர்களும், கனமான சக்கரங்களை உடைய வண்டிகளும், அதனை இழுத்து செல்லப் பொதி

சுமக்கும் கோவேரிக் கழுதைகளும் அவ்விடத்தில் இருந்தன. கொஞ்சம் கொஞ்சமாக இரும்புக் கட்டிகளின் எண்ணிக்கை கஜானாவில் குறைந்-துக் கொண்டேப் போனது. "யாருக்கும் தெரியாமல் இந்த இரும்புக் கட்-டியினைத் தலைமைக் காவலாளி மாரீசனிடம் ஒப்புவித்தால் போதும்! மீதமுள்ளதை அவரேப் பார்த்துக் கொள்வார்! ஜாக்கிரதையாகப் பொய் வாருங்கள்!" என்று அவர்களை அனுப்பி வைத்தார். அந்த சுரங்க வழி-யில், அந்த வண்டிக் கச்சிதமாகப் பொருந்தி இருந்தது. நூல் பிடித்ததுப் போல செல்ல வேண்டியக் கட்டாயம் எழுந்தது. கொஞ்சம் ஆடினா-லும் சுவற்றில் முட்டிக் குடை சாயும் அபாயமும் அவ்விடத்தில் இருந்-தது. அந்த கனத்தை இழுக்க முடியாமல் இழுத்து வந்ததுக் கழுதை. தள்ள முடியாமல் தள்ளி வந்தார்கள் வீரர்கள். 'அடிமாடுகள் வேண்-டாம்!' என்று மாரீசன் சொன்னதன் காரணம் இப்போது விளங்குகி-றது. அடிமாடுகள் பூட்டப் பட்ட வண்டியாக இருந்தால், நிச்சயம் குடை சாய்ந்திருக்கும்.

வனாந்திரத்தை அடைந்தப் போது, மாரீசன் ஊரிலிருந்து ஏற்பாடு செய்திருந்த ஆட்களோடுக் காத்திருப்பதைக் கண்டார்கள். வண்டியை இழுத்து வந்த வீரர்களைக் கழுதையை விட்டு விட்டு, பாதுகாப்பாக அரண்மனைக்கு செல்ல வேண்டும் என்றுப் பணித்தான். அப்போது ஒருக் காவலாளி, "தலைவரே! எதற்காகத் தாங்கள் இப்படி செய்ய வேண்டும்? நடு இரவில், கூட்டாகக் களவாட வேண்டிய அவசியம் என்ன? நீங்கள் மனது வைத்தால், சகல அனுமதியோடு இரும்பினைக் கொண்டு வந்திருக்கலாமே!" என்றுக் கேட்டான்.

"இதனை எல்லாம் அமைச்சரிடம் கேட்டிருக்க வேண்டாமா? என்-னிடம் கேட்டு என்ன லாபம்?"

"இல்லை தளபதி! அமைச்சருக்கு இந்தத் திட்டம் நீங்கள் சொல்-லிதான் தெரிய வந்துள்ளது என்பதை நாங்கள் அறிவோம்! ஆனால் எதற்கு என்றுதான் குழப்பம்!"

"காலம் வரும் போது அறிந்துக் கொள்வீர்கள்! அன்றைய நாள், விஸ்வாசமான மக்கள் துணைக்கு வந்து நிற்பார்கள்! உங்களில் நாட்-டுக்கு விஸ்வாசமுள்ளவர்கள், என்னோடு வந்து நில்லுங்கள்! அம்பு மழையும், ரத்த ஆறும் பாயும் நாள் வரும்! தயாராக வேண்டும்!" என்று சொல்லிவிட்டு, ஒரு நொடிக் கூட அங்கு நிற்காமல் ஓடினான். கொல்-

லரின் பட்டறையில் இரும்புக் கொண்டு வந்து சேர்க்கப்பட்டதும், இரவுப் பகலாகப் பணி நடைபெறத் துவங்கியது. நாட்கள் நகர, நகரப் போருக்கு முழு வீச்சில் தயாராகினர் மக்கள்.

மதியழகியின் வித்தியாசமான வில்வீசும் உத்தியும், மணிமேகலையின் நுணுக்கமான வாள்வீசும் திறனும், மல்லிகா, திலகா ஆகியோரின் துல்லியம் மாறாத ஈட்டி எரியும் முறையும் மிக நேர்த்தியாகத் திட்டமிடும் திலகாவின் திறனும் மெருகேறிக் கொண்டிருந்தது. ஆண், பெண் என்றுப் பாரபட்சம் பார்க்காத இந்தப் போர்குணம் பார்ப்பதற்கு கொஞ்சம் விசித்திரமாய் இருந்தாலும், இப்போதைய சூழலுக்கு அவசியமான ஒன்றுதான். அப்போது, சபையின் நாயகனாக எழுந்தக் கடல்ராசன் முக்கியமானதொரு அறிக்கையை சொன்னான். “என் வீர மக்களே! மன்னன் மரணத்துக்கு அடுத்து, நம் நாட்டில் நடக்கவிருக்கும் போருக்கு நாம் பெரிய அளவில் தயாராகி வருகிறோம்! போருக்கு தேவையான எல்லா விஷயங்களையும் கற்றுக் கொண்டுள்ளோம்! இப்போதைக்கு, என்னதான் தீய அரசன் என்றாலும்,அவனது சொல்படியே அரண்மனையில் இருப்பவர்கள் கேட்பார்கள்! நாம் நூறுகளில் எண்ணினால், அவர்கள் ஆயிரங்களில் வருவார்கள்! நாமோ சிலர் மட்டும்தான் இருக்கிறோம்! அப்படியே நாம் படையெடுத்துப் போனாலும், நாம் வெறும் புரட்சியாளர்களாய்தான் இருப்போமே ஒழியப் போராட்டக்காரர்களாய் இருக்க முடியாது! ஊர் மக்களை நாம் ஒன்று சேர்க்க வேண்டும்! ஊருக்குள் உலாவும் சிறுவர்களையும் சிறுமிகளையும் பாதுகாக்க வேண்டும்! கருவில் உள்ள சிசுவைத் தாயோடு சேர்ந்துக் காப்பாற்ற வேண்டும்! அதற்காக நாம் ஒரு பாதுகாப்பான இடத்தை ஏற்பாடு செய்ய வேண்டும்!” என்றான். அந்த வாரத்தில், அவர்களுக்கு புதியதொருப் பணி வந்துள்ளதை அறிந்தார்கள். அத்தனையும் உண்மை என்பதால் அதை மறுப்பதற்கு எந்த வாய்ப்பும் இல்லை. ஒருமித்தக் குரல் “ஆமா!” என்றது. “ஊருக்குள் நுழைய வேணும்! கண்கானிக்க வேணும்!” என்றான்.

“எல்லாம் சரிதான்! ஆனால் எப்படி ஊருக்குள் நுழைவது? வெளியாட்களை உள்ளே அனுமதிக்காத வண்ணம் ஊர் எல்லையில் காவல் காரர்கள் நிற்கிறார்களே? சாத்தியமா என்ன?” என்று ஊராரில் ஒருவர் கேட்டார். “முடியாமலென்ன? நிச்சயமாக தளபதி ஒரு யோசனை வைத்திருப்பார்! இல்லையா தளபதியாரே?” என்றுக் கேட்டாள் காதல்

கொஞ்சும் பார்வையோடு. அந்தப் பார்வையின் வசீகரத்தை அங்கிருந்த யாரும் காணாது இருக்கலாம், ஆனால் வீரசேகரன் காணாதும், உணராதும் இருக்க முடியாது. "என்னிடத்திலோர் யோசனை உண்டு! விருந்தாளிகள்,

பஞ்சம் பிழைப்போர், வியாபாரி, தொழிலாளி என்றுப் பலவித வேஷங்களில் ஊருக்குள் நுழைவோம்! அந்தப் பொய்களும், வேஷங்கலும் இப்போது நம்மைக் காத்து நிற்கும் வாய்ப்பும் இருக்கிறது!" என்றான். அந்த யோசனை உண்மையில் நல்ல யோசையாத் தான் இருந்தது. ஆனால் அந்த யோசனையில் இப்போது ஒரு சிக்கல் இருக்கிறது. சம்மந்தம் இல்லாத வேளையில் எப்படி இதுப் போலப் பொய்கள் சொல்லி உள்ளே நுழைவது? நிச்சயமாக வேறு வழி இருக்க வேண்டுமே?

"இதுக் குறித்து ஊருக்குள் இருக்கும் மாரீசனிடம் சொன்னால் போதும்! மற்றவற்றை அவன் பார்த்துக் கொள்வான்! ஆனால் அதுக் கூட சிக்கலாகத்தான் இருக்கும்!" என்றான். "உண்மையில் அது அத்தனைப் பெரிய சிக்கலாவது ஆணொருத்தன் போனால்தான்! பெண்ணொருத்தி உள்ளே நுழைந்தால் எவ்வித சிக்கலும் இருக்காது! கொடூர சிந்தனை உள்ள மன்னன் என்றாலும், பெண்ணைத் தொட சந்திரவர்மன் அனுமதிக்க மாட்டார்!" என்றாள் திலகா. "விட்டுப் பிரிந்திருக்க மனமிருக்காதே!" என்றுக் கேலி சொல்ல, திலகாவின் முகம் நாணத்தால் மஞ்சளாகியது. "இதுவும் நல்ல யோசனைதான்! பெண்ணொருத்தி சென்றால் எவ்வித சந்தேகமும் எழ வாய்ப்பில்லை! அப்படியே சந்தேகம் இருந்தாலும், எந்த விரலும் அவளை சீண்டாது! ஆனால் யார் செல்வது?"

"இதிலென்ன சந்தேகம்? நான் போகிறேன்! கவலைப் பட வேண்டாம் இளவரசே! நானேப் போகிறேன்! ஊரின் ஒவ்வொரு நுணுக்கமும் எனக்கு நன்றாகத் தெரியும்! இந்து இடுக்ககளில் ஓடித் திரிந்து, விளையாடி மகிழ்ந்தவள் நான்!" என்று சொல்லிவிட்டு மாறனை ஒரு நொடிப் பார்த்தாள். மாறன் விஜயனிடம் , "என்ன சொல்கிறாய் நண்பா?" என்றதும், "அவள் விருப்பப்படி நடக்கட்டும்! பொய் வா! ஆபத்து வந்தால் என்ன செய்வாய்?" என்றுக் கொஞ்சம் தனக்குள் இருந்த அச்சத்தை சொன்னான் விஜயன். "பார்த்துக் கொள்கிறேன்!". அவள் விருப்பபடியே

அவளும் அனுப்பி வைக்கப் பட்டாள்.

56

காவலன் காதலி!

அன்றிரவே அவள் இந்திராபுரி நோக்கியப் பயணத்தை மேற்கொண்டாள். அவளைத் தனிமையில் அனுப்பியதுக் குறித்துப் பவித்ரனும், விஜயனும் கவலையோடு இருந்தார்கள். "விஜயா! இப்போது இங்கு நடக்கும் இந்தக் குழப்பமான சூழலில் திலகாவைத் தனிமையில் அனுப்பியது எனக்கு ஏதோ பயத்தைக் கொடுக்கிறது!" என்றுத் தன் மனநிலையைக் கண்ணாடிப்போல் படமிட்டுக் காட்டினான். "உண்மையில் என் உள்ளமும் பதைப்பதைத்துக் கொண்டுதான் இருக்கிறது ஐயா! நீங்கள்தான் எங்களுக்கு ஆறுதலாய் இருக்க வேண்டும்! நீங்கள் இப்படி அஞ்சுவதை மக்கள் அறிந்தால், அவர்களின் கொஞ்ச நஞ்ச தைரியமும் காணாமல் போய்விடுமல்லவா?" என்றான்.

"நீ சொல்வதும் உண்மைதான் விஜயா! இப்போது நடக்கும் இந்த சூழலை சந்திரவர்மன் மனது வைத்திருந்தால் நடந்துப் போகாமலே இருந்திருக்கும்! காலத்தின் மிகக் கொடிய விளையாட்டுக்கு, நம்மை பகடையாக உருட்டுவது எண்ணிப்பார்க்க முடியாத கொடுமையாக

இருக்கிறது!" என்று வருந்திக் கண்ணீர் வடித்தார். பவித்ரனின் அந்த ஒருத் துளிக் கண்ணீரில் இருந்த சோகமும், கவலையும் மலையளவு கொண்டது. அதுவும் பருவத மலையின் உயரமும் இருக்கலாம். அத்தனை வேதனையும் வெளிப்பட, ஆண்டவன் நமக்குக் கொடுத்த ஒரு அற்புதமானப் பொக்கிஷம் கண்ணீர்.

அவர் கைகளில் கை வைத்து ஆறுதலாக இருந்தான். இரவுப் பொழுதில், கொஞ்சம் பயத்துடனும், நிறைய வீரத்துடனும் காட்டு வழியாக சென்றுக் கொண்டிருந்தாள் திலகா. அந்த பாதை எல்லாம் அவளுக்கு மிக மிகப் புதியது என்பதால், கால் போன போக்கில் போக வேண்டிய நிர்பந்தம். நடுநிசி வந்ததும், அவள் ஊர் எல்லையை வந்தடைந்தாள். அப்போது அவள் கண்டக் காட்சி, புங்கைப்பட்டினத்து மக்கள் சொன்னதெல்லாம் உண்மை என்று உணர்த்தியது. இருக் காவலர்கள், ஊர் எல்லையில் காவல் காத்துக் கொண்டிருந்தார்கள். கொஞ்சம் கொடூரமாகத்தான் காட்சி அளித்தார்கள். தன் பெண்மையை இம்முறை அவள் சாதகமாகாவேக் கருதினாள். சாவடி அருகே அவள் வருவதைக் கண்டக் காவலர்கள், அவளைத் தடுத்து நிறுத்தி, “யாரம்மா நீ? இங்கென்ன செய்கிறாய்?” என்றுக் கேட்டான் ஒருக் காவலாளி. “ஐயா! நான் குறிஞ்சிக் கரையில் இருந்து வருகிறேன்! இவ்வூரில் என் சொந்தக்கார பெண் ஒருத்தி இருக்கிறாள்! அவளோடுத் தங்கி இருந்துக் கிடைக்கும் வேலையை செய்து, இந்நாட்டில் பஞ்சம் பிழைக்க வந்திருக்கிறேன்!” என்றாள். அது அவர்களுக்கு ஒன்றும் ஆச்சர்யமாக இல்லை. காரணம், அவளதுத் தோற்றம். மிகவும் எளிமையான ஆடைகளும், எவ்விதமான ஆடம்பரமும் இல்லாத ஆபரணங்களும் மட்டும் தான் இருந்தது. அந்தப் பால் போன்ற முகத்தைக் கண்டால், போர் செய்ய வந்தவள் என்று யாராலும் சொல்லிவிட முடியாதே! அதன் காரணமாக அவர்களும் அதனை ஒப்புக் கொண்டார்கள். “இருந்தாலும், ஒரு ஆண் துணை இல்லையா? உனக்குத் திருமணம் ஆகிவிட்டதா?” என்றான் இன்னொருத்தன். ஒரு வேளை, இவள் அழகால் ஈர்க்கப்பட்டு இவ்வாறுக் கேட்டானோ என்னவோ? அதுத் தெரியாது. திலகா ஓவென்று அழுதாள். அவள் கண்ணீர் விடும் போது அவள் முகத்தைப் பார்க்க அந்த காவலாளிக்கு சிரத்தை இல்லை.

“என்னம்மா? நாங்கள் என்னக் கேட்டுவிட்டோமென்று இப்படி அழுகிறாய்?அதுவும் இந்த நள்ளிரவில் இப்படி அழுதாய் என்றால், திடீரென வருவோர் எங்கள் மீது சந்தேகமும், கடுங்கோவமும் கொள்ள மாட்டார்களா? கோவம் கொண்டு வசைப் பாடினாலும் தேவலை! கொலை செய்துக் குடலை அல்லவா உருவிவிடுவார்கள்! ” என்று அவள் அழுகையை அடக்க முயன்றான். “நானே தாய் தந்தை இல்லாத அனாதை!

போதாக் குறைக்கு முட்டாளான ஏழை! என்னை மணந்துக் கொள்ள எந்த ஆண்பிள்ளை விரும்புவான்?'' என்று முதலைக் கண்ணீர் வடித்தாள். அந்தக் கண்ணீரில் அவர்கள் விழுந்து, நீந்தி தம்மை ஊருக்குள் அனுப்பி விடுவார்கள் என்றும், தம் மீது அனுதாபம் வரும் என்றும் அவள் கணித்தாள். ஆனால் இம்முறை அவள் கணித்தது கொஞ்சம் தவறாகப் போய்விட்டது. "கவலைப் படாதே கண்ணே! எனக்கும் இன்னும் திருமணம் ஆகவில்லை! நானே உன்னை மணந்துக் கொள்கிறேன்! இந்த நாட்டில் நாமும் நம் குழந்தைகளும் நிம்மதியாக வாழலாம்!'' என்றான் ஒருக் காவலாளி. திலகாவுக்கு இந்த விஷயம் தூக்கி வாரிப்போட்டது. "ஐயோ! அதற்கு சொல்லவில்லை ஐயா! எதற்கும் நான் கொஞ்ச காலம் கழித்து

சொல்கிறேன்!'' என்று மழுப்பப் பார்த்தால், அதுவும் முடியவில்லை. "இல்லை! இல்லை! அவசியம் நீ அதனை ஏற்க வேண்டும்!'' என்று மறித்து நின்றான்.

அவனைத் தள்ளிவிட்டுவிட்டு, உள்ளே ஓடினாள். அந்தப் மலர் கையால் வாங்கியக் குத்து, அவனுக்கு வலித்ததா என்றுத் தெரியவில்லை. "நீ இங்குதானே இருப்பாய்?'' என்றுக் கத்தினான். "வேலை இருந்தால் இருப்பேன்! இல்லையென்றால் எனக்கென்ன இந்தப் பாழாய்ப்போன ஊரில் வேலை?'' என்று பதில் குரல். "சரி! ஜாக்கிரதையாகப் போ!''. சிரித்தபடி அவள் ஓடுவதைக் கண்டான். மற்றொருக் காவலாளியும் சிரித்தான். ஆனால் அவன் சிரிப்புக்கு என்ன அர்த்தம் என்று அஅவனுக்கு விளங்காது. பேச்சினைக் கேட்கும் அளவுக்குத் தொலைவுக்குதான் அவள் சென்றிருந்தாள். "சந்திரவர்மன் எத்தனை நல்ல அரசன் பார்த்தாயா? பாரபட்சம் பார்க்காது ஆட்சி செய்கிறார்!'' என்று அவர்கள் சொன்னது, திலகாவுடையக் காதுகளில் விழுந்து, கோவத்தை மூட்டியது. இருப்பினும், அவர்களை அடிக்கவோ, திட்டவோ, கொல்லவோ முடியாதே. பஞ்சம் பிழைக்க வந்தவள் மன்னனுக்கு எதிரானவள் என்று அவர்கள் அறிந்துக் கொண்டால், தனக்கான வேலையை செய்யாமலே உயிரை விட வேண்டி இருக்குமே? அதன் பொருட்டு அமைதியாக அவ்விடம் விட்டு சென்றுவிட்டாள். அவள் கொஞ்சத் தொலைவு சென்றதன் பிறகே, அவர்கள் இருவரும் பேசிக்கொள்ளல் ஆயினர்.

“என்ன உத்தேசம்? அந்தப் பெண் மீதுக் கண்கள் மேய்கிறதே?” என்றுக் கேட்டான். “அவளைக் காண்கையில் எனக்கு ஏதோ சொல்ல முடியாத உணர்வு எழுகிறது! அது ஏன் என்று எனக்கு விளங்கவில்லை! மயக்கம்தான் வருகிறது!” என்றான். “இங்குதானே இருக்கப் போகிறாள்! அந்த மயக்கத்தை தெளியவைத்துக் கொண்டால் கிடக்கிறது!” என்று சொன்னது, காவலனின் காதலுக்கு அடித்தளம் எழுப்பியது.

என்னதான் நடக்கிறது இந்த தேசத்தில்? நாடே பல இன்னலில் இருக்கும்போது மனிதனின் மனதில் காதல் மலர்ந்துக் கொண்டிருக்கிறது. கொலையாளிகளாக மாறிக் கொண்டிருக்கும் சாமானியர்கள், உயிர் நீத்துக் கொண்டிருக்கும் அரசவை ஆட்கள், அஞ்சிப் பிழைக்கும் தேசத்து மாந்தர், இதயம் தொலைக்கும் இளையோர் என தேசம் கூறுப் பட்டிருந்தது. மர்மம் நிறைந்த இந்த மனதின் ஆழத்தில் என்னதான் நடக்கிறது? என்று விளங்கிக் கொள்ள முடியாது. பெண்ணைக் காண்கையில் அந்த மர்மம் நிறைந்த நெஞ்சு, அதிவேகத்தில் துடித்து மேலும் மர்மம் நிறைந்த அவளதுப் பார்வையில் விழுந்து விடும்தான். எந்தப் பெண்ணின் விழியில் படர்ந்தக் கருப்பு நிழல் போன்ற மையில் இதயம் கரைந்தால், எவரும் உருவமுடன் வெளிவருவதுக் கிடையாது. புதைக் குழியைக் கருவிழியில் கொண்டவர் மங்கையர் என்பதை மறப்பதும், மறுப்பதும் இயலாது. இங்கு திலகாவின் மீது திடீர் மோகம் வந்துவிடுகிறது நம் காவலனுக்கு. இது மாரீசனுக்குத் தெரிந்தால் இவன் வேலை என்ன ஆகுமோ? தெரியவில்லை.

57

கொல்லரின் யோசனை!

ஒரு ஆணின் மனதில் காதல் என்னும் நஞ்சுக் கலந்தப் பாலை ஊற்றி-யது எண்ணி அவள் கலங்கவில்லை. எந்த விதமானக் குற்ற உணர்ச்சி-யும் அவள் கொண்டிருக்கவில்லை. அவள் கண் முன்னால் தெரிந்தவை எல்லாம் இந்திராபுரியின் வீதிகளும், தன் இலக்கும் மட்டும்தான். மாரீ-சன் கொல்லர் வீட்டில்தான் இருப்பார் என்று அவள் மிக நன்றாகவே அறிந்து வைத்திருந்தாள். அங்கு சென்று இளவரசன் சொன்ன செய்-தியை சொல்லியாக வேண்டும் என்று நினைத்தாள். அந்த அகன்ற, விசாலாமான வீதிகள் கொண்டிருந்த அமைதியை அவள் கொஞ்சம் விசித்திரமாய் உணர்ந்தாள். எந்நேரமும் ஜே ஜே வென்றுத் திரியும் மக்-கள் யாரும் இந்த வைகறை வேளையில் நடாமாற்றமின்றி இருந்தனர். "வாருமம்மா! வந்து வாங்கிப் பாருமம்மா! வாருங்கள் ஐயா!" என்றுக் கூவல் இல்லாமல், சந்தை சாலை, இப்போது நிசப்தமாய் இருப்பதைக் கண்டாள். இது நாள் வரை வீதி எங்கும் சிதறிக் கிடந்தக் குழந்தைகள் யாருடைய சத்தமும் அந்த சமயத்தில் இல்லை. கொல்லரின் இல்லத்தை அறியாத மக்கள் அந்த நாட்டில் யாரும் இருக்க முடியாது என்கையில், திலகாவுக்கு மட்டும் மறக்குமா என்ன? அவள் ஓடி ஒளிந்து விளையா-டிய இடங்களில் அவர் வீட்டுக் கொல்லைப் புறம் பிரதான இடம் வகுத்-திருந்தது. அந்தக் கடந்துப் போன வாழ்கை எல்லாம் இன்பத்துக்குப் பஞ்சமின்றி இருந்ததையும், இப்பொதுக் காணும் இடர்களையும் ஒப்பிட்-

டுப் பார்த்துக் கொண்டாள்.

நேராகக் கொல்லரின் வீட்டு வாசலை அடைந்தாள். கதவைத் தட்டிவிட்டு, அதுவரை அங்குக் குடிக் கொண்டிருந்த அந்த அமைதியைக் கொஞ்சம் களைத்துவிட்டாள். கதவைத் திறந்த மாரீசன் மேலாடை இல்லாது நின்றான். உடலேகம் வியர்வை வழிந்தோடியது. அந்த முகத்தில் களைப்பும் கொஞ்சம் தென்படத்தான் செய்தது. திலகாவை இழுத்து உள்ளே இட்டுக் கதவை அடைத்தான். இதனைக் கொஞ்சமும் எதிர்பார்க்காத திலகாவின் மலர்க்கைகள், அவனது இரும்புப் பிடியில் அவஸ்தைப்பட்டது. "ஏனய்யா இப்படி முரட்டுத் தனமாய் இழுத்தீர்?" என்றக் கைகளை சமாதானம் செய்தப்படி வினவினாள். "அரண்மனை கஜானாவில் இரும்புக் காணாமல் போனது சந்திரவர்மனுக்கு எப்படியோத் தெரிந்துவிட்டது! நாட்டில் போரோ, புரட்சியோ நடக்காமல் இருக்க வேண்டும் என்று உறுதியாக

இருக்கிறான்! புதிய ஆட்கள் நுழைவதை முதற்கொண்டு கவனிக்கும் பணியில், காவலர்கள் ஈடுபாடுக் காட்டி வருகின்றனர்! தலைமைக் காவலாளி என்றுப் பேருக்குதான் நான்! மற்றதை எல்லாம் வேறொருத்தன் செய்வதாகத் தகவல் வந்தது! அவன் யார் என்றும் எனக்குத் தெரியவில்லை!" என்றான். இந்த விஷயங்களில் திலகாவுக்கு எழுந்ததோ, ஒற்றைக் கேள்விதான். "இரும்புக் கட்டிகள் எல்லாம் எங்கே?"

"அறை முழுக்க சுற்றிப்பார்க்க வேண்டாமாக் கண்ணே?" என்றுக் கைகளை அறை முழுக்கக் காட்டினான். அந்த வெளிச்சத்தில், திலகாவின் விரிந்தக் கண்களுக்குப் புலப்பட்டதெல்லாம் நூற்றுக்கணக்கான மின்னல் போல பிரதிபலிப்பைக் கொடுத்த வாள்கள், ஆயிரக் கணக்கில் கூர்மை மாறாத அம்புகள், அழகியக் குச்சிகள், அதன் முனையில் கூரான ஈட்டிகள், முருகன் கையில் இருக்கும் ஆயுதமொத்த வேல்கள், வட்டமானக் கேடயங்கள், நுட்பமான வேலைப்பாடுகள் கொண்டக் கவசங்கள் என அறை முழுக்க இரும்பாலும், தாமிரத்தாலும் ஆன புதிய உலகத்துள் நுழைந்ததுப் போல உணர்ந்தாள். "இதெல்லாம் நீங்கள் இருவர் மட்டுமா செய்தீர்கள்?"

"நம் நாடல்லவா இது? அதற்காக நான் எது வேணுமானாலும் செய்வேன்! இது என்ன?" என்கையில், அவனை அறியாமல் கொட்டாவி வந்தது. "எல்லாம் சரிதான்! எப்படி வார்த்து எடுத்தீர்கள்? இத்தனைப்

பாதுகாப்பு இங்கிருக்கையில், எப்படி இதெல்லாம் சாத்தியம் ஆனது?"

"பகலில் அடிப்போம்! இரவில் சத்தமின்றி செய்வோம்! எந்தத் தகவலாய் இருந்தாலும் மருத்துவர் வீட்டிலிருந்து வந்து சேர்ந்துவிடும்! அப்படி இருக்கும் போது என்ன கவலை? அதெல்லாம் இருக்கட்டும்! நீ எதற்காக அம்மா இந்த இடம் வந்தாய்? அதுவும் இப்போது? என்னைக் காணாதுக் கண்கள் அலைந்ததோ என்னவோ?"

"ம்க்ம்... நினைப்புதான்! இளவரசன் நமக்கு மற்றுமொரு வேலையை கொடுத்துள்ளார்! ஊருக்குள் நம் புங்கைப்பட்டினத்து மக்களை வர செய்ய வேணும்! அவர்களைத் தங்க வைக்கவும் ஒரு நல்ல யோசனை வேண்டும்! மாரீசனாரை மக்களும், மன்னனும் மலைப் போல நம்பி இருக்கிறார்கள்! என்ன சேதி?" என்று வெடித்தாள். இந்த வார்த்தைக்கு அவனால் ஒரு வழியாகவும் பதில் சொல்ல முடியவில்லை. மாரீசனால் யோசிக்கவும் முடியவில்லை. கடந்த சில நாட்களாகவே உறக்கமின்றி உழைத்ததால் அவன் மூளை முன்புப் போல சுறுசுறுப்பாக இல்லை. "என்னிடம் ஒரு நல்ல யோசனை இருக்கிறது! அதற்கு நாம் அரண்மனை ஜோசியரை சந்திக்க வேண்டும்!" என்றார் அந்த வயது முதிர்ந்தக் கிழட்டு கொல்லர். "எப்படி ஐயா?"

"என்னோடு வாருங்கள்! நடப்பதைப் பாருங்கள்! பிறகு இந்த யோசனைக்கு உங்கள் கருத்துக்களை கேட்போம்!" என்றுப் படுத்துவிட்டார். நெடுநாள் உழைத்தக் களைப்பில் இருந்த மாரீசன் கொஞ்சம் கண்ணயர்ந்தால் தேவலை என்ற எண்ணத்தோடு சாய்ந்தான். மங்கிய விளக்கொளியில் திலகாவின் முகத்தைப் பார்த்தான். அவள் ஏதோ யோசனையில், தன் கீழுதட்டைக் கடித்துக் கொண்டு அமர்ந்திருப்பதைக் கண்டான். அப்போது அவன் உளம் ஏதேதோ இன்பங்களை சுவைத்துக் கொண்டது. 'யார் இவள்? கம்பனுக்கு கற்பனையில் உதித்தக் கவிதையோ? ஓவியன் வண்ணங்களால் தீட்டிய சித்திரமோ? ராமன் கண்ட சீதையோ? கண்ணனைத் தழுவிய ராதையோ?' என்று எண்ணினான். இதுவரை அவன் திலகாவை பேதையாகப் பார்த்ததுண்டு, மேதையாகவும் உணர்ந்ததுண்டு. மங்கையாகும் பார்த்ததுண்டு, அழகு மடந்தையாகவும் உணர்ந்ததுண்டு. ஆனால் இம்முறை, தன் இல்லறத்து வனக்குயிலாக எண்ணினான்.இம்முறை அவன் தடுமாற்றத்தில் எடுத்த முடிவாக இல்லை. தான் தேடும் உறவுத் தனக்கு எதிரில் இருப்பதை அவன் முதல்

முறையாக உணர்ந்துக் கொண்டான். இதயம் காதல் செய்ய, இமைகள் உறங்கியது. திலகாவோ, மாரீசனின் உழைத்துக் களைத்து ஓய்ந்துப் படுத்திருந்த தேகத்தையும், அவனதுக் கண்கள் நீண்ட நாள் கழித்து விடுதலை பெற்று,

கண்ணிமையால் கதவை மூடிக் கொண்டதையும் பார்த்துக் கொண்டிருந்தாள். மாரீசனின் இந்தக் கடின உழைப்பும், நாட்டின் மீது உள்ள தீராதக் காதலும் தன் மீதுக் கொஞ்சம் திரும்பக் கூடாதா? என்றெல்லாம் எண்ணிக் கொண்டிருந்தாள். அவனதுக் கைக்கருகே வந்து அமர்ந்துக்கொண்டு, அவனை பார்த்தவண்ணம் இருந்தாள். கொல்லரைப் பார்த்தாள். அவர் வயதுக்கு இந்நேரம் முழுத் தூக்கம் போயிருக்கக்கூடும் என்றுப் புரிந்துக் கொண்டாள். தன் உள்ளத்தில் தைரியம் வரவைத்துக் கொண்டு, அவன் கைகளில் தலைவைத்து அவன் அருகேப் படத்துக் கொண்டாள். 'தான் தேடும் உறவும் தன்னருகேதான் இருக்கிறது!' என்று விளங்கியது அவளுக்கு. மாரீசன் தன்னை விரும்புவாரா என்று அவளுக்குத் தெரியவில்லை. அவன் உடலில் முத்து முத்தாக வியர்வைத் துளிகள் வருவதைக் கண்டாள். அந்த வியர்வையைத் தன் முந்தானையால் கொஞ்சம் மெதுவாகத் துடைத்து விட்டாள். அவலதுத் தொடுதலில் அவனுக்கு எந்த விதமான சினுங்கலையோ, தொந்தரவையோ மாரீசனுக்கு பரிசளிக்கவில்லை. அவனது உறக்கத்தின் ஆழம் அன்று அத்தகையது. தன் உள்ளத்தில் இருக்கும் விருப்பத்தை அவரிடம் சொல்லிவிட்டால் உள்ளம் கொஞ்சம் அமைதியாக இருக்கும் என்ற எண்ணத்தால், 'நாளை விடிந்ததும் முதல் வேலை, நெஞ்சைத் திறந்துவிட வேண்டும்!' என்ற முடிவோடு, அவன் கண்களின் கீழிருந்தக் கருவளையத்தைக் கொஞ்சம் கவனித்தாள். அதனைப் பார்த்தவாறே கொஞ்சம் கொஞ்சமாக உறங்கிப் போனாள்.

58

பசுபதியின் ஆட்டம்!

அரண்மனையில் இரும்புக் காணாமல் போனதை எப்படியோ கண்டறிந்-துக் கொண்ட பசுபதி, இந்த செய்தியை தன் அப்பாவான காவியத் தில-கனிடம் சொன்னனான். இந்த விஷயம் அவருக்கு மிகுந்த அதிர்ச்சியை ஏற்படுத்தும் என்பதை ஒரு வகையிலும் மறைக்கவோ, மறுக்கவோ முடி-யாது. "நீதான் இப்போது அதற்கான நடவடிக்கைகளை செய்ய வேண்-டும் பசுபதி!" என்று அவனிடம் சிலவற்றை சொல்லி ஆணுப்பினான். "அரண்மனையில் இரும்புக் காணாதுப் போனால், அபாயம்! நீ காவ-லாளிகளுக்கு தலைமை ஏற்க வேண்டும்!" என்று சொல்லி அனுப்-பியதை அடுத்து, பசுபதி காய் நகர்த்தினான். அதன் விளைவாகத்-தான் மாரீசன் இடத்ததை பசுபதி கைப்பற்றிக் கொண்டான். பசுபதியின் நுட்பமில்லாத, கோமாளித்தனமான முடிவுகள் மக்களிடையே அதிருப்தி-யையும், வேதனையும் தான் அளித்ததே ஒழிய, நல்ல யோசனைகளை அளிக்கவில்லை. மாரீசன் இடத்தினை மூன்றாம் ஆள் வந்து நிரப்புவ-தில் அமைச்சருக்கும், ஜோசியருக்கும் பெரிய அளவில் கவலை இருந்-தது. அப்பாவின் நாடாளும் புதிய சூழ்ச்சியை எண்ணி அவன் ஆதங்-கமுற்றான். கேவலம் எதிரியின் காலில் விழுந்துத் தங்கை, மாங்கல்யம் வாங்குவதா? என்றும் கோபம் கொண்டான். காவியத்திலகன் சொன்-னதுப் போல விஜயனைக் காக்க நினைக்காமல், கொல்லவே அவன் விரும்பினான். வாக்கினைக் காத்தே ஆக வேண்டுமென்று சட்டமா? என்றும் நினைத்தான். இந்த எண்ணம் தான் இந்த உலகில் இருக்-

கும் மனிதர்கள் அத்தனைப் பேருக்கும் இருக்கிறது. நாட்டுக்கு இளவ-ரசன் இல்லையேல் வாரிசு இல்லை! அப்படி என்றால், விஜயனைத் தொடர்ந்து சந்திரவர்மனையும் கொன்றுவிட்டால் நாட்டை முழுமையாக எடுத்துக் கொள்ளலாம்! என்றும் நினைத்தான். அந்தக் கேவலமான எண்ணத்தை செயல்படுத்த இப்போது குறுக்கே நிற்பது சூரியவர்மனது விஸ்வாச அமைச்சரும், அவரது நெருங்கிய நண்பரான ஜோசியரும் மட்டும்தான். காலத்தின் கையில் அந்த விஷயத்தினை விட்டுவிட்டால், விரைவில் அந்தக்

கதைக்கு முற்றுப்புள்ளி வைக்க முடியும் என்றும் நினைத்தான். அதனை நம்பவும் செய்தான்.

இந்தண்டை, கண்விழித்தார்கள் காதலர்கள். ஆனால், அவ்விடத்-தில் கொல்லரைக் காணோம். 'சொல்லாமல் கொள்ளாமல் சென்றுவிட்-டாரே!' என்று எண்ணத்தில் பதறி எழுந்தான். அப்போது, அவன் கைக-ளில் கொஞ்சம் கணம் இருப்பதை உணர்ந்தான். களைத்துப் போனது தானா? அவளா? என்றக் குழப்பத்தோடு திலகாவைப் பார்த்தான். அவள் ஏதோக் குழந்தை போல உறங்கிக் கொண்டிருந்தால். அவளை ரசித்து, உச்சியில் முத்தமிடும் எண்ணம் வந்தாலும், அதற்கெல்லாம் அவனுக்கு நேரம் இல்லை. "திலகா..." என்று அவளை எழுப்பினான். திலகா கண் விழித்துக் கொண்டாள். கொஞ்சம் வெட்கம். தரையில் இருந்து எழுந்த மாரீசன், திலகாவையும் கரம்கொடுத்துத் தூக்கி விட்-டான். இருவருமாக ஜோசியரின் வீட்டுக்கு சென்றார்கள். ஜோசியர் வீட்-டில் இருப்பது சந்தேகம்தான் என்றும் அவர்களுக்குத் தெரியும். சிவபட்-டரின் குடிலில் இருந்த எல்லாப் பொருட்களையும் அவன் தலைமையில் தான் காவலாளிகள் அமைச்சரின் அரண்மனைக்கு கொண்டு வந்து சேர்த்தார்கள். ஆனாலும், 'ஆண்டவன் ஏதாவது அபூர்வம் நிகழ்த்தி அவரை சந்திக்கும் வாய்ப்பையும் கொடுத்திருப்பார் போல!' என்றும் நினைத்தான். ஜோசியர் வீட்டு பாதையில் அவர்கள் சென்றுக் கொண்-டிருந்த வேளையில், கும்பிடப்போன தெய்வம் குறுக்கே வந்ததுப் போல, எதிரில் கொல்லர் வருவதைக் கண்டார்கள். முதிர்ந்த நடையில், கொஞ்-சம் வேகமாக வந்துக் கொண்டிருந்தார். அவரைக் கண்டதும் விரைந்-தோடிய திலகாவும், மாரீசனும் அவரைக் கைத்தாங்கலாக அழைத்து வந்தார்கள். "என்ன அய்யா! நாங்கள் வரும் முன்னரே கிளம்பி வந்து-

விட்டீர்களே?"

"ஒன்றுமில்லையம்மா! வெகுநேரம் நீங்கள் தூங்கிக் கொண்டிருந்த-தால், உங்கள் அசதியை உணர்ந்தேன்! எழுப்ப மனமின்றி நானே தனி-மையில் வந்துவிட்டேன்!"

"நல்ல யோசனை உள்ளதென்று சொன்னீர்களே! அது என்ன-வென்று எங்களிடத்தில் சொல்லவில்லையே?"

"நாம் வருணதேவன் திருவிழா கொண்டாடப் போகிறோம்! அதனை சமயமாக வைத்துக் கொண்டு விஜயனையும் அவன் கூட்டாளிகளையும் ஊருக்குள் கொண்டு வரலாம்! அதனால் எந்த விதமான சிக்கலும் வராது!"

"அருமையான யோசனை ஐயா! ஆனால், மன்னரும் ராணியும் செத்து ஓராண்டு நெருங்காதப் போது இதெல்லாம்..."

"சாத்தியம்! பக்தி மிகுந்த சிவபட்டரும், அறிவு மிகுந்த அருண-கிரியும் இருக்கையில் என்னக் கவலை? அதனை அவர்கள் பார்த்துக் கொள்வர்!" என்றவாறு அவர்களை அழைத்துக் கொண்டு போனார்.

இந்தப் பக்கம், அரண்மனையின் அவைக் கூடி இருந்தது. கோவம்-கொண்ட சிங்கம் போல அரியணையில் அமர்ந்திருந்தான் சந்திரவர்மன். அனைத்து வாய்களும் அமைதியாகாவே இருந்தது. யார் முதலில் பேசு-வது என்று நினைத்தார்களோ என்னவோ?. மன்னனே துவங்கினான். "மக்கள் என்னை ஏற்காதது ஏன்?" என்றுக் கேட்டான். பசுபதி சொல்-லிதான் இந்த கேள்வியை அவன் கேட்டான் என்பது வேறு விஷயம்.

இருந்தாலும் சமயத்தில் மிக அவசியமானக் கேள்வி. அனைவரும் ஒருவர் முகத்தை ஒருவர் பார்த்துக் கொண்டார்கள்.ஜோசியரே எழுந்-தார். "அரசே! இந்தாண்டு நமக்குப் பொழிய வேண்டிய மழை பொய்த்-துவிட்டது! அதற்குக் காரணம் நீங்கள் பொறுப்பேற்றப் பிறகுதான் என்று அரசல் புரசலாக மக்கள் பேசி வருகிறார்கள்!" என்றார். சந்திரவர்மனுக்-கும், பசுபதிக்கும் அது சிரிப்பை வரவழைத்தது. "என்ன சிவபட்டரே? இதற்கும் எனக்கும் என்ன சம்மந்தம்? அப்படியே சம்மந்தம் இருந்தாலும் நான் என்னத்தை செய்வது? என்னத் தலைமைக் காவலரே?" என்றுப் பசுபதியை பார்த்து சிரித்தான். "ஜோசியர் ஒரு நல்ல பரிகாரம் யோசித்து வைக்காமலா இருப்பார் அரசே?" என்று அவரை ஒரு பார்வைப் பார்த்-தான். அந்தப் பார்வை இருபத்தொரு வருஷத்துக்கு முன்னால் சந்தி-

ரவர்மன் பார்த்தப் பார்வையை நினைவுப்படுத்தும் வண்ணம் இருக்கிறது ஜோசியருக்கு.

“ஒரு பரிகாரம் உண்டு! வருணதேவன் குளிர்ந்தால் மழைப் பொழியும்! அதற்கு நம்மூரில் இருக்கும் வருணதேவன் கோவிலுக்கு விழா எடுக்க வேண்டும்! அப்படி செய்தால் கூடிய விரைவில் மழை பொழியும் என்பதும் ஐதீகம்!” என்றார். சந்திரவர்மனுக்கு இதுப் பெரும் பிரம்மிப்பை அளித்தது. “பதின்மூன்று வருஷத்துக்கு முன்னால் நாம் செய்தப் பூஜை அல்லவா அது? மாரி பொய்த்து பதின்மூன்று வருஷத்தில் இதுவே முதல் முறை! அல்லவா?” என்றான்.

“உண்மைதான் அரசே! நாம் மக்களிடம் அறிவிக்க வேண்டும்! மக்கள் அதற்கு தயாராகவும் வேண்டும்!” என்றதும், கொஞ்சம் யோசித்துவிட்டு, “சரி! ஆணைப் பிறப்பிக்கப்பட்டது!” என்று சொல்லி அவையைக் களைத்தான். அவையோரும் இம்முறை அவனுக்கு விருப்பத்தோடு விடைக் கொடுத்தனர். கொஞ்ச நேரத்துக்கு அடுத்துதான், அரசனும் அரசியும் மேலோகம் சென்று ஆண்டுத் திரும்பாதது நினைவுக்கு வந்தது. ஆனால் அதனை எல்லாம் அவன் சட்டம் செய்ததாக இல்லை. அதனை எல்லாம் சட்டம் செய்தாலும் அவன் மறுப்பதாகவும் இல்லை. பிறப்பிக்கப்பட்ட ஆணை, பிறப்பிக்கப்பட்டதை திரும்பப் பெறுவதென்பது சாத்தியமற்றது.

59

வருணதேவன் திருவிழா!

தம்பட்டம் போடப்பட்டது. "இதனால் நாட்டு மக்களுக்கு அறிவிப்பது என்னவாயின்... நம் இந்திராபுரிக்கும், ரத்தினாபுரிக்கும் இவ்வாண்டு மழை பொய்த்ததால் வருணதேவன் திருவிழா எடுக்க மாமன்னன் சந்திரவர்மன் தீர்மானித்துள்ளார்! மக்கள் சுத்தம் பேணக் கட்டளை வந்துள்ளது! பௌர்ணமி இரவில் பூஜை நிறைவுப் பெரும் என்பதையும், மக்கள் அவரவர் சொந்தங்களுக்கும் இந்த விஷயத்தை சொல்லி அழைக்கலாம் என்றும் இதன் மூலம் அறிவித்துக் கொள்கிறோம்!" என்று சொல்லிவிட்டு சென்றான். அந்த அறிவிப்பு மக்களுக்கு இருவேறு மன நிலையைக் கொண்டு வந்தளித்தது. 'அரசனும் அரசியும் மறைந்து ஓராண்டை நெருங்காத நிலையில் எப்படி சந்தோஷமாய் விழா எடுப்பது?' என்றுப் புலம்பினார்கள். இன்னும் சிலர், 'நல்ல வேளையில் மக்களுக்கு மழை இல்லை என்றாவது நினைத்துப் பார்த்தானே மன்னன்?' என்று மகிழ்ந்தார்கள்.

மக்கள் மராமத்துப் பணிகளைத் துவங்கினார்கள். கோவில் வளாகம் அழகேற்றப் பட்டது. கொட்டகைகளும் அமைக்கப் பட்டது. ஹோமக் குண்டம் அமைக்கப்பட்டிருந்தது. ஊருக்குள் வீதியெங்கும் களைபொருந்தி இருந்தது. வர்ணங்கள் ஏறின. வாசல்களெல்லாம் கோமாதாவின் சாணம் கொண்டு மெழுகப்பட்டது. வண்ணக் கோலங்கள் இடம்பெற்-

றிருந்தன. மாவிலைத் தோரணங்கள் வாசலை அழகேற்றின. இப்படி எல்லாம் கடைசியாக சூரியவர்மன் - சிந்தாமணி திருமணத்தன்றுதான் இருந்தது. புத்தாடை விற்பனைக் களைகட்டி இருந்தது. ஊரே அலங்-காரத்தால் ஜொலித்தது. அரண்மனையும்தான். நெடுநாள் கழித்து மக்கள் சிரித்தும், சீண்டியும் இன்பமாக இருந்தனர். வீதியில் கூட்டம் கூட்டமாக மகிழ்ந்துத் திரிந்தனர். இந்தக் காட்சிக்காகத்தான் திலகா முதல் நாள் ஏங்கினாள். கண்ணெதிரில் அந்த சொர்கலோகத்துக் காட்சியைக் கண்-டதும் பெருமளவில் ஆனந்தம் வந்தது. 'காணக் கண் கோடி வேணும்' என்று மக்கள் சொல்வதை இப்போது அவள் முதல் முறையாக உணர்ந்-தாள்.

தம்பட்டக் காரன் சொல்லிய செய்தி எல்லாம் நாடேகம் பரவிவிட்-டது. புங்கைப்பட்டினத்துக்கு தெரியவந்தப் போது, புரிட்சியாளர்கள் அத்-தனைப்பேரும் மிகுந்த உற்சாகம் அடைந்தனர். 'ஊருக்குள் புகவேண்-டும்!' என்று அவர்கள் விரும்பியதற்கு ஏதுவாக, இப்போதைய சூழல் இருப்பதைக் கண்டு மகிழ்ச்சி அடைந்தனர். பலவிதமான வேடங்களில் உள்ளே நுழைய தீர்மானித்தனர். பிறப் பெண்கள் குறித்துக் கவலை இல்லை. இப்போதைக்கு அவர்கள் கவனமாய் இருக்க வேண்டியது, மணிமேகலை, மதியழகி மற்றும் கவியரசியிடம் மட்டும்தான். மல்லிகாவு-டைய பாட்டி செய்த செயல்கள், தீமை என்றாலும் மல்லிகாவைக் காத்து நிற்கும் என்று உணர்ந்தார்கள். ஊர் எல்லையில்

காவலர்கள் நின்றுக் கொண்டிருந்தார்கள் என்பதும் இவர்களுக்குத் தெரிந்தது. அவர்களை சமாளிப்பது சுலபம் என்று அவர்களுக்குப் புரிந்-தது.

அங்கு வந்தவர்களுள் சிலர், விருந்தாளிகள் என்று சொல்லிவிட்டு உள்ளே சென்றார்கள். கவியரசிப் பானை சட்டி விற்கும் குவயவாலகவும், வீரசேகரன் குயவன் போலும் வந்தார்கள். மாட்டு வண்டி ஒன்றில் பானைகளைக் கட்டிக் கொண்டு வந்தார்கள். பின்னால் வந்த விஜயனும், மதியழகியும் பாசி மணி விற்கும் குறவன்-குறத்தியராய் வந்தார்கள். கடைசியில் வந்த மாறனும், மணிமேகலையும் இலந்தைப் பழம் விற்கும் விற்பனையாளர்களாக நுழைந்தார்கள். அந்த முகங்களைக் கண்டால் புரட்சியாளர்கள் என்று யாராலும் சொல்ல முடியாது. அந்த அளவுக்கு அவர்கள் வேடத்தோடு ஒன்றி இருந்தார்கள். வாயிற்காவலர்கள் சோதனை இடுவதுக் கண்டால் வீரசேகரனுக்குக் கோவம் தலைக்கேறி-

யது. இருப்பினும், வெண்ணைத் திரண்டு வருகையில், பானை உடைந்-தக் கதையாகிவிடக் கூடாதே என்றக் காரணத்தால் அமைதிக் காத்தான். “சாமி... எங்கள சோதிச்சு என்ன ஆவப்போவுது சாமி! வெறும் பாசி மட்டும்தான் இருக்கு!” என்றான் விஜயன். “அவன் சொல்வதும் சரி-தான்! இங்கிருக்கும் யாரையும் சோதித்து ஒரு பலனும் இல்லை! விடு! போகட்டும்!”என்றான் காவலாளி. “சரி! போங்கள்!” என்று அவர்கள் செல்ல அனுமதி அளித்தார்கள். தாங்கள் நினைத்ததை விடவும் அவர்-களை சமாளிப்பது சுலபமாக இருந்ததனை நினைத்து நிம்மதிக் கொண்-டனர்.

துப்புறவு செய்யப்பட்டிருந்த ஆலயத்தை, பிரம்மாண்டமான இரண்டு வாழை மரங்கள் வரவேற்றன. அங்கு, தென்னங்கீற்றால் வேயப்பட்டு நிழல் தந்தப் பந்தலின் உள்ளே, சந்தையும் ஏற்பாடு செய்யப்பட்டிருந்தது. வண்ணமயமான மலர்கள் கொண்டு அலங்கரிக்கப்பட்ட அற்புதமான அந்த அரங்கில், இருபத்துநான்கு ப்ரோகிதர்கள் ஒன்றுப்போல மந்திரங்-களை சமஸ்கிருதத்தில் உச்சரித்தார்கள். பாரம்பரியத் தமிழிலும் கொஞ்-சம் மந்திரங்கள் வருணனுக்காக சொல்லப்பட்டது.

“ *“வையக முற்று மாமழை மறந்து*
வயலி நீரிலை மாநிலத் தருகோம்
உய்யக் கொள்கமற் றெங்களை என்ன
ஒளிகொள் வெண்முகிலாய் பரந்தெங்கும்
பெய்யு மாமழைப் பெருவேள்ளந் தவிர்த்துப்
பெயர்த்தும் பன்னிரு வேலிகொண் டருளுஞ்
செய்கை கண்டுநின் றிருவடி யடைந்தேன்
செழும் பொழிற்றிருப் புன்கூ ருளானே!” ”

என்று ஓதினார்கள். அந்த மந்திரங்களுக்கு மரியாதையாய், கண்களை மூடி வருணனை வணங்கினார்கள். அந்த மந்திரத்தின் ஆரவாரத்தில் மக்கள் பக்திமயமாய் இருந்தனர். குழந்தைகள் அங்கிருந்த பொருட்-களை வாங்கித் தர சொல்லி அடம்பிடித்துக் கொண்டிருப்பதை நம்மால் ரசிக்காமல் செல்ல முடியாது. அதனை அவர்களின் பெற்றோர் அவற்றை மறுத்து நிற்பதையும் நம்மால் கண்டு சிரிக்க முடியாமல்

இருக்காது. அந்த கலகலப்பான சூழலில், இருள் போல நுழைந்தது ஒரு அமைதி. மாமன்னன் சந்திரவர்மன் யானை மீதில் இருக்கும் அம்பாரியில் அமர்ந்து வந்தான். அவனை பாதுகாத்து பெரும்படை வந்தது. தலைமைத் தாங்கி வந்தவன் பசுபதி. அவனைக் கண்டதும் அங்கிருந்த மாரீசனுக்குக் கோவம் வந்தது. திலகா அவன் கையைப் பிடித்து நிறுத்தினாள். நல்ல வேளையாக அவர்கள் மறைவில் இருந்ததால் அவன் கண்களில் படாமல் போயினர். தவறிப் பட்டிருந்தாலும் அவர்களை எளிதில் அடையாளம் காண முடியும். அதற்கு காரணம், மாரீசனும், திலகாவும் மாறு வேடம் ஏதும் பூண்டிருக்கவில்லை.

இடதும், வலதும் இருந்த மக்கள், தலை வணங்கி மன்னன் என்றப் பட்டத்துக்கு மரியாதை செய்தனர். மந்திரங்கள் ஓதிய புரோகிதர்களும் எழுந்து வணக்கம் செய்தார்கள். கொஞ்சம் மந்திரங்கள் எஞ்சி இருந்ததுப் போல. அவர்கள் அமர்ந்து தொடர்ந்தார்கள். கொஞ்ச நேரத்துக்கெல்லாம் முடிந்தது. "மாமன்னர் எழுந்து வரவேணும்!" என்று அழைத்தார் தலைமை புரோக்கிதர். சந்திரவர்மன் எழுந்து சென்றான். அவர்கள் முன்னிருந்தப் பூஜிக்கப்பட்ட கலசத்தைக் கையில் எடுக்க சொன்னதை அடுத்து, அந்த கௌரவத்தை ஏற்று அவனும் முன்வந்தான். ஆண்டவனை வேண்டிக் கொண்டு, 'வருணா... மழைப் பொழிய வைத்து அவப்பெயரைக் குறைத்து விடக்கூடாதா?' என்று வேண்டிக் கொண்டே அந்தக் கலசத்தை கையில் எடுத்து, புரோக்கிதர்கள் கையில் கொடுத்தான். அந்த சமயம் அமைச்சரும்,

ஜோசியரும் அவ்விடத்தில் மாறுவேஷத்தில் வந்திருக்கும் விஜயனையும், வீரசேகரனையும் பார்த்துவிட்டனர். தங்களை அறியாமல் கைகள் உயர்ந்தது. ஆனால், அதனைக் கொஞ்சம் சுதாரித்துக்கொண்டு நிறுத்திக் கொண்டார்கள். கண்கள் நெடுமாறனைத் தேடியது. அவனும் கடைசியில் தென்பட்டான். மறைவில் நின்றுப் பார்த்துக் கொண்டிருந்த மாரீசனுக்கு அமைச்சர் செய்யும் சமிஞ்ஞைகள் தெரியக் காத்திருந்தான். ஆனால் அமைச்சர் பொறுமைக் காத்துக் கொண்டிருந்தார்.

60

கலவரம் எப்படி?

கலசத்து நீரால் வருணன் கர்ப்பக்கிரகம் அபிஷேகம் என்னும் பேரால் நீராடியது. மக்கள் கைகூப்பி வணங்கியதும், மன்னனும் வணங்கிவிட்டு மீண்டும் அரியணைக்கு வந்த வேளையில், எங்கிருந்தோ வந்த ஒரு அம்பு, அவன் அமரும் அரியணையைத் துளைத்தது. இதனால் அங்கு இதுவரை இருந்த அமைதிக் கலைந்தது. அந்தக் கூச்சலும், கதறலும் இன்பமயமானதாக இல்லை. சந்திரவர்மன் அம்பு வந்த திசையை சுட்டிக் காட்டினான். அந்த திசை நோக்கி அவனது விசுவாசமான முப்பதுக்கும் குறைவில்லாத வீரர்கள் அம்புகளும், ஈட்டிகளும் எறிந்தார்கள். மக்கள் கூட்டம் அங்கும் இங்குமாய் ஓடினார்கள். ஆகாயம் முழுக்கக் கூர்மை-யான ஆயுதங்கள் மேகம் போல சென்றுக் கொண்டிருந்தன. காவலர்கள் சிலர், சந்திரவர்மனுக்கு பாதுகாப்பாக இருந்து அவனை அரண்மனைக்கு அழைத்து சென்றார்கள்.

கூட்டத்தோடுக் கூட்டமாகக் கலந்த ஜோசியரும், அமைச்சரும் அலைமோதும் கடல் போன்ற மக்கள் கூட்டத்தில், இரண்டுத் துளி-களைக் கண்டறிய நினைத்தார்கள். அமைச்சர் விஜயனைக் கண்டுப் பிடித்துவிட்டார். “விஜயா! நீ ஊருக்குள் நுழைந்தது இது வரையில் ரகசியமாக இருந்ததுப் பெரிதல்ல! இனிமேலும் கொஞ்சம் அது அப்-படியே நிலைத்தாலொழிய இங்கு யாருடைய உயிரும் புனிதம் அடை-யாது! மரணங்கள் கொச்சபடுவதுக் கூடாது!” என்றார். “விடுங்கள் அமைச்சரே! இதற்கும் மேல் எப்படிப் பொறுமையாக இருக்க முடியும்?

நான் என் உயிரேப் போனாலும் இதை செய்தாவேன்!'' என்று நகர்ந்-தான். ''பட்டாபிஷேகத்துக்கு நீ இல்லாமல் ஒன்றும் செய்ய முடியாது விஜயா! இப்போதுப் போய் உயிரை விடுவதுக் குறித்து சொன்னால் என்ன அர்த்தம்? நீ உன் கடமையை முடித்துக் கொடுக்காமல் மரணிப்-பதாக இருந்தால், இத்தனை வருஷம் எதுக்காகப் பிழைத்து வந்தாய்? வீரசேகரன் கையாலேயே செத்துத் தொலைந்திருக்க வேண்டியது-தானே?'' என்றுக் கேட்டபோது, அவனுக்கு சொல்ல ஒன்றும் இல்லை. ஓங்கியக் கைகள் இறங்கின. எழுந்தக் கோவம் தாழ்ந்தது. ''சரி! மரத்-திலிருந்துத் தாக்கியவள் பெண்போல இருந்தது! ஓடி சென்று அது யாரென்று கவனி! நான் மாறனும், மாரீசனும் என்ன ஆனார்கள் என்று கவனிக்கிறேன்!'' என்று சொல்லிவிட்டு ஓடினார். விஜயனுக்கு பெண் என்றதும் மேலும் பயமாக இருந்தது. புங்கைப்பட்டினத்து பெண்தான் என்பது உண்மைதான். ஆனால் அது யார் என்பதில்தான் பிரச்சனையே இருந்தது. 'ஊரில் இருக்கும் மல்லிகா வந்துத் தொலைத்துவிட்டாளோ! காரணமின்றி இந்தத் தாக்குதலில் இறங்கிவிட்டாளோ!' என்று உள்ளத்-திலே சிந்தனைகள். திரும்பிப்

பார்க்கையில் அங்கு மதியழகியும் காணவில்லை. அவளாக இருக்-ககூடாது என்று ஆண்டவனைப் பிரார்த்தனை செய்துக்கொண்டு அவ்-விடம் நோக்கி செல்ல ஆயத்தம் ஆனான்.

மறுமுனையில், எப்படியோ வீரசேகரனைக் கண்டுப்பிடித்த ஜோசியர், ''முட்டாள் தனமாக ஓடாதே தளபதி! உன்னை நினைத்தால் கேவலமாக இருக்கிறது! உன் அப்பனைப் போல நடந்துகொள்! கோழை போல ஓடி என்னப் பலன்!'' என்று அவன் இடுப்பில் கையை வைத்துத் தட்டினார். அந்த வார்த்தையில் இருந்த, 'அப்பனைப் போல' என்பதன் அர்த்தம் அவனுக்கு தெளிவாக விளங்கியது.தன் அப்பாவின் கத்தி வீசும் திறன் குறித்துப் பேசாத ஆளும் இல்லை, அவன் கேக்காத நாளும் இல்லை. தன் இடுப்பில் இருந்தக் கத்திகளை எடுத்தான். சரமாரியாக வீசினான். அவைகள், அந்த வீரர்களில் கைகள், கால்கள், மார்பு, பிண்டம், கண், தலை எனக் காணும் இடமெல்லாம் துளைத்தது. கலவரம் கொஞ்சம் கொஞ்சமாக ஓய்ந்தது. தானும் மக்களோடு மக்களாக சேர்ந்துக் கொண்-டான். அப்போது அவன் கொஞ்சமும் எதிர்பாக்காத நேரம் பார்த்து, அவன் தலைப்பாகையும், ஒட்டு மீசையும் களைந்து விழுந்தது. அப்-

போது, அவனை யாரும் கவனிக்கவில்லை என்றத் தப்புக் கணக்கையும் போட்டிருந்தான், வீரசேகரன். உண்மையில் அவனைப் பார்த்துவிட்டான் ஒருக் காவலாளி. தளபதியை ஒரு முறைக் கண்டால் போதாதா அவன் தளபதி என்று அறிவதற்கு? அவன் வேறாரும் இல்லை. ஊர் எல்லையில் நம் திலகாவின் மீது மையல் கொண்ட அதேக் காவலாளிதான். மழை அடித்து ஓய்ந்ததுப் போல இருந்த அந்த அமைதியில், மாறனும், விஜயனும் ஒருவரை ஒருவர் சந்திக்கும் வாய்ப்பும் கிடைத்தது. நல்ல வேலை மாறனுக்கு ஒன்றும் ஆகவில்லை என்று விஜயன் நிம்மதி அடைந்தான். விஜயனுக்கு ஒன்றும் ஆகவில்லை என்று மாறன் நிம்மதி அடைந்தான். ஒருவரை ஒருவர்க் கட்டித் தழுவிக் கொண்டார்கள். "அம்பு வந்த திசையில் பெண்ணுருவம் தெரிந்ததாக சொன்னார்கள்! உடனேப் போய் பார்க்க வேண்டும்!" என்றான் மாறன். அதனை அடுத்து, அவ்விடம் இருந்துக் காட்டுக்குள் ஓடினர். யாராக இருக்குமோ? என்ன நடந்ததோ? என்றெல்லாம் யோசித்துக் கொண்டே, அவ்விடம் விட்டு வந்தார்கள்.

ஒரு மஞ்சனத்தி மரத்தின் தடிமனானத் தண்டின் மீது, சிவப்பாக மாறிவரும் பச்சைப் புடவையில் ஒரு பெண்ணொருத்தி சாய்ந்து அமர்ந்திருப்பதைக் கண்டார்கள். கழுத்துக்கும், மார்புக்கும் இடைப்பட்ட இடத்தில், வலது ஓரத்தில் ஏற்பட்டிருந்தக் காயத்தால்தான் அந்த ரத்தம் வழிகிறது என்பதயும் கண்டார்கள். "கவி! என்னக் காரியம் செய்துவிட்டாயம்மா! எல்லோரிடத்திலும் பொறுமையாக இருக்க சொன்ன எனக்கு, உன்னிடத்தில் சொல்லத் தோன்றவில்லையே!" என்றான் வேதனையோடு. அரை மயக்கத்தில் இருந்த கவியரசி, "அய்யா! ஒன்றும் ஆகவில்லை... ஸ்... அம்புப் பாய்ந்த இடம்தான்... ஆ... கொஞ்சம் வலிக்கிறது!" என்று சொல்லிவிட்டு, ஒரு சிறியப் புன்னகை செய்தாள். அந்தப்புன்னகை அவர்களுக்குக் கண்ணீரை வரவழைத்து. "கொஞ்சம் பொறு அம்மா! அம்பை எடுத்துக் கீழே இடுகிறேன்!" என்று சொல்லி, மண்டியிடுகையில், அவனைத் தடுத்தான் நெடுமாறன். "இல்லை நண்பா! அம்பை எடுக்கும்போது உதிரம் பீறிட்டுக் கொட்டும் அபாயம் உள்ளது! அப்படியே பூப்போலத் தூக்கிக் கொண்டு வைத்தியர் வீட்டுக்குப் போய்விடலாம்! மற்றதை அவர் பார்த்துக் கொள்வார்!" என்று சொல்லி

அழைத்துக் கொண்டுப் போனான். விஜயன் அவளைத் தூக்கிக் கொண்டான். மூவருமாக வைத்தியசாலைக்கு சென்றார்கள்.

வைத்தியசாலையில், அபிராமி - கவியத்திலகன் மகளும், கருப்பையன் மருமகளுமானக் கலைவாணி இருப்பதை அவர்கள் யாரும் இம்மியளவும் அறிந்திருக்கவில்லை. தனமருகேக் காயம் என்பதால் நிச்சயம் அவர்களுக்கு உதவி செய்ய ஒருப் பெண் அவசியப்படுகிறாள். அந்த இடத்தை நிரப்புவதற்கு ஆயத்தமாக இருந்தாள் கலைவாணி. உதவிக்கு ஆள் கிடைக்கையில் யாராக இருந்தால் என்ன? கவியரசியைத் தூக்கி வந்த, விஜயன் அவளைப் படுக்கையில் இட்டு, வாசலுக்கு சென்றான். அவனைக் கண்டுவிட கூடாது என்று நினைத்தாளோ என்னவோ? அந்த வாசல் வெளிச்சத்துக்கே அவள் வரவில்லை. நொடியில் வெளியில் வந்தவள், அவளுக்கான மருத்துவ உதவிகளை செய்யத் துவங்கினாள். மருத்துவரின் சொல் படியே அத்துனையும் செய்யப்பட்டது. “மெல்ல அந்த அம்பை எடு!” என்று அவர் சொன்னபோது, அவளதுக் கைகள் நடுங்கியது. பயத்தோடு அந்த அம்பை எடுக்கையில், மாறன் சொல்லியதுப் போலவே ரத்தம் பீறிட்டது. அதனை அழுத்திப் பிடித்து உதிரத்தை உறைய வைக்க முயற்சி செய்தார்கள். அந்த ரத்த வாடையை உணர்ந்த வேளையில், ‘இப்படி ஒருக் கோரமான வாசனையையா நாட்டு மக்கள் அனுபவிக்க வேண்டும் என்றுத் தன் தந்தை எதிர்பார்க்கிறார்?’ என்று நினைத்தபோது, அவளுக்கு அவமானமாக இருந்தது. அதற்கு தன் உடன் பிறந்த சகோதரனும் துணை நிற்பது சொல்ல இயலாக் கோவத்தையும் வழங்கியது. கொஞ்சமும் அவளால் அவற்றை சகித்துக் கொள்ள இயலவில்லை. ‘இப்படி ஒருவர் உயிர் கொடுத்தாத் தான் இந்தப் புவியில் ஜீவிக்க வேண்டும்?’ என்று எண்ணி ஆதங்கம் அடைந்தாள். அதனைத் தடுப்பது தமதுக் கடமை என்று அவள் மறந்ததாகத் தோன்றவில்லை. நிச்சயம் தடுத்தாக வேண்டும் என்று முடிவுக்கு வந்தாள். காயம் கட்டுக்குள் வந்தது. ரத்தப்போக்கு நிலைப்பாடு அடைந்தது. நிம்மதி. வைத்தியர் வெளியேறி வந்தார்.

“கவியரசி ஆபத்து நிலையைக் கடந்து வந்துவிட்டாள்! கவலைக் கொள்ள வேண்டியது இல்லை! இன்னும் கொஞ்சம் உதிரம் போயிருந்தாலும், அவளைக் காத்திருக்க முடியாது! தனத்தில் காயம் என்பதால் கொஞ்சம் கடினமாகிவிட்டது!” என்றார். அந்த வார்த்தைகள் இருவ-

ருக்கும் நிம்மதி அளித்தது. “வீரசேகரன் வந்தால்? அவன் நிலையை என்னால் கண்ணால் காணக்கூட முடியாது! அவனுக்கு இருக்கும் ஒரே உறவான இவளை இப்படி ஒரு நிலைக்குத் தள்ளிய நான் அவள் முகத்தில் முழிப்பது எப்படி?” என்று குற்ற உணர்வில் மிதந்தான் விஜயன். இப்படி சொல்லிகொண்டிருக்கும் நேரத்தில், விஷயம் அறிந்து அவ்விடம் வந்து சேர்ந்தான் தளபதி. சொல்ல வார்த்தையின்றி இருவரும் இருந்தனர். நேரடியாக உள்ளே நுழைந்தான். வாசலில் நின்றிருந்த மூவரும் அவனுக்குத் துச்சமெனப் போயினர். கட்டிலில் கிடந்த கவியரசி, உறக்கநிலையில் இருந்தாள். அங்கு யாருமில்லை என்ற சுதந்திரத்தோடு, அவள் அருகே அமர்ந்துக் கொண்டான். அந்தக் கைகளைப் பிடித்துத் தன் கைக்குள் வைத்துக் கொண்டவன், கண்ணீர் சிந்தினான்.

அந்தக் கண்ணீர்த்துளிகள் கொண்ட வெப்பம், தேகத்தில் எரிமலைக் குழம்பைக் கொட்டியதுப் போல இருந்துப் போல் பதறிக் கண் விழித்தாள் கவியரசி. “கவி... ஏனம்மா அப்படி செய்தாய்?” என்றான், தழுதழுத்த குரலில். “அது இருக்கட்டும் ஐயா! கலவரம் எப்படி?” என்றுக் கேட்டாள்.

கலவரம் நடந்ததை அவன் எப்படி மறப்பான்? அத்தனைக் கொடுரமான விஷயங்கள் நடந்துவிட்டதல்லவா?. மலர்கள் அலங்கரித்திருந்த விழாக் கூடம் பிரேதங்களால் சிதைந்துக் கிடந்ததையும், ரத்தத்தால் நனைந்து இருந்ததையும் அவன் கண்களால் மறக்க முடியவில்லை. “வலி?”

இவர்கள் இவ்வாறுப் பேசிக்கொண்டிருக்கும் வேளையிலேயே தன் தோழிக்கு அடிப்பட்டதை அறிந்து வேக வேகமாக வந்தார்கள், மதியழகியும் மணிமேகலையும். பெண்கள் - அவர்கள் இருவரும் ஒன்றும் நேராது வந்து சேர்ந்ததில் ஆண்கள் - அவர்களுக்குப் பெருத்த சந்தோஷம். உள்ளே நுழைய முற்படும் அவர்களைப் பல வகையில் இருவரும் தடுத்துப் பார்த்தார்கள்.

“வலிக்கிறது! ஆனால் வில் வீசவோ, ஈட்டி எறியவோ கைகள் ஒத்துழைக்காதே! அதுதான் கொஞ்சம் மிகுதியாக வலிக்கிறது!” என்றப்போது, அவளது தேசபக்தி எண்ணி ஆச்சர்யத்தோடும், அவள் பிழைத்து வந்த சந்தோஷத்தோடும், தன் நெஞ்சில் இருந்த ஆறாதக் காதலோடு நெற்றியில் முத்தமிட்டான். அவர்கள் மறித்ததையும் மதிக்காது, உள்ளே

நுழைந்தனர். அலமாரி மறைவில் நின்று இந்த அழகிய காதல் நிகழ்-வினை ரசித்துக் கொண்டிருந்தாள் கலைவாணி. சிவப் பூஜைக்குள் கரடி நுழைந்ததுப் போன்றது என்றப் பழமொழியின் அர்த்தம் இன்னது என்பதினை முதல் முறையாக விளங்கிக் கொண்டாள் கலைவாணி. கதவைத் திறந்த மதியழகியும், மணிமேகலையும் கண்டக் காட்சி அவர்களைக் கன்னம் சிவக்க செய்தது. தங்களை இந்தக் கோலத்திலா அவர்கள் பார்க்க வேண்டும்? என்று காதலர்கள் நாணம் கொண்டனர். கலை-வாணி கள்ளி - வெளியே வந்தாள். இத்தனையும் நடந்து முடிக்கையில் அங்கு மிஞ்சுவது சிரிப்பலை மட்டும்தானே. அந்த சிரிப்பு சத்தம் கேட்டு, மாறனும் விஜயனும் உள்ளே நுழைந்தார்கள். மதியழகி விஜயனுக்குப் பின்னால் மறைந்துக் கொண்டு, கூச்சத்தோடுக் கேட்க செய்தாள்.

“உள்ளேத் தளபதி இருக்கிறார் என்று ஒரு வார்த்தை சொல்லி இருக்கக் கூடாதா? இப்போதுப் பாருங்கள்! சங்கடமாகிவிட்டது!” என்றுத் தலையைக் குனிந்துக் கொண்டாள் மதி. “நான் தான் முன்னமே தடுத்-தேனே? கொஞ்சம் பொறுத்திருந்தால் என்ன?” என்றுக் கேட்கையில், வெளியில் வந்து தரிசனம் கொடுத்தாள் கலைவாணி.

61

நானும் வருவேன்!

அவளை உதவிப் பெண் என்றே இத்தனை நேரம் நினைத்துக் கொண்டிருந்தவர்களுக்கு, உண்மை என்னும் மருந்தைக் கொடுக்க வேண்டிய சூழல் எழுந்தது. உண்மை இவ்விடம் மருந்தென சொல்லக் காராணம், அந்த உண்மையின் சுவை! மருத்துவர் அதனை மறைக்க மனமின்றி, சொல்லலானார்.

“இளவரசே! இது உதவிப்பெண் இல்லை! எந்த நாட்டு மன்னனால் நம்மிரு நாடுகள் பிளவுப்பட்டு நிற்கப்போகுதோ, அந்த காவியத்திலகனின் மகள்தான் இவள்!” என்றார். உண்மையில் அத்தனைப் பேருக்கும் இது அதிர்ச்சியாக இல்லை என்றால் தான் அதிசயம். “என்னம்மா? இவர் சொல்வதெல்லாம் நிஜம்தானா?” என்று மதியழகிக் கேட்க, “ஆமாம்! அவர் சொல்வது உண்மைதான்!” என்றாள். பெண்கள் முன்கோபிகள் என்பது அவளுக்குத் தெரியும். இப்போது மதியழகி கடுங்கோவம் கொண்டு வார்த்தைகளைக் கொட்டப் போகிறாள் என்பதும் தெரியும். “என்னம்மா நீ? உன் அப்பாவால் அல்லவா இத்தனை பிரச்சனைகள் நடக்கிறது! நீ ஏதாவது செய்து முறியடித்திருக்கக் கூடாது? இத்தனை உயிர்களைக் கொன்று, அந்த செல்வத்தில் வாழ வேண்டிய அவசியம் என்ன வந்தது உங்களுக்கு? நாடு மன்னனை இழந்தது, ராணியை இழந்தது, மல்லிகா அவள் பாட்டியை இழந்தாள், வீரசேகரன் அவர் அப்பாவை, புங்கைப்பட்டினம் அதன்

தலைமகன் ராஜேந்திரனை, கடைசியில் நாங்கள் கவியரசியை இழக்கத் தெரிந்தோம்! ரத்தவெறி எதற்கு உங்களுக்கு?" என்றுப் பொழிந்த வார்த்தைகள் அவளுக்கு வேதனையைக் கொட்டிக் கொடுத்தது.

மதியழகி சொன்ன வார்த்தைகளும் நிஜம்தான். இதுவரையில் சூரியவர்மன், சிந்தாமணி தேவி, வீரசேகரன் குமரன், மல்லிகாவின் பாட்டி, ராஜேந்திரன் என மாண்ட எல்லோரும் ஒத்தை உயிரைக் காக்க மாண்டுப் போயினர். ஒரு உயிருக்காக இத்தனை உயிர்கள் போக வேண்டுமா? என்ற எண்ணம் சமயங்களில் விஜயனுக்கு வந்து சென்றதும் நிதர்சனம். ஆனால், இப்போதைய சூழலில் அதுத் தொடர்ந்து நடந்தாக வேண்டியதும் அவசியம்.

கலைவாணிக் கண்ணீர்விட்டு அழுதாள். "ஐயோ அப்படி எல்லாம் பேசாதீர்கள் அம்மா! நான் இந்த விஷயங்களெல்லாம் தெரியவந்த உடனேயே அரண்மனை வாழ்வில் பிடிப்பு இல்லாமல், ஒரு புடவையை மட்டும் அணிந்துக் கொண்டு வந்துவிட்டேன்! அவ்வளவு சொகுசாக வாழ எனக்கு விருப்பம் இல்லை! மானம் அவசியம் என்பதால்தான் அந்தப் புடவையும் எனக்கு அவசியப்பட்டது! விரைவில் அதற்கொறு சம்பாத்தியம் ஏற்பாடு செய்துக் கொள்வேன்! நான் இந்த நாட்டின் நன்மைக்காகப் போராடுவேன்! திலகாவின் விட்டுப்போன இடத்தை நிறைவு செய்ய என்னால் முடிந்ததை செய்கிறேன்!" என்றாள். அவசரப்பட்டு வார்த்தைகளைக் கொட்டியதுக் குறித்து, வருத்தமுற்றாள். 'என்னக் காரியம் செய்துவிட்டாய் மதி!' என்றுத் தன்னைத் தானேத் திட்டிக் கொண்டாள்.

"மாரீசன் இடத்தை இப்போதுக் கையில் கொண்டிருப்பவனைக் கண்டால்தான் எரிச்சலாக இருக்கிறது! யாரென்றேத் தெரியாத அவனை என் நாட்டின் தலைமைக் காவலாளி என்று நினைக்கும்போது பெருத்த அவமானமாக உள்ளது! இது வரை நான் அவனை ஒரு முறைக் கூடப் பார்த்தது இல்லை!" என்றான். அப்போதேக் கலைவாணிக்கு தெளிவாகப் புரிந்துப்போனது, அது பசுபதிதான் என்று. இப்போதைக்கு அதை சொல்ல வேண்டாம் என்று முடிவெடுத்துவிட்டாள். "யாரென்று நான் கண்டால் நிச்சயம் சொல்கிறேன்!" என்று சொல்லி, அவ்விடம் விட்டு நகர்ந்தாள்.

அரண்மனையில், இப்போதுத் தலைமைக் காவலாளிப் பணியை செம்மையாய் செய்து வரும் பசுபதியை நாடினான் அந்தக் காவலாளி.''ஐயா! ஊருக்குள் புரட்சியாளர்கள் நுழைந்துவிட்டார்கள்! அவர்கள் திருவிழாவைக் காரணம் காட்டிதான் உள்ளே நுழைந்துள்ளார்கள்!'' என்றான். பசுபதிக்கு மிரட்சி. ‘‘என்ன சொல்கிறாய்? எப்படி அறிந்தாய்?''

‘‘தளபதி வீரசேகரனைக் கண்ணால் கண்டேன்! மாறு வேஷத்தில் ஊருக்குள் அலைகிறார்கள் போலத் தெரிகிறது! வெறும் முகத்தைப்

பார்த்து நான் சொல்லவில்லை! எனது முன்னாள் தளபதி வீசியக் கத்தியின் வேகம் எனக்கு நன்றாய்த் தெரியும்! அந்த வேகமும், பாணியும் வீரசேகரன் உடையதுதான் என்பது எனக்கு நன்றாகப் புரிகிறது! ஊருக்குள் நுழைந்தோர்கள் எல்லோரும் கெடுதல் காரர்களைப் போல எனக்குப்படவில்லை ஐயா!'' என்றதும், சொல்ல ஒன்றும் இல்லை. எல்லோரும் இல்லை என்று அவன் திலகாவுக்குதான் அந்த விதிவிலக்குக் கொடுத்திருப்பான் போல. பசுபதி நினைத்தது நூற்றுக்கு நூறு நடந்துவிட்டது. இதற்கெல்லாம் காரணம் அமைச்சரும், ஜோசியரும் தான் என்பதும் உறுதியானது. இதுக் குறித்துக் சந்திரவர்மன் காதுகளில் போட்டு வைக்கத் தீர்மானித்தான். அரசவையில் இருந்த சந்திரவர்மனிடம் சென்று, ‘‘மன்னரே! இப்போது ஊருக்குள் புரட்சிக்காரர்கள் நுழைந்தது முழுக்க முழுக்க ஜோசியர் அமைச்சரின் ஏற்பாடுதான் !'' என்றதும், சந்திரவர்மன் தலையில் கைவைத்துக் கொண்டான். அதன் பின்னணியை அறிய நாம் கொஞ்சம் பின்னோக்கி பயணம் செய்ய வேண்டியதாக உள்ளது. எத்தனைக் காலத்துக்கு முன்னால் என்றால், மல்லிகாவின் பாட்டி கடைசி முறை அரண்மனைக்கு வந்த அந்த நாளுக்கு.

அரண்மனைக்கு அன்றைய தினம் வந்தாள் மல்லிகாவின் பாட்டியான மூதாட்டி. அரண்மனைக்குள் வந்ததுமே அவளை ஏளனமாய் வரவேற்ற சந்திரவர்மன், ‘என்ன சேதி?' என்றுக் கேட்டான்.

‘பவித்ரனும், இன்னொருத்தனும், ஜோசியரோடு சேர்ந்து உங்களுக்கு எதிராக சில சூழ்ச்சிகள் செய்கிறார்கள்! அமைச்சரும் இதற்குத் துணைப் போகும் வாய்ப்பு மிகுதியாக உள்ளது!' என்றாள். இதனை எல்லாம் நள்ளிரவில் அவள் கண்டேன் என்று சொன்னதால், ‘பகலிலே பசுமாடுத் தெரியாதவள், ராத்திரியில் எருமையைக் கண்டேன் என்கிறாளே?' என்று

நினைத்து அவன் அதனை நம்பவில்லை. அவ்வளவு முதியவள் என்பதால் பகலில் அவள் பார்த்திருந்தால் கருப்பையனையும் கண்டுபிடித்திருப்பாள். அன்றே அவள் பேச்சைக் கேட்டிருந்தால் இந்தக் கேடெல்லாம் நிகழ்ந்திருக்குமா? என்றுப் புலம்பினான். அவள் கையில் வெறும் பொன்னைக் கொடுத்து அனுப்பி வைத்தது எண்ணிப் பார்த்தான். என்ன செய்வதென்று விளங்காமல் இருந்தான். அப்போது பசுபதி தனக்கு சாதகமாக ஒருக் காய் நகர்த்த முடிவெடுத்தான். "மகாராஜா! அந்த தேசத் துரோகிகளை (சிவபட்டர்,அருணகிரிநாதர்) பிணைத்துத் தூக்கிலிட்டால், துரோகிகள் மாண்டதுப் போலும் ஆனது, புரட்சியாளர்களை வெளிக் கொணர்ந்ததுப் போலும் ஆனது!" என்றுத் தூண்டினான். குழப்பத்தில் இருந்த சந்திரவர்மனுக்கு இந்த வாக்கியம் இருளில் ஒளிப் போல தோன்றியது. உண்மையில் அது ஒளியல்ல, காட்டுத்தீ என்று அவன் விளங்கிக் கொள்ளப்போவதும் இல்லை. "நடக்குமா?"

"பொறி வைத்தால்தான் அரசே எலி சிக்கும்! வெறும் எலியாக இருந்தால் ஒரு பொறிப் போதும்! கூட்டம் அல்லவா? அவசியம் இருவரையும் வைத்துப் பாருங்கள்! நான் சொல்லியதுத் தவறில்லை என்று விளங்கும்!" என்றதும், கடுங்கோவத்துடன் அமைச்சரின் அறைக்கு சென்றான்.

"வாருங்கள் அரசே!"

"வரவேற்பெல்லாம் இருக்கட்டுமைய்யா! நாட்டில் புரட்சி வெடிக்கப் பண்ணப் போறீர்கள் போல? எல்லாம் தயாரா?"

"என்ன சொல்கிறாய் வர்மா?"

"புரியாததுப் போலப் பாசாங்கு செய்ய வேணாம் அமைச்சரே! நீரும் கூட்டு சேர்ந்துதானே இவ்வாறெல்லாம் செய்கிறீர்? விஜயனும் அவன் கூட்டாளிகளும் இங்குதான் உள்ளனர் என்று எனக்குத் தெரியும்! அவனை அத்தனை முயற்சியிலும் காப்பாற்றி வந்ததும் யார் என்று எனக்குத் தெரியும்! நீங்கள்தான் அவனை எனக்குத் தெரியாமல் காப்பாற்றி வந்து இருக்கிறீர்! உங்களை எனக்கு விசுவாசிகள் என்று நான் நினைத்துத் தவறு செய்துவிட்டேன்! என் கையாலேயே என் கண்ணை நான் குத்திக் கொண்டேன்!" என்றதும், தங்களின் நெடுநாள் வேஷங்கள் மெல்ல மெல்லக் களைவதை உணர்ந்தார்கள்.

“மன்னித்துவிடு வர்மா! நாங்கள் உனக்கு விசுவாசிகள் இல்லை! நாட்டுக்கும், அதன் அரியணைக்கும் தான் நாங்கள் விசுவாசியாக இருக்க வேணும்! நடுநிலைமை என்பது எங்களுக்கு இன்றியமையாத ஒன்று! நாங்கள் நடுநிலைமையோடு நடந்துக் கொள்ள நினைக்கையில், உனக்கு எதிராக செயல்பட வேண்டியக் கட்டாயம் எழுந்தது! நடுநிலை என்பதுத் தீமைக்கு துணைப் போவது இல்லை! மன்னன் சாவான் என்பதை அறிந்ததும், ஆள் வைத்து இளவரசனைக் கடத்தினோம்! உன்னிடம் இருந்துப் பாதுகாக்க, பதினாறு வயதுக்குள் அவனுக்கு எல்லா வித்தைகளையும் கற்றுக் கொடுக்க ஏற்பாடு செய்தோம்! மகாராணி கண்ணீருக்குக் கூட நாங்கள் சில சமயங்களில் காரணமாக இருந்தோம்!” என்றார் அமைச்சர். இந்த வார்த்தைகள் எல்லாம் உண்மை என்றாலும், சந்திரவர்மன் அதனை ஏற்கவில்லை. கடுங்கோவம் என்பதுக் கொலைவெறியாக மாறியது. காவலர்களை அழைத்தான். தலைமைக் காவலாளியான பசுபதியும் அவ்விடம் வந்ததைக் கண்டதும் அமைச்சரின் முகம் கோவத்தால் சிவந்தது. அந்த முகத்தில் எல்லெறிந்தால் எள்ளு வெடித்துவிடும் போல. அத்தனைக் கோவம் வெளிப்பட்டது. இத்தனைக் கோவத்தை இது வரையில் அருணகிரிநாதர் முகத்தில் சிவபட்டரும், சந்திரவர்மனும் பார்த்ததே இல்லை.

“தவறு செய்கிறாய் வர்மா! கேளார் சொல் கேட்டு, நாட்டை பிரிக்கப் பார்க்கிறாய்! இந்திராபுரியும், ரத்தினாபுரியும் உன் அண்ணன் திருமணத்துக்குப் பிறகு ரத்தமும், சதையும் போல இருக்கிறது! வீணாக அந்த நிலைக்குத் தீ வைத்துக் கொளுத்தப் பார்க்காதே! தேன் குடுப் போல இருக்கும் தேசத்துக்குப் புகைக் காட்டினால், மக்கள் கொட்டும் கோட்டுக்கு உடல் வீங்கித்தான் போக வேண்டும்!” என்றார் ஜோசியர். அதனை அவன் சட்டம் செய்ததைக் காணோம். “உனக்கு நாடாளும் தகுதி இருக்கிறது! ஆனால், அவசியமான ஒன்று உன்னிடத்தில் இல்லை!” என்றதும், நின்றுத் திரும்பிப் பார்த்தான். அந்த பார்வையின் அர்த்தம் ஏதேன விளங்கியப்போல, “உனக்கு அடுத்து ஆள உன்னிடத்தில் வாரிசும் இல்லை! சேர்ந்து ஆள மகாராணியும் இல்லை! அப்படி இருக்கும் போது விஜயனைக் கொலை செயவதுக் குறித்து நீக் கொஞ்சம் யோசித்துப் பார்! வர்மா... எங்களை அடுத்து ஆலோசனை செய்வதற்கேனும் நல்ல நண்பர் சம்பாதித்து வைத்திருக்கிறாயா?” என்றார்.

“இந்தத் தேசத்ரோகிகளைத் தூக்கில் போட வேண்டும்! அழைத்து செல்லுங்கள்!” என்று சொல்லிச் சென்றான். இருவரும் கைது செய்யப்-பட்டார்கள். கைது செய்ய அவர்கள் கைகளைப் பிடிக்க வந்தக் காவ-லர்கள், அமைச்சரின் அந்த ஒரு பார்வையால் பயந்துப் போயினர். ஈராக் கொலை நடுங்கியது என்று சொல்வார்களே? அவ்விதம்! கைக-ளைப் பிடிக்காதும் விட்டார்கள்.

62

தவறு செய்கிறேன்!

விடியும் வேளை இவர்களின் பிணம் மட்டும் தொங்கினால் போதும், அதற்கும் முன்னால் சிறையிலேயே வைத்து இரண்டு உயிரையும் பிரித்துவிடலாம் என்று ஆலோசனை சொன்னான் பசுபதி. இப்போது அவன் வெறும் தலைமைக் காவலாளி இல்லை! அவன் தான் தலைமை மந்திரியும். இந்த விஷயத்தை முதலில் தன் அப்பாவிடம் சொல்ல சென்றான். "அப்பா! இப்போது அரண்மனையின் முழுக் கட்டுப்பாடும் என்னிடத்தில் வந்துவிட்டது! அம்மைச்சரையும், ஜோசியரையும் தூக்கிலிடும் சமயத்தை ஏற்படுத்திக் கொடுத்துவிட்டேன்! அடுத்தக் கட்டம், நாம் நினைத்ததுப் போல நாட்டைக் கைவசம் படுத்திக் கொள்ள முடியும்!" என்றான்.

"அருமை! அடுத்தக் கட்டமாக, அவர்களின் மறைவுக்குப் பிறகு, சந்திரவர்மனைக் கொன்றுவிட்டு, விஜயனை ஆட்சியில் ஏற்றி, கலைவாணியை மணம் செய்து வைத்தால் அத்தனையும் சுமூகமாக நடக்கும்! இத்தனை நாள் நான் நினைத்தது இப்பொதுக் கொஞ்சம் கொஞ்சமாக நிறைவேறி வருகிறது!" என்றார். அந்த விஷயம் மட்டும் அவன் உள்ளத்தில் கருக் கென்றது. "போர் செய்யப் போகிறார்கள், விஜயனும் அவன் கூட்டாளிகளும்!" என்றான். இதனை காவியத்திலகன் கொஞ்சமும் எதிர்பாக்கவில்லை. தன் மகளை தேடும் பணியைக் கொஞ்சம் முடுக்கினான். நடப்பவை நடக்கட்டும் என்று இதற்கு மேலும் பெத்த மனதால் இருக்க மடியாது. கலைவாணி எங்கிருந்தாலும் போர் மூளும்

முன்னர் அரண்மனை வந்து சேர வேண்டும் என்று நினைத்தான் காவியத்திலகன். அபிராமி, 'அவள் போர் செய்து செத்தாலும் சாகட்டும், இந்த அரண்மனையின் தனிமையில் வெந்து சாவதற்கு அது எத்தனையோ மேல்!' என்றும் நினைத்தாள்.

"அப்பா! உள் நாட்டில் போர் நடந்தால், எனக்கு அங்கு பலம் இருக்காது! நீங்களும் அவ்விடம் தேவிப்பட்டினத்துப் படையோடு வந்துவிடுங்கள்!" என்றான். அந்த வாக்கு, நூற்றுக்கு நூறு உண்மை என்பதும் காவியத்திலகனுக்குத் தெரிந்தது. இரண்டொரு நாளில் படை எடுத்து வரப் போவதாக சொன்னான். அதனை ஏற்று தேவிப்பட்டினம் விட்டு, மீண்டும் இந்திராபுரிக் கோட்டைக்கு சென்றான். அன்று விடியும் முன்னராகவே இருவரையும் தூக்கில் போடத் தீர்மானம் செய்திருந்த தகவலை, நம்பிக்கையானக் காவலாளிகள் சிலரிடம் சொல்லிக் கருப்பையனிடம் சொல்லி விட நினைத்தாள் அபிராமி. அவ்வாறே செய்யவும் செய்தாள். அந்தக் காவலாளி, நேராகப் புங்கைப்பட்டினம் நோக்கி சென்றுக் கொண்டிருந்தான். புங்கைப்பட்டினத்தில்தான் தன் அண்ணன் இருப்பான் என்று அவள் உள்ளுணர்வு சொல்லியதே, அவனை அவ்விடம் அனுப்பக் காரணம்.

புங்கைப்பட்டினத்தில் பவித்ரனும், கருப்பையனும் இருந்தார்கள். உதவியாக மல்லிகாவும், கடல்ராசனும் இருந்தார்கள். அந்தக் காவலாளி

வந்து, "ஐயா! இங்குக் கருப்பையன் என்பது யார்? உங்களிடம் மகாராணி அபிராமி ஒருத் தகவலும், ஒரு சிவப்புத் துணியும் கொண்டுத் தரச் சொன்னார்!" என்றான். கருப்பையன், தான் தான் அவன் என்று ஒப்புக் கொண்டதோடு, அந்த சிவப்புத் துணியையும் வாங்கிக் கொண்டான். அபாயத்தின் சமிக்ஞையை உணர்த்தும் அந்த சிவப்புத் துணியைக் கண்டதும், யாருடைய உயிரோ இப்போதுத் தொங்கலில் இருக்கப் போகிறது என்பதை உணர்ந்தான். "யார்?"

"சிவபட்டரும்! அருணகிரியும்!" என்றதும், அவ்விடம் விட்டு சென்றான் அவன். இனிமேலும் புங்கைப்பட்டினத்தில் இருந்துப் பலன் இல்லை என்று அவர்கள் அறிந்தார்கள். இந்த செய்தியை வேலனும் கல்யாணியும் அறிய வேண்டும் என்று அவர்கள் நினைத்தார்கள். ஆனால், இப்போதைக்கு வேண்டாம் என்று எண்ணி, உடனடியாகப் புங்கைபட்டினத்தை விட்டு, இந்திராபுரிக்கு பயணம் சென்றார்கள்.

அரண்மனையில் ஏதேதோ எண்ணங்களில் இருந்தான் சந்திரவர்மன். இரவுக்கிரவாகவே, அவர்களைத் தூக்கிலிட்டுக் கொன்றான் பசுபதி. காயத்தால் வேதனை அடைந்துக் கொண்டிருந்தாள் கவியரசி. மகளைக் குறித்து அஞ்சிக் கொண்டிருந்தாள் அபிராமி. இப்படி ஊரேகம் ஏகப்பட்-டக் குழப்பங்களும், அச்சங்களும் இருப்பதுக் கண்டு நம்மால் கவலைக் கொள்ளாது இருக்க முடியாது. “மக்கள் உறக்கம் முறிக்கும் போது முதலில் ரெட்டைப் பிணங்களை வீதியில் பார்க்க வேணும்! மண்ணில் இருக்க வேணாம்! காற்றில் மிதக்கட்டும்!” என்றக் கொடூரத்தின் உச்-சமானக் கட்டளையைக் காவலாளிகளுக்கு சொல்லிவிட்டு சென்றான். மாரீசன் ஒருநாளும் இப்படி நடந்துக் கொண்டது இல்லையே என்று அவனை எண்ணிப் பெருமைக் கொண்டார்கள் காவலாளிகள். ‘என்-னதான் இருந்தாலும் மாரீசன் ஆவானா இவன்?’ என்று நினைத்துக் கொண்டார்கள். பசுபதியின் சொல்லைக் கேட்கவே அவர்கள் தங்கள் மனசாட்சியைக் கல்லாக்கி கொண்டார்கள்.

சந்திரவர்மன் உறக்கம் இல்லாமல் ஏதோ சிந்தனையிலே இருந்தான். அவன் அறைக்கு சென்ற பசுபதி, “என்ன சிந்தனை மன்னா?” என்-றான். “நான் தவறு செய்கிறேன் பசுபதி! நாடாளும் மோகத்தில் எண்-ணில் அடங்காத் தவறுகள் செய்கிறேன்! உன் அப்பனின் சொல் கேட்டு இப்போதுக் கொடியப் பலத் தவறுகளும் செய்துவிட்டேன்!” என்றுத் தன் மனதின் வேதனையை வெளிப்படுத்தினான். “அப்படி எல்லாம் ஒன்றும் இல்லை மகாராஜா! அப்பாவின் யோசனைகள் எல்லாம் உங்களை அரி-யணையில் அமர்த்தி அழகுப் பார்க்க வேண்டும் என்பதுதானே? வீணாய் நெஞ்சத்தைக் குழப்பிக் கொள்ள வேண்டாம்! சமநிலையும், நிதானமும் தவறும் போதுதான் நாம் தோற்கிறோம்!” என்று மேலும் திருகினான். “எல்லாம் சரிதான் பசுபதி! அமைச்சர் சொன்னதும் சரிதான்! எனக்கு வாரிசு இல்லை! கூட அமர்ந்து ஆட்சி செய்ய ராணியும் இல்லை! அப்படி இறுக்கும் போது, அனாதையாக ஆட்சி செய்வதா? தத்தெ-டுத்து வளர்த்தவனை அரியணையில் ஏற்றவும் அனுமதிக்காது இந்த சட்டம்! என்னத்தை செய்வது?” என்று வெந்தார். “அவ்வளவுதானே? ஒருக் கல்யாணம் செய்து வைத்தால் கிடக்கிறது! மன்னனோடு அமர்ந்து நாடாளவும், கருவில் இளவரசனை சுமக்கவும் வலிக்குமா என்ன? சரி-யென்று சொல்லுங்கள்! வைத்தியர் வீட்டுக்கு அழகு சிலைப் போல ஒரு

அனாதைப் பெண் வந்திருக்காளாம்! அவளையேக் கட்டி வைக்கிறேன்!'' என்றான். அது தன் தங்கை என்று அவன் முன்னம் அறிந்திருந்தால் இந்த

வார்த்தைகள் அவன் நாவிலிருந்து வந்திருக்குமா? என்றால் பெருஞ்சந்தேகம் தான்!.

"ஏற்கனவே மக்கள் என்னைத் தூற்றி வரும் வேளையில், அப்படி ஒரு செயலை செய்தால் அவர்களெல்லாம் என்னைக் கேவலப்படுத்தி விடமாட்டார்களா? நாட்டில் இதற்கும்மேல் புரட்சிக் கனலாய் இருப்பது, புரட்சித்தீயாக மாறிப் போகாதா?'' என்றான். "புரட்சி வெடித்தால் என்ன? புரட்சிக் காரர்களைத் தலைக் கீழாய்க் கட்டித் தொங்கவிடு-வோம்! ஒரு வாரம் பட்டினியிடுவோம்! யானையின் காலால் அவர்-கள் தலைகளை இடறிவிடுவோம்! சிறையில் அடைத்து, அவர்கள் வீட்-டுப் பெண்கள் முன் கதற விடுவோம்!'' என்றதும், கட்டுக்கடங்காதக் கோவம் வந்து, அவனைக் கழுத்தைப் பிடித்துத் தூக்கினார் சந்திரவர்-மன். அந்த இரும்புப் பிடியில் அவன் ஆடிப் போனான். மறுகணமேத் தன்னை ஆஸ்வாசப்படுத்திக் கொள்ள வேண்டும் என்றுத் தீர்மானித்தார். கழுத்தை விட்டுவிட்டு, "புரிந்துக் கொள்! என் அண்ணனைப் போல ஆளவேண்டும் என்றுதான் நினைக்கிறேன்! மக்களை வேதனைப்படுத்-திக் கொலைகாரனாகவும், சர்வாதிகாரியாகவும் ஆள நான் விரும்ப-வில்லை! அப்படி ஆள உனக்கு விருப்பம் என்றால், இரவுக்கிரவாய் உன் அப்பனைக் கொன்று உன் நாட்டை எடுத்துக் கொண்டு ஆட்சி செய்! திசை மாற்றாதே!'' என்று சொல்லியதும், அவ்விடத்தில் பசுப-தியை ஒருக் கணமும் நிற்க விடவில்லை, அவன் பயம்.

63

நாட்டினிலே அந்த காட்சி!

விடியும் வேளையில் பசுபதி சொன்ன கொடூரமான நிகழ்வுக் காவலாளிகளால் நிறைவேற்றப்பட்டது. மக்கள் அவர்களின் இந்த செயலைக் கண்டால், தங்களை உயிரோடு விட மாட்டார்கள் என்று அவர்கள் அறிந்திருக்காமல் இல்லை. அவர்களின் வெறும் உடலை, அந்த உயிரற்ற வெறும் உடலை, ஒன்றாய் பிணைத்து, ஒற்றைத் தூக்கிலிட்டு அங்கிருந்து சென்றார்கள். சூரியக் கதிர்கள் முதலில் உதித்தபோது, அதன் கரணம் எல்லாம் இங்கு நிகழ்ந்த மரணத்தால் கலங்கின. சூரியன் அதன் கைகளால் அவர்கள் முகத்தைத் தடவினான். அந்த நிகழ்வைக் காணக் கண்கள் போதாது. கண்ணீரும் போதாது. மக்கள் கூட்டமாகக் கூடி அவ்விடம்வந்து சேர்ந்தார்கள். தூக்கில் தொங்கும் அருணகிரியையும், சிவபட்டரையும் கண்ட மக்கள் மூக்கால் அழத் துவங்கினார்கள். இத்தனையும் நடந்தேறுவது அறியாமல் காட்டு வழியே வந்த பவித்ரனும் அவன் கூட்டாளிகளும், கச்சிதமாக அவ்விடம் வந்து சேர்கையில், மக்கள் ஓவென்று அழுகும் குரல் கேட்டது. தாமதமாக வந்துவிட்டோம் என்பதை அவர்கள் உணர்ந்தார்கள். இந்த விஷயம் எப்படி வேலனுக்கும், கல்யாணிக்கும் தெரிந்தது என்று தெரியவில்லை. அவர்களும் அங்கு இருந்தார்கள். “எப்படி விஷயம் தெரிந்தது வேலா? எப்படி இங்கு வந்தீர்கள்?” என்று படபடப்போடுக் கேட்டான், கருப்பையன்.

“இந்த காவலாளிகளுள் ஒருத்தன்தான் வந்தான்! இது மாதிரி அமைச்சரும், ஜோசியரும் கொள்ளப்பட உள்ளனர். விரைவில் வந்து அந்தக் கோரத்தைக் கண்ணாலாவதுக் காணுங்கள்! என்று அழுது சொல்லி சென்றான். அவன் சொல்லியிராமால் இருந்திருந்தால் எங்க-ளுக்கு அவர்கள் புதையுண்ட இடத்தில் புள் முளைக்கும் வரைத் தெரி-யாதேப் போயிருக்கும்!”

என்றுத் தானும் அழுதாள் கல்யாணி. தொங்கும் அந்த உடலைக் கடைசியாகத் தாங்களும் கண்டனர். “இனியும் அமைதியாக இருப்பதில் பலன் இல்லை! காலையில் ஆயுதம் எந்த வேண்டும்! மக்களைத் திரட்-டுங்கள்! பெண்களும், குழந்தைகளும் ஜாக்கிரதை!” என்றார் பவித்ரன். தளபதி அந்த சமயம் சரியாக அவ்விடம் வந்தான். “வீரசேகரா! மற்ற-வர்கள்...?” என்று அத்தைக் கேட்டதுமே அவள் யாரைக் கேட்கிறாள் என்பது அவனுக்கு விளங்கிவிட்டது. “விஜயன் இவ்விடம் வரவில்லை அத்தை! பாதுகாப்புக்காக அவனை வைத்தியர் வீட்டில் வைத்திருக்க சொல்லி இருக்கோம்!” என்றான். “மாறன்?”

“மாறனும் அவ்விடம் தான் இருக்கிறான்! கவலைப் பட வேண்டாம் குருவே!” என்றான் கருப்பையனை நோக்கி. படைத் திரட்டி வரத் துவங்கினார்கள். பெண்களையும், குழந்தைகளையும் பாதுகாக்கும் பணியை மதியழகி முதலான மங்கைகள் முதலில் துவங்கினார்கள். கர்ப்-பிணி மங்கைகள் பாதுகாப்பாக, ஓசைக் குறைவான இடத்தில் வைக்கப் பட்டனர். முதியக் கிழவிகளை அவர்களின் துணைக்கு வைத்துவிட்டுப் போயினர். சிறார்கள் ஒரு ஆழமான அறையில் புகுத்தப் பட்டு, பூட்-டப்பட்டனர். அவர்களின் அலறலைக் குறைக்க, உள்ளே இனிப்புகளும், பொம்மைகளும் நிரப்பப்பட்டன. ஒரு வகையில் தங்களதுக் கடமை-களை வெகுக்கசிதமாக நிறைவு செய்தார்கள். ஆண்களும், இளைஞர்க-ளும் கொல்லர் வீட்டில் தயார் நிலையில் இருந்த ஆயுதங்களை எடுத்-துக் கொண்டு அரண்மனை வாயிலுக்கு வந்தார்கள். வரலாற்றில் முதல் முறையாகப் போர்களத்துக்கு பதில், அரண்மனையும் அதன் வீதிகளும் போராட்டக் களமாக மாறியது. அந்தக் கேவலமான செயலை செய்-தது பசுபதி என்று அறியாத மக்கள், சந்திரவர்மனுக்குக் கொடிய பல சாபங்கள் கொடுத்தார்கள். கொடுமையான வார்த்தைகள் சொன்னார்கள். வீரர்களால் அவர்களைத் தாக்க முடியாது. காரணம், மன்னனின் கட்-

டளை அங்குப் பிறப்பிக்கப் பட்டாலொழிய அவர்கள் எதுவும் செய்வ-தற்கில்லை. பவித்ரன், எங்கிருந்தோ அவ்விடம் வந்து முன் வரிசையை சேர்ந்தார். ஆயுதம் ஏந்திய இளைஞர் பலரையும், பெண்கள் பலரை-யும் கண்டான். இந்தப் படையினர் எல்லாம் சாமானிய மக்கள் என்-பது அவனுக்கு யாரும் சொல்லிதான் அறியவேனும் என்றில்லை. "ரத்-தினாபுரி மற்றும் இந்திராபுரி மக்களே! பல இழப்புகளை சந்தித்துவிட்ட நாடும், கோட்டையும் இனி இழப்பதற்கு ஒன்றும் இல்லை! இருக்கும் கொஞ்ச நஞ்ச உயிர்களையாவது காப்பாற்ற வேணும் என்றால் இந்த உள்நாட்டுப் போரை நாம் நடத்தியே ஆக வேண்டும்! இதனால் வரப் போகும் நிகழ்வுகள் என்னவென்று எனக்குத் தெரியும்! இருப்பினும் இது ஒன்றே நம்மிடமுள்ள அஸ்த்திரம்!" என்றான். மக்கள் அதனை ஏற்றுக் கூவல் விடுத்தனர். "இந்திராபுரி வாழ்க! ரத்தினாபுரி வாழ்க!" என்று வாளையும், வில்லையும், வேலையும் உயர்த்தி மேலும் கத்தினர். இந்த சத்தங்கள் யாவும் அரண்மனை வாசலைக் கடந்து உள்ளே இருக்கும் பசுபதிக்கும் கேட்டது.

"அரசே! போர் மூளப்போகிறது! நம்மைத் தாக்கப் போகிறார்கள்! எதிர்ப்பார்த்ததை விட அதிக அளவில் மக்கள் உள்ளனர்! எதிர்த் தாக்-குதல் நடத்த உங்கள் உத்தரவு வேண்டும்!" என்றுப் படபடத்துக் கூவி-னான் பசுபதி. ஆனால் அந்த கூவல் அவர் காதுகளில் விழுந்தபடி இல்லை. ஒப்புதல் அளிக்க மறுத்தார். "அரசே! நாம் பதில் தாக்குதல் நடத்தியே ஆக வேண்டும்! நடத்தவும் போகிறேன்! தடுக்க நினைத்தால் உம்மையும் கொன்றுவிட்டு,

விஜயப்பிரபாகரனையும் கொன்றுவிட்டு நாட்டை நானே எடுத்து கொள்வேன்!" என்று கோவத்தோடுக் கத்திவிட்டு வெளியில் வந்தான். சந்திரவர்மன் உடைந்துப் போனான். ஒரு விசுவாசிக் கூட இல்லாத நிலையில் தான் இருப்பதை எண்ணி அழுதான். விஜயனைக் காக்க ஏன் அத்தனைப் பேரும் போராடினார்கள் என்பதும் இப்போது அவனுக்கு விளங்கியது. வருகிறவனை எல்லாம் அரியணையில் அமர்த்த முடியாதே! இருவேறுப் பக்கங்களில் இருந்து வீரர்கள் அவர்-களை சூழ்ந்து நின்றார்கள். மக்களோடு மக்களாக இதுவரை நின்றிருந்த விஜயனும், மாறனும், தளபதியும், மாரீசனும் வெளியல் வந்தார்கள்.

“வீரர்களே! இந்திராபுரியை ஒரு கருமேகம் சூழ்ந்து ஒளி நுழைவதைத் தடுக்கிறது! என்னோடு வந்து நில்லுங்கள்! எங்கிருந்தோ வந்த ஒருத்தன் நாட்டுக்குள் சதி செய்து, மன்னரைக் குழப்பிக் கொடுங்கோல் ஆட்சி செய்ய வைப்பது ஏற்கத்தக்கது இல்லை! வாருங்கள்! என்னோடு வந்து, நாட்டுக்கும் நன்மைக்கும் போராடுங்கள்!” என்றுக் கூவல் விடுத்தான் விஜயன். விஜயனின் வார்த்தைகள் எல்லாம் வரவேற்கத்தகுந்தவை என்றாலும், இப்போதைக்கு எதுவும் செய்ய முடியாத நிலையில் வீரர்கள் இருந்தார்கள். “நீர்தான் இளவரசன் என்றால் எங்களுக்கு முன்னமே சொல்லி இருக்க வேண்டாமா? எங்களிடம் சொல்வதற்கு என்ன யா வந்தது?” என்று உரிமையுடன் கேட்டார் ஊரார் ஒருத்தர். இதனால் கொஞ்சம் யோசனையில் இருந்த விஜயன், தன் மனதை குடிக் கொண்டிருந்த பாரத்தைக் குறைக்க நினைத்தான். “கொஞ்சக் காலம் பொறுமைக் கொள்ளுங்கள்! இருபது வருஷத்துக் கதை யாருக்கும் முழுமையாக சொல்ல முடியாத நிலை! முழு உண்மையும் சொல்கிறோம்! சூரியவர்மன் இதனை தன்னிச்சையாக செய்யவில்லை என்று உணருங்கள்!” என்று அவர்களை நோக்கிக் கை கூப்பி நின்றான்.

அவனது அந்த செய்கை மக்களை வெகுவாக பாதித்துவிட்டது. “என்ன இளவரசே நீங்கள்? இதற்காகக் கண்ணீர் வடித்தால் எப்படி? நாம் நாட்டை மீட்டெடுப்போம்!” என்று நம்பிக்கைக் குரல் கொடுத்தார்கள். ஆயுதங்கள் வானை நோக்கி உயர்ந்தன. குரலுக்கும் கத்திக்கும் யுத்தம் நடந்தது. விண்ணை எட்டியது குரல்தான். வாளல்ல.

64

போர்!

மாடத்திலிருந்த பசுபதி, “வீரர்களே! தேசதுரோகி ஒருத்தன் கூவல் விடுத்தால் வாயில் அம்புகளைப் பொழிந்துக் கொல்ல வேண்டும்! உடன் நின்றுப் போர் செய்வதுத் தகுமா? நேர்மை தவறியவரா வீரர்?” என்றுக் கத்தினான். பெருத்த அமைதி நிலவியது. அந்த அமைதியைக் கலைத்துவிட்டான். “மன்னரிடம் இருந்து ஒப்புதல் வந்தது! கொலையாளிக்கும், உதவியாளருக்கும் பயந்து பானங்களைக் கையிலிருந்து விடாது இருப்பது தகுமா? தொடுப்போம் நாமும்! பதில் தாக்குதல் நடக்கட்டும்!” என்றுக் கத்தினான். கைகளை உயர்த்திக் கத்தினான். இருப்பக்கத்தில் இருந்தும் அம்புகளும், ஈட்டிகளும் பொழிந்தன. வீரர்களும், பொதுஜனங்கும் மலை மலையாய் சரிந்து மடிந்தனர். ரத்தம் வெள்ளமெனப் பாயும் சூழலும் வந்தது. சில முகங்களில் ரத்த வெறியையும் பார்க்க முடிந்தது. சில கன்னங்களில் வழிந்திருந்த

உதிரத்தைக் கண்ணீர் வந்துக் கழுவி சென்றதையும் காண முடிந்தது. அந்த மரண ஓலமெல்லாம் அரண்மனையின் அறையில் இருந்த சிங்கத்தின் காதுகளில் விழுந்தது. இருக் கைகளில் இரு வாள்களை ஏந்திக் கொண்டு, அவ்விடம் விட்டு சென்றது. சந்திரவர்மன் மக்கள் ஒருவரை ஒருவர் வெட்டிக் கொண்டிருபதைக் கண்டான். அத்தனை நூற்றுக்கணக்கான மக்களுக்கு மத்தியில், அவனுக்கு விஜயனின் ரத்தம் சுமந்து வந்த வாடை மட்டும் தனியாக மூக்கில் ஏறியது. விஜயனை நோக்கி சென்றான். இருவரும் நேருக்கு நேர் நின்றுக் கொண்டார்கள். கண்க-

ளில் கனல் பறந்தது. வாள்கள் காற்றைக் கிழித்து, அதன் கண்ணுக்குத் தெரியாதக் குடலை உருகும் சத்தமும் கேட்டது.

எதிர்பாராத சமயம் பார்த்து வர்மனின் வாளுயர்ந்து வந்தது. அந்த ஆயுதம் விஜயனைத் துளைக்காது, வீரன் ஒருத்தனைக் கொன்றது. இந்த நிகழ்வால் அனைவரும் ஆச்சர்யம் அடைந்தார்கள். சிங்கம் மானை வேட்டையாடாமல், மானுக்காகப் போராட்டத்தில் குதித்தது எண்ணி ஆரவாரம் செய்தார்கள். வீரர்கள் மக்களால் சரமாரியாக ஏசப்பட்டார்கள். “மன்னரே இந்தப் பக்கம் நிற்கையில், கேவலம் கத்திப் பிடிக்கும் காவலாளிகளுக்கு எங்கிருந்து வந்தது இத்தனை தைரியம்?” என்று பகிரங்கமாகக் கேட்டார்கள். பசுபதி கம்பீரமாக, திமிரோடு முன்னால் வந்து நின்றான்.

“தவறு செய்துவிட்டாய் வர்மா! ரெண்டு உயிரையும் ஒரே இடத்தில் கொடுக்க வந்து, மிகப்பெரிய தவறு செய்துவிட்டாய்!” என்று பல்லைக் கடித்துக் கொண்டு சொன்னான். “ரெண்டுக்கும் மத்தியில், ஒற்றையாய் சிக்கிக் கொண்டு நீதான் தவறு செய்துவிட்டாய் பசுபதி!” என்றவாறு, மும்முனைப்போர் நிகழ்ந்தது. வாள் வலதும், இடதுமாக சுழன்றது. இந்த சண்டை அங்கிருந்தோரின் கவனத்தினை வெகுவாகக் கவர்ந்தது. சந்திர வர்மனின் சக்தியை அந்த இளந்தேகத்தால் தாங்கிக்கொள்ள முடியவில்லை. இருந்தாலும் அவனுக்கு கொஞ்சம் சமாலிக்கும் சக்தி இருந்தது. விஜயனைக் காலால் மார்பில் மிதித்தான். அந்த உதையில் தடுமாறிப் போய்க் கீழே விழுந்தான். சந்திரவர்மன் கையில் இருந்தக் கத்தியைத் தவற விட்டுவிட்டான். இப்போது அவரதுக் கைகள்தான் அவசியம் வாய்ந்த ஆயுதம் என்றும் உணர்ந்தான். முகத்தில் குத்தியக் குத்தில், ரத்தம் பார்த்தது முகம். நிலைத் தடுமாறிக் கீழே விழுந்தான். “எவ்வளவுத் தந்திரமாக என்னையே என் நாட்டுக்கு எதிராகத் திருப்பிவிட்டாய்?” என்று உதைத்தார். அந்த உதையில் அவன் பாதி ஸ்தம்பித்துப் போனான். அதனைப் பார்த்துக் கொண்டிருந்த மக்கள், கடுங்கோவத்தில் இருந்தார்கள். விட்டால், பசுபதியை மிதித்தேக் கொன்றுவிடுவார்கள் போல இருக்கிறது. மீண்டும் அவனை உதைக்கக் கால் தூக்கியபோது, தொலைவில் இருந்து சங்கொலியும், உருமியோசையும் கேட்டது. அந்த சத்தத்தின் அர்த்தம் ‘போர்’ என்பதை அனைத்துத் தரப்பு மக்களும் உணர்ந்தார்கள். ஆனால், யார் போர் தொடுத்து வரு-

வது என்று அவர்களுக்குக் கொஞ்ச நேரம் விளங்கவில்லை. “போருக்குத் தயாராகு சந்திரவர்மா! என் ஒவ்வொருத் துளி ரத்தத்துக்கும் நீ இப்போது பதில் சொல்லப் போகிறாய்! தேவிப்பட்டினத்துப் படையை முறியடிக்க உன்னிடத்தில் பலம் இல்லை! என்ன செய்யப் போகிறாய்?” என்றுப் பசுபதி கேட்டதும், அவருக்கு விளங்கிவிட்டது. படைத் திரட்டி வருவதுக் காவியத்திலகன் தான் என்று.

படைத் திரட்டி வருகிறார்கள் என்ற செய்தி ஊரேகம் இருந்த ஆண்கள், பெண்கள், குழந்தைகள், முதியோர் என இண்டு இடுக்கில் இருந்த அத்தனைப் பேருக்கும் தெரிந்துவிட்டது. போர் செய்யத் தயாராகி வந்தப் பெண்கள், பாதுகாப்புப் பணியை வேறாரிடம் கொடுத்துவிட்டு, போர்க்களம் நோக்கி ஓடினார்கள். ‘என்ன செய்கிறான் இந்தக் காவியத்திலகன்? போருக்கு எவ்விதமான முன்னறிவிப்பும் செய்யவில்லை! தூது அனுப்பவில்லை! நெறிமுறைகளில் உட்படாதுப் போருக்கு வருகிறானே?’ என்று மக்கள் தங்கள் காதில் தாங்கலேப் பேசிக் கொண்டார்கள். உண்மையில் போருக்கு அவ்விதம் செல்வது சரி என எந்தக் காப்பியமும் சுட்டிக் காட்டவில்லை. தமிழ் மாந்தரின் போர்த் திறனில் இவ்விதமான உத்தியும் இருந்ததாக இல்லை. இவ்விதமான அவமானத்துக்குரிய செயலை அவர்கள் செய்ய நினைக்கவும் மாட்டார்களாம்!

தன் தந்தை படை எடுத்து வருவதை அறிந்தக் கலைவாணி, அங்கிருந்து மிக வேகமாகப் போர்க்களம் நோக்கி ஓடினாள். வரும் வழியிலேயே அவள் மணிமேகலையையும், மதியழகியையும், மல்லிகாவையும் சந்திக்க நேர்ந்தது. “நீங்கள் எனக்கு ஒரு வில்லையும், ரெட்டை அம்பையும் கொடுங்கள்!” என்று வேண்டிக்கொண்டாள். அப்போதைய சூழலில் அவள் அவ்விதம் கேட்டதில், ஆச்சர்யம் இல்லை. கொடுத்தார்கள். கைகளில் வாங்கிக் கொண்டு, அவ்விடத்திலிருந்து வேகமாக ஓடினாள். மறுமுனையில், அரசன் கூக்குரல் விடுத்தான். “வீரர்களே! தேசம் இந்நாளில்தான் இருக்கிறது! நம் தேசத்தை ரெட்டைத் துண்டுகளாக்க நினைக்கிறான் தேவிப்பட்டினத்து மாமன்னன் காவியதிலகன்! போருக்குத் தயாராகுங்கள்! யானைகளும் குதிரைகளும் அவசியம் இல்லை! கால்களும், கைகளும், கத்தியும், ஈட்டியும் கூடவே நெஞ்சில் தைரியமும் போதும்! நூறுப் பிணங்கள் விழுந்தாலும் பரவாயில்லை! ஆயிரம் ஊனங்கள் அடைந்தாலும் பொருட்டில்லை.! போர் செய்-

வோம்!'' என்றுக் கத்தினான். இந்த வார்த்தைகள் எல்லாம் வீரசேகரன், மற்றும் மாரீசன் காதுகளிலும் விழுந்தது. இப்படி ஒரு வார்த்தைக்காக அவர்கள் நெடுநாள் காத்திருந்ததுபோல் பாவனைகள் இருந்தது. வீரர்கள் ஒருமித்தக் குரலில், "தேசம் நீடூழி வாழும்!'' என்று ஒருவருக்குப் பின் ஒருவராக வந்து நின்றார்கள். இதுவரையில் பொறுப்பில் இருந்து விளக்கப் பட்டிருந்த மாரீசன், தலைமைக் காவலாளியாக வந்து முன்நின்றான். வீரசேகரன் தளபதியாக தலைமை வகித்து நின்றான். இந்தக் காட்சிகளைத்தான் காண வேண்டும் என்று நினைத்தக் கவியரசியோ, படுத்தப் படுக்கையாக இருக்கிறாள். ஆண்டவன் வஞ்சித்து விட்டான்.

ஆயிரத்து அறநூறு வீரர்களுடனும்,நாற்பத்து ஒன்பது யானைகளுடனும், நூற்றுப் பதினெட்டு குதிரைகளுடனும், தேரில் அமர்ந்துக் காட்சி அளித்தான் காவியத்திலகன். யானைகள் இல்லை, குதிரைகள் இல்லை, வெறும் எண்ணூறு வீரர்களும், கைகளில் ஆயுதங்களும் மட்டும்தான் இருந்தது. இதைக் கண்டக் காவியத்திலகன் சிரித்தான். "பாதிக்கு பாதி பலம் கொண்டு, போருக்கு வரும் தைரியசாலி மன்னன் யாரென்று இப்போதுத் தெரிகிறது!'' என்கையில், அவர்களோடு வந்து சேர்ந்தான் பசுபதி. "எண்ணிக்கையில் இல்லை காவியா! மிச்சம் எத்தனை உள்ளது என்பதுதான் கேள்வி! உன் பாவங்களை எல்லாம் நானும் கொஞ்சம் வைத்திருக்கிறேன்! மோதிப்பார்ப்போம்! நடப்பது நடக்கும்! வெல்பவன் நாட்டை எடுத்துக் கொள்வோம்!'' என்றதும், மீண்டும் சங்கொலி. பெரிய கோஷத்துடன் போர் துவங்கியது.

ஈட்டிகளால் இந்திராபுரி மக்கள், தேவிப்பட்டினத்து வீரர்களைக் கொன்றார்கள். அம்புகளால் தேவிப்பட்டினத்துக் காரர்கள், இந்திராபுரி வீரர்களை வீழ்த்தினார்கள். வேக வேகமாகப் போர் நடந்துக் கொண்டிருந்தது. விஜயனும் மாறனும் ஒருவரை ஒருவர்ப் பாதுகாத்துக் கொள்ளும் முனைப்போடுப் போர் செய்தார்கள். விஜயனைத் தாக்க வருவோனை மாறன் குத்திக் கிழித்தான். மாறனைக் குத்த வருகிறவனை விஜயன் தூக்கிப் போட்டு மிதித்தான். வாளின் மகிமையை விட, கேடயத்தின் அருமையை அவன் உணர்ந்திருக்கவும் செய்தான். சந்திரவர்மனின் கோவம், அங்கிருந்த வீரர்களில் நூறுப் பேரைக் கொன்றுக் குவித்தது. எல்லா உடம்பிலும் ரத்தம் சிவப்புதானா என்பதை அறியத்தான் இப்படிக் கொன்றுக் குவித்தாரோ என்னவோ! மாரீசனும், வீரசே-

கரனும் ஒருவருக்கு ஒருவர் பக்கத் துணையாக இருந்துக் கொலைக்கு வித்திட்டனர். தேவிப்பட்டினத்து வீரர்களின் ஆதிக்கம் கொஞ்சம் அதிகமாக இருந்தது. எண்ணிக்கையில் மட்டுமில்லாமல், போர் திறனிலும் மிக நேர்த்தியாக இருந்தார்கள். வீரர்கள் மார்பில் ரத்தம் சொட்ட மடிந்து விழுவதையும், ஆக்ரோஷமாக உருகபட்ட வாளால் தெறித்த ரத்தத்தையும், சரிந்தக் குடலையும் கண்ணால் காணப் பொறுக்கவில்லை. வெற்றியை மிக நெருக்கத்தில் நெருங்கிவிட்டார்கள் தேவிப்பட்டினத்து வீரர்கள். இதனால் கஷ்டமும், வேதனயும் அடைந்த மக்களும், உயிரோடிருந்த எஞ்சிய வீரர்களும், அழுதார்கள்.மண்டியிட்டு அழுதார்கள். வெற்றிக்கு வாய்ப்பே இல்லை என்று அறிந்துக் கொண்டு, வேற்றான் நாட்டுக்கு கப்பம் கட்டப் போகும் அவலத்தை எண்ணி அழுதார்கள். தேவிப்பட்டினத்து வீரர்களின் சிரிப்பலை அவர்களுக்கு பெருத்த அவமானத்தைத் தேடித் தந்தது. உயிரை விட்டுத் தொலைப்போம் என்று மற்ற வீரர்களும் நினைக்கும் தருவாயில், அந்தக் காலத்துக்கும், ரத்த சரித்திரம் எழுதும் களத்துக்கும் மணிமேகலையும், மதியழகியும், கலைவாணியும், மல்லிகாவும் வந்து சேர்ந்தார்கள். தாங்கள் வருவதற்கு முன்னால் எல்லாமும் நடந்து முடிந்ததை எண்ணிக் கலங்கினார்கள். கொஞ்சம் அமைதியாகியதுப் போர்க்களம். அந்த அமைதியைக் குலைத்தது சில சத்தங்கள். அதிசயம். குதிரைகளின் குளம்பு சத்தங்களும், வீரர்களின் ஆரவாரம் செய்யும் சத்தங்களும் தான் அவை. திரும்பிப் பார்த்தார்கள்.

65

நீட்சி!

பின்னால் முந்நூறுக்கும் குறையாதக் குதிரைகளையும், ஆயிரத்துக்கும் குறையாத ஆயுதம் ஏந்திய வீரர்களையும் அழைத்துக் கொண்டு முன்னோக்கி வந்துக் கொண்டிருந்தான் கடல்ராசன். அவனைக் கண்டதும், புதிய நம்பிக்கைப் பிறந்தது. விஜயன் எழுந்தான். மாரீசனும், வீரசேகரனும் அமைதியாக அங்கு நிகழ்வதைப் பார்த்தார்கள். சந்திரவர்மன் சொல்ல முடியாத ஆனந்தம் கொண்டுக் கண்ணில் நீர் விட்டார். தன் காதலர் படைத் திரட்டி வரத்தான் சென்றார் என்று அறிந்திராத மல்லிகா, அவனைக் கண்டதும் சொல்ல முடியாத ஆனந்தம் அடைந்தாள். மேல்மறை உடையோடுத் தலைமை தாங்கி வந்தக் கடல்ராசன் தளபதியாக அந்தப் படைக்கு இருந்து பல உத்திகள் சொல்லி அங்கு நிகழ்வதைக் காணும்படி செய்தான். ரத்தினாபுரி வீரர்கள் வந்த வண்ணம் இருந்தார்கள். நாடு ஒன்றாக வேண்டும் என்னும் போராட்டத்தில், ஒற்றுமையாகப் போராட வேண்டும் என்பதை மட்டும் ஏனோ மறந்துவிட்டார் மன்னன் என்று ரத்தினாபுரி மக்கள் சொல்லிக் கொண்டார்கள். இனித் தோற்பதற்கு வழியே இல்லை என்று சந்திரவர்மன் புரிந்துக் கொண்டான். “தாக்குங்கள்!” என்ற ஒரேக் குரல் தான். வீரர்கள் வெள்ளம் போல பாய்ந்து, தேவிப்பட்டினத்து வீரர்களை சாய்க்கத் துவங்கினார்கள். குதிரைகளின் கால்களை இடறி விட்டதும், அதிலிருந்த வீரர்கள் கீழே விழுந்தார்கள். கீழே விழுந்த வீரர்களைக் கொன்றுக் குவிர்த்தார்கள். மலைப் போல பிணங்கள் விழத் துவங்கியது. மழை போல ரத்தம் பொங்கிப் பொழியத் துவங்கியது.

பெண்களும் போருள் நுழைந்தார்கள். நுட்பமான உத்திகளால் பத்திற்கும் அதிகமான வீரர்களை கொலையுண்டார்கள். பெண்களைத் தாக்குவதா என்று சில வீரர்கள் நினைத்து அவர்களை நெருங்காது சென்றார்கள். ஆனால், இவர்கள் அப்படிப் போனவர்களையும் விட்டு வைக்காமல் கொன்றார்கள். போர்க்களத்தில் நுழைந்ததும் அரக்கிகளைப் போல மாறப் போயினார் பெண்கள். வெகு சீக்கிரத்திலேயே கலைவாணியைக் கண்ணில் கண்டான் பசுபதி. "வாணி... நீயா... நீயா வைத்தியர் வீட்டில் இருந்த மங்கை?" என்றுக் கேட்டான். அவன் அப்படிக் கேட்டதன் காரணத்தை நாமறியாமல் என்ன? சந்திர வர்மனுக்குக் கட்டி வைக்கலாம் என்று நினைத்தது அவன் தங்கையையல்லவா? அதனை அறிந்ததும் அவனது இளகாத இதயம் மேலும் இறுக்கம் ஆனது. "நீ இந்த நாட்டிற்கும், மக்களுக்கும் சந்தோஷம் என்பதைக் கனவாக மாற்றிவிட்டாய் அண்ணா! நிம்மதியை எட்டாக் கனியாகக் கூட மாற்றிவிட்டாய்! உன் சூழ்ச்சிளை எல்லாம் நான் அறிவேன்!" என்று ஆதங்கமாக சொன்னாள். "இல்லை அம்மா! எல்லாம் உன் நன்மைக்காகதான்!" என்று அவன் சொல்லியதும், ஒரு நொடி அவனைப் பார்க்காது, பின்னால் பார்த்தாள். அந்த இருள் மறைவில் ஒரு பெண் நின்றுக் கொண்டிருந்தாள். அவள் வேறாரும் இல்லை, தன் அம்மா அபிராமி என்று அவள் அறிந்துக் கொண்டாள். கண்ணீரோடு தலையை அசைத்தாள் அபிராமி. அந்தத் தலையசைவு கலைவாணிக்கு ஏதோ சந்தோஷத்தைக் கொடுத்தது. "மன்னித்துக் கொள் அண்ணா! என் நன்மைக்கு என்றால் நான் அரண்மனைக்குள் சிறைவாசம் இருக்கும்போது விடுதலை அளித்திருக்க வேண்டுமே ஒழிய, பிற நாட்டானுக்குக் கட்டிக் கொடுத்து அவனைக் கொன்று நாட்டைத் திருடும் எண்ணம் வந்திருக்கக் கூடாது!" என்றதும், அவன் தலை - நிமிரும் சக்தியை இழந்தது. "போய் வா அண்ணா!" என்ற வார்த்தையோடு, அவன் இடுப்பில் இருந்தக் கத்தியை உருவி, அவன் கழுத்தில் செருகினாள். அதனைக் கொஞ்சமும் எதிர்ப்பார்க்காத பசுபதி, போர்க்களத்தில் தங்கையின் கையால் மெல்ல உயிர்நீத்தான். அவன் சாவைக் கண்ட அபிராமி, கண்ணீர் விட்டு அழுதாள். கலைவாணிக்கும் கண்ணீர் வரத்தான் செய்தது. இருப்பினும் அதனை அவள் வெளிக்காட்டிக் கொள்ள விரும்பவில்லை. விரிந்தக் கண்களில் வழிந்த ஒருத் துளிக் கண்ணீரையும், அவள் கையில் இருந்த

ரக்தம் வடியும் கூரியக் கத்தியையும் பார்த்தவர்கள் அவளைக் காளி-தேவி என்றெண்ணி வணங்கினர். நேர்வது எதுவாயினும் நன்மைக்கே என்று நினைத்துக் கொண்டாள். இவள், ‘அண்ணா’ என்று சொன்ன வார்த்தை மட்டும், மதியழகியின் காதுகளில் விழுந்தது. அவள் உடன்-பிறப்பென்றும் காணாது செய்த செயலால் நெகிழ்ந்தாள். அவள் அருகே சென்று, அவளை இடையோடுப் பற்றி ஆறுதல் சொன்னாள். அந்தப் பற்றுதல் உண்மையாகவே அவளுக்கு மிகுந்த பக்கபலமாகவும், இன்ப-மாகவும் இருந்தது.

களத்தின் நிலவரம் தலைகீழாய் மாறியது. ரத்தினாபுரி, இந்திராபுரி வீர்கள் ஆதிக்கம் செலுத்தி வந்தார்கள். நடப்பதைக் கண்ணால் பார்க்-கவும் முடியாமல் பயந்தான் காவியத்திலகன். இனிமேலும் தேருக்குள் அமர்ந்திருப்பதுப் பலனளிக்காது என்று வெளிப்படையாக விளங்கியது. தேரிலிருந்துக் கூர்மையான இரு வாள்களுடன் குதித்தான். “சந்திவர்மா! போர் நீட்சிக்கு வந்துவிட்டது! எந்த நாட்டை நான் கேட்டு, நீக் கொடுப்-பதாக ஒப்புக் கொண்டாயோ... அந்த நாட்டின் வீரர்களை வைத்தே என் படையைக் கொன்றுக் குவித்துவிட்டாய்!” என்றுக் கத்திகளை ஒன்றோடொன்று உரசினான். “காவியத் திலகா... நான் உன்னை நம்-பினேன்! ஆனால் நீயும், உன் மகனும் சூழ்ச்சி செய்து என் நாட்டையும், மக்களையும் உனக்குக் கப்பம் கட்ட வைக்கும் கேவலமான சிந்தனையில் இருந்திருக்குறீர்கள்! இதெல்லாம் ஞாயம் தானா?” என்று மறு கூவல் விடுத்தான். “நான் அப்படி நினைக்கவில்லையே!”

“பிறகு என்னத்துக்கு போர் தொடுத்து வந்தாய்?” ஏன்று அவனை நோக்கி ஓடினார் சந்திர வர்மன். அந்தத் தாக்குதலை சமாலித்துக் கொண்டிருந்தார் காவியத்திலகன். சண்டை ஒருவழியாக உக்கிரம் அடையத் துவங்கியது. மின்னல்கள் இரண்டும் ஒன்றோடொன்று மோதி-யதுப் போல ஆற்றல் அங்கே பெருகி ஓடியது. சந்திரவர்மனின் பாது-காக்கும் முனைப்போடு வந்து சேர்ந்தான் விஜயன். விஜயனோடுக் கைக் கோர்த்து, போர் செய்ய துவங்கினார்கள். காவியத்திலகன் அடித்த அடி-யில் விஜயன் கொஞ்சம் தடுமாறினான். அந்தத் தடுமாற்றத்தை தனக்கு சாதகமாகப் பயன்படுத்திக்கொள்ள நினைத்த காவியத்திலகன், சந்திர-வர்மனின் மார்பில் கத்தியை இறக்கப் போராடினான். அதனைத் தடுக்-கும் முனைப்பில் விஜயனும் போராடினான். பலன் அளிக்கவில்லை.

இமயன் மார்பில் பாய்ந்த கத்தியின் அடையாளமாக அவன் முகத்தில் சிவப்பு சாயம். தெறித்த ரத்தம் அது. அவனைத் தள்ளிவிட்டு, விஜயன் பக்கம் திரும்பினான். அந்த பார்வையில் இருந்தக் கோரம், கொடுமையாக இருந்தது. “உன்னைக் காப்பாற்றதான் இந்த நாட்டில் அத்தனை உயிர்கள் போனதாமே? உன் ஒற்றை உயிரின் மதிப்பு அவ்வளவு பெரியதா? செத்துத் தொலைந்திருந்தால் அத்தனைப் பேரும் உயிரோடு இருந்திருப்பார்களே?” என்றக் கேள்வி, அவனுக்கு சொல்ல முடியாத வேதனையைக் கொடுத்தது. அந்த சொற்களில் இருந்த உண்மையும் அவனுக்கு விளங்கியது. அந்த வார்த்தைகளால் அவனை திசை திருப்பிவிட்டு, விஜயன் அசந்த நேரம் பார்த்துக் வாளை வயிற்றில் செருகினான். ஆவது ஒன்றும் இல்லை. கொஞ்சம் கொஞ்சமாக அவன் உயிர், பிரியப் போவதை அவன் உடல் உணர்ந்தது. அந்தக் கொடூரத்தைக் கண்டக் கலைவாணி, தன் தந்தை செய்த அந்தக் கேவலமான விஷயத்தைக் கண்டு அதிர்ந்தாள். அவமானம் கொண்டாள். இப்படி ஒருத்தனை ஆண்டவன் முதலில் எமலோகம் அழைத்துப் போகக் கூடாதா? என்ற எண்ணத்தோடு அவனை நோக்கி அம்பால் குறி வைத்தாள். அவள் கைகள் அம்பை விடும் முன்னரே வேறு திசையில் இருந்து வந்த ஈட்டி அவன் மார்பில் பாய்ந்தது. அது எந்த திசையில் இருந்து வந்தது என்பதை அறியும் முன்னரே, மற்றுமொரு ஈட்டி வந்து அவன் மார்பில் பாய்ந்தது. கலைவாணிக் கண்ணில் பட்டது, கவியரசி. அந்தக் காயத்தோடும் துல்லியம் மாறாது எய்த ஈட்டியால் அந்தப் போர் நீட்சி அடைந்தது. வெற்றி முழக்கம் போட்டார்கள் இந்திராபுரி மற்றும் இரத்தினபுரி மக்கள்.

கவியரசி கலைவாணியின் சொல்ல முடியாதத் தியாகத்தை எண்ணி பெருமிதம் அடைந்தாள்.கண்ணீர் சிந்திக் கொண்டிருந்தக் கலைவாணி அபிராமியை நோக்கினாள். தன் நெற்றியில் இருந்தப் பொட்டை தன் கையாலே அழித்துவிட்டு அவ்விடம் விட்டுக் காட்டுக்குள் நுழைந்து மறைந்துப் போனாள். 'மன்னித்து விடு!' என்று கண்களால் வேண்டியக் கவியரசியை, நெருங்கி வந்துக் கட்டி அணைத்துக் கொண்டாள் கலைவாணி. தந்தையும், அண்ணனும் ஒரே போர்க்களத்தில் செத்துக் கிடப்பதை அவள் அறிந்தாலும், அவளுக்கு பெரும் அளவில் சோகம் வந்து சூழவில்லை. அத்தனை மக்களின் சந்தோஷமான முகத்தைப் பார்க்கும்

போது அவர்களது மரணம் துர்மரணம் தான் என்பது அவளுக்கு சொல்லித் தெரியவேணாம்.

66

இப்படிக்குக் காலம்!

போர் நிறைவடைந்ததும் இந்த சந்தோஷமான செய்தியை மன்னனுக்கும், இளவரசனுக்கும் சொல்ல வேண்டும் என்ற எண்ணத்தோடு வந்தார்கள் நெடுமாறனும், வீரசேகரனும். அப்போது விஜயனும், சந்திரவர்மனும் குத்துயிராய் கிடப்பதைக் கண்டார்கள். அருகிலேயே காவியத்திலகன் சடலமாய் கிடப்பதையும் கண்டார்கள். ஓடோடி வந்து நின்றார்கள். "உனக்கு ஒன்றுமாகவில்லையே மாறா?" என்றுக் கேட்டான் விஜயன். செய்தி அறிந்து அனைவரும் அவ்விடம் வந்து சேர்ந்தார்கள். இமயவர்மன் கலங்கி இருந்தார். சூரியவர்மனுக்கு சஞ்சயவர்மன் என்றப் பட்டப் பெயர் இருந்ததைப் போல, சந்திரவர்மனுக்கும் இமயவர்மன் என்றப் பட்டப் பெயர் இருக்கதான் செய்தது. அதனை இந்த இடத்திலேனும் நாம் அறிய வேண்டிய நிர்பந்தம். "ஐயா! நீங்கள் எதற்கு கலங்க வேணும்?" என்றுக் கேட்டார்கள். "ஒன்னும் சொல்வதற்கு இல்லை விஜயா! எத்தனை பெரியத் தவறுகளை நான் செய்துவிட்டேன்! அதை நினைக்கையில்தான் நெஞ்சம் பதைக்கிறது! வேதனையாக இருக்கிறது!" என்றான். அந்த வலியிலும் அவன் கண்கள் மாறனைத் தேடின. "மாறனுக்கு ஒன்றும் ஆகாமல் கொண்டு வந்ததேப் போதுமைய்யா! இதற்கு மேல் ஒன்றும் வேணாம்! ஒரு ரகசியத்தை நான் சொல்ல வேணும்!" என்றான். யாருக்கும் ஒன்றும் விளங்கவில்லை.

"வீரசேகரா! நீ ஒன்றும் கவலை பட வேண்டாம்! நீ உன் கடமையில் வென்றுவிட்டாய்! இன்னும் இளவரசன் சாகவில்லை! நிஜத்தில் விஜயப்-

பிரபாகரன் நானில்லை! இவன்தான்!” என்றான். அது மாறன் உள்ளிட்ட அனைவருக்குமே ஆச்சர்யமாகத்தான் இருந்தது. பவித்ரன் பதறினார். “என்ன சொல்கிறான் இவன் கருப்பையா? மாறன் தானே உன் மகன்?” என்கையில் வேலன் குறுக்கிட்டான். “இல்லை ஐயா! விஜயன் தான் உண்மையில் மாறன்! அவனது பாதுகாப்புக்காக இருக்கட்டும் என்றக் காரணத்தால்தான் கருப்பையன் வந்துக் குழந்தையை இடம் மாற்றினார்! அது அவர் முதற்கொண்டு, மொத்தமே எங்கள் ஐவருக்கு தான் தெரியும்!

அவனைத் தத்தெடுத்து வளர்க்கும் பணியை பூபதியப்பர் ஏற்றுக்கொண்டார்! அந்த வேலையைக் கச்சிதமாகவும் முடித்தார்! இந்த ரகசியம் கசிந்திடுமோ என்ற அச்சத்தால்தான் தன் உயிரை மாய்த்துக் கொண்டார்! இந்தப் பாவி, இந்தக் கைகளாலே அவருக்குக் கொள்ளியும் வைத்துவிட்டேன்!” என்று அழுதான்.

கொஞ்ச காலங்களுக்கு முன்னாள், தோராயமாக விஜயன் கொஞ்சம் வளர்ந்தக் குழைந்தையாக இருக்கையில் அவன் மாளும் வாய்ப்பு நாளுக்கு நாள் அதிகரித்துக் கொண்டேப் போவதாகக் கருப்பையன் நெஞ்சில் ஒரு எண்ணம் வந்தது. அப்போது கருப்பையனுக்கு ரெட்டைப் பிள்ளைப் பிறந்திருந்தது. அழகிய பெண் பிள்ளை ஒருத்தியும், வீரமான ஆண் பிள்ளை ஒருத்தனும். கையில் அந்த ரெட்டைப் பிள்ளையைத் தூக்கிக் கொண்டு வெளியில் வந்தாள் அவன் மனைவிக்கு பிரசவம் பார்த்த மருத்துவச்சி. பவித்ரனுக்கும் பெரும் மகிழ்ச்சியாக இருந்தது. “பவித்ரா! எனக்கு ஒரு ஆண் பிள்ளை பிறந்தது யாருக்கும் இப்போதைக்கு தெரிய வேண்டாம்! நாம் இளவரசன் இருக்கும் இடத்தில் இவனை விட்டு வளர்க்க சொல்வோம்! எல்லாம் சரி ஆகி விடும்!” என்று நம்பிக்கைக் கொடுத்தான். கருப்பையனுடைய இந்த சிந்தனை பவித்ரனுக்கு மிகவும் ஆச்சர்யமாக இருந்தது. எந்த ஒருத்தனும் ஏற்றுக் கொள்ள முடியாத முடிவு அது. “சரி!” என்று அவனுக்கு வாக்குக் கொடுத்தான் பவித்ரன்.

ஆனால், அங்கு நடந்ததோ அப்படியே வேறு விஷயம். கருப்பையன் நேராக அவன் குழந்தையைத் தூக்கிக் கொண்டு ஆற்றங்கரையைக் கடந்து வேலன் மற்றும் கல்யாணி இனையர் வசிக்கும் இடுகாட்டுக்கு சென்றான். வேலனிடமும் கல்யாணி இடமும் இருந்த இலவரசனக்

கொடுக்குமாறும் , அவனுக்கு பதிலாகத் தான் பெற்ற இந்தக் குழந்தையை வைத்திருக்கும் படியும், இவன் தான் இனிமேல் உங்களைப் பொறுத்தவரை விஜயன் என்றும் சொல்லி கொடுத்துவிட்டு, அவனர்களிடம் இருந்த விஜயனை வாங்கிக் கொண்டார். அவனுக்கு பதிலாக கமலநெடுமாறன் என்ற மற்றொருக் குழந்தையைக் கொடுத்தான். வேலனும் கல்யாணியும் வாங்கிக் கொண்டார்கள். அங்கிருந்து நேராக மீண்டும், பூபதியப்பர் வீட்டுக்கு சென்றான். அவரிடத்தில் விஜயனைக் கொடுத்து, இவன் இளவரசன் என்றும், ஆனால் இவன் விஜயன் என்று இல்லாது கமலநெடுமாறன் என்றப் பெயரோடு வளர வேண்டும் என்றும் வாக்குப் பெற்றுக் கொண்டு அவனை அவரிடத்தில் கொடுத்தார். இப்படிதான் இவர்கள் மாறிப் போயினர்.

மணிமேகலை இனியும் பொறுமையாக இருக்காது, "அண்ணா!" என்று மாறனை மடியிலிட்டு அழுதாள். அவன் சாகக் கிடப்பதைக் கண்ணால் பார்த்ததும் மதியழகிக்கு வார்த்தைகள் வரவில்லை. "மதி..." என்று அழைத்தான். மதியழகி மெல்ல முன் வந்து, அவன் அருகே மண்திட்டுமீது மண்டியிட்டு அமர்ந்தாள். கண்களில் தாரை தாரையாய் கண்ணீர் பொழிந்தது. ரத்த ஆறாக இருந்த நிலத்தில், கண்ணீரும் வெள்ளமெனப் பாயத் துவங்கியது "என் கடமை முடிந்து விட்டது மதி!" என்றதும், மணிமேகலை மதியழகியின் மடிக்கு மாறனை மாற்றினாள். "அன்று இந்திரதேவன் கோவிலில் நான் என்ன வேண்டினேன் என்றுக்... ஸ்... கேட்டாயே? இப்போது சொல்லவா?" என்றதும் கண்ணீர் சிந்தியவண்ணம், வேகமாகத் தலை அசைத்தாள். "உன் மடியில் நான் விழுந்து சாகும்போது மீன் போன்ற அந்தக் கண்களில் இருந்து வழியும் அந்தக் கண்ணீர் துளிகள்,

என் கன்னத்தில் முத்தமிட்டு, வழி அனுப்ப வேண்டும் என்றுதான்! நீ... நீ சொன்னதுப் போல இந்திரன் வேண்டுவதைத் தந்து விடும் வல்லமைக் கொண்டவன்தான்!" என்றான். இந்த வார்த்தை அத்தனை நெஞ்சிலும் வேதனைக் கனல் ஏற்றியது. "என்னைக் காத்து இத்தனைக்காலம் வைத்து, இரகசியத்தை நானே சொல்லக் காரணமாக இருந்த அத்தனை உயிருக்கும் என் நன்றி!" என்றுக் கைகளைக் குவித்தபடி நின்று, கடைசியாகத் தன்னை பெற்ற அப்பாவையும், தன்னை வளார்த்த அம்மை அப்பனையும் பார்த்தான். "போய் வருகிறேன் மாறா!" என்று

சொல்லி, ஒரு விக்கலோடு உயிர் விட்டான்.

. அவன் மறைவால் சந்திரவர்மன் கண்கள் கலங்கியது. அவனது உயிர் தியாகம் நாட்டுக்கு எத்தனை அவசியம் வாய்ந்தது என்று விளங்காமலிருந்தவனுக்கு இப்போது விடைக் கிடைத்துவிட்டது. மக்களிடம் மன்னிப்புக் கேட்கும் வரைத் தன் உயிரை ஒரு சக்தி வாய்ந்த, நம்பிக்கை என்னும் கயிறால் பிணைத்து வைத்திருந்தான். "போர்... நாடு... ஆட்சி... என்றெல்லாம் நினைக்காமல், மக்கள்... நலம்... சுபம்... என்று நான் வாழ்ந்திருந்தால், என் கண் முன்னாள் இத்தனைப் பிணங்கள் விழுந்திருக்காது!" என்றவரே சுற்றிலும் பார்த்தான். உண்மையில் அத்தனைப் பிணங்கள் கிடந்தது. மேலும், "நான் சொந்த அண்ணனைக் கொன்று இருக்க மாட்டேன்! கோழைத்தனமாக என் மகன் போன்றவனைக் கொள்ள ஆள் அனுப்பி இருக்க மாட்டேன்! வீரசேகரா... உன் விஸ்வாசமான அப்பனையும் கொன்றிருக்க மாட்டேன்! இப்போதுக் கடைசியாக, இளம் வயதில்... அளப்பறியாதத் தியாகம் செய்த ஒருவனைக் கண் முன்னே சாகவும் கண்டிருக்க மாட்டேன்!" என்றான். மக்களும், அங்கிருந்தோரும் சொல்ல வார்த்தையின்றி தவித்தனர். அவன் மார்பில் இருந்து வழிந்த ரத்தத்துளிகள் பூமியில் விழுந்த வண்ணம் இருந்தது. "எல்லோரும் கொஞ்சம் மன்னித்துக் கொள்ளுங்கள்! விஜயா... உன் சித்தப்பனுக்காகக் கண்ணீர் வடித்துக் கொள்ளியிடுவாவாயா? வேலா... அதை நீக் கொஞ்சம் கவனித்துக் கொள்!" என்றுக் கரம் கூப்பி வணங்கினான். குற்றம் செய்தவன் உணர்ந்தாலே குற்றம் குற்றமில்லை! மக்கள் மீண்டும் கைகூப்பி அவனுக்குக் கண் நீரோடு விடைத்தந்தார்கள். வானுலகப் பயணத்தை மாறனும், சந்திரவர்மனும் ஒன்றாகவேத் துவங்கினார்கள்.

இங்கு நடந்தவை அத்தனையும் அங்கிருந்த மற்றவர்கள் அனைவரையும் பெருமளவில் பாதித்து இருந்தது. பெற்றப் பிள்ளைக்கு ஒப்பான ஒற்றை மகனுக்கு சமமான மாறன் மாண்டுப் போவதைக் கண்ணில் பார்க்க முடியாமல் வானை நோக்கிக் கத்தி அழுதார்கள் வேலனும், கல்யாணியும். அவர்களுக்கு ஆறுதல் சொல்ல நினைத்த விஜயனும் சொல்ல வார்த்தை இல்லாது போய்விட, அவன் கண்கள் அவனை அறியாதுக் கண்ணீர் மழை பொழியத் துவங்கியது. இந்த நேரம், அவ்விடம் இருந்த மணிமேகலை மதியழகியைப் பார்த்தாள். அவள் கண்க-

ளில் குளம்

போல தேங்கியக் கண்ணீரால் அங்கிருந்தோர் அனைவரும் கொஞ்சம் மங்கலாகத் தெரிந்தனர். பிரம்மை பிடித்ததுப் போல அங்கே நின்றுக் கொண்டிருந்தாள் மதியழகி. 'வேண்டியதைக் கொடுக்கும் வல்லமைக் கொண்டவன் இந்திரன்!' என்ற வாக்கியம் அவளுக்கு மிகப் பெரிய பொய் என்று எண்ணம் வரச் செய்தது.என்னதான் மாறன் அவளிடம் கடைசியாகப் பேசியப் போது, 'நான் வேண்டியதைக் கொடுத்துவிட்டான் இந்திரன்!' என்று சொன்ன வேளையில், ஆண்டவன் ஒருக் கண்ணில் சுண்ணாம்பும், ஒருக் கண்ணில் வெண்ணையும் வைக்கும் வஞ்சம் நிறைந்தவன் என்ற எண்ணம் வந்தது. அதுவும் ஒரு வகையில் உண்மைதான். காரணம், அன்றைய இரவில், சுமார் சில வாரங்களுக்கு முன்னாள் இந்திரன் ஆலயத்தில் அவர்கள் சந்தித்த வேளையில் மதியழகி வேண்டிக் கொண்டது என்னவோ, 'நானும், மாறனும் (அப்போதைய விஜயன்) கடைசி வரையில் இன்பமுடனும், சிறு சிறுக் கோவத்துடனும், கொஞ்சம் கொஞ்சம் சண்டைகளுடனும், கொஞ்சக் காலம் வாழ்ந்தாலும் இன்பமுற வாழ வழி செய்ய வேண்டும்!' என்றுதான் வேண்டிக் கொண்டாள். ஆனால், அங்கு நடந்ததோ தலைகீழ் கோலம்.

நாட்டு மக்களில் எஞ்சி இருந்தோரும், உயிர் தப்பி வந்த எஞ்சிய வீரர்களும் அவ்விடம் வந்து சூழ்ந்துக் கொண்டார்கள். இத்தனை சிக்கலான வாழ்க்கையில் சிக்கி சின்னாப்பின்னம் ஆகிக் கிடக்கும் தேசம் ஆளத் துடித்தவர்களையும், அவர்களின் உடம்புக் கிழிந்து ரத்தத்தைப் பார்த்து, பூமியில் தோற்றுக் கிடப்பதையும் கண்டார்கள். வாழ்கையின் கோரமான முகத்தைக் காண வேண்டிய நேரம் வந்ததை உணர்ந்தார்கள். இளவரசன் என்று ஒருத்தன் இருப்பதை அறியாத மக்கள், 'அடுத்து நம் தேசத்தை ஆளப்போகும் அவன் யார்? எங்களை வழி நடத்தி வாழ வைக்கப் போகும் அந்த சூரியவர்மன் பெற்ற உத்தமபுத்திரன் யார்?' என்றுக் கேள்விகள் எழுப்பினர். வெந்தப் புண்ணில் வேலைப் பாய்ச்சியதுப் போல அவ்விடம் வந்து சேர்ந்த மக்கள் நடந்துக் கொண்டார்கள்.

“என் மக்கள் கொஞ்சம் அமைதி அடைய வேண்டும்! இப்போதைய இந்தப் பரபரப்பான சூழலில் உள்நாட்டுப் போரை சந்திக்கவிருந்த நாம், எதிர்ப் பார்க்காத வண்ணம் குறுநிலத்துப் போரையும் மேற்கொள்ளும் வண்ணம் வந்துவிட்டது! ஆட்சி பொறுப்பில் இருந்த சந்திரவர்மனும் இப்போது உயிரோடு இல்லை! நாட்டின் நிலைக் கொஞ்சம் கடினமாக

இருக்கிறது. பயம் கொள்ள வேண்டாம்! இளவரசன் உயிரோடுதான் இருக்கிறான்!" என்று விஜயபிரபாகரனை மக்கள் முன்னால் நிறுத்தி-னான் வீரசேகரன்.

வீரசேகரன் சொல்லிய வார்த்தைகள் ஏற்கும் வண்ணம் இருந்தாலும், மக்களுக்கு சின்ன நெருடல். "தளபதி... இளவரசன் தான் எங்கள் முன்னால் பிணமாகக் கிடக்கிறானே?" என்று ஒரு ஊரார் மாறனைக் கைக்காட்டினார். இது அனைவர் நெஞ்சிலும் ஒரு மாறா வடுவாக இருக்கும் என்று அவர் எதிர்ப்பார்த்திருக்க மாட்டார். அவரை நோக்கி வந்தான் விஜயன். இளவரசன் கண்ணெல்லாம் கண்ணீர். "ஐயா! என்னை மன்னிக்க வேணும்! எனக்கே நான் தான் இளவரசன் என்பதுத் தெரியாது! அப்படி இருக்கும் போது நான் தான் விஜயன் என்றுப் பலநாள் வேஷத்தை ஒரு நொடியில் மாற்ற நினைப்பது சாத்தியமில்லை என்பதும் உண்மையே! இருந்தாலும், இம்முறை என்னை மன்னித்து ஆளும் வாய்ப்பைக் கொடுங்கள்! செத்துக் கிடக்கும் நூற்றுக்கும் குறை-யாத மக்களுக்கும், மோகத்தால் தவறிழைத்து உயிர் நீத்த சித்தப்-பனுக்கும், அவன் சூழ்ச்சியால் மாண்டுப் போன அப்பாவுக்கு, அவரை எண்ணி உயிர் விட்ட அம்மாவுக்கும், என் நெஞ்சில் உட்கார்ந்த, உயி-ரின் பாதியான என் நண்பனுக்கும் நான் செய்யும் கைம்மாறு நான் செய்யவிருக்கும் நல்லாட்சி!" என்று அவர் காலில் விழுந்து வணங்கி-னான். மக்கள் உள்ளம் நெகிழ்ந்துப் போனார்கள்.

விஜயனின் இந்த வார்த்தைகளால், 'சூரியவர்மன் பெற்ற பிள்ளை!' என்று தனி மதிப்பு வந்தது. உண்மையில் பெற்றால் மட்டும் போதுமா? அவனது இந்த பெருமைக்கெல்லாம் சொந்தக்காரர் பூபதியப்பர் மட்டும்-தான். அவர் மட்டும் முட்டாள் தனமாக தன் உயிரைத் தானே மாய்க்-காதுப் போயிருந்தால் இந்நேரம் தன் உள்ளத்தில் ஆற முடியாத இன்பம் அடைந்திருப்பார். ஒருவாறாக அத்தனையும் சுபம். மக்கள் கொஞ்சம் கொஞ்சமாக இயல்பு வாழ்கையை நோக்கிய பயணத்தைத் தொடங்கி-னார்கள்.

இந்தப் பக்கம், அபிராமி தன் அப்பாவின் உடல் அருகே அமர்ந்துக் கொண்டுக் கண்ணீர் வடித்துக் கொண்டிருந்தாள். கவியரசி அவளைக் கழுத்தொடு அணைத்துப் பிடித்துத் தன் கண்ணீரை அவள் தோள்களில் ஊற்றினாள்.கவியரசியைக் கட்டி அணைத்துக் கொண்டிருந்தப்போது

அவளுக்குக் கிடைத்த நிம்மதி, இதுவரை அவள் கண்டது இல்லை. அரச வாழ்கை வாழ்ந்தாலும், தோழி என்று சொல்லிக் கொள்ள யாரும் இல்லாத போது, தனக்கு ஆறுதல் மொழி சொல்லிய கவியரசியைக் கடைசி வரைத் தனது உற்றத் தோழியாக்கிக் கொள்ள நினைத்தாள். "கவியரசி! உன்னோடுத் தோழமைப் பேணி இந்நாட்டில் வாழ ஆசைக் கொள்கிறேன்!" என்றாள். அந்த மிகவும் கவனுமுடன் தெரிவு செய்யப்பட்ட சொற்கள் கவியரசியை மெல்ல பாதித்தது. "என்ன கேள்வி இதுக் கலைவாணி? இப்போது இது உன் தேசம்! எங்கு வேண்டுமானாலும் வாழலாம்! நாங்கள் உண்டு உனக்காக!" என்றாள். இதுவரையில் மக்களோடு மக்களாக வாழாத அந்த அழகி, ஊருக்குள் நடப்பவற்றைக் காண சென்றாள்.

67

பட்டமளிப்பு!

ஊருக்குள் வந்தப் போது, வீட்டுக்கு வீடு அழுகுரலும், போரால் விளைந்த சுவடுகளும் காணப்பட்டன. பெண்களும், குழந்தைகளும், குச்சி ஊன்றிய முதியவர்களும் அவரவர் சொந்த உறவுகளைத் தேடிக் கொண்டிருந்தார்கள். சொந்த உறவுகளின் உடல்களைத் தேடிக் கொண்டிருந்தார்கள் என்பதுதான் உண்மை. இந்த கோரமானக் காட்சியை எல்லாம் கண்ணால் கண்டப் போது, இளம் குழைந்தையாக தானிருந்தப் வேளையில், போரில் மாண்டத் தன் அப்பாவின் உடலைத் தேட தான் பட்ட அவஸ்த்தை மாரீசனின் கண் முன்னால் வந்து நின்றது. ஒரு இளைய பாலகன் அவ்விடத்தில், தன் அப்பாவைத் தேடிக் கொண்டிருப்பதைக் கொஞ்ச நேரம் கண்கொட்டாதுப் பார்த்துக் கொண்டிருந்தான் மாரீசன். “என்ன ஆனது? ஏன் உங்கள் கண்கள் கலங்கி உள்ளது?” என்று அவனைக் கேட்டால் அன்புக் காதலி திலகா. மாரீசன் நாவில் இருந்து எந்த வார்த்தையும் வரவில்லை. அவன் கண்கள் நோக்கிய திசையைப் பார்த்தாள். அவன் உள்ளத்தின் ஆழத்தில் இருந்த அத்தனைப் பழைய நினைவுகளையும் அவனது அந்த ஒருத் துளிக் கண்ணீருக்குள் கண்டுத் தீர்த்தாள் திலகா. அவனைத் தோளோடு இருக்கப் பிடித்தாள். அவனது உயரத்துக்கு இவள் கொஞ்சம் குறைந்தவள் என்பதால், கொஞ்சம் சிரமம் வெளிப்பட்டதை ஒரு கணம் ரசிக்க வேண்டியது உள்ளது. அந்த சிறுவன், கண்ணீருடன் தன் அப்பாவின் உடலை இழுக்க முயற்சி செய்தான். அதனைக் கண்ட மாரீசன், வேகமாக அவனிடம் ஓடி, அந்தக் கனத்தப் பூத உடம்பைத் தூக்கித் தோள்க-

ளில் போட்டுக் கொண்டு நடந்தான். அத்தனை உடம்பும் மிகவும் நல்ல முறையில் தகனம் செய்யப்பட்டது.

ஆழமாக வெட்டப் பட்டிருந்த குழியில் மாறனின் உடல் இறக்கப்பட்-டது. அதனைக் கண்டப் பொழுது அவனது தியாகம் எண்ணிக் கலங்-காதோர் இல்லை. 'அண்ணன் என்று சாகும் தருவாயிலா தனக்குத் தெரியவேண்டும்?' என்று வேதனைக் கொண்டு அழுதாள் மணிமேகலை. கருப்பையன் தனக்கு இருந்த மகன் என்ற சொந்தம் கடைசி வரையில் கைக்கு நிற்கவில்லை என்று உணர்வால் உடைந்துப் போயிருந்தார். இவர்களின் உணர்வை விடவும், 'கணவனாக வருவான்! காணாத உயரம் காணலாம்!' என்றுக் கனவுக் கோட்டைக் கட்டி இருந்த மதியழகி அவனைக் காண சகிக்காமல், கண்ணீரை ஆர்பரித்துக் கொட்டச் செய்-தாள். அவளுக்கு ஆறுதல் சொல்ல யாருக்கும் எந்த வார்த்தையும் தமிழ் மொழி அவர்களுக்கு வழங்கவில்லை. இருக்கும் மூன்று லட்சம் வார்த்தைகளில் ஒன்றுக் கூட அவர்களால் இவ்விடத்துக்கு உபயோகிக்க முடியவில்லை. வளர்த்த மகனுக்கு தன் கையால் சடங்குகள் செய்வோம் என்றுக் கனவிலும் எதிர் நோக்கி இருக்காத வேலன், குழியில் நின்றே அழுதான். தன் உயிரில் பாதியை இழந்த விஜயன் உருக்குழைந்துப் போயிருந்தான். தகனம் முடிவடையும் முன்னரே அவ்விடம் விட்டு சென்றாள் மதி. தகனமும் நிறைவுற்றது.

காலம் கொஞ்சம் கொஞ்சமாக உருண்டோடத் துவங்கியது. கவியரசி முழுமையாக குணமடைந்தாள். எல்லோரும் நலமோடு இருந்த நிலை-யில் மதியழகியைக் குறித்த எந்த செய்தியும், தகவலும் இல்லை. எல்லா விஷயமும் கூடிய விரைவில் சரியாகிவிடும் நிலைக்கு வந்தது. தேவிப்-பட்டினமும் இந்திராபுரிக்குக் கீழ் வரும் கப்பம் கட்டும் தேசமாக வந்தது. காவியத்திலகனின் திட்டங்கள் யாவும் தலைகீழாக பலித்தது. நினைத்-தது ஒன்று நடந்தது ஒன்று என்பதாக அந்த சூழல் தேவிப்பட்டினத்து மக்களுக்கு மாறிப்போனது. விஜயப்பிரபாகரன் மன்னனாக பட்டம் ஏறும் அந்த நாளும் வந்தது. பட்டம் சூட்டும் பொறுப்பில் இருக்க வேண்-டிய அப்பாவோ, அம்மாவோ, சித்தப்பனோ, ஜோசியரோ, அமைச்சரோ யாரும் இன்றைய தினம் உயிரோடில்லாத நிலையில் பட்டம் சூட்டி வைக்கப் போவது யார் என்றுக் குழம்பி இருந்தார்கள் மக்கள். முற்றத்-தில் ஏறி நின்றான் மாரீசன்.

“தலைமைக் காவலாளி மாரீசன் என்னும் எனக்கு, கொஞ்ச நாளுக்கு முன்னாள் மறைந்த திரு.கமலநெடுமாறன் அவர்கள் சொல்லிப் போன செய்தி, ‘நாளை வரும் நாளில், மன்னனுக்கு பட்டமளிக்கும் விழாவில் பட்டமளிக்கும் உரிமையை, மகாராணியின் செல்ல மகளாக அரண்மனைக்குள் வளர்ந்த மதி. திலகாள் ஏற்பாள்!’ என்றார்!” என்-றான். இந்த வாசகத்தால் அனைத்துத் தரப்பு மக்களும் ஆரவாரம் செய்-தனர். திலகாவுக்கு படபடப்பாக இருந்தது. கைகள் நடுங்கத் துவங்கியது. இருந்தாலும், அரசனின் மணி மகுடத்தை எடுத்து அவன் தலையில் சூட்டினாள். அந்த மரியாதையை ஏற்ற விஜயப்பிரபாகரன் , “இந்-திராபுரி, ரத்தினாபுரி மற்றும் தேவிப்பட்டினத்து மக்களே! சூரியவர்மன் ஆட்சியில் எப்படி அமைதியும், ஆனந்தமும் நிலவியதோ அவ்விதமே நானும் ஆட்சி செய்ய விரும்புகிறேன்! அதன் பொருட்டு, நீங்களும் அதற்காக உழைத்து, நாட்டின் நன்மைக்காக நல்வழியில் விவசாயம் செய்துப் பசுமை செய்ய வேண்டும்!” என்றான். மக்கள் ஒருமித்தக் குர-லில், அதனை ஆமோதித்தார்கள். “மேலும், என் நண்பன் வீரசேக-ரனே தளபதியாகத் தொடர்வான் என்றும், தலைமைக் காவலாளி மாரீ-சன் காவல்

மந்திரியாகவும் இருப்பான் என்றும் அறிவிக்கிறேன்!” என்றான். “மகாராணியை அறிமுகம் செய்யுங்கள் மன்னா!” என்று மக்கள் ஆரவாரம் செய்தார்கள். அதற்கு பணிந்தான் மன்னன்.

“காவியத்திலகர் போலவே, நானும் அரசகுலத்தில் இல்லாது சாதாரண ஒரு அழகு மங்கையை மணந்துக் கொள்ளப் போகிறேன்! மணிமேகலை!” என்று அவளை மக்கள் முன் காட்டினான். மக்கள் அவளை வணங்கி வரவேற்றனர். அதனை கூட்டத்தின் நடுவில் இருந்த பூபதியப்பர் பார்த்துக் கொண்டிருந்தார். வேலனும் அவர் அருகில் நின்-றுக் கொண்டிருந்தான். “ஐயா! நீங்கள் தற்கொலை செய்துக் கொண்-டதாக அறிவிக்க சொன்னது எதற்கு? நான் அதனைத் தெரிந்துக் கொள்ள வேண்டும்!” என்று அவரை வற்புறுத்தினான். “அதில் ஒன்றும் இல்லை வேலா! நான் உயிரோடு இருப்பது விஜயனுக்கு தெரிய வந்-தால், எந்த சமயத்திலும் உண்மையை சொல்ல வேண்டும் என்று அவனுக்கு போதித்த நான், தேசத்தின் நன்மைக்காக பொய்களை மழை போல பொழிந்தது எண்ணி அவன் காட்டமுற்று, கொடிய பலக் கேள்-

விகள் கேட்க மாட்டானா? அதற்கெல்லாம் பதில் சொல்வதுக்கு பதில், நான் செத்துப் போய்விட்டதாக இருக்கட்டும் என்று நினைத்தேன்!" என்றார். "அப்படி என்றால், பொய் உரைத்தவன் நரகம் செல்வான் என்று இருந்தால், முதல் வரிசையில் நான் இருப்பேன் என்று சொல்லுங்கள்!" என்று சிரித்தான் வேலன். பட்டாபிஷேகம் நிறைவுப் பெற்றது.

சுபமுகூர்த்தத்தில், மணிமேகலையை மணந்தான் மன்னன். மணிமேகலை நாட்டின் மகாராணி ஆயினாள். மதியழகி அடைய வேண்டிய இடத்தை, அடைந்திருக்க வேண்டியப் பதவியை மர்மம் நிறைந்தப் பின்னணியால் தான் அடைந்திருப்பது அவளுக்கு விளங்க முடியாத வருத்தத்தை அளித்தது. ஆனால், அதனை எல்லாம் கொஞ்சம் தணிக்கும் வண்ணம், 'மகாராணி மணிமேகலை...' என்றக் கூச்சல் அமைந்தது. மாரீசன் திலகாவை மணம் புரிந்தான். இந்தப் பக்கம் திலகாவின் மனநிலையை யோசித்தால் விசித்திரமாக இருக்கிறது. மன்னனாகப் போகிறவனைக் காதலித்து, அவன் மன்னன் என்ற காரணத்தால் அவனைக் கைவிட்டு விட்டு, மனதை திடம் செய்துக் கொண்டு, கல்லான இதயத்தில் மாரீசன் என்னும் எறும்பு ஊறி, அந்தக் கல்லை கரைத்துக் கனியவும் செய்தது. கவியரசி வீரசேகரனைக் கட்டிக் கொண்டாள். அவன் வாங்கிக் கொடுத்தப் புதியப் பட்டுப் புடவையில் இருக்கும் அவளைக் காணக் கண் போதாது இருந்தான் வீரசேகரன்.வீரசேகரன் தோள்களில் கவியரசி வீட்டு சீதனம் கிடக்கிறது. இத்தனைக் காலம் பெட்டிக்குள் பூட்டி வைத்திருந்த அங்கவஸ்த்திரம் அது. மல்லிகாவும் கடல்ராசனும் ஒரு பக்கம் தாம்பத்தியம் செய்துக் கொண்டார்கள். இத்தனை சந்தோஷங்களும் நாட்டில் நிலவும் போது, மதியழகியை கவனிக்காமல் இருக்க முடியாது. அடடே! கலைவாணியும் அல்லவாக் கானாதுப் போயிருக்காள்!

ஊரெங்கும் மதியழகியை துளாவும் பணியில் இருந்தார்கள் பவித்ரனும், கருப்பையனும். கடைசியில் அவளைக் கண்டுப் பிடிக்கத் தங்களுக்கு இருக்கும் ஒரே வாய்ப்பு, மாதவத்தீவு என்பதும் விளங்கியது. உடனடியாக அவ்விடம் இருந்து, படகை நகர்த்திக்கொண்டு மாதவத்தீவுக்கு சென்றார்கள். அந்த அழகியத் தீவு இம்முறை ஏனோ அவ்வளவு வசீகரமானதாகத் தோன்றவில்லை. கரை வந்து சேர்ந்ததும், வெள்ளைப் புடவை அணிந்த ஒரு விதவைப் பெண், இன்னுமொரு இளைய

மங்கையோடு இருப்பதையும், படுக்கையில் ஒருத்திக் கிடப்பதையும் கண்டார்கள். "அபிராமி? நீயா?" என்றார் பவித்ரன். "நானேதான் ஐயா! அண்ணா... அங்கு எல்லாம் சுபம் தானே?" என்றாள் கண்ணீருடன். காரணம், தன் கணவனையும், மகனையும் ஒரேப் போர்க்களத்தில் இழந்தவள் அல்லவா அவள். அருகேக் கலைவாணியும் இருந்தாள். "கவலைப் பட வேண்டாம் மாமா! இப்போது என்ன நடந்துவிட்டது? எல்லாம் நடந்தாக வேண்டியக் கட்டாயத்தின் பேரில் நடந்துவிட்டது! அப்பா செய்ததுப் பாவம்! அந்தப் பாவங்களுக்கு ஆண்டவன் போர்க்களத்தில் முடிவுத் தந்துவிட்டான்! அறம் தவறி செய்யும் ஒவ்வொரு விஷயமும் அவர் கணக்கில் உள்ளது! போரும் அடக்கம்! கேவலமாக நடந்துக் கொண்டார்!" என்றாள்.

"உனக்கெப்படி மாதவத்தீவை தெரியும்?"

"நானும் இந்திராவும் அடிக்கடி இந்தத் தீவுக்கு வந்து சென்றிருந்தோம்! அப்போதுமுதல் இந்தத் தீவில் ஏகப்பட்ட ரகசியங்களை நாங்கள் சொல்லி வைத்தது உண்டு! ஆனால், ஆண்டவன் எங்களிருவரின் தலை எழுத்தையும் தலை கீழாக எழுதி விட்டானே!" என்றும் புலம்பினாள். இந்திராவை நினைக்கிறபோது பவித்ரனின் உள்ளம் வேதனையில் கொப்பளிப்பதை உணராது போக வாய்ப்பில்லை. "மன்னித்துவிட வேண்டும் ஐயா! தவறான நேரத்தில் என் தோழியின் பெயரை எடுத்துவிட்டேன்! மனைவி இறந்த வலி உங்கள் உள்ளத்தில் எங்கோ ஒரு மூலையில் நிச்சயம் இருக்கதான் செய்யும்!" என்று மன்னிப்புக் கோரினாள் அபிராமி. "என்ன அபிராமி நீ? உனக்கு இல்லாத உரிமையா? எனக்கு மனைவி ஆவதற்கு முன்னாள் உனக்கு அவள் தோழி ஆகிவிட்டாள்! என்னிடம் மன்னிப்புக் கேட்பதுக் காலத்துக்கு தகுமா?" என்றார். இவர்களது இந்த உரையாடல்கள் எதுவும் கலைவாணிக்கு விளங்கவில்லை. காரணம், இவர்களது உறவு எதுவும் அவள் அறிந்தது இல்லை என்பது தான். "மதியழகி?" என்ற வினா, அவர்கள் அவ்விடம் வந்த நோக்கத்தை வெளிப்படையாக விளக்கியது.

"உயிரோடுதான் இருக்கிறாள்!" என்று அவளைக் காட்டினார்கள். களையிழந்து காணப்பட்ட அந்த முகத்தைக் காணப் பொறுக்காது இருந்தார்கள். "எப்படி இவளைக் கண்டுப் பிடித்தீர்கள்?" என்று வினவினார் கருப்பையன். அதனை அவர்கள் சொல்லக் கேட்க வேண்டு-

மாயின் மீண்டும் காலப்பயணம் செய்ய வேண்டும். அன்றைய தகனம் நிறைவடைந்தப் பிறகு, அங்கிருக்க மனம் இல்லாத மதியழகி, தன் ஊரை நோக்கி பயணப்பட்டால். நீண்ட நெடு நாட்களாக அவள் நடந்துக் கொண்டே இருந்தாள்.

புங்கைப்பட்டினத்திற்கு வந்தும் என்ன செய்வதேன்றுத் தெரியாமல் உலாவிக் கொண்டிருந்தாள். மதியழகியின் கண்கள், நாளொன்றுக்கு ஆயிரம் முறை அழுதது. நெஞ்சம் நாளொன்றுக்குக் கோடி முறை வெடித்தது. தலை முதல் கால் வரை அவளுக்கு இருந்த வலியால் வேதனை அடைந்துக் கொண்டிருந்தாள். போதாக் குறைக்கு இந்தப் பாழாய்ப் போன இதயம், 'ஆயிரம் அழுதாலும் மாண்டார் மீள்வது இல்லை!' என்று உணர மறுக்காதுக் கண்ணீரை உமிழ்ந்துக் கொண்டே இருந்தது.

ஒருக் கணம் கடலைப் பார்த்தாள். ஒருக் கணம் கரையைப் பார்த்தாள். ஒரு நொடி வானைப் பார்த்தாள். கொஞ்சமும் தாமதிக்கவில்லை. அவள் கண்கள் மிக துல்லியமாக மாதவத் தீவை

நோக்கியது. நீரில் இறங்கினால். இம்முறை படகும் இல்லை, பரிசலும் இல்லை. ஆண்டவன் கொடுத்தப் படகுப் போன்ற தேகமும், துடுப்புப் போன்றக் கரங்களும்தான் இப்போது அவளைப் பிரயாணப் பட வைத்தது. கடல் அலை அவளை முன்னும் பின்னும் தள்ளி சித்தரவதை செய்துக் கொண்டிருந்தது. வலித்த உடம்புக்கு அன்புப் பரிசுகள். ஒரு வழியாக கரை வந்து சேர்ந்தாள். குளிர் அவளைக் கொஞ்சம் கொஞ்சமாக வாட்டி எடுத்திருந்தது. உப்புக் காற்று அவளுக்கு முதல் முறையாக நடுக்கத்தைக் கொடுத்தது. உடம்பு நெருப்பாய்க் கொதித்தது. மாறனை புன்னை மரத்தடியில் கட்டித் தழுவி இருந்தபோது இருந்த வெப்பத்தை அது அவளுக்கு நினைவுப் படுத்தியது. காலமெல்லாம் நினைவில் மட்டுமே வாழும் சூழல் வந்துவிட்டதே என்றெண்ணி மேலும் தன் மனதை வாட்டிக் கொண்டாள்.

எங்கெங்கோ தேடித் பார்த்தும் மதியழகியை காணவில்லை. கலைவாணி, அபிராமியைக் கண்டிப் பிடித்தாள். மகனைக் கொலை செய்ய அனுமதி அளித்த முதல் தாயை அவள் கண்டாள். "அம்மா! இந்த உலகில் பெரும் அளவில் கடவுளால் சபிக்கப்பட்ட மங்கை இன்னும் எங்குப் போயிருப்பாளோ?" என்றுக் கேட்டாள். அவள் வார்த்தைகள்

எல்லாம் உண்மைதான்.உலகில் பெரும் அளவில் சபிக்கப்பட்டவள் மதியழகி. போன ஜென்மத்தில் புலியாகப் பிறந்துக் கொன்றுக் குவித்திருப்பாளோ? என்ற எண்ணம் கூட அவர்களுக்கு எழுந்தது. “மாதவத்தீவு தான் ஒரே இடம்!” என்று சொல்லி அவளை மாதவத் தீவு நோக்கி அழைத்து வந்தாள் அபிராமி. நினைத்ததுப் போலவே அங்கிருந்தாள் அவள். அவளதுக் கொடிய அந்த நிலையைப் பார்த்துப் பதறிப் போய் தீவெங்கும் தேடி அலைந்துப் பல வகை மூலிகைக் கொண்டு அவளை மீட்டு வந்து கொண்டிருந்தாள் அபிராமி. இத்தனையும் நடந்து முடிந்தது வெகு சமீபத்தில்தான். பவித்ரனுக்கு அவள் பிழைத்ததில் இருந்தது வெறும் அற்ப சந்தோஷம். உண்மையில் அவள் மண்ணுலகில் வாழ விரும்பவில்லை. தன் வாழ்க்கையின் விதியை எழுதையிலே கடுங்கோபம் கொண்டு எழுதி இருப்பான் என்ற எண்ணம் அவளுக்குக் கொஞ்சம் தோன்றி இருக்கும். வானில், சூரியன் மூச்சைப் பிடித்துக் கொண்டு, ஆழியில் மூழ்கினான்.

------இப்படிக்குக் காலம்!------

ஆண்டுகள் கடந்து...

- வீரசேகரன் கவியரசியைக் கைப்பிடித்து அவனுக்கு ஒரு ஆண் குழந்தை பிறந்தது. தனக்கு தன் அப்பா சொல்லிக் கொடுத்த அனைத்தையும் அவனுக்கு சொல்லிக் கொடுத்து வளர்க்க துவங்கினான்
- மணிமேகலை நாட்டின் மகாராணியாக இருந்தப் போதிலும், தன் உள்ளத்தில் இருந்த தோழியை இழந்த கவலையால் நாள்தோறும் நொந்து வந்தாள்.
- கமலநெடுமாறன் தனக்காக இத்தனை உயிர்கள் பிரிந்ததை நினைத்துக் கவலைக் கொண்டாலும், அதனை எல்லாம் சரிக் கட்ட நல்லாட்சி மட்டுமே வழி என்பதை உணர்ந்து செம்மையான ஆட்சி செய்து வந்தான். அவர்களுக்கு ஒருப் பெண் பிள்ளையும் பிறந்தாள்.
- மாரீசன் தலைமை காவல் மந்திரியாக மாறியதுடன், நல்லாட்சிக்கு வித்திடவும் செய்தான்.
- தன் மகளை இழந்த வேதனையில் கொஞ்சம் கொஞ்சமாக பவித்ரன் நொந்து மண்ணை விட்டுப் பிரிந்தார்.
- நண்பன் சாகக் கிடக்கும் துயரில் இருந்துக் கொஞ்சம் கொஞ்சமாக விடுபட்ட கருப்பையன், மேலும் வரப் போகும் ஆபத்துகளை சமாளிக்கும் விதமாக அரண்மனைக்கு விசுவாசியாக வேலைப் பார்க்கத் துவங்கினார்.
- தேவிப்பட்டினத்து மக்கள் இந்திராபுரி மற்றும் ரத்தினாபுரி மக்களோடு வியாபாரம் செய்யத் துவங்கினார்கள்.
- தேவிப்பட்டினம் இருதேசதுக்கும் உட்பட்டக் கப்பம் கட்டும் தேசமாக மாறியது.
- வேலனும் கல்யாணியும் வீரசேகரன் மீது அளப்பறியாத அன்பைப் பொழியத் துவங்கினர்.

- ஊரார் கொஞ்சம் கொஞ்சமாக இயல்பு நிலையை எட்டி, மேலும் தேசத்தை செழுமை ஆக்கினர்.
- மேலோகத்தில் இருந்து அவற்றைப் பார்த்து ஆனந்தம் கொண்டனர் மாண்டோர்!

www.ingramcontent.com/pod-product-compliance
Lightning Source LLC
La Vergne TN
LVHW090232051026
849517LV00001B/272
* 9 7 9 8 8 8 7 4 9 5 3 0 9 *